CHÍN BÀI BÌNH LUẬN

về

ĐẢNG CỘNG SẢN

ĐẠI KỶ NGUYÊN thời báo
BROAD PRESS INC.

Telephone: 1-888-268-26980/1-408-472-9980
Fax: 1-178-460-4039/1-206-350-0947
Email: contact@broadpressinc.com
Email: dkn@epochtimes.com

ISBN 1-932674-25-X

Vietnamese Draft Translation Edition (January, 2006,
USA)

Published by Broad Press International Co. Ltd.

Printed in Taiwan

Lời giới thiệu

Sách Cửu Bình (**Chín Bài Bình Luận Về Đảng Cộng Sản**) lần đầu tiên được Thời Báo Dajiyuan phổ biến bằng Hoa ngữ, dưới hình thức một loạt chín bài bình luận xã hội trên mạng tin www.dajiyuan.com. Vì những lý do đặc biệt, danh tánh của những tác giả và nhóm dịch thuật được giữ kín.

Từ khi được Thời Báo Dajiyuan xuất bản lần đầu tiên ngày 19 tháng 11, 2004 Cửu Bình đã gây nên một ảnh hưởng to lớn đối với người Trung Hoa hải ngoại, và càng ngày càng gia tăng ở quốc nội. Cửu Bình đang trở thành một cuộc đối thoại trong cộng đồng người Hoa về bản chất của Đảng Cộng Sản.

Ban biên tập Thời Báo The Epoch Times (www.theepochtimes.com) và mạng tin Việt Ngữ Đại Kỷ Nguyên Thời Báo (www.daikynguyen.com) hy vọng nhiều người không đọc được Hoa ngữ và Anh ngữ sẽ có cơ hội tham gia cuộc hội thoại này, và đó cũng là lý do Sách Cửu Bình bằng tiếng Việt này được xuất bản.

Ban Dịch Thuật

Lời Tựa

Hơn một thập niên sau khi Liên Bang Sô Viết và các chính quyền của Đảng Cộng Sản Đông Âu tàn rụi, cuộc vận động cho chủ nghĩa Cộng Sản quốc tế đã bị toàn thể thế giới ruồng bỏ đi. Sự cáo chung của Đảng Cộng Sản Trung Quốc chẳng qua chỉ là vấn đề thời gian. Tuy nhiên, trước khi sụp đổ triệt để, Đảng Cộng Sản Trung Quốc đang gắng tìm mọi cách để gắn chặt vận mệnh của bản thân mình với vận mệnh của dân tộc Trung Hoa — một dân tộc với 5000 năm lịch sử — đây là nỗi bất hạnh lớn nhất của dân tộc Trung Hoa chúng ta. Nhìn nhận và đối xử thế nào với Đảng Cộng Sản, làm sao vượt sang một xã hội mà không có Đảng Cộng Sản, tiếp diễn sự truyền thừa đuốc thiêng truyền thống của dân tộc như thế nào, tất cả những điều này là một vấn đề cụ thể trước mặt đã bày ra cho nhân dân Trung Quốc.

Thời báo DAJIYUAN chúng tôi cho đăng lần lượt đặc biệt một loạt chín bài bình luận xã hội với tựa đề "**Chín bài bình luận về Đảng Cộng Sản**", qua đó, trước khi cái nắp đậy lên quan tài của Đảng cộng sản, chúng tôi mong muốn truyền đạt một phán xét cuối cùng về sự vận động cho chủ nghĩa cộng sản quốc tế, đặc biệt là Đảng Cộng Sản Trung Quốc, một trong những tai hoạ của nhân dân thế giới trong suốt một thế kỷ qua.

Nhìn vào lịch sử suốt 80 năm của Đảng Cộng Sản Trung Quốc, trước sau chỉ là những nơi chốn mà vĩnh viễn đi kèm với dối trá, chiến loạn, đói khổ, độc tài, tàn bạo sát nhân và khủng bố. Tín ngưỡng truyền thống và các quan hệ giá trị đã bị bạo lực của Đảng Cộng Sản phá hủy. Quan niệm luân lý có từ ban đầu và các thể chế xã hội đã bị ép buộc phải tan rã. Yêu thương và hài hoà giữa người và người bị Đảng cộng sản bẻ cong bóp méo thành đấu tranh và thù hận. 'Kính sợ Trời, quý trọng Đất, và thuận theo Tự Nhiên' bị Đảng cộng sản biến thành ngông cuồng 'chiến Trời, đấu Đất', xem Trời bằng vung. Thế hệ đạo đức xã hội cũng như các hệ thống sinh thái đã vì thế mà sụp đổ toàn diện, dẫn đến nguy cơ trầm trọng cho dân tộc Trung Hoa cũng như cho toàn thể nhân loại. Tất cả tai nạn to lớn này đều do Đảng cộng sản điều khiển sách động, tổ chức, khống chế một cách tinh vi tỉ mỉ mà sinh ra.

Như một câu thơ cổ, "Vô khả nại hà hoa lạc khứ" (hoa rụng, biết làm sao hơn), chính quyền cộng sản đã thấy ngày tàn của mình, và đang cầm cự mong cầu kéo dài thêm từng phút giây sống sót. Trước khi Đảng cộng sản bị hoàn toàn diệt mất, chúng tôi, thời báo DAJIYUAN, thấy rằng đã đến lúc cần phải suy xét lại toàn diện, và vạch trần bản chất của tổ chức tà giáo lớn nhất, đại tà đại ác tự cổ chí kim này. Mục đích là để cho những người dân lương thiện, mà vẫn còn bị chính quyền cộng sản bưng bít, lừa bịp và đầu độc, có thể nhận rõ ra bản chất tà ác của nó, từ đó tẩy sạch nọc độc lưu truyền của Đảng cộng sản trên tinh thần, thoát khỏi khống chế của tà linh cộng sản trong tâm, vượt ra khỏi gông xiềng của sợ hãi khủng bố, và vứt bỏ tất cả ảo tưởng về Đảng cộng sản.

Sự thống trị của Đảng Cộng Sản Trung Quốc là hắc ám nhất trong lịch sử của nước Trung Hoa, cũng là trang sử hoang đường và sai lầm nhất. Trong đó sự bức hại "Chân, Thiện, Nhẫn" do Giang Trạch Dân phát động là tà ác nhất. Cuộc vận động này đã đóng chiếc đinh cuối cùng lên nắp quan tài của Đảng Cộng Sản Trung Quốc. Suy xét lại đoạn lịch sử này để cho những bi kịch như vậy vĩnh viễn không xẩy ra lại. Đồng thời, mỗi người chúng ta cũng có thể từ đó, mà tự kiểm điểm thế giới nội tâm của chính mình, có đúng chăng, rằng bởi vì sự nhu nhược và thoả hiệp chấp nhận của chúng ta, đã khiến cho chúng ta thành toàn rất nhiều màn bi kịch mà đáng lẽ không nên xẩy ra?

Ban Biên Tập
Hoa Ngữ Thời Báo DAJIYUAN ngày 18 tháng 11 năm 2004

MỤC LỤC

Lời kết

Bài bình luận số 1

ĐẢNG CỘNG SẢN LÀ GÌ?

Bóng của Mao: *Người mẹ và đứa con bước qua cổng viện Bảo tàng Quân đội của Bắc Kinh, được đón chào bằng bức tượng lớn của cố lãnh đạo độc tài Trung Quốc Mao Trạch Đông. (Stephen Shaver/AFP/Getty Images)*

Lời mở đầu

Hơn 5000 năm qua, dân tộc Trung Hoa được nuôi dưỡng bởi châu thổ sông Hoàng Hà và sông Trường Giang, gây dựng giống nòi, trải qua bao nhiêu triều đại, mới thiết lập được một nền văn minh rực rỡ, sáng lạn. Trong suốt thời gian có thành lập, có sụp đổ, có hưng thịnh, có suy vong, những câu chuyện hào hùng xảy ra trong sóng gió bao la của những cuộc đổi thay đã làm lòng người xúc động.

Năm 1840, các sử gia nhìn nhận rằng đó là cái mốc đánh dấu khởi điểm của lịch sử Trung Quốc đang chuyển từ thế kỷ Trung Cổ đi sang hiện đại hóa. Bắt đầu từ đó, nền văn minh Trung Hoa đại khái đã trải qua bốn lần ứng phó cho các trận sóng bão khiêu chiến. Ba trận sóng bão khiêu chiến đầu tiên là: Liên quân Anh-Pháp xâm chiếm Bắc Kinh hồi đầu thập niên 1860; chiến tranh Trung Quốc-Nhật Bản vào năm Giáp Ngọ 1894, và chiến tranh Nga-Nhật ở vùng đông bắc Trung Quốc vào năm 1906. Đối với 3 cuộc khiêu chiến này, Trung Quốc đã đáp ứng bằng phong trào Tây hóa với sự nhập cảng hàng hóa hiện đại và vũ khí, cùng với sự cải cách chế độ (tức là ban hành Hiến Pháp sửa đổi năm Mậu Tuất 1898 [1], và Đại Thanh Lập Hiến vào cuối đời nhà Đại Thanh), và sau đó là Cách Mạng Tân Hợi năm 1911 [2].

Sau Thế Chiến Thứ Nhất, mặc dù thuộc phe thắng trận, nhưng lợi ích của Trung Quốc vẫn không được những cường quốc trông coi đến. Thời bấy giờ, nhiều người Trung Hoa cho rằng ba lần ứng phó đầu cho các trận sóng bão nói trên đã hoàn toàn thất bại. Do vậy cuộc Vận Động mùng 4 tháng 5 [3] xuất hiện, từ đó mà bắt đầu lần ứng phó thứ tư cho các trận sóng bão này, mà cũng là sự đáp ứng cuối cùng trên một bình diện; bình diện văn hóa được hoàn toàn chuyển sang 'Tây hoá'. Theo sau đó, là cách mạng cực đoan bắt đầu, tức là sự vận động cho chủ nghĩa cộng sản.

Trọng tâm của bài bình luận này là nói về kết quả của một sự ứng phó sóng bão cuối cùng của Trung Quốc đối với cuộc vận động cho chủ nghĩa cộng sản và Đảng cộng sản. Nhìn vào lịch sử 160 năm vừa qua của Trung Quốc để phân tích xem, với gần 100 triệu người dân thường bị chết mờ ám, hầu hết tất cả văn hóa và văn minh truyền thống của dân tộc Trung Quốc bị tàn phá, dù đó là chọn lựa của người dân Trung Hoa hay là bị bên ngoài cưỡng bức, thì kết quả thực sự là như thế nào?

I. Dùng khủng bố bằng bạo lực để chiếm đoạt và duy trì chính quyền

"Bọn Cộng sản chẳng thèm che giấu quan điểm và ý đồ của bọn họ. Bọn chúng công khai tuyên bố rằng mục đích của chúng chỉ có thể đạt được bằng cách dùng bạo lực lật đổ toàn bộ chế độ xã hội hiện tại"[4], đoạn cuối cùng bản *Tuyên ngôn của Cộng Sản* kết luận như thế. Bạo lực là thủ đoạn mà Đảng cộng sản dùng để cướp đoạt chính quyền, và cũng là thủ đoạn duy nhất. Đó là cái nhân di truyền đầu tiên được quyết định từ ngày Đảng cộng sản chào đời cho đến hôm nay.

Thực ra, Đảng cộng sản đầu tiên trên thế giới, phải nhiều năm sau khi Karl Marx qua đời mới được thành lập. Năm thứ hai sau Cách mạng Tháng Mười của Nga (1917), Đảng cộng sản Nga (Bôn-sê-vích) đã chính thức khai sinh, đó là tiền thân của Đảng cộng sản Liên Xô sau này. Đảng cộng sản này sinh ra trong sự thực hành bạo lực đấu tranh vũ trang đối với các " kẻ thù giai cấp", đồng thời đã liên tục dùng bạo lực để đàn áp những người của chính mình và những người dân thường để duy trì sự tồn tại của Đảng. Riêng trong cuộc thanh trừ nội bộ của Đảng cộng sản thời Stalin vào những năm 1930, Đảng cộng sản Liên Xô đã tàn sát hơn 20 triệu người, những người mà họ gán cho tội danh như 'gián điệp', hoặc 'phản quốc', và bất cứ ai không đồng ý kiến.

Đảng cộng sản Trung Quốc, khi thành lập chính là một chi bộ của Cộng sản Quốc tế Đệ Tam mà chịu sự khống chế của Đảng cộng sản Liên Xô, nên tự nhiên đã kế thừa loại truyền thống bạo lực này. Riêng trong thời kỳ nội chiến giữa Đảng Cộng Sản và Quốc dân Đảng của Trung Quốc, từ năm 1927 đến năm 1936, dân số tỉnh Giang Tây đã giảm từ hơn 20 triệu xuống khoảng 10 triệu. Chỉ riêng con số ấy đã nói lên sự thiệt hại mà Đảng cộng sản Trung Quốc gây ra bằng bạo lực.

Nếu như nói rằng, bạo lực có thể không tránh khỏi trong chiến tranh của chính quyền khủng bố, thì trên thế giới chưa bao giờ có một chính quyền nào mà trong thời hòa bình, vẫn cứ tiếp tục yêu chuộng bạo lực như Đảng Cộng sản. Tính từ năm 1949 đến nay, số người dân Trung Quốc bị tàn sát do bạo lực của Đảng Cộng sản Trung Quốc đã vượt quá số người chết trong thời chiến từ năm 1927 đến năm 1949.

Một trong những ví dụ điển hình về thành tích khát máu của Đảng Cộng sản Trung Quốc mà ai cũng biết, là sự ủng hộ toàn lực vũ trang cho Khờ-me Đỏ. Sau thời Khờ-me Đỏ nắm quyền, một phần tư người dân Căm-Bốt, trong đó đại đa số là người di dân Hoa Kiều và con cháu của họ, đã bị tàn sát. Đến tận hôm nay chính quyền Đảng cộng sản Trung Quốc vẫn không ngừng ngăn cản cộng đồng quốc tế đưa Khờ-me Đỏ ra công lý, vì mục đích đương nhiên là muốn che đậy vai trò lừng danh của Đảng cộng sản Trung Quốc trong cuộc diệt chủng ấy.

Điều tất yếu phải nêu ra là những chính quyền tàn bạo và các căn cứ võ trang tàn bạo nhất trên thế giới hiện nay đều có quan hệ mật thiết với Đảng Cộng sản Trung Quốc. Không chỉ riêng có Khờ-me Đỏ của Căm-Bốt, mà còn có Đảng cộng sản Nam Dương, Cộng sản Phi luật Tân, Cộng sản Mã-lai, Cộng Sản Việt Nam, Cộng Sản Miến Điện, Cộng Sản Lào, Đảng Cộng sản Nê-pal, vân vân… tất cả được thành lập là đều do bàn tay của Đảng cộng sản Trung Quốc ủng hộ, chống đỡ.

Nhiều lãnh tụ của các Đảng cộng sản này là người Trung Hoa, mà một số trong đó giờ đây vẫn đang ẩn nấp tại Trung Quốc.

Hơn nữa trên thế giới, lấy chủ nghĩa Mao Trạch Đông làm tôn chỉ cho Đảng cộng sản còn có Đường Quang Minh của Nam Phi, Hồng Quân của Nhật bản. Những tổ chức tàn bạo như vậy đều bị cộng đồng thế giới phỉ nhổ và lên án.

Một trong những lý luận ban đầu mà chủ nghĩa cộng sản dùng là *Tiến Hoá Luận*. Đảng cộng sản dùng sự cạnh tranh giữa các loài, để suy diễn ra đấu tranh giai cấp trong sự tiến hóa của xã hội. Họ cho rằng đấu tranh giai cấp là động lực duy nhất giúp xã hội phát triển tiến bộ. Bởi vậy "Đấu tranh" đã trở thành "Tín Ngưỡng" chủ yếu để duy trì sự sinh tồn của chính quyền Đảng cộng sản. Một trong những câu nói nổi tiếng của Mao Trạch Đông — " Với tám trăm triệu người, làm sao mà không đấu tranh" — đã nói trắng ra cái lý luận để sinh tồn này.

Mao Trạch Đông còn có một câu nổi tiếng tương tự rằng " Đại Cách mạng Văn hoá cần phải xẩy ra mỗi lần trong 7 hay 8 năm"[5]. Sử dụng bạo lực nhiều lần lặp lại là một trong những thủ đoạn quan trọng bậc nhất của chính quyền Đảng cộng sản nhằm duy trì quyền thống trị. Mục đích của bạo lực là tạo ra sự sợ hãi. Mỗi lần vận động đấu tranh đều là một lần Đảng Cộng sản huấn luyện sự khủng hoảng tinh thần của người dân, làm cho nhân dân run sợ trong lòng mà khuất phục, làm họ dần dần trở thành nô lệ của sợ hãi.

Hiện nay chủ nghĩa khủng bố đã biến thành kẻ thù số một của toàn thể thế giới tự do và văn minh. Nhưng Đảng Cộng sản không hề từ bỏ chủ nghĩa khủng bố bằng bạo lực, mà trái lại còn triển khai sâu rộng, lâu dài hơn nữa dựa vào bộ máy chính quyền đương thời. Nó đã có quy mô lớn hơn, có sức tàn phá mạnh mẽ hơn. Ngày nay đã sang thế kỷ 21 rồi, chúng ta không thể quên được tính chất di truyền này của Đảng cộng sản, bởi vì đến lúc thích hợp, điều này nhất định đối với tương lai của Đảng Cộng Sản sẽ có tác dụng quyết định cho nó hướng đi như thế nào.

II. Dùng lời dối trá làm bàn đạp ngon trớn cho bạo lực

Trình độ văn minh của nhân loại có thể được đo lường qua mức độ mà bạo lực được sử dụng trong chế độ. Xã hội của chính quyền Cộng sản, hiển nhiên là một lần nữa bước lùi lại rất xa với văn minh của nhân loại. Nhưng tiếc thay, Đảng Cộng Sản lại có thể thành công trong sự việc người đời tưởng chúng đang trên đà tiến bộ. Những người này cho rằng, sử dụng bạo lực, không những đưa đến sự tiến bộ của xã hội mà còn là một quá trình tất yếu và tự nhiên.

Sự chấp nhận bạo lực này, phải nói rằng, chính là kết quả của việc vận dụng lời dối trá lường gạt có một không hai của

Đảng cộng sản. Vì vậy *lường gạt và dối trá* là một cái nhân di truyền khác của Đảng cộng sản.

"Từ thủa bé thơ, chúng ta đều thấy nước Mỹ là một quốc gia đặc biệt đáng mến. Chúng ta tin điều này, một phần vì trên thực tế nước Mỹ chưa từng chiếm cứ Trung Quốc, cũng chưa hề phát động chiến tranh với Trung Quốc. Suy nghĩ sâu hơn nữa, thì người Trung Quốc luôn mang ấn tượng tốt đẹp về Mỹ quốc, chính vì dân tính của người dân Mỹ phát xuất ra phong độ dân chủ và một tâm rộng lượng."

Đó là một đoạn văn trích trong xã luận đăng ngày 4 tháng 7 năm 1947 trên 'Tân Hoa nhật báo' (tờ báo chính thức của Đảng cộng sản Trung Quốc). Nhưng chỉ vỏn vẹn 3 năm sau đó, Đảng Cộng sản Trung Quốc đã gởi quân đến đánh nhau với quân Mỹ tại Bắc Hàn, và người dân Mỹ đã được Đảng Cộng sản Trung Quốc mô tả như những phần tử của chủ nghĩa đế quốc tà ác nhất trên thế giới. Bất kể người Trung Quốc nào đến từ Trung Hoa Đại Lục, nếu đọc được bài xã luận này, viết 50 năm trước đó của Đảng cộng sản Trung Quốc, cũng phải cảm thấy vô cùng kinh ngạc. Đảng cộng sản Trung Quốc đã cấm ngặt tất cả xuất bản thuộc loại văn chương tương tự có liên quan đến bài xã luận như thế, mà chỉ phát hành các bài đã được Đảng viết lại.

Từ ngày nắm quyền, Đảng Cộng sản Trung Quốc vẫn diễn đi diễn lại thủ đoạn tương tự trong mỗi một phong trào , gồm có cuộc thanh trừng Phản-cách mạng (1950-1953), công ty quốc gia và tư nhân Hợp Doanh (1954-1957), thanh trừng phe Cánh Hữu (1957), Đại Cách mạng Văn hoá (1966-1976), thảm sát sinh viên học sinh ngày 4 tháng 6 năm 1989 tại Thiên An Môn, và gần đây nhất là cuộc đàn áp Pháp Luân Công từ năm 1999. Tai tiếng nhất phải kể đến cuộc đàn áp phần tử trí thức năm 1957. Đảng cộng sản Trung Quốc kêu gọi các phần tử trí thức phát biểu ý kiến của họ, rồi sau đó lấy ngay những bài họ viết làm 'bằng chứng' để khép họ vào tội 'theo Cánh Hữu' để thanh trừng họ. Đến khi bị người ta phê phán tại sao lại dùng "âm mưu" như thế, thì Mao Trạch Đông nói thẳng: "Đó không phải âm mưu, mà là 'dương' mưu — tao làm công khai đấy chứ."

Lường gạt và dối trá đóng vai trò cực kỳ đắc lực giúp Đảng cộng sản chiếm đoạt và bảo vệ quyền lực. Từ xưa đến nay, niềm tin tưởng quan trọng nhất của các phần tử trí thức Trung Quốc vẫn là lịch sử của mình. Trung Quốc là một quốc gia có lịch sử được ghi chép lâu đời nhất, và hoàn chỉnh nhất trên thế giới. Người Trung Hoa vẫn lấy lịch sử làm tấm gương phản chiếu để phán đoán hiện thực, thậm chí còn noi theo những nhân vật mẫu mực trong lịch sử để tự răn dạy bản thân và nâng cao đạo đức. Vì thế, bóp méo, sửa đổi và che giấu sự thật của lịch sử cũng là thủ đoạn trọng yếu để thống trị của Đảng Cộng Sản Trung Quốc. Các giai đoạn lịch sử từ thời Xuân Thu Chiến Quốc xa xưa (770-221 trước Công Nguyên) cho đến Cách mạng Văn hoá, đều bị Đảng cộng sản Trung

Quốc không ngừng che giấu, bóp méo và sửa đổi chuyện kể lại bằng những thủ đoạn tuyên truyền lừa mị. Lịch sử trong các sách mới xuất bản suốt 55 năm qua (từ 1949) đều bị sửa lại. Tất cả những cố gắng để khôi phục lại lịch sử nguyên gốc đều bị Đảng Cộng sản Trung Quốc cấm ngặt và diệt trừ.

Khi bạo lực không đủ mạnh để duy trì quyền lực và che đậy các sửa chữa, thì lường gạt và dối trá lập tức được Đảng cộng sản dùng đến. Dối trá là một mặt khác của bạo lực, và cũng là cái bàn đạp ngon trớn cho bạo lực.

Phải nhìn nhận rằng, dối trá và lường gạt không phải do Đảng cộng sản phát minh chế tạo ra, chẳng qua chỉ là Đảng cộng sản sử dụng thủ đoạn lưu manh tự cổ chí kim này một cách công khai mà không biết hổ thẹn mà thôi. Đảng cộng sản Trung Quốc hứa hẹn đất đai cho nông dân, hứa nhà máy cho công nhân, hứa tự do và dân chủ cho các phần tử trí thức, hứa hẹn hoà bình. Nhưng đến nay không hề có lời hứa nào được thực hiện. Một thế hệ người Trung Quốc bị lường gạt và đã qua đời, lại một thế hệ khác của người Trung Quốc nay cũng đang bị Đảng cộng sản mê hoặc bằng bưng bít thông tin và tuyên truyền lường gạt. Đây chẳng phải là niềm đau thương lớn nhất và cũng là nỗi bất hạnh nhất của dân tộc Trung Hoa hay sao?

III. Lập trường nguyên tắc biến đổi không ngừng

Trong cuộc biện luận tranh cử tổng thống Mỹ năm 2004 vừa qua, có một ứng cử viên phát biểu rằng, người ta có thể thay đổi chiến lược về vài vấn đề khi cần thiết, nhưng họ không thể, nói chung, chuyển đổi " niềm tin" hoặc "nguyên tắc" của vấn đề mà họ nhìn nhận, nếu không người này là người "không thể tin được"[6]. Câu nói này thực sự làm rõ ràng một tính chất.

Đảng cộng sản chính là điển hình về mặt này. Lấy Đảng cộng sản Trung Quốc làm ví dụ, thì từ ngày thành lập 80 năm trước đến nay, đã trải qua 16 đại hội với đại biểu toàn quốc của Đảng Cộng Sản Trung Quốc, mà cũng đã thay đổi, sửa chữa luật lệ của Đảng 16 lần. Trong 50 năm sau khi chiếm đoạt chính quyền , Đảng cộng sản Trung Quốc đã có 5 lần sửa đổi lớn Hiến Pháp của Trung Quốc.

Lý tưởng của Đảng cộng sản là sự công bằng của xã hội, để rồi cuối cùng thực hiện theo chủ nghĩa cộng sản. Nhưng dưới sự thống trị của Đảng cộng sản, Trung Quốc hôm nay là một trong những quốc gia phân biệt giầu nghèo nhất trên thế giới. Rất nhiều đảng viên Cộng sản giàu sụ, trong khi quốc gia có khoảng 800 triệu người dân đang sống trong cảnh bần cùng.

Tư tưởng của Đảng cộng sản Trung Quốc ban đầu là chủ nghĩa Karl Marx-Lenin. Sau đó nhồi thêm tư tưởng của Mao Trạch Đông. Rồi đắp thêm vào đó là lý luận của Đặng Tiểu Bình. Và giờ đây lại có thuyết "tam đại biểu" của Giang

Trạch Dân được gắn lên nữa. Thực ra ngay tư tưởng và chủ nghĩa của Mác-Lê và Mao so với lý luận của họ Đặng và thuyết 'Tam đại biểu' của họ Giang thì đã khác nhau như trâu với ngựa, không những thế chúng còn trái lại và cách xa nhau vạn dặm, vậy mà Đảng cộng sản Trung Quốc, một khi thổi phồng chúng lên, rồi đặt bệ tôn thờ để quỳ lạy các thứ ấy cùng nhau được, thì sự việc này quả thực tự cổ chí kim chỉ thấy có một.

Các lý luận phát sinh diễn tiến của Đảng Cộng sản phần lớn là trái ngược với nhau. Đảng cộng sản chưa hề có tổ quốc, mà lại xây dựng thuyết 'toàn cầu đại đồng', đến hôm nay lại là chủ nghĩa dân tộc cực đoan. Ban đầu Đảng tịch thu mọi tài sản tư hữu, đả đảo giai cấp tư sản bóc lột, rồi đến hôm nay chính sách của Đảng cộng sản là kết nạp các nhà tư bản vào Đảng. Nguyên tắc cơ bản của Đảng cộng sản đổi trắng thay đen thật chớp nhoáng khỏi cần nói. Trên lịch sử lập nghiệp và duy trì chính quyền, hôm nay Đảng sẵn sàng vứt bỏ nguyên tắc đang được tuyên truyền hôm qua, và ngày mai, có thể Đảng lại có một lập trường nguyên tắc mới. Thực ra dù có biến đổi thế nào đi nữa, thì mục tiêu rõ ràng, chắc chắn của Đảng cộng sản vẫn là tước đoạt và duy trì chính quyền, và hưởng thụ quyền lực trên sự lũng đoạn tuyệt đối đến xã hội.

Trong lịch sử của Đảng Cộng sản Trung Quốc, đã có hơn mười phen đấu tranh về đường lối được coi là 'sống chết'. Thực ra những phen đấu tranh đó không có gì khác hơn là những đợt thanh trừng nội bộ sau mỗi lần Đảng cộng sản thay đổi nguyên tắc và lập trường.

Cần phải nói rõ là, mỗi một lần lập trường nguyên tắc được thay đổi là đều xảy ra khi Đảng cộng sản Trung Quốc đối diện với nguy cơ khủng hoảng không tránh khỏi mà có liên quan đến việc hợp pháp hoá và vấn đề sống còn của Đảng. Lần nào Đảng cộng sản thỏa thuận nhượng bộ , như là — hợp tác với Quốc Dân Đảng, ngoại giao theo hướng thân Mỹ, cải cách và cởi mở kinh tế, đẩy mạnh chủ nghĩa dân tộc —cũng đều vì muốn chiếm đoạt hoặc củng cố vững chắc quyền lực. Cái chu kỳ tuần hoàn của mỗi một lần "Đàn áp - Vuốt ve" cũng không phải không nguyên do mà phát sinh

Tây phương có câu ngạn ngữ rằng: chân lý là cần phải kiên trì không đổi, còn dối trá là vĩnh viễn biến hoá. Quả là rất đúng!

IV. Lấy 'đảng tính' để thay thế và tiêu diệt 'nhân tính'

Đảng cộng sản Trung Quốc là đảng phái chính trị theo thể thức của Lê-nin. Từ ngày thành lập, đã xác lập ra ba đường lối lớn để xây dựng cho Đảng: đường lối chính trị, đường lối tư tưởng, và đường lối tổ chức. Diễn đạt nôm na cho dễ hình dung là thế này: đường lối tư tưởng là cơ sở triết học của Đảng cộng sản, đường lối chính trị tức là xác lập mục tiêu, rồi sau đó lấy hình thức tổ chức nghiêm nhặt để thực hiện mục tiêu này .

Đảng viên của Đảng cộng sản cho đến nhân dân của xã hội cộng sản , đòi hỏi phải tuyệt đối phục tùng. Đó chính là toàn bộ nội dung của đường lối tổ chức.

Ở Trung Quốc, người ta nói chung đều biết đến hai đặc tính quan trọng về tư cách con người của một đảng viên Đảng cộng sản. Tại gia đình và hoàn cảnh riêng tư, một đảng viên Đảng Cộng sản vẫn có đầy đủ 'nhân tính' như một con người bình thường, buồn vui hờn giận, có ưu điểm và khuyết điểm của con người. Họ có thể là cha mẹ, là vợ chồng, là bè bạn... Nhưng đặt lên trên những nhân tính này, chính là 'đảng tính', mà được nhấn mạnh nhất, của Đảng cộng sản. Mà 'đảng tính', theo đòi hỏi của Đảng cộng sản, là vĩnh viễn vượt trên 'nhân tính' thường tình của con người . 'Nhân tính' trở thành tương đối, có thể đổi thay, còn 'đảng tính' là tuyệt đối, và không thể hoài nghi hay khiêu chiến.

Trong thời kỳ Đại Cách mạng Văn hoá, cha con giết nhau, vợ chồng đấu nhau, thầy trò phản nhau, mẹ con tố cáo nhau như kẻ thù,... là những việc thường xảy ra trong quần chúng. Đó là tác dụng của 'đảng tính' mà nên. Thời kỳ đầu khi Đảng cộng sản nắm quyền, có nhiều cán bộ cao cấp của Đảng cộng sản Trung Quốc bó tay không cứu nổi người nhà khi người nhà của họ bị liệt kê vào giai cấp thù địch và bị đàn áp. Như thế cũng là tác dụng của đảng tính.

'Đảng tính' là kết quả của những huấn luyện trường kỳ do Đảng cộng sản tổ chức. Loại huấn luyện này được thực hiện ngay từ thủa nhi đồng một cách có hệ thống. Tại các trường mẫu giáo ở Trung Quốc, trẻ em được giáo dục bằng khen thưởng khi trả lời đúng, mà câu trả lời thường không theo luân thường đạo lý và nhân tính. Từ tiểu học, trung học, cho đến đại học, học sinh phải học môn chính trị, tuân theo hệ thống tư tưởng của Đảng cộng sản. Ai không học theo và không trả lời đúng theo tiêu chuẩn của Đảng đề ra thì không thể tốt nghiệp.

Một đảng viên, bất kể ý kiến riêng tư của mình như thế nào, nhưng một khi bày tỏ thái độ với cương vị của một đảng viên, thì tất nhiên phải giữ vững nhất trí với đường lối 'tổ chức' của Đảng cộng sản. Với tổ chức nhất quán từ trên xuống dưới, Đảng cộng sản Trung Quốc sau cùng thống nhất một tập đoàn to tướng, nó tựa như một điểm cao nhất của kim tự tháp, với điều khiển tuyệt đối từ trên xuống. Đó là đặc tính kết cấu trọng yếu nhất của chính quyền Đảng cộng sản, là sự phục tùng tuyệt đối.

Ngày nay Đảng cộng sản Trung Quốc đã biến thái trở thành một tập đoàn chính trị chỉ biết đấu tranh để bảo trì lợi ích bản thân. Nó từ lâu đã không còn theo đuổi mục tiêu của chủ nghĩa cộng sản nữa. Nhưng nguyên tắc tổ chức của Đảng cộng sản không hề thay đổi, sự đòi hỏi phục tùng tuyệt đối của 'đảng tính' cũng không hề biến đổi. Mà Đảng này, tự đặt mình cao hơn hết thảy, cao hơn nhân dân, cao hơn quốc gia, cao hơn pháp luật; 'đảng tính' được đặt cao hơn phương thức tồn tại của nhân loại, hơn cả 'nhân tính' và điều tự nhiên. Do đó, nó sẵn sàng trừ sạch tất cả tổ chức hoặc cá nhân nào mà nó cho rằng có thể nguy hại đến quyền lực của Đảng hoặc lãnh tụ của Đảng, không phân biệt đó là thường dân hoặc lãnh đạo cao cấp của Đảng cộng sản.

V. Lũ quỷ tà phản tự nhiên và phản nhân tính

Vạn vật trong trời đất đều phải trải qua mỗi chu kỳ của mạng sống bao gồm sinh ra, trưởng thành, suy yếu rồi diệt vong.

Không giống như chính quyền của Đảng cộng sản, tất cả các xã hội của chính quyền mà không cộng sản, không kể là chuyên chế hay cực quyền đến mấy, xã hội nào cũng đều có một bộ phận của những tổ chức tự phát triển và có các thành phần tự chủ. Xã hội của Trung Quốc cổ đại, trên thực chất, là thuận theo kết cấu nhị nguyên. Nông thôn cũng có tổ chức tự phát triển với dòng tộc làm trung tâm, thành thị cũng có tổ chức tự phát với phường hội ngành nghề làm trung tâm, còn cơ cấu tổ chức từ trên xuống của vua quan về cơ bản chỉ quản lý công việc từ cấp huyện trở lên.

Đến thời hiện đại, Đức quốc xã — có thể sánh với Đảng Cộng sản về mức độ hà khắc và cực quyền chuyên chế — vẫn cho phép có quyền tư hữu, cho phép người dân có tài sản riêng. Vậy mà các chính quyền của Đảng cộng sản đều tiêu diệt sạch những tổ chức tự phát và các thành phần tự chủ, để thay vào đó là kết cấu tập trung quyền lực triệt để, ngay từ trên xuống dưới.

Nếu nói rằng loại hình thái xã hội trước là một loại do từ dưới lên trên, và để cho các tổ chức tự phát triển, các thành phần được tự chủ, trạng thái xã hội được trưởng thành một cách tự nhiên, thì như vậy chính quyền của Đảng cộng sản chính là một loại trạng thái xã hội phản tự nhiên.

Cái lý lẽ kia của Đảng cộng sản không chứa đựng tiêu chuẩn nhân tính phổ biến của con người. Khái niệm lương thiện và tham ác, tiêu chuẩn pháp luật và nguyên tắc đã bị bóp méo, thay đổi một cách tuỳ tiện. Luật của cộng sản cấm sát nhân, ngoại trừ giết những ai mà Đảng quyết định là kẻ thù. Hiếu cha kính mẹ là tốt, nhưng nếu cha mẹ bị loại vào giai cấp thù địch của Đảng thì không được hiếu thuận. Nhân, nghĩa, lễ, trí, tín, vốn là tốt, ngoại trừ khi Đảng không muốn hoặc không bằng lòng . Những tiêu chuẩn làm người trong truyền thống dân tộc nay bị Đảng trút đổ và xoá bỏ triệt để, vì vậy Đảng cộng sản là phản nhân tính.

Tại tất cả các xã hội phi cộng sản, người ta nói chung đều thừa nhận rằng nhân tính Thiện và Ác đều cùng có mặt thực sự, sau đó dựa vào các khế ước cố định để đạt đến sự cân bằng của xã hội. Tuy nhiên, xã hội cộng sản không thừa nhận nhân tính, tức là không thừa nhận cái thiện lương trong nhân tính và cũng không thừa nhận cái tà ác tham lam trong nhân tính. Theo cách nói của Karl Marx, xoá sạch quan niệm Thiện và Ác chính là tiêu trừ triệt để cái kiến trúc thượng tầng[7] của thế giới cũ.

Đảng cộng sản không tin tưởng Thần hay Thượng đế, và cũng không tôn trọng vạn vật Tự nhiên. "Đấu với Trời, đấu với Đất, đấu với Người, hân hoan vô cùng", đó là khẩu hiệu của Đảng cộng sản thời Cách mạng văn hoá. Đấu với Trời, đấu với Đất, tàn sát nhân dân.

Người Trung Quốc xưa nay vẫn tin rằng con người phải hoà hợp làm một với trời đất. Trong Đạo Đức Kinh, Lão Tử giảng rằng: "Người thuận theo Đất, Đất thuận theo Trời, Trời thuận theo Đạo, Đạo thuận theo Tự Nhiên"[8], con người hoà hợp với tự nhiên là một trạng thái liên tục của vũ trụ.

Đảng cộng sản cũng là một loại sinh mạng, nhưng đó là sinh mạng phản Tự Nhiên, phản Trời, phản Đất, phản Người, là một loại sinh linh tà ác phản vũ trụ.

VI. Những biểu hiện đặc biệt của phụ thể tà linh

Tổ chức của Đảng cộng sản, bản thân nó không bao giờ có hoạt động sản xuất hay phát minh gì hết. Một mai, khi nắm được chính quyền, nó liền gắn bám vào nhân dân để thao túng và khống chế người dân; khống chế xuống tận từng đơn vị nhỏ bé nhất trong dân chúng để giữ gìn quyền lực, đồng thời là để lũng đoạn tài nguyên của quốc gia có được từ ban đầu, và để vơ vét tài vật của xã hội.

Ở Trung Quốc, tổ chức của Đảng cộng sản len lỏi đến tất cả mọi nơi, quản lý tất cả mọi thứ, nhưng nhân dân không có ai đã từng thấy được hồ sơ thu chi và dự tính về tài chính của Đảng cộng sản. Người ta chỉ thấy có báo cáo dự tính của quốc gia, của chính quyền địa phương, dự tính của doanh nghiệp,... chứ không bao giờ có báo cáo thu chi của Đảng. Từ chính quyền trung ương cho đến uỷ hội nông thôn, tất cả viên chức hành chính đều bị xếp vào cấp dưới viên chức của Đảng, vì thế các nhân viên hành chánh phải tuân theo chỉ thị từ các tổ chức của Đảng ngang cấp bực. Chi tiêu của Đảng cộng sản là do các đơn vị hành chánh cung cấp, nhưng không có hạng mục thống kê báo cáo.

Cách tổ chức này của Đảng — giống một con quỷ nhập xác ăn bám to tướng — đang bám chặt như hình với bóng vào từng tế bào đơn nguyên nhỏ nhất của xã hội Trung Quốc, len vào từng thớ thịt, găm vào từng mạch máu, để khống chế và thao túng nhân dân cũng như để rút kiệt tài nguyên xã hội.

Kết cấu ma quái của một sinh linh phụ thể như vậy trong lịch sử nhân loại đã từng có lúc xuất hiện, hoặc có tính cách cục bộ, hoặc có tính cách nhất thời, nhưng chưa bao giờ tồn tại vừa triệt để, rộng khắp, vừa kéo dài quá lâu, ổn định như Đảng cộng sản.

Cho nên, nông dân Trung Quốc mới bần cùng nghèo khổ đến thế. Họ đang còng trên lưng không chỉ các viên chức hành chính theo thông lệ, mà còn cả các viên chức trong tổ chức của Đảng với số lượng không kém.

Cho nên, công nhân Trung Quốc lúc nào cũng sợ thất nghiệp, sợ sa thải đại quy mô đến thế. Các vòi hút máu của con quỷ ăn bám kia, bao năm nay vẫn len vào để tham nhũng, hút cạn tiền vốn của những nhà máy và cơ sở hạ tầng.

Cho nên, phần tử trí thức của Trung Quốc mới thấy tự do sao mà xa vời, khó khăn đến thế. Ngoài cơ cấu hành chính chủ quản ra, thì Đảng cộng sản đang chụp xuống mọi thứ, len vào mọi nơi, chỉ để giám sát và khống chế người dân mà không làm gì cho nhân dân cả.

Con quỷ nhập xác ăn bám có một đặc điểm rất biểu hiện đặc biệt: nó bắt vật chủ phải chịu khống chế tuyệt đối về tinh thần, từ đó nó mới có thể thâu nạp năng lượng để duy trì cuộc sống của mình.

Chính trị học hiện đại nhìn nhận rằng quyền lực trong xã hội có từ ba nguồn: bạo lực, tài phú, và tri thức. Đảng cộng sản lạm dụng bạo lực trắng trợn và ngang ngược: cướp đoạt tài sản của dân chúng — và nghiêm trọng hơn — tước đoạt quyền tự do ngôn luận và tự do báo chí truyền thông của người dân, trấn áp tự do ý chí và tinh thần của người dân, tất cả là để đạt đến mục tiêu là quyền khống chế tuyệt đối toàn xã hội. Xét về mặt này, thì Đảng Cộng Sản Trung Quốc là một con quỷ nhập xác ăn bám có năng lực khống chế tinh thần rất chặt chẽ, từ xưa đến nay chưa từng xuất hiện thứ gì hung ác hơn chúng trong lịch sử của nhân loại.

VII. Tự kiểm điểm và thoát ra khỏi khống chế của phụ thể Đảng Cộng Sản Trung Quốc

Trong văn kiện " Tuyên ngôn của Đảng Cộng Sản", phần cương lĩnh thứ nhất của Đảng Cộng Sản, tư tưởng của Karl Marx là như thế này: "năm 1848, một âm hồn đang lang thang tại Âu Châu – âm hồn của chủ nghĩa cộng sản"[9] . Một trăm năm sau, chủ nghĩa cộng sản đã không chỉ là 'âm hồn' nữa, mà đã có một hình tượng vật chất cụ thể, hiện diện rõ ràng. 'Âm hồn' đó đã trở thành con quỷ, và trong thế kỷ qua, như một trận đại dịch lan tràn trên thế giới, nó đã cướp đi hàng trăm triệu sinh mạng, cướp đoạt của cải vật chất, và thậm chí tinh thần và linh hồn, vốn là tự do của biết bao dân chúng.

Nguyên tắc căn bản bắt đầu của Đảng cộng sản là tước đoạt tất cả tài sản tư hữu, tiến đến sự diệt tuyệt "giai cấp bóc lột". Thực ra, tài sản tư hữu thuộc về cá nhân là nền tảng của tất cả quyền lợi xã hội mà người dân được hưởng, lắm lúc cũng là một bộ phận trọng yếu góp phần gìn giữ văn hoá dân tộc. Người dân một khi đã bị tước đoạt tài sản riêng tư, thì tất nhiên, sẽ bị tước đoạt cả tự do tinh thần và tự do ý chí, rồi cuối cùng sẽ mất nốt quyền tự do tranh thủ quyền lợi xã hội và chính trị.

Khi đối diện trước nguy cơ sụp đổ lên đầu vào thập niên 1980, Đảng Cộng Sản Trung Quốc buộc phải tiến hành cải cách kinh tế, trả lại một số quyền lợi về tài sản tư hữu cho người dân. Điều ấy cũng đã tạo nên một lỗ hổng trong cỗ máy chính quyền của Đảng cộng sản Trung Quốc, một cỗ máy điều hành vốn đòi hỏi độ chính xác cao. Đến nay, lỗ hổng ấy càng ngày càng bị khoét rộng, nhất là vào tình trạng bây giờ khi mà toàn thể đảng viên Đảng cộng sản Trung Quốc đều điên cuồng ganh sức góp nhặt tiền của.

Đó chính là dấu hiệu cho thấy Đảng cộng sản Trung Quốc — con quỷ phụ thể, cường bạo và gian dối, liên tục thay đổi bộ mặt — đã đến lúc suy vong. Nó run sợ và cảnh giác trước bất kể khuấy động nhỏ nào. Hơn bao giờ hết, nó đang điên cuồng góp nhặt của cải và tăng cường quân cảnh xiết chặt, điều khiển dân chúng mong kéo dài mạng sống. Nhưng chính những trạng thái hành động đó đang khoét sâu thêm lỗ hổng khủng hoảng, đẩy mạnh nó đến chỗ nguy cơ.

Trung Quốc ngày nay, xem như là phồn vinh, nhưng nguy cơ đã chồng chất trong xã hội đang được đẩy tới mức độ căng thẳng chưa từng có. Không thay đổi tập tính của mình, chính quyền của Đảng Cộng Sản Trung Quốc vẫn đang tái diễn những thủ đoạn xưa cũ dù đã có phần thoả hiệp và tinh vi hơn

— đàn áp biểu tình tại Thiên An Môn ngày 4 tháng 6 năm 1989, đàn áp Pháp Luân Công,... sau đó tìm cách 'vuốt ve' — tất cả đều là thủ đoạn để tách một bộ phận thiểu số dân chúng mà Đảng gọi là 'kẻ thù' để ra oai vũ lực nhằm duy trì thống trị với hình thức nô dịch bằng khủng bố.

Dân tộc Trung Hoa trong quá trình hơn một trăm năm phải đối diện với những thách thức lớn, đã từ nhập khẩu vũ khí, cải cách chế độ, cho đến cách mạng cực đoan một cách kịch liệt. Tổn thất vô số sinh mạng, đánh mất đi hầu hết văn minh dân tộc truyền thống, như vậy, hiện tại minh chứng rằng cách ứng phó này vẫn là một thất bại. Trong sự phẫn uất, thù hận của toàn dân, Đảng cộng sản Trung Quốc đã cướp lấy thời cơ đoạt chính quyền, và con quỷ nhập xác ăn bám ấy đã khống chế một dân tộc có truyền thống văn minh lâu đời bậc nhất thế giới này.

Thấy rõ nguy cơ của tương lai, đại dân tộc Trung Hoa sẽ không tránh khỏi phải có quyết định lựa chọn một lần nữa. Nhưng dù là chọn thế nào, thì người dân Trung Quốc nhất định phải tỉnh táo, không nên mơ tưởng Đảng Cộng Sản Trung Quốc, mà cần nhận thức rõ ràng rằng tai nạn của dân tộc Trung Hoa thì Đảng cộng sản Trung Quốc không những không giải quyết mà còn gây thêm tranh chấp, đều làm tình huống trở nên khó khăn hơn, đều là trợ giúp con quỷ hung ác có thêm cơ hội chiếm hữu lâu hơn nữa.

Chỉ có cách suy xét thật tỉnh táo, vứt bỏ tất cả những ảo ảnh, cương quyết không để cho thù hận và sự mưu cầu lợi ích cá nhân làm ảnh hưởng, thì chúng ta mới có thể thoát khỏi cơn ác mộng trong 50 năm qua dài đằng đẵng, do con quỷ tà Cộng Sản thêu dệt nên. Bản thân là một dân tộc tự do, chúng ta có thể tái lập nền văn minh Trung Hoa với nền tảng tôn trọng nhân tính và thiện lương cho tất cả.

Chú Thích

[1]. **Cuộc Cải Cách 100 Ngày** kéo dài 103 ngày kể từ ngày 11 tháng sáu cho tới ngày 21 tháng chín năm 1898. Hoàng Đế Quang Tự (1875-1908) của nhà Thanh ra lệnh một loạt cải cách về mặt xã hội và hành chánh mặt dầu bị phản đối kịch liệt từ nhóm thủ cựu. Với sự ủng hộ của Vương Thế Khải, Thái Hậu Từ Hy đã tạo ra cuộc chính biến vào ngày 21 tháng chín năm 1898. Bà ta đã đày Quang Tự vào biệt cung và nắm lấy chính quyền với cương vị nhiếp-chính. Cuộc Cải Cách 100 Ngày kết thúc bằng sự phế bỏ hết cả những tân chính của Quang Tự. Cùng lúc đó, sáu người chủ trương cuộc cải cách thì bị chặt đầu.

[2]. **Cách Mạng Tân Hợi**, lấy tên từ năm âm lịch Tân Hợi, là cuộc lật đổ (10/10/1911 – 12/02/1912) chính quyền nhà Thanh và việc thành lập chế độ Cộng Hòa Trung Quốc.

[3]. **Phong Trào Ngày Bốn Tháng Năm** là cuộc biểu tình đại qui mô đầu tiên trong lịch sử Trung Quốc hiện đại và bắt đầu vào ngày 4 tháng 5 năm 1919.

[4]. Từ http://eserver.org/marx/1848-communist.manifesto/cm4.txt

[5]. Lá thư của Mao Trạch Đông gởi cho vợ là Giang Thanh (1966).

[6]. Tài liệu từ http://www.debates.org/pages/trans2004a.html.

]7]. Siêu cơ cấu trong nội dung của lý thuyết xã hội Mác Xít đề cập tới đường lối giao tiếp giữa sự chủ quan của con người và thể vật chất của xã hội.

[8]. Từ chương 25 trong Đạo Đức Kinh, một tác phẩm quan trọng nhất của đạo Lão, được viết bởi Lão Tử.

[9]. Từ **http://eserver.org/marx/1848-communist.manifesto/cm4.txt**.

Bài bình luận số 2

ĐẢNG CỘNG SẢN TRUNG QUỐC LẬP NGHIỆP NHƯ THẾ NÀO?

Một người đàn ông Trung Hoa nhìn bức vẽ lãnh tụ Cộng Sản Trung Quốc Mao trạch Đông đang tuyên cáo sự thành lập Nước Cộng Hòa Nhân Dân tại cửa Cẩm Thành năm 1949. Cho dù Đảng Cộng Sản Trung Quốc tự nhận như vậy, thì trái lại lịch sử của ĐCSTQ là đầy máu của kẻ vô tội và bị lường gạt (Ảnh: Goh Chai Hin/AFP/Getty Images)

Lời mở đầu

Theo sách "Thuyết Văn Giải Tự" [1] từ văn bản của Xu Shen (147 AD đời nhà Đông Hán), thì chữ Hán "Đảng" có nghĩa là "bè" hay là "bọn"; theo mẫu tự truyền thống là ghép từ chữ "thượng" ở trên (thuộc về bộ Tiểu và có nghĩa là 'ưa chuộng') với chữ "hắc" (thuộc về bộ Hắc là bộ gốc nằm ở dưới và có nghĩa là 'đen tối'). Ghép hai chữ ấy lại thành chữ 'Đảng' có nghĩa là "ưa chuộng cái đen tối". "Đảng" hay "đảng viên" (ý là "bè" hay "bè lũ") mang một ý nghĩa mà ngài Khổng Tử đã từng giảng: "Ngô văn quân tử bất đảng" (tạm dịch "người quân tử nổi tiếng, ta cũng không a dua theo ai mà kéo bè kết đảng"). Trong "Luận Ngữ" của ngài giảng rằng: "Tương trợ nặc phi viết đảng", (tạm dịch "giúp đỡ lẫn nhau che đậy hành vi bất chánh thì chính là bè đảng)[2]. Trong lịch sử Trung Quốc, các tập đoàn chính trị nhỏ thường thường bị xem là 'bè đảng', mà theo văn hóa truyền thống Trung Hoa, thì là kéo bè kết bọn làm điều xấu; nếu đem so với câu 'hồ bè cầu đảng' thì cũng là cùng một nghĩa.

Vậy thì tại sao Đảng Cộng Sản lại xuất hiện, trưởng thành và thậm chí còn chiếm đoạt chính quyền hiện tại ở Trung Quốc? Từ xưa đến nay Đảng Sộng Sản Trung Quốc liên tục dỉ tai người ta rằng lịch sử chọn Đảng Cộng Sản Trung Quốc, rằng nhân dân Trung Quốc đã lựa chọn Đảng Cộng Sản, rằng "không có Đảng Cộng Sản thì không có một Trung Quốc mới."

Vậy có phải người dân Trung Quốc đã chủ động chọn Đảng Cộng Sản hay không? Hay là chính Đảng Cộng Sản đã tụ tập bè đảng để cưỡng ép nhân dân Trung Quốc phải chấp nhận chúng? Chúng ta chỉ có thể tìm thấy câu trả lời này từ lịch sử.

Từ cuối đời Mãn Thanh (1644-1911) cho đến đầu thời kỳ Dân Quốc (1911–1949); Trung Quốc đã trải qua bao nhiêu chấn động từ bên ngoài và phải trải qua bao nhiêu cải cách ở bên trong. Xã hội Trung Hoa rối loạn thảm thương. Nhiều phần tử trí thức và sĩ phu ái quốc muốn cứu nước cứu dân. Tuy nhiên giữa lúc quốc gia suy yếu và hỗn loạn, ý thức ưu tư lo lắng của họ khởi lên càng nhiều, đưa đến trước hết là thất vọng và sau đó là hoàn toàn tuyệt vọng. Cũng giống như một người bệnh đi tìm bất cứ bác sĩ nào, họ tìm cách giải quyết từ bên ngoài Trung Quốc. Từ Anh Quốc cho đến Pháp Quốc, phương cách nào cũng thất bại, sau đó họ đổi sang cách của nước Nga. Họ không ngần ngại đưa ra một liều thuốc điều trị cực kỳ mãnh liệt với hy vọng rằng Trung Quốc sẽ nhanh chóng phục hồi.

Cuộc vận động ngày 4 tháng 5 vào năm 1919 là phản ảnh rõ rệt nỗi tuyệt vọng này. Một số người chủ trương chủ nghĩa Vô Chính Phủ. Một số người đề xuất lật đổ học thuyết Nho

Giáo, lại có một số người đề nghị du nhập văn hoá nước ngoài. Tóm lại, thái độ của họ là phủ nhận văn hoá truyền thống Trung Quốc và phản đối đạo lý Trung Dung của Nho Giáo. Vì nóng lòng muốn dùng biện pháp tắt nhanh hơn, những gì thuộc về truyền thống thì họ chủ trương lật đổ tất cả. Các phần tử cấp tiến này (với quan điểm cực đoan), một mặt không tìm ra phương sách cứu quốc gia, nhưng mặt khác họ lại tin tưởng chắc chắn vào lý tưởng và ý chí của chính mình. Họ cho rằng thế giới này thực ra không còn thuốc gì để cứu chữa nữa, và tin rằng chỉ có chính mình mới tìm ra giải pháp thích hợp cho sự phát triển tương lai của Trung Quốc. Do đó họ theo cách mạng và bạo lực với đầy nhiệt tình to lớn.

Kinh nghiệm khác nhau giữa các nhóm trí sĩ yêu nước khác nhau đã dẫn đến lý luận, học thuyết và đường lối khác nhau. Cuối cùng một nhóm người đã gặp người liên lạc của Đảng Cộng Sản từ Liên Xô. Tư tưởng "chiếm đoạt chính quyền bằng cách mạng bạo lực." của Marx và Lenin đã được nghênh đón với lòng nôn nóng của họ, và cũng phù hợp với nguyện vọng cứu nước cứu dân của họ. Lập tức họ thành lập một liên minh. Thế là, chủ nghĩa Cộng Sản, một tư tưởng nước ngoài hoàn toàn xa lạ, được đem vào nước Trung Hoa cổ xưa. Tổng cộng là có 13 đại biểu tham dự Đại Hội Đảng Cộng Sản Trung Quốc đầu tiên. Sau đó, một số thì chết, một số bỏ đi, một số phản bội Đảng Cộng Sản Trung Quốc, hoặc chạy theo cơ hội mà làm việc cho quân Nhật đang chiếm đóng và trở thành Hán gian, hoặc là ly khai khỏi Đảng Cộng Sản Trung

Quốc và gia nhập Quốc Dân Đảng. Đến năm 1949, khi Đảng
Cộng Sản Trung Quốc chiếm được quyền hành của Trung
Quốc, chỉ có Mao Trạch Đông và Đồng Tất Vũ là còn lại
trong số 13 đảng viên lúc khởi đầu. Không rõ là những
người thành lập Đảng Cộng Sản Trung Quốc lúc đó có biết
rằng "thần linh" mà họ rước về từ Liên Xô tức là một "tà linh"
hay không, và không rõ là họ có biết "linh dược" mà họ mang
về để làm quốc gia cường mạnh kỳ thực là một "thuốc độc"
giết người hay không?

Đảng Cộng Sản Nga (Bolshevik, sau này được xem là Đảng
Cộng Sản Liên Sô), ngay sau khi thành công trong cách
mạng, đã có dã tâm dòm ngó Trung Quốc. Năm 1920, Liên
Xô thành lập văn phòng Bí thư Viễn Đông tại Tây Bá Lợi Á,
là một chi nhánh của Cộng Sản Quốc Tế Đệ Tam, với nhiệm
vụ thành lập và quản lý Đảng Cộng Sản tại Trung Quốc và
các quốc gia khác. Sumiltsky là trưởng phòng, và Grigori
Voitinsky là phụ tá. Họ cùng với Trần Độc Tú và một số
người khác bắt đầu chuẩn bị để thành lập Đảng Cộng Sản
Trung Quốc. Đề nghị được đưa lên văn phòng Bí thư Viễn
Đông vào tháng 6 năm 1921 ở Tây Bá Lợi Á với kế hoạch
thành lập một chi nhánh Trung Quốc của Cộng Sản Quốc Tế
Đệ Tam, đã chứng nhận rằng Đảng Cộng Sản Trung Quốc là
một chi bộ của Cộng Sản Quốc Tế Đệ Tam. Vào ngày 23
tháng bảy năm 1921, dưới sự trợ giúp của Nikolsky và
Maring của văn phòng Bí Thư Viễn Đông, Đảng Cộng Sản
Trung Quốc đã chính thức được thành lập.

Từ đó cuộc vận động chủ nghĩa Cộng Sản đã bị đưa vào Trung Quốc như là một thí nghiệm, cũng từ đó sinh mạng của Đảng được đặt trên tất cả; nó chinh phục tất cả, và bắt đầu lừa bịp Trung Quốc vì thế mà liên tục mang đến vô vàn tai họa cho Trung Quốc.

I. Sự lập nghiệp của Đảng Cộng Sản là một quá trình liên tục tích tụ tà ác

Mang một thứ "tà linh" ngoại lai, như là Đảng Cộng Sản, vào Trung Quốc, một quốc gia với lịch sử 5 ngàn năm văn minh, không phải là một sự việc dễ dàng, vì nó hoàn toàn không hợp với truyền thống của người Trung Hoa. Với "tư tưởng đại đồng của chủ nghĩa Cộng Sản", toàn dân và những nhà trí thức yêu nước, những người muốn phục vụ quốc gia, đã bị Đảng Cộng Sản Trung Quốc lừa bịp. Thêm vào đó, Đảng còn bóp méo những lý luận của chủ nghĩa Cộng Sản, một chủ nghĩa mà trước đây đã bị Lenin bóp méo một cách nghiêm trọng rồi, để dựng nên một lý luận căn bản cho việc tận diệt tất cả những tư tưởng, nguyên tắc đạo đức cổ truyền. Ngoài ra, sự bóp méo lý luận của chủ nghĩa Cộng Sản chính là dùng để tiêu diệt bất cứ những gì làm bất lợi cho sự thống trị của Đảng Cộng Sản, và để tiêu diệt tất cả giai cấp xã hội và bất cứ nhân sĩ nào mà có thể đe dọa đến sự thống trị của chúng. Đảng Cộng Sản Trung Quốc áp dụng sự tiêu diệt tín ngưỡng qua Cách Mạng Công Nghiệp , cũng như áp dụng triệt để hơn học thuyết Vô Thần của chủ nghĩa Cộng Sản .

Đảng Cộng Sản Trung Quốc còn thừa kế sự phủ nhận quyền tư hữu trong chủ nghĩa Cộng Sản , và chúng áp dụng cách mạng bạo lực theo lý thuyết của Lenin. Đồng thời Đảng Cộng Sản Trung Quốc lại còn thừa kế và phát triển phần tệ hại nhất trong chế độ quân chủ của người Trung Hoa.

Lịch sử của Đảng Cộng Sản Trung Quốc là một quá trình dần dần thu nhập bất cứ đường lối tàn bạo, tà ác nào, từ trong và ngoài nước. Trong quá trình này, Đảng Cộng Sản Trung Quốc đã làm hoàn hảo chín cái nhân di truyền mà "đặc sắc Trung Quốc" là: Tà ác, lường gạt, xúi giục, lưu manh, gián điệp, cướp đoạt, đấu tranh, tiêu diệt, khống chế. Những cái nhân di truyền này được thừa truyền liên tục, và qua mỗi lần nguy cơ khủng hoảng, thì chúng lại càng tiến đến một bước mà thủ đoạn và trình độ tà ác của Đảng Cộng Sản càng mạnh mẽ và phát triển hơn.

1. Nhân di truyền thứ nhất: *Tà ác*--- Khoác lên tấm áo choàng tà ác của chủ nghĩa Marx-Lenin

Điều đầu tiên Đảng Cộng Sản Trung Quốc (ĐCSTQ) thấy hấp dẫn ở chủ nghĩa Marx chính là: "Dùng cách mạng bạo lực để đập tan chế độ cũ, tạo dựng chính quyền chuyên chính của giai cấp vô sản". Đó chính là cội rễ tà ác trong chủ nghĩa Marxít-Lêninít.

Lý luận trong chủ nghĩa duy vật của Karl Marx (Các-Mác) là khái niệm về kinh tế rất chật hẹp nông cạn dựa trên sức sản xuất, quan hệ sản xuất, và giá trị thặng dư. Vào thời kỳ đầu của giai đoạn chủ nghĩa tư bản chưa phát triển, Karl Marx đã dự đoán thiển cận rằng chủ nghĩa Tư bản sẽ sớm diệt vong, rằng giai cấp vô sản sẽ thắng lợi. Trên thực tế, lịch sử đã phủ nhận điều ấy. Cách mạng bạo lực và sự chuyên chính của giai cấp vô sản trong chủ nghĩa Marxít-Lêninít chủ trương áp đặt nền chính trị cường quyền, độc tài với giai cấp vô sản làm chủ. Bản *Tuyên ngôn của Cộng sản* đã lấy sự đối lập giai cấp và đấu tranh giai cấp để trình bày quan điểm lịch sử và quan điểm triết học của Đảng cộng sản. Mục đích đấu tranh của bọn vô sản là để đả phá mọi đạo đức truyền thống và quan hệ xã hội, và cướp đoạt chính quyền. Ngay từ khi xuất hiện, chủ nghĩa Cộng Sản đã đối chọi với tất cả những gì truyền thống.

Thiên tính tự nhiên của con người thông thường là tẩy chay bạo lực. Con người trong bạo lực biến đổi thành bạo ngược. Học thuyết bạo lực của Đảng cộng sản đều bị nhân loại, trên bản tánh, phủ nhận, từ chối ở khắp nơi. Tất cả các hệ tư tưởng, triết học, truyền thống trong quá khứ đều không có chủ trương nào như thế cả. Hệ thống khủng bố của cộng sản đúng là từ trên không rơi xuống trái đất.

Loại quan niệm tà ác này có tiền đề là "nhân định thắng thiên", con người cải tạo lại thế giới. Những lý tưởng như "giải phóng toàn nhân loại", "thế giới đại đồng"[3] mà Đảng cộng sản dùng để lường gạt, đã thu hút được không ít người, đặc biệt là những người quan tâm đến tình trạng của con người, hoặc khao khát lập sự nghiệp trong xã hội. Bọn họ quên rằng ở trên còn có Trời. Những lời dối trá rất đẹp đẽ như xây dựng "thiên đường tại nhân gian" đã khiến họ miệt thị truyền thống, coi thường sinh mạng người khác, mà thực ra là làm cho sinh mạng của chính mình còn nhẹ hơn lông hồng..

"Chủ nghĩa Cộng Sản thế giới" được con người chế tạo ra để phụng thờ như chân lý, kích động nhiệt tình của người ta để "sục sôi nhiệt huyết trong tim, quyết phen này sống chết, ..." [4]. Đảng cộng sản sử dụng ý niệm hoang đường, tuyệt đối như thế để cắt đứt quan hệ giữa con người và Trời ở trên, cắt đứt chính họ với tổ tông, với huyết mạch truyền thống của dân tộc. Từ đó khiến người ta hiến thân cho chủ nghĩa Cộng Sản hoang đường, và gia trì năng lượng tàn sát, bạo ngược của Đảng Cộng Sản.

2. Nhân di truyền thứ hai: *Lường gạt*-- ma quỷ muốn giả dạng thần linh thì phải lường gạt.

Kẻ tà chắc chắn phải lường gạt. Để lợi dụng công nhân, Đảng Cộng Sản tán dương họ thành "giai cấp tiên tiến nhất", "đại công vô tư", "giai cấp lãnh đạo", "đội quân tiên phong của giai cấp cách mạng vô sản"... Để lợi dụng nông dân, Mao Trạch Đông vuốt ve "không có bần nông thì không có cách mạng, đả kích nông dân chính là đả kích cách mạng"[5] rồi hứa hẹn "người cày có ruộng"... Đến lúc cần giai cấp tư sản ủng hộ, Đảng cộng sản thổi phồng họ lên thành "bạn đồng hành của cách mạng vô sản" rồi hứa hẹn một chế độ "dân chủ cộng hoà". Khi Đảng cộng sản Trung Quốc (ĐCSTQ) gặp nguy cơ suýt bị Quốc Dân Đảng tiêu diệt, bèn hô hào "người Trung Quốc không hại người Trung Quốc", và hứa hẹn sẽ phục tùng sự lãnh đạo của Quốc Dân Đảng. Kết quả là gì? Kháng chiến Trung-Nhật vừa kết thúc(1937-1945), ĐCSTQ gom toàn lực lật đổ chính quyền Quốc Dân Đảng. Sau khi chiếm đoạt chính quyền không lâu, ĐCSTQ lập tức tiêu diệt giai cấp tư sản, và biến công nhân và nông dân thành giai cấp vô sản triệt để, chẳng còn một chút sở hữu gì.

'Thống nhất chiến tuyến' là thủ đoạn lường gạt điển hình của Đảng Cộng Sản. Để giành thắng lợi trong cuộc nội chiến giữa Đảng cộng sản và Quốc Dân Đảng, Đảng cộng sản Trung Quốc đã thay đổi kế sách trước đó vốn coi địa chủ phú nông là giai cấp thù địch phải giết bỏ, mà thay bằng "chính sách thống nhất chiến tuyến lâm thời". Ngày 20 tháng 7 năm 1947, Mao Trạch Đông ra chỉ thị: "ngoài một số ít những phần tử phản cách mạng, thì phải có thái độ hoà hoãn, nới lỏng với giai cấp địa chủ... giảm bớt kẻ thù". Nhưng sau khi ĐCSTQ chiếm được chính quyền, địa chủ phú nông vẫn không thoát khỏi vận mạng của 'quần thể bị tiêu diệt triệt để'.

Nói một đằng làm một nẻo là điều bình thường đối với Đảng cộng sản. Khi Đảng Cộng Sản cần lợi dụng đảng phái dân chủ, liền kêu gọi "sống chung lâu bền, giúp nhau quản lý, thành thật với nhau, vinh nhục có nhau, v. v.".. Bất cứ ai không đồng ý hay từ chối theo tư tưởng, hành xử, và tổ chức của Đảng đều bị tiêu diệt. Marx, Lenin, và các lãnh tụ Đảng cộng sản đều từng tuyên bố thẳng rằng, quyền lực chính trị của Đảng Cộng Sản không chia xẻ với bất cứ ai hay tổ chức nào khác. Ngay từ đầu, độc tài chuyên chế đã là nhân di truyền bất di bất dịch của chủ nghĩa cộng sản. Đảng cộng sản Trung Quốc là bạo ngược và độc tài. Nó chưa bao giờ cùng sinh sống thành thực với bất cứ đảng phái chính trị hay tập đoàn nào cả, bất kể là trong thời kỳ cướp được chính quyền hay nắm chính quyền, kể cả vào những thời kỳ "nới lỏng" nhất.

Bài học lịch sử dạy rằng không thể tin vào bất cứ hứa hẹn nào của Đảng Cộng Sản, đừng mong tưởng Đảng Cộng Sản thực hiện sự cam kết. Ai tin lời Đảng Cộng Sản vào bất cứ vấn đề gì, rồi sẽ có ngày phải trả giá bằng tính mạng của chính mình.

3. Nhân di truyền thứ ba: *Xúi bẩy*--- gây hận thù trong nhân dân, phân nhóm đấu nhau

Lường gạt là để kích động thù hận. Đấu tranh thì phải dựa vào thù hận. Đâu không có thù hận, thì Đảng Cộng Sản xúi bẩy, tạo ra thù hận.

Loại hình thức chế độ dòng tộc và sở hữu đất đai đã ăn sâu vào nông thôn Trung Quốc. Đó là chướng ngại lớn trên con đường thiết lập chính quyền của Đảng Cộng Sản. Xã hội nông thôn vốn là hài hoà. Quan hệ giữa địa chủ có sở hữu đất đai và nông dân được thuê dùng không phải là quan hệ đối lập tuyệt đối. Địa chủ cho nông dân thuê đất canh tác, còn nông dân dựa vào đó để sinh sống và nộp tiền thuê hay thóc lúa cho địa chủ. Địa chủ và nông dân dựa vào nhau mà sống qua hàng bao nhiêu thế hệ như thế.

Quan hệ 'dựa vào nhau để sinh tồn' ở một mức độ nào đó đã bị Đảng Cộng Sản bóp méo thành quan hệ của giai cấp bóc lột, giai cấp đối nghịch. Nó biến đổi bè bạn thành cừu địch, biến hài hoà thành chống đối, làm thành thù hận, làm thành đấu tranh, biến hợp lý thành vô lý, biến trật tự thành hỗn loạn, biến đổi cộng hoà thành chuyên chế. Đảng Cộng Sản chủ trương cướp đoạt tài sản, vừa cướp của giết người, giết bản thân người địa chủ phú nông đó, giết người nhà của địa chủ phú nông, rồi giết đến cả gia tộc của địa chủ phú nông. Có nhiều người nông dân không đành lòng theo kẻ cường bạo nên ban ngày thì cướp nhưng đến đêm lại quay lại trả đồ cho gia chủ; rồi bị đội công tác biết được và bị chỉ trích là "giác ngộ về giai cấp" không cao.

Bạch mao nữ [6]vốn là một câu chuyện xưa về tiên nữ, không có liên quan gì đến đấu tranh giai cấp hay áp bức bóc lột. Nhưng đội văn công đã sửa đổi biên soạn thành kịch nói, ca kịch, rồi cả kịch múa ballet, và dùng để xúi bẩy, kích động thù hận giai cấp.

Vào Thế Chiến Thứ Hai, khi Nhật Bản xâm lược Trung Quốc, Đảng cộng sản đã không đánh Nhật, mà còn công kích chính phủ Quốc Dân Đảng là bán nước vì không đánh Nhật, thậm chí ngay lúc quốc gia lâm nguy, nó còn xúi bẩy người dân chống lại Quốc Dân Đảng.

Xúi bẩy thù hận giữa một nhóm người dân này với một nhóm người dân khác là một thủ đoạn rập khuôn cho các cuộc vận động của Đảng Cộng Sản. Công thức phân chia giai cấp dân chúng '95:5' cũng từ đó mà ra. Đảng Cộng Sản sau này đều dùng nó trong các phong trào chính trị, cho đến nay đã không ngừng phát triển thành một thủ đoạn nhuần nhuyễn. Đảng cộng sản chia dân chúng thành hai phần, 95% và 5%, trong đó nếu rơi vào phần 95% thì an toàn vô sự, còn rơi vào phần 5% thì bị coi như kẻ thù phải bị thanh trừng đấu tố. Vì sợ hãi và muốn an toàn, bảo hộ cho chính mình mà người dân phải tranh đấu để chuyển sang phần 95%. Hậu quả là họ hãm hại lẫn nhau, tạo thù hận sâu sắc giữa mọi người.

4. Nhân di truyền thứ tư: *Lưu manh, côn đồ* ---Lấy lưu **manh, cặn bã xã hội lập thành đội ngũ cơ bản.**

Lưu manh, côn đồ là cơ sở của tà ác, muốn tà thì phải dùng bọn lưu manh, côn đồ, cặn bã của xã hội. Những cuộc cách mạng thường thường đều xuất phát từ những phần tử lưu manh, cặn bã trong xã hội nổi loạn lên mà thành. Ví dụ điển hình là cách mạng của 'Công xã Pa-ri (the Paris commune)', mà thực sự bao gồm đốt phá, giết người, bạo ngược được dẫn đầu bởi bọn lưu manh, cặn bã xã hội. Ngay Karl Marx cũng khinh rẻ giai cấp *vô sản lưu manh* này [7], trong bản *Tuyên ngôn của Cộng sản* [8], Marx viết rằng "Cái 'giai cấp nguy hiểm', cặn bã xã hội, mà là thành phần thối nát tiêu cực bị vứt đi bởi tầng lớp hạ cấp nhất trong xã hội cũ, thì có thể ở chỗ này chỗ nọ được cách mạng vô sản lôi cuốn vào phong trào, nhưng điều kiện sinh hoạt của họ lại khiến họ sẵn sàng bán mình cho những mưu đồ của phe phản động." Còn nông dân, trên phương diện khác, theo Karl Marx và Engels, được coi là có tính phân tán và tính ngu muội nên "không xứng đáng là một giai cấp".

Đảng cộng sản Trung Quốc còn phát triển xa hơn những thứ trong tư tưởng Karl Marx về phương diện tà ác. Mao Trạch Đông nói: "lưu manh, côn đồ, cặn bã xã hội là tầng lớp vứt đi của xã hội, nhưng trong cách mạng nông thôn, thì họ là dũng cảm nhất, triệt để nhất, kiên quyết nhất" [9]. Bọn lưu manh vô sản là đội ngũ gia tăng bạo lực và duy trì chính quyền ở nông thôn cho Đảng Cộng sản Trung Quốc (ĐCSTQ) vào thời kỳ đầu. Danh từ 'cách mạng' trong tiếng Trung Hoa có nghĩa là 'cắt đứt sinh mạng' (= giết), trên thực tế nó diễn ra đúng như vậy. Đối với người dân lương thiện, nó thật kinh khủng và khiếp hãi. Ban đầu Đảng Cộng Sản tự nhận là 'vô sản lưu manh', nhưng đến thời Cách mạng Văn hoá, bọn chúng cảm thấy danh từ 'lưu manh' như thế không tốt, khó lọt tai, nên bỏ nó đi, và tự nhận là người 'vô sản'.

Bọn lưu manh, côn đồ thường có biểu hiện vô lại một cách ngu xuẩn. Có lần bị chỉ trích là độc tài, viên chức Đảng cộng sản đã biểu lộ khuynh hướng côn đồ, vô liêm sỉ mà chẳng ngượng miệng trả lời trắng ra rằng: "anh nói đúng, chúng tôi chính là như vậy. Qua tất cả những kinh nghiệm mà người Trung Quốc trải qua mấy chục năm nay, đòi hỏi chúng tôi phải thực hành *"nhân dân dân chủ chuyên chính"*. Chúng tôi gọi đó là *"nhân dân dân chủ độc tài"*.

5. Nhân di truyền thứ năm: *Gián điệp* - thâm nhập, ly gián , mua chuộc, phá tan, thay thế

Lừa dối, kích động bạo lực, sử dụng bọn lưu manh, cặn bã xã hội còn chưa đủ, những kỹ thuật gián điệp và gây chia rẽ cũng được Đảng Cộng Sản sử dụng thành thạo. Nằm vùng là sở trường của Đảng Cộng Sản. Mấy thập niên trước đây có ba gián điệp 'xuất sắc đứng đầu'— Tiền Tráng Phi, Lý Khắc Nông và Hồ Bắc Phong — đều ở dưới sự chỉ huy của Trần Canh, trưởng khoa số 2 Trường Đặc vụ Trung ương của Đảng cộng sản Trung Quốc (ĐCSTQ). Tiền Tráng Phi là thư ký đặc vụ và là tuỳ tùng thân tín của Từ Ân Tăng, chủ nhiệm Ban Điều Tra Trung Ương của chính phủ Quốc Dân Đảng, Tiền Tráng Phi đã bí mật gởi tin tức tình báo về điều quân chiến lược lần một và hai của Quốc Dân Đảng trong việc bao vây Đảng cộng sản ở tỉnh Giang Tây, rồi dùng hệ thống nội bộ chuyển thư của Trung Ương Quốc Dân Đảng mà gởi hai lần tới Lý Khắc Nông để hắn mang tay đến cho Chu Ân Lai [10].

Tháng 4 năm 1930, một nhóm đặc vụ hai-mặt do Ban Điều tra Trung ương Quốc Dân Đảng tổ chức và chu cấp chi phí đã được thành lập ở đông bắc Trung Quốc. Trên bề mặt, đó là của Quốc Dân Đảng do Tiền Tráng Phi chỉ huy, nhưng thực chất là của Đảng cộng sản dưới sự chỉ huy của Trần Canh.

Lý Khắc Nông ban đầu gia nhập Bộ Tổng tư lệnh Hải Lục Không quân Quốc Dân Đảng với chức vụ dịch giải mật mã. Chính Lý Khắc Nông đã giải mật mã tin khẩn cấp về việc bắt giữ và tạo phản của Cố Thuận Chương [11], một chỉ huy trưởng phòng An Ninh của Đảng cộng sản. Tiền Tráng Phi đã lập tức chuyển bức điện đã giải mã cho Chu Ân Lai, vì vậy một số lớn gián điệp của Đảng cộng sản mới thoát khỏi lưới.

Dương Đăng Doanh, một đặc vụ thân Cộng làm ở Ban Điều tra Trung Ương Quốc Dân Đảng, biệt phái ở Thượng Hải. Khi Đảng cộng sản thấy đảng viên nào không đáng tin nữa, liền ra lệnh cho Dương đi bắt họ và đem đi hành quyết. Một cán bộ lão thành của Đảng cộng sản ở Hà Nam, do làm mích lòng một đảng viên khác, vì thế liền bị phe của họ Dương giựt dây bầy mưu để tống giam ông ta vào nhà ngục của Quốc Dân Đảng trong nhiều năm.

Vào thời chiến tranh Giải Phóng [12] tình báo của Đảng cộng sản Trung Quốc đã cài được một tên nằm vùng là người rất thân cận với Tưởng Giới Thạch [13], đó là Lưu Phi, trung tướng và là thứ trưởng Bộ quốc phòng, và cũng là người nắm quyền điều động quân đội của Quốc Dân Đảng. Khi quân lính Quốc Dân Đảng còn chưa nhận được lệnh điều binh, thì tin tình báo đã lọt sang Diên An, tổng hành dinh của Đảng cộng sản. Quân Quốc Dân Đảng chưa đến thì Đảng cộng sản đã có kế hoạch phòng bị rồi. Có một lần Hùng Hướng Huy, bí thư và là tuỳ tùng thân tín của Hồ Tôn Nam [14] đã tiết lộ kế hoạch hành quân đánh Diên An cho Chu Ân Lai. Kết quả, khi Hồ Tôn Nam mang quân đến, chỉ thấy Diên An là cái thành trống không. Chu Ân Lai đã từng nói: "Mệnh lệnh tác chiến của Tưởng Giới Thạch còn chưa đến các Tư Lệnh Bộ Binh của họ Tưởng, mà Mao chủ tịch đã thấy được rồi".

6. Nhân di truyền thứ sáu: *Trấn lột* - Trấn lột bằng thủ đoạn hoặc bạo lực, rồi thiết lập 'trật tự mới'

Tất cả những gì Đảng cộng sản đạt được là từ cướp bóc mà ra. Khi Đảng Cộng Sản Trung Quốc (ĐCSTQ) dựng lập Hồng Quân để cai trị bằng quân sự, thì chúng cần phải có tiền cho võ khí đạn dược, lương thực, và quần áo. Do đó, Đảng cộng sản phải 'gây quỹ' qua hình thức là dùng thủ đoạn trấn lột nhà giàu địa phương hoặc cướp ngân hàng, hành tung giống hệt băng đảng đi cướp bóc. Ví dụ Lý Tiên Niệm [15], một lãnh đạo cao cấp trong quân đội Hồng Quân, có nhiệm vụ là điều hành Hồng Quân đi bắt cóc những người nhà giàu trong vùng Ngạn Tây tỉnh Hồ Bắc. Chúng không những chỉ bắt một người, mà còn chọn ra mỗi dòng tộc giàu có, bắt cóc lấy một người. Người bị bắt vẫn được sống để chúng dùng họ mà tống tiền nhiều lần gia đình nạn nhân để lấy tiền phục vụ cho Hồng Quân. Chỉ đến chừng nào Hồng Quân thỏa mãn đòi hỏi hoặc gia đình nạn nhân đã cạn kiệt tiền tài, chúng mới thả người ra, phần nhiều là lúc họ sắp chết. Có những trường hợp do bị khủng bố và tra tấn quá nhiều, nên chưa về đến nhà thì họ đã chết.

Dưới chiêu bài "đả đảo địa chủ để lấy ruộng", Đảng Cộng Sản triển khai rộng rãi thủ đoạn trấn lột ra toàn xã hội, thay thế truyền thống với 'trật tự mới' của Đảng. Đảng Cộng Sản làm đủ điều ác, to có nhỏ có, và không làm được điều gì tốt cả. Nó thường dùng những món lợi nhỏ dụ dỗ người ta để xúi bẩy một số người đi tố cáo một số người khác. Kết quả là thiện lương và đạo đức trong xã hội bị hoàn toàn biến mất, và được thay thế bởi đấu tranh và giết chóc. "Cộng sản đại đồng" thực tế chính là đồng nghĩa với công khai trấn lột, cướp đoạt bằng bạo lực.

7. Nhân di truyền thứ bảy: *Đấu tranh* — Tiêu hủy trật tự truyền thống và chế độ quốc gia

Lường gạt, xúi bẩy, lưu manh, thâm nhập nằm vùng đều là để cướp đoạt và đấu tranh. Triết lý của Đảng cộng sản là triết lý đấu tranh. Cách mạng của Cộng sản quyết không phải chỉ có đấu tranh, và cướp bóc vô tổ chức. Mao nói rằng: " Mục tiêu chủ yếu trong sự công kích của nông dân là nhắm vào cường hào địa chủ, nhưng qua đó cũng đả phá sạch luôn tất cả các chế độ và các loại tư tưởng về gia pháp tổ tông, thanh lý tham quan ô lại, cũng như tập quán cũ của xóm làng." [16]. Mao rõ ràng đã ra lệnh tiêu huỷ tất cả chế độ truyền thống và tập quán của nông thôn.

Đấu tranh của Đảng cộng sản còn bao gồm cả đấu tranh võ trang. "Cách mạng không phải là mở tiệc đãi khách, không phải là ngâm thơ làm văn, không phải là vẽ tranh thêu thùa; nó không phải là một thứ trang nhã kiểu cách, êm đềm thư thả, nhẹ nhàng nho nhã, khiêm cung ôn hoà. Cách mạng là bạo lực, là giai cấp này dùng bạo lực lật đổ giai cấp kia"[17]. Khi cướp đoạt chính quyền, tất phải dùng tranh đấu bạo lực. Chỉ mấy chục năm sau, nhân di truyền về đấu tranh như vậy lại được Đảng cộng sản dùng để 'giáo dục' thế hệ kế tiếp trong Cách mạng Văn hoá.

8. Nhân di truyền thứ tám: *Diệt* - Chế tạo một hệ thống lý luận hoàn chỉnh về diệt tuyệt quần thể

Đảng Cộng Sản làm rất nhiều việc gian ác, tuyệt tình nghĩa: hứa hẹn 'thiên đường ở nhân gian' cho trí thức, sau đó xếp họ vào 'cánh Hữu', rồi vào hàng thứ chín [18] của giai cấp thù địch và phải bị tiêu diệt cùng với địa chủ và các phần tử phản cách mạng. Nó còn làm những việc như cướp đoạt gia tài của các nhà tư bản và địa chủ, tiêu diệt địa chủ và phú nông, phá bỏ trật tự ở thôn quê, đảo lộn và cướp đoạt chính quyền địa phương, bắt cóc tống tiền phú nông, tẩy não tù binh, cải tạo giai cấp công thương và tư bản, cài gián điệp và ly gián Quốc Dân Đảng, ly khai khỏi Cộng sản quốc tế rồi sau đó phản bội Cộng sản quốc tế, trừ sạch phần tử đối lập qua nhiều cuộc vận động chính trị liên tiếp kể từ khi cướp được chính quyền năm 1949, đe doạ những đảng viên của mình, v.v., tất cả các việc làm đều rất tuyệt tình nghĩa.

Tất cả những sự việc kể trên đều dựa trên nền tảng lý luận của Đảng Cộng Sản về diệt tuyệt quần thể. Mỗi một cuộc vận động chính trị trong lịch sử Đảng cộng sản đều là một chiến dịch khủng bố với ý định diệt sạch một quần thể dân chúng. Ngay từ đầu, Đảng cộng sản đã bắt đầu chế tạo liên tục một hệ thống lý luận hoàn chỉnh về diệt tuyệt quần thể, mà đến từ những lý luận của Đảng cộng sản như — giai cấp luận, cách mạng luận, đấu tranh luận, bạo lực luận, chính quyền chuyên chế luận, vận động luận, đảng phái chính trị luận,... — toàn là tổng hợp của các kinh nghiệm thực tiễn đủ loại đủ kiểu về diệt tuyệt quần thể.

Điểm đặc sắc nhất trong việc diệt tuyệt quần thể của Đảng Cộng Sản là nó diệt tuyệt lương tri và nhân tính từ trên tư tưởng. Điều này phù hợp với phương pháp thống trị bằng bạo lực, khủng bố để phục vụ các lợi ích căn bản của tập đoàn. Nó phải tiêu diệt bạn vì bạn phản đối nó; nhưng cũng có thể phải tiêu diệt bạn chính vì bạn ủng hộ nó. Khi nó nhận thấy rằng cần phải tiêu diệt ai, thì nó phải tìm cách tiêu diệt. Vì vậy ai cũng cảm thấy nguy cơ bên mình, và đều sợ hãi Đảng cộng sản.

9. Nhân di truyền thứ chín: *Khống chế* - Dùng Đảng tính để khống chế toàn đảng, rồi giáo dục lại toàn dân và toàn xã hội.

Tất cả những nhân di truyền kể trên đều dẫn đến cùng một mục đích: khống chế với áp lực của sợ hãi khủng bố. Sự tà ác của Đảng Cộng Sản đã khiến cho nó trở thành kẻ thù tự nhiên của mọi lực lượng xã hội. Ngay từ ngày thành lập, Đảng Cộng Sản đã giãy giụa trong từng cơn nguy cơ liên tiếp lần này rồi lần khác, mà nguy cơ lớn nhất luôn luôn là sự sống còn của nó. Nó tồn tại trong sợ hãi, vĩnh viễn có cảm giác nguy cơ. Thế nhưng, trong nguy cơ, sự sợ hãi đã trở thành lợi ích cao nhất cho Đảng cộng sản, đó là duy trì sự tồn tại và quyền lực của tập đoàn Đảng cộng sản qua những đợt khó khăn. Để bù đắp cho sự suy yếu lực lượng, Đảng Cộng Sản phải thường xuyên bổ xung những điều tệ hại hơn ở bề mặt. Lợi ích của Đảng không phải là lợi ích cá nhân của bất cứ đảng viên nào, cũng không phải là tổng hợp các lợi ích cá nhân của đảng viên; mà là lợi ích của tập đoàn Đảng Cộng Sản, nó được đặt cao hơn tất cả những gì của cá nhân.

'Đảng tính' là một bản chất lợi hại nhất của con quỷ tà linh này. Nó có thể mở rộng vô hạn, nuốt trửng 'nhân tính', và biến người ta thành một năng lực bắt buộc phải phi nhân tính.

Ví dụ Chu Ân Lai và Tôn Bính Văn đã từng là đồng chí. Sau
khi Tôn Bính Văn qua đời, Chu Ân Lai đã nhận con gái của
Tôn Bính Văn là Tôn Duy Thế làm con nuôi. Trong thời Cách
mạng Văn hoá, Tôn Duy Thế bị đấu tố, và sau đó chết trong tù
do một cái đinh dài được đóng vào đầu. Lệnh bắt Tôn Duy
Thế chính là do cha nuôi của cô là Chu Ân Lai ký.

Một trong những người lãnh đạo thời kỳ đầu của Đảng Cộng
Sản Trung Quốc (ĐCSTQ) vào thời chiến tranh Trung–Nhật
là Nhậm Bật Thời được Đảng giao nhiệm vụ buôn bán nha
phiến (ma tuý). Mà nha phiến là dấu hiệu của ngoại bang xâm
lược Trung Quốc vào thời đó, bởi vì Anh Quốc đã dùng nha
phiến xuất cảng sang Trung Quốc để làm kiệt quệ kinh tế
Trung Hoa và khiến cho dân Trung Quốc bị nghiện ma tuý.
Bất chấp sự chống đối nha phiến trên toàn quốc, Nhậm Bật
Thời đã dám trồng nha phiến trên một vùng rộng lớn, chẳng
kể đến nguy cơ bị dân tộc kết tội, thật ra là cần phải có chút
'đảng tính'. Bởi vì tính chất bất hợp pháp và nhạy cảm của
'nha phiến', nên bấy giờ ĐCSTQ nói trại thành 'xà phòng'.
Khi buôn bán nha phiến với các quốc gia lân cận, lợi nhuận
thu vào được dùng cho sự tồn tại của Đảng Cộng Sản. Đến kỷ
niệm 100 năm sinh nhật của Nhậm Bật Thời, một lãnh đạo thế
hệ sau của ĐCSTQ đã phát biểu ca ngợi công lao của Nhậm
Bật Thời: "Nhậm Bật Thời có phẩm giá cao, và là một đảng
viên cộng sản gương mẫu. Ông ta tin tưởng kiên trì vào Đảng,
và trung thành vô hạn với sự nghiệp của Đảng".[19]

Trương Tư Đức cũng là một gương mẫu cho Đảng tính. ĐCSTQ nói rằng anh ta hy sinh do lò gạch sập đột ngột, còn người ta nói rằng anh ta chết khi đang chế biến nha phiến. Vì Trương Tư Đức là một người ít nói trong Đoàn cảnh vệ Trung Ương, không bao giờ đòi hỏi thăng chức, nên khi anh chết, mới nói rằng cái chết của anh "nặng tựa Thái Sơn" [20], có nghĩa là ám chỉ cuộc đời của anh ta rất quan trọng.

Sau này còn có một mẫu hình nữa là Lôi Phong, nổi tiếng với danh hiệu là "chiếc ốc vít không bao giờ han rỉ trong guồng máy cách mạng". Trong một thời gian dài, cả Lôi Phong và Trương Tư Đức đều được dùng để giáo dục người dân Trung Quốc trung thành với Đảng Cộng Sản. Mao Trạch Đông có nói " Sức mạnh của gương mẫu là vô biên". Ngoài ra cũng có nhiều anh hùng khác của Đảng cộng sản được dùng để tuyên truyền "ý chí sắt thép và nguyên tắc của Đảng tính".

Sau khi chiếm đoạt chính quyền, Đảng cộng sản càng phát triển rộng cái nhân di truyền về khống chế tư tưởng con người để chế tạo những "ốc vít" mới và 'công cụ' mới cho Đảng trong những thế hệ kế tiếp. Đảng tính được nhấn mạnh lên để trở thành một lối suy nghĩ nhất định, một mẫu hình cho các hành vi rập khuôn. Ban đầu, các khuôn mẫu cho hành vi Đảng tính chỉ dùng trong nội bộ Đảng, nhưng ngay sau đó đã mở rộng quy mô đến toàn dân toàn quốc. Dưới cái vỏ dân tộc, lối suy nghĩ và hành vi như thế được dùng để tẩy não người dân phải phục tùng theo cơ chế tà ác của Đảng cộng sản.

II. Lịch sử dựng nghiệp một cách bẩn thỉu của Đảng Cộng Sản Trung Quốc

Đảng cộng sản Trung Quốc(ĐCSTQ) mô tả lịch sử của mình là một lịch sử vẻ vang "liên tiếp đi từ thắng lợi này đến thắng lợi khác". Khi cố gắng tự tô vẽ bộ mặt của mình trước công chúng chính là để hợp thức hoá sự cướp đoạt quyền lực của Đảng Cộng Sản. Thực ra, lịch sử của Đảng Cộng Sản không có gì vẻ vang cả. Chỉ bằng cách áp dụng 9 cái nhân di truyền là: tà ác, lường gạt, xúi bẩy, lưu manh, gián điệp, trấn lột, đấu tranh, diệt tuyệt, khống chế thì chúng mới có thể gây dựng và duy trì chính quyền .

1.Thành lập Đảng Cộng Sản Trung Quốc — Lớn lên nhờ uống sữa Liên Xô

Đảng Cộng Sản Trung Quốc (ĐCSTQ) bảo với người dân rằng: "Cách mạng tháng Mười nổ phát pháo đầu tiên, đưa chủ nghĩa Marxism-Leninism đến với chúng ta"[21]. Tuy nhiên Đảng cộng sản Trung Quốc khi mới thành lập, là một chi bộ Á châu của Đảng cộng sản Liên Xô, mà ngay từ đầu nó là một đảng phái chính trị bán nước.

Trong thời kỳ mới thành lập, ĐCSTQ không có tiền, không có lý luận, không có kinh nghiệm thực tiễn nào cả, lại càng không có cơ sở chủ yếu, gia nhập Đảng Cộng Sản Quốc Tế chỉ là muốn tham dự và nương tựa vào cách mạng bạo lực của Cộng sản quốc tế. Cách mạng bạo lực của Đảng Cộng Sản tại

Trung Quốc chỉ là một cái mạch tiếp nối theo cách mạng bạo lực từ giai đoạn của Marx và Lenin. Đảng Cộng Sản Quốc Tế chính là bộ tổng chỉ huy cho sự đảo chánh chính quyền của các quốc gia trên toàn cầu, ĐCSTQ lúc đó chỉ là một chi bộ Đông Phương của Cộng sản Quốc Tế, và chấp hành theo đường lối chủ nghĩa Đế Quốc của Hồng Quân Liên Xô. ĐCSTQ phải dựa vào Đảng Cộng Sản Liên Xô để trưởng thành kinh nghiệm trong sự cướp đoạt chính quyền bằng bạo lực và áp dụng chế độ độc tài chuyên chính của giai cấp vô sản. Đường lối chính trị, đường lối tư tưởng, và đường lối tổ chức đều phải tuân theo chỉ thị của Đảng Cộng Sản Liên Xô. ĐCSTQ cũng bắt chước đường lối bí mật và ngoài vòng pháp luật của các tổ chức phi pháp để tạo nên một phương thức tồn tại, áp dụng sự theo dõi và khống chế thật chặt chẽ. Đảng Cộng Sản Liên Xô không những là xương sống chính của Đảng cộng sản Trung Quốc, mà còn hỗ trợ cho nó.

Tại Đại hội đại biểu lần thứ nhất của Trung Cộng, Đảng chương của Đảng cộng sản Trung Quốc được thông qua chính là do Cộng sản Quốc tế soạn ra, bản *Tuyên ngôn* cũng được soạn theo chủ nghĩa Mác-Lê, đấu tranh giai cấp, chính quyền chuyên chế của giai cấp vô sản, học thuyết lập Đảng, đều căn cứ theo cương lĩnh của Đảng cộng sản Liên Xô. Linh hồn của Đảng cộng sản Trung Quốc là phẩm vật ngoại lai theo thể thức Đảng Cộng Sản Liên Xô. Trần Độc Tú, một lãnh đạo của ĐCSTQ, đã từng có lần bất đồng ý kiến với đại biểu Ma-ring của Cộng sản quốc tế. Ma-ring gởi một phong

thư cho Trần Độc Tú, nói rằng nếu ông Trần là đảng viên thật
sự của Đảng Cộng Sản, thì ông phải tuân theo mệnh lệnh từ
Đảng Cộng sản quốc tế. Dù Trần Độc Tú là một trong những
người sáng lập ĐCSTQ, ông ta không làm được gì hơn là tuân
theo mệnh lệnh của Cộng sản Quốc tế. Kỳ thực, ông ta và
Đảng là chỉ lệ thuộc và hèn hạ khuất phục Đảng cộng sản
Liên Xô.

Năm 1923, Trần Độc Tú đã công khai thừa nhận tại Đại hội
đại biểu Đảng Cộng Sản Trung Quốc lần thứ ba, rằng hầu hết
các chi phí của Đảng là hoàn toàn do Cộng sản Quốc tế chu
cấp. Trong một năm, Cộng sản Quốc tế đã cung cấp khoảng
200 ngàn đồng yuan cho Đảng cộng sản Trung Quốc, nhưng
kết quả thu được không hài lòng mấy, và Cộng sản Quốc tế
trách các đồng chí Trung Quốc đã không nỗ lực đủ.

Theo một văn kiện đã giải mật của Đảng cộng sản Trung
Quốc với thống kê chưa đầy đủ, từ tháng 10 năm 1921 đến
tháng 6 năm 1922, Đảng cộng sản Trung Quốc đã nhận
16.655 đồng yuan. Năm 1924 nhận 1.500 đô-la Mỹ và
31.927,71 đồng yuan; năm 1927 nhận 187.674 đồng yuan;
mỗi tháng Cộng sản Quốc tế chu cấp khoảng 20 ngàn đồng
yuan. Những mánh khoé mà Đảng Cộng Sản Trung Quốc
thường dùng ngày nay —móc nối, đi cổng sau, mua chuộc,
đút lót, thậm chí uy hiếp,… — đều đã được dùng từ thời bấy
giờ. Đảng Cộng sản Quốc tế từng phê bình nghiêm khắc các

mánh khóe chạy chọt mà Đảng Cộng Sản Trung Quốc hay dùng để xin tiền.

"Họ thường lợi dụng các nguồn chi phí khác nhau (ban liên lạc Quốc tế, các đại biểu của Cộng sản quốc tế, các tổ chức quân sự,…) để xin cùng một ngân khoản, bởi vì nguồn chi phí này có thể không biết rõ nguồn chi phí kia đã chi khoản đó hay chưa… Điều tức cười là các đồng chí Trung Quốc không những đã biết được tâm lý của các đồng chí Liên Xô chúng ta, mà quan trọng hơn là họ còn biết cách đối xử khác biệt với từng đồng chí có trách nhiệm phê chuẩn cho từng ngân khoản. Một khi các đồng chí Trung Quốc hiểu rằng, ngân khoản sẽ không được chính thức thông qua, họ liền bắt đầu trì hoãn các buổi họp. Sau đó thậm chí có những thủ đoạn xảo trá như phao tin đồn kiểu như "nhân viên công tác địa phương có mâu thuẫn với Liên Xô, nên số tiền đó đã không cấp cho Đảng Cộng Sản Trung Quốc, mà cấp cho quân phiệt".[22]

2. Quốc-Cộng hợp tác lần thứ nhất — Phụ thể ăn bám đào khoét tận đến tâm, và phá hoại Bắc phạt [23]

Đảng Cộng Sản Trung Quốc vẫn luôn bảo người dân rằng Tưởng Giới Thạch đã phản bội Cách mạng Quốc Dân [24] khiến Đảng cộng sản đi vào cái thế bắt buộc phải khởi nghĩa võ trang.

Trên thực tế, Đảng Cộng Sản trong sự hợp tác Quốc-Cộng lần thứ nhất, là giống như một phụ thể bám chặt, ăn bám vào

Cách mạng Quốc Dân để phát triển chính mình. Hơn nữa nó còn hăng hái phát động cuộc cách mạng do Liên Xô hậu thuẫn để chiếm đoạt quyền lực, nhưng cái tham vọng nắm quyền của nó, thực ra đã phá hoại và phản bội Cách Mạng Quốc Dân.

Tháng 7 năm 1922 trong Đại hội Đại biểu lần thứ nhì của Đảng Cộng Sản Trung Quốc, bởi vì các đảng viên nôn nóng muốn giành chính quyền ngay, cho nên những người phản đối liên minh với Quốc Dân Đảng chiếm đại đa số trong Đại hội. Tuy nhiên khi nghị quyết được đưa lên quốc hội thì 'thái thượng hoàng' Cộng sản Quốc tế đã gạt bỏ quyết nghị và chỉ thị Đảng cộng sản phải gia nhập Quốc Dân Đảng.

Trong giai đoạn Quốc-Cộng hợp tác lần thứ nhất, tháng 1 năm 1925, Đảng cộng sản Trung Quốc cử hành Đại hội Đại biểu toàn quốc lần thứ tư tại Thượng Hải. Bấy giờ toàn thể Đảng cộng sản Trung Quốc mới có 994 đảng viên, nhưng Đảng Cộng Sản đã đề xuất vấn đề lãnh đạo chính quyền Trung Quốc trước khi Tôn Dật Tiên [25] tạ thế vào ngày 12 tháng 3 năm 1925. Nếu Tôn Dật Tiên chưa tạ thế, thì chính ông ta, chứ không phải là Tưởng Giới Thạch, mới là nhân vật bị nhắm vào trong việc chiếm đoạt quyền hành của Đảng cộng sản Trung Quốc.

Được Liên Xô nâng đỡ, Đảng Cộng Sản Trung Quốc(ĐCSTQ) cứ mặc ý nắm quyền, và đã chiếm các vị trí lớn tại Quốc Dân Đảng trong thời gian Quốc-Cộng hợp tác: Đàm Bình Sơn (1886-1956, một trong những lãnh đạo ban đầu của ĐCSTQ ở tỉnh Quảng Đông) làm bộ trưởng Bộ Tổ chức Cán bộ Trung ương Quốc Dân Đảng, Phùng Cúc Pha (1899-1954, một trong những lãnh đạo ban đầu của ĐCSTQ) làm bí thư Bộ Công Nhân toàn quyền xử lý các sự vụ, Lâm Tổ Hàm (1886-1960, một trong những lãnh đạo đầu tiên nhất của ĐCSTQ) làm bộ trưởng Bộ Nông Dân cùng Bành Bái (1896-1929 một trong những lãnh đạo của ĐCSTQ) làm bí thư Bộ Nông Dân, Mao Trạch Đông làm quyền bộ trưởng Bộ Tuyên Truyền của Quốc Dân Đảng. Trường quân sự và chỉ huy quân đội luôn luôn là mục tiêu của Đảng cộng sản: Chu Ân Lai làm chủ nhiệm khoa Chính trị của trường quân sự Hoàng Phố, và Trương Thân Phủ (1893-1986 một trong những người sáng lập ĐCSTQ và là người giới thiệu Chu Ân Lai gia nhập ĐCSTQ) làm phó chủ nhiệm. Chu Ân Lai cũng kiêm nhiệm Trưởng Ban Quân pháp, và cài những cố vấn quân sự của Liên Xô vào các nơi. Có nhiều người của Đảng cộng sản được đưa vào làm giáo viên chính trị và giáo chức trong các trường quân sự của Quốc Dân Đảng, và làm đại biểu các cấp bậc khác nhau trong quân đội của Cách mạng Quốc Dân [26]. Chúng quy định rằng quân lệnh nào nếu không có đại diện của Đảng Cộng sản ký thì mệnh lệnh đó không công hiệu. Nhờ vào việc phụ thể bám chặt và luồn lách vào Cách mạng Quốc Dân này mà kết quả là số đảng viên Đảng cộng sản Trung Quốc đã tăng nhanh, từ dưới 1.000 người năm 1925 lên đến 30.000 người năm 1928.

Cách mạng Bắc phạt bắt đầu tháng 2 năm 1926. Nhưng từ tháng 10 năm 1926 cho đến tháng 3 năm 1927, Đảng cộng sản Trung Quốc đã tổ chức ba cuộc bạo động võ trang tại Thượng Hải, sau đó tấn công vào trung ương quân Bắc phiệt, nhưng đã bị quân Bắc phiệt đánh bại, giải trừ võ trang. Các cuộc đình công tại Quảng Đông đã gây đụng độ võ trang với cảnh sát hàng ngày. Những tranh đấu đó đã dẫn đến quyết định đại thanh trừ Đảng Cộng Sản 'ngày 12 tháng 4' năm 1927 của Quốc Dân Đảng [27].

Tháng 8 năm 1927, các đảng viên Cộng sản trong Quân đội Cách mạng Quốc Dân đã phát động bạo lực tại Nam Xương, nhưng bị đàn áp ngay lập tức. Đến tháng 9, Đảng cộng sản lại phát động cuộc khởi nghĩa *Mùa thu hoạch* tại Trường Sa, và cũng bị đàn áp luôn. Bấy giờ Đảng cộng sản Trung Quốc bắt đầu thực hành hệ thống khống chế trong quân đội theo kiểu "chi bộ Đảng là phải thành lập từ cấp đại đội trong quân đội", và rút chạy về địa khu núi Cương Sơn tỉnh Giang Tây [28] và thiết lập chính quyền cục bộ nông thôn ở đó.

3. Bạo động nông dân tại Hồ Nam — Phát động bọn vô lại xã hội tạo   phản.

Trong cuộc Bắc phạt, lúc quân Cách mạng Quốc Dân đang lâm chiến với quân phiệt, thì Đảng cộng sản xúi giục tạo phản ở nông thôn để cướp đoạt quyền lực.

Cuộc vận động nổi dậy của nông dân tại Hồ Nam năm 1927, là bạo loạn của bọn lưu manh, cặn bã của xã hội, cũng giống như cuộc nổi dậy tiếng tăm của Công Xã Pa-ri năm 1871 (khởi nghĩa Cộng Sản đầu tiên). Nhân dân Pháp và người ngoại quốc tại Pa-ri đã chứng kiến Công xã Pa-ri chính là bạo loạn của một đám quân vô lại, mang tính phá hoại và không có lý tưởng gì. Chúng ở những lâu đài xa hoa, tiêu xài hoang phí, chơi bời khoái lạc, hưởng thụ nhất thời, chứ không lo nghĩ đến tương lai. Trong thời kỳ bạo loạn của Công xã Pa-ri, chúng cấm báo chí. Chúng bắt Georges Darboy (người thuyết giáo cho nhà vua) làm con tin và sau đó bắn chết ông ta. Chúng tiêu khiển bằng cách giết hại tàn độc 64 giáo sĩ, đốt cung điện, đập phá dinh thự của quan chức, nhà cửa của dân chúng, cũng như tượng đài và cột khắc. Trước đó Pháp là quốc gia giàu có nhất nhì ở Âu Châu, nguy nga cũng vào bậc nhất. Tuy nhiên trong cuộc nổi dậy của Công xã Pa-ri, điện đài bị đốt thành tro, dân chúng bị tàn sát thành xương khô. Tai họa thảm khốc tàn ác như thế, lịch sử xưa nay thật hiếm có.

Mao Trạch Đông thừa nhận: "Nông dân đúng là có phần 'làm loạn' làng thôn. Nông hội có quyền lực cực cao, không cho phép địa chủ mở miệng, mà còn tước đoạt quyền tự do đó. Điều này cũng bằng như đã đánh địa chủ gục xuống đất, rồi còn dẫm đạp lên nữa. Nông dân đe doạ: ' bọn tao sẽ cho mày vào danh sách bọn phản động!' Người giàu bị phạt tiền, bị bắt đóng góp, ghế kiệu cũng bị đập bể nát. Gia đình nào có người phản đối Nông hội, thì đội nông dân xông thẳng vào nhà họ giết heo lấy thóc lúa, còn dẫm đạp, nhổ nước bọt lên giường khảm ngà của tiểu thư con nhà giàu. Ai mà hé miệng một chút liền bị chụp mũ giấy cao trên đầu rồi trói lôi đi khắp làng, và mắng chửi họ rằng: 'Thằng địa chủ bần tiện kia! Hôm nay mày đã biết chúng ta là ai chưa!' Chúng muốn sao làm vậy, đảo lộn tất cả mọi thứ bình thường, và chúng đã tạo nên một loại hiện tượng khủng bố như thế ở thôn quê." (*Mao 1927*)

Và Mao còn tán dương: "Nói trắng ra. Nông thôn chỗ nào cũng cần phải trải qua một thời kỳ khủng bố như vậy. Nếu không thì không cách nào dẹp yên bọn phản cách mạng ở nông thôn, lại càng không thể lật đổ quyền lực của bọn nhà giàu. Phải đẩy con người ta đến cùng cực thì uốn nắn cái sai tất phải đúng, nếu không thì sai không bao giờ thành đúng được... Trong thời cách mạng, tưởng như đó là những hành xử 'thái quá', nhưng thực ra đó là những gì mà cách mạng cần." (*Mao 1927*)

Cách mạng của Cộng Sản đã dựng lập một hệ thống khủng bố.

4. Đánh Nhật phía bắc — Thất bại   trốn chạy

Đảng Cộng Sản Trung Quốc vẫn tuyên truyền rằng cuộc *trường chinh* của mình là cuộc chiến chống Nhật. Nó thổi phồng cho đó là thần thoại cách mạng của Trung Quốc, là 'bản *Tuyên ngôn*', là 'đội tuyên truyền', là ' guồng máy gieo mầm', là bước ngoặc đưa Đảng Cộng Sản đến thắng lợi và đưa kẻ thù đến thất bại.

Đó là tuyên truyền bậy bạ quá trắng trợn. Cuộc 'bắc tiến kháng Nhật' là che đậy cho sự thất bại thảm hại của Đảng Cộng Sản. Từ tháng 10 năm 1933 đến tháng 1 năm 1934, Đảng Cộng Sản liên tiếp chịu thua trận hoàn toàn. Trong cuộc tấn công lần thứ năm của Quốc Dân Đảng nhằm bao vây và tiêu diệt Đảng Cộng Sản, thì Đảng Cộng Sản đã lần lượt mất các căn cứ nông thôn cái này tới cái khác. Hồng Quân của Đảng Cộng Sản buộc phải trốn chạy. Đó chính là gốc thực sự của cuộc *trường chinh*.

Cuộc *trường chinh* thực ra là nhắm vào việc phá vỡ vòng vây, chạy sang vùng Ngoại Mông Cổ để cùng với quân Liên Xô làm thành một vòng cung từ Tây sang Đông. Như vậy với phía tây giáp Ngoại Mông Cổ, nếu không thủ được sẽ rút lui về Liên Xô ở phía bắc. Đảng Cộng Sản Trung Quốc đã gặp rất nhiều khó khăn trong cuộc hành quân đến địa khu Ngoại Mông Cổ. Họ chọn con đường đi qua Sơn Tây và Tuy Viễn, một mặt có thể che đậy nói rằng họ lên vùng phía bắc kháng Nhật để lấy lòng người dân, một mặt vừa an toàn vì ở đó không có quân Nhật. Bấy giờ quân Nhật chiếm giải Vạn Lý Trường Thành lập thành chiến tuyến. Sau một năm, khi quân trường chinh của Đảng Cộng Sản Trung Quốc thoát đến Thiểm Bắc thì Hồng Quân chủ lực giảm từ 800 ngàn xuống còn khoảng 6 ngàn.

5. Biến cố Tây An — Quỷ kế của Đảng Cộng Sản Trung Quốc, quay lại ăn bám một lần nữa

Tháng 12 năm 1936, Trương Học Lương và Dương Hổ Thành (hai tướng của Quốc Dân Đảng) bắt cóc Tưởng Giới Thạch ở Tây An. Sự kiện này sau được gọi là *biến cố Tây An*.

Theo sách giáo khoa mà Đảng Cộng Sản Trung Quốc (ĐCSTQ) viết cho dân chúng, thì biến cố Tây An là do hai tướng Trương, Dương muốn 'can gián bằng quân lực' nên mang tối hậu thư sống hay chết cho Tưởng Giới Thạch, bắt ép Tưởng Giới Thạch phải chọn con đường chống bọn Nhật xâm lăng, đồng thời mời đại biểu của Đảng Cộng Sản là Chu Ân Lai sang thương lượng một giải pháp hòa bình. Dưới sự trung gian của các nhóm khác nhau trong toàn quốc, biến cố này đã giải quyết hoà bình, và nhờ vậy kết thúc 10 năm nội chiến, Đảng Cộng Sản và Quốc Dân Đảng lại hợp tác thành một liên minh quốc gia chống Nhật. Sách lịch sử của Đảng Cộng Sản Trung Quốc viết rằng biến cố này là then chốt chuyển Trung Quốc ra khỏi sự nguy cơ. Đảng cộng sản đã tự tô vẽ mình như một đảng phái yêu nước, và chúng thực thi vì lợi ích quốc gia

Thực ra càng ngày càng có nhiều tài liệu vạch trần sự kiện này. Trước ngày biến cố Tây An, ĐCSTQ đã tụ tập rất nhiều gián điệp quanh Dương Hổ Thành và Trương Học Lương. Ví dụ: Lưu Đinh một đảng viên nằm vùng của Đảng Cộng Sản do Tống Khánh Linh, (vợ của Tôn Dật Tiên, chị của bà Tưởng và là một đảng viên của Đảng Cộng Sản) giới thiệu trở thành người thân tín của Trương Học Lương, và đã có công trong biến cố Tây An. Sau này khi luận công trạng, Mao Trạch Đông biểu dương: "Biến cố Tây An, Lưu Đỉnh có công lớn". Phu nhân Tạ Bảo Chân, vợ của Dương Hổ Thành, là đảng viên Đảng Cộng Sản, và làm việc trong Ban chính trị quân đội của Dương Hổ Thành. Cô ta đã được Đảng Cộng Sản phê chuẩn kết hôn với Dương Hổ Thành vào tháng 1 năm 1928. Đảng viên Vương Bình Nam, sau này trở thành Thứ trưởng bộ Ngoại giao ĐCSTQ, bấy giờ là thượng khách gia đình họ Dương. Chính những người cộng sản thân tín này ở chung quanh hai tướng Trương, Dương đã trực tiếp xúi dục họ làm phản trong cuộc binh biến này.

Trước khi xảy ra biến cố, ban lãnh đạo Đảng Cộng Sản Trung Quốc đều muốn ám sát Tưởng Giới Thạch để trả thù. Lúc ấy quân Đảng Cộng Sản đóng tại Thiểm Bắc quá ít ỏi, lâm vào cảnh khốn cùng, có thể bị tiêu diệt chỉ trong một trận. Do đó ĐCSTQ dở mánh khoé lừa dối gian manh xúi dục hai tướng Trương, Dương làm phản. Nhưng Liên Xô lại muốn cầm chân quân Nhật, không muốn quân Nhật dễ bề tấn công Liên Xô từ phía nam, nên Stalin đã tự viết thư cho trung ương Đảng cộng sản Trung Quốc, là không được giết Tưởng Giới Thạch, mà phải quay lại hợp tác với Quốc Dân Đảng lần thứ hai. Mao Trạch Đông và Chu Ân Lai cũng nhận định rằng, với quân lực Đảng Cộng Sản Trung Quốc quá yếu, họ không thể nào thắng được Quốc Dân Đảng, cho dù có ám sát Tưởng Giới Thạch được, thì khi quân Quốc Dân Đảng đến báo thù, Đảng Cộng Sản Trung Quốc sẽ bị tiêu diệt mất. Do vậy, Đảng Cộng Sản thay đổi kế hoạch, lấy hợp tác đánh Nhật làm danh nghĩa, bắt ép Tưởng Giới Thạch đồng ý hợp tác Quốc-Cộng lần thứ hai.

Đảng Cộng Sản Trung Quốc ban đầu sách động binh biến nhằm ám toán Tưởng Giới Thạch, nhưng sau lại xoay lại, đóng vai người hùng trên sân khấu, bắt Tưởng Giới Thạch phải chấp nhận Đảng Cộng Sản lần thứ hai. Đảng Cộng Sản không những thoát được nguy cơ diệt vong, mà còn được thêm một cơ hội ăn bám lần thứ hai vào chính phủ Quốc Dân Đảng. Không lâu sau đó, Hồng Quân trở thành đoàn Bộ Binh số 8, lại có cơ hội phát triển lớn mạnh hơn xưa. Sự gian giảo, dối trá của Đảng cộng sản Trung Quốc, thật là xứng danh cao thủ.

6. Chiến tranh kháng Nhật — Mượn dao giết người, để bành trướng bản thân

Trong sách giáo khoa của Đảng Cộng Sản Trung Cộng viết là, Đảng cộng sản lãnh đạo chiến tranh kháng Nhật đến thắng lợi.

Thực ra khi chiến tranh đánh Nhật bùng nổ, Quốc Dân Đảng có hơn 1.7 triệu quân võ trang, chiến hạm có sức bài nước 110 ngàn tấn, và khoảng 600 phi cơ chiến đấu các loại. Trong khi đó tổng số quân của Đảng Cộng Sản, kể cả Bộ Binh Tân Tứ thành lập vào tháng 11 năm 1937, không quá 70 ngàn người, đã thế còn bị chia năm xẻ bảy vì tranh quyền chính trị trong nội bộ. Nó yếu đến nỗi chỉ cần một trận chiến là có thể bị tiêu diệt hoàn toàn. ĐCSTQ biết rõ nếu thật sự xuất quân đánh Nhật, thì sẽ nắm chắc phần thua và mất binh quyền. Trong mắt của Đảng Cộng Sản Trung Quốc, vấn đề "thống nhất chiến tuyến" với Quốc Dân Đảng, là để chiếm đoạt quyền lãnh đạo, chứ không phải vì sự tồn vong của dân tộc Trung Hoa, do đó phương châm cho kế hoạch của Đảng Cộng Sản là: "trong quá trình hợp tác, nhất định phải đấu tranh để tranh thủ các vị trí lãnh đạo, nhưng chỉ nói điều này trong nội bộ Đảng".

Sau biến cố 18 tháng 9 năm 1931, quân Nhật chiếm đóng thành phố Thẩm Dương, từ đó làm chủ một vùng rộng lớn ở đông bắc Trung Quốc. Đảng Cộng Sản Trung Quốc đã chiến đấu sát vai với quân xâm lược Nhật Bản để đánh bại quân Quốc Dân Đảng. Trong 'tuyên ngôn biến cố Mãn Châu', viết để đáp ứng sự xâm lăng của quân Nhật, Đảng Cộng Sản Trung Quốc kêu gọi nhân dân toàn quốc lật đổ chính phủ Dân Quốc: "Ở khu vực Quốc Dân Đảng thống trị, thì công nhân phải bãi công, nông dân bạo động, học sinh bãi khoá, dân nghèo bỏ việc, quân sỹ tạo phản".

Đảng Cộng Sản Trung Quốc tay vẫy cao lá cờ kháng Nhật, nhưng bên trong đang gom góp quân địa phương cùng du kích và di chuyển đại đa số quân binh khỏi chiến tuyến, chỉ để lại rất ít quân đánh Nhật. Ngoại trừ vài trận, trong đó có trận Bình Hình Quan, Đảng Cộng Sản không đóng góp gì trong cuộc chiến chống Nhật. Thay vào đó, nó tập trung năng lực vào việc mở rộng địa bàn hoạt động. Khi quân Nhật đầu hàng, Đảng Cộng Sản thâu nạp hàng binh vào lực lượng của nó, rồi thổi phồng mà tuyên bố rằng quân đội Cộng Sản có hơn 900 ngàn quân chính quy cộng với 2 triệu dân quân. Thực tế chỉ có quân Quốc Dân Đảng đã ra chiến trường đánh Nhật, bị chết hơn 200 viên tướng trong trận chiến này, trong khi đó, Đảng Cộng Sản hầu như không mất một viên tướng nào. Tuy nhiên, Đảng Cộng Sản Trung Quốc vẫn luôn luôn tuyên truyền với dân chúng rằng Quốc Dân Đảng không đánh Nhật, mà là Đảng cộng sản Trung Quốc đã dẫn dắt nhân dân đến thắng lợi lớn lao.

7. Chỉnh phong tại Diên An — Chế tạo một phương pháp đàn áp tàn bạo khủng khiếp

Chiêu bài 'kháng Nhật' của Đảng Cộng Sản Trung Quốc đã thu hút được vô số thanh niên yêu nước đến Diên An, nhưng cũng chính tại 'cái nôi cách mạng' này, Đảng cộng sản Trung Quốc đã thi triển cuộc 'chỉnh phong' (chỉnh đốn nội bộ), đàn áp hàng ngàn hàng vạn thanh niên cách mạng. Sau khi chiếm được chính quyền toàn quốc, ĐCSTQ vẫn miêu tả Diên An là "thánh địa" cách mạng, nhưng họ dấu nhẹm tội ác về cuộc chỉnh phong này.

Cuộc vận động 'chỉnh phong' Diên An là trò biểu diễn quyền lực khủng bố nhất, hắc ám nhất, tàn bạo nhất trong lịch sử con người. Lấy danh nghĩa dọn sạch những độc hại của giai cấp tiểu tư sản, ĐCSTQ đã loại trừ hết tất cả những giá trị của con người như văn minh, độc lập, tự do, dung nhẫn, tôn nghiêm. Bước một của cuộc chỉnh phong là lập hồ sơ nhân sự cho từng đồng chí, gồm có (1) lý lịch tự thuật, (2) niên phổ văn hoá chính trị mà ghi chép toàn bộ quá trình chính trị và đào tạo, (3) quan hệ gia đình và quan hệ xã hội, (4) tự thuật của cá nhân về quá trình biến đổi tư tưởng, (5) kiểm thảo Đảng tính.

Như vậy mỗi hồ sơ nhân sự có đủ các thứ như: những ai mà cá nhân đó đã từng có tiếp xúc trong đời, những việc xảy đến trong đời kèm theo thời gian, địa điểm. Đương sự được yêu cầu khai đi khai lại nhiều lần, nếu Đảng thấy có chỗ không thống nhất lập tức đặt vấn đề nghi vấn. Phải ghi tất cả những hoạt động xã hội và quan hệ cá nhân, nhất là những ai liên quan đến việc gia nhập Đảng. Phải khai kỹ nhận thức cá nhân về các hoạt động xã hội này. Quan trọng nhất là bản kiểm thảo Đảng tính, cá nhân phải thú tội nếu có bất cứ tư tưởng, hoặc hành vi chống Đảng trong tư duy, lời nói, thái độ công tác, sinh hoạt hàng ngày, cho đến mọi giao tiếp xã hội. Tìm tòi kiểm tra xem sau khi vào Đảng hoặc nhập ngũ rồi có theo đuổi lợi ích cá nhân gì không, có lợi dụng công tác cho lợi ích riêng hay không, có dao động nghi ngờ tương lai của cách mạng hay không, có sợ chết khi ra trận không, cho đến nhớ nhà nhớ người thân hay không. Bởi vì không có một tiêu chuẩn khách quan để đánh giá, nên một khi xoi mói ra, thì hầu như ai cũng bị phát hiện là có vấn đề.

Khi điều tra cán bộ, Đảng Cộng Sản xử dụng các thủ đoạn để bắt buộc họ 'cung khai', rồi dùng để thanh lý 'gian tế nội bộ', tất nhiên phải sinh ra vô số bản án oan ức, giả tạo, sai lầm, rất nhiều cán bộ bị hành quyết. Thời chỉnh phong, Diên An được coi là một "nhà ngục tẩy sạch nhân tính". Một tổ công tác thẩm sát vào đóng trong trường đại học Quân Chính để thẩm tra cán bộ, gây một cuộc khủng bố Đỏ đẫm máu suốt hai tháng. Đủ các thủ đoạn vô nhân tính: cá nhân tự khai, tự khai trước mặt người khác, nhóm khuyến cáo, năm phút khuyến cáo, nói chuyện riêng, mở hội báo cáo, truy tìm củ cải (ám chỉ cán bộ nào ngoài đỏ trong trắng, ngoài miệng theo cộng sản còn bên trong thì không), 'ghi hình' (đưa một nhóm lên trên khán đài để người khác quan sát, hễ ai có gì bất thường, lập tức đặt vấn đề nghi vấn và cho đi điều tra).

Ngay cả những đại biểu từ Cộng sản Quốc tế cũng chịu không nổi, nói rằng tình hình Diên An đầy tang khí. Người ta không ai dám giao tiếp với ai, ai cũng bụng đầy quỷ kế. Ai cũng căng thẳng và lo sợ, thậm chí thấy bạn bị phỉ báng chịu oan cũng không dám hé miệng nói một lời, chỉ lo bảo vệ tính mạng của mình thôi. Kẻ lưu manh côn đồ— a dua nịnh hót, nhục mạ người khác, lươn lẹo lừa dối —thì lại được trọng dụng. Sống ở Diên An thật là tủi nhục. Con người bị áp lực gần như phát điên, chỉ biết lo cho tính mạng và bát cơm của mình, quên cả liêm sỉ, quên cả bạn bè, không còn dám hé răng nói gì khác ngoài tụng đi tụng lại những bài viết của lãnh tụ Đảng.

Sau này khi Đảng Cộng Sản Trung Quốc đoạt được chính quyền trong tay, đã chiếu theo kiểu đàn áp này trong tất cả các vận động chính trị.

8. Ba năm nội chiến Quốc-Cộng — Bán nước để đoạt quyền

Cách mạng giai cấp tư sản tháng 2 năm 1917 tại Nga là một cách mạng ôn hoà. Sa Hoàng xem trọng quốc gia dân tộc, chỉ thoái vị chứ không phản kháng đến cùng. Lê-Nin đã vội vàng từ Đức quay trở về Nga, phát động cuộc thay đổi chính trị một lần nữa, trong danh nghĩa cách mạng mà sát hại những người giai cấp tư sản vừa mới lật đổ Sa Hoàng, vì vậy đã bóp chết cách mạng Tư sản ở nước Nga. Đảng Cộng Sản Trung Quốc cũng theo cách của Lenin, cướp trắng thành quả của Quốc Dân Đảng. Ngay sau khi quân Nhật bại trận, Đảng Cộng Sản Trung Quốc đã phát động cuộc chiến tranh "giải phóng"(1946-1949) để lật đổ chính phủ Quốc Dân Đảng, mang tai họa chiến tranh cho Trung Quốc một lần nữa.

Đảng Cộng Sản Trung Quốc nổi tiếng với lối đánh biển người, thí quân chịu đạn. Các trận đánh với quân Quốc Dân Đảng tại Liêu Tây - Thẩm Dương, Bắc Kinh - Thiên Tân, cũng như tại Hoài Hải[31], đã dùng chiến thuật lấy thịt người làm bia đỡ đạn, một chiến thuật nguyên thuỷ nhất, dã man và vô nhân đạo nhất. Khi vây hãm Trường Xuân ở đông bắc Trung Quốc, để cắt đứt mọi nguồn cung ứng lương thực, Quân đội Giải Phóng được lệnh cấm không cho một người dân thường nào rời thành phố. Kết quả là sau khi bị vây hãm trong hai tháng, những người bị chết đói chết rét gần 200 ngàn người. Nhưng quân giải phóng của Đảng Cộng Sản vẫn không cho dân thường ra vào. Tuy nhiên sau khi trận chiến chấm dứt , Đảng Cộng Sản Trung Quốc không một chút hổ thẹn mà vẫn tuyên truyền rằng "giải phóng Trường Xuân không phí một viên đạn".

Từ năm 1947 đến năm 1948, Đảng Cộng Sản Trung Quốc đã ký với Liên Xô "Hiệp định Cáp Nhĩ Tân", và "Hiệp định Mạc Tư Khoa" giao nộp quyền lợi và tài nguyên quốc gia tại vùng đông bắc Trung Quốc, để đổi lấy ủng hộ toàn diện về ngoại giao và quân sự từ Liên Xô. Trong những hiệp định song phương này, Liên Xô cung cấp 50 phi cơ cho Đảng Cộng Sản Trung Quốc; tất cả võ khí Liên Xô cướp được từ quân Nhật đã đầu hàng sẽ được bàn giao cho Đảng Cộng Sản Trung Quốc làm hai đợt, và Liên Xô sẽ bán với giá rẻ đạn dược và quân dụng mà Liên Xô quản lý ở vùng đông bắc. Nếu Quốc Dân Đảng dùng Lục quân, Không quân tấn công lên vùng đông bắc, thì Liên Xô sẽ bí mật phối hợp với Đảng Cộng Sản Trung Quốc tác chiến. Ngoài ra Liên Xô còn hỗ trợ Đảng Cộng Sản Trung Quốc đoạt chính quyền tại Tân Cương thuộc tây bắc Trung Quốc; xây dựng lực lượng không quân liên hợp

Nga-Trung, cung cấp quân trang cho 11 sư đoàn Đảng Cộng Sản Trung Quốc, chuyển một phần ba võ khí Mỹ viện trợ cho Liên Xô đến đông bắc Trung Quốc (trị giá khoảng 13 tỉ Mỹ kim).

Để có hỗ trợ từ Liên Xô, Đảng Cộng Sản Trung Quốc cam kết cho Liên Xô có đặc quyền giao thông bằng đường bộ và đường không ở vùng đông bắc; cung cấp cho Liên Xô các tin tình báo về hoạt động quân sự của Quốc Dân Đảng và Mỹ Quốc; cung cấp sản phẩm chiến lược của vùng đông bắc (bông gòn, đậu) và quân dụng cho Liên Xô, để đổi lấy võ khí tối tân. Liên Xô được quyền ưu tiên khai thác khoáng sản Trung Quốc, được quyền đóng quân tại Tân Cương, và mở Cục tình báo Viễn đông tại Trung Quốc. Nếu chiến tranh Âu Châu bùng nổ, thì Đảng Cộng Sản Trung Quốc sẽ phái 100 ngàn quân viễn chinh và 2 triệu người lao động để hỗ trợ Liên Xô. Ngoài ra Đảng Cộng Sản Trung Quốc cam kết sẽ chuyển một số đặc khu tỉnh Liêu Ninh, và tỉnh An Đông sang nhập vào Đại Hàn.

III. Biểu hiện những nhân di truyền tà ác của Đảng Cộng Sản

1. Đặc trưng của lịch sử Đảng Cộng Sản — cảm giác lo sợ bất tận

Cảm giác vĩnh viễn sợ hãi là đặc trưng lớn nhất của Đảng cộng sản Trung Quốc trong lịch sử Đảng, đã khiến vấn đề sinh tồn trở thành lợi ích tối cao của Đảng Cộng sản. Lợi ích đó đã được sử dụng để vượt qua nỗi lo sợ về sinh tồn mà ẩn dấu dưới cái vỏ bề ngoài không ngừng biến đổi của nó. Đảng Cộng Sản giống như các tế bào ung thư ác tính, phân tán và thâm nhập mỗi một bộ phận trong thân thể, giết hại các tế bào tốt, phát triển độc tố mà không thể kiềm chế nổi. Trong chu kỳ lịch sử của chúng ta, xã hội chưa thể giải quyết cái nhân biến dị như là Đảng cộng sản và không có cách nào khác hơn là để nó lan tràn tự do. Cái nhân di truyền biến dị này mạnh mẽ hung hăng đến độ không có gì trong vòng phát triển của nó mà có thể làm ngưng nó lại, kết quả khiến xã hội càng ngày càng trở nên ô nhiễm, chủ nghĩa Cộng Sản hoặc các nhân di truyền của Cộng Sản càng ngày càng lan tràn tới những vùng rộng lớn hơn. Những nhân di truyền độc hại đó đã không ngừng được Đảng cộng sản lợi dụng và tăng cường, khiến xã hội nhân loại cùng với đạo đức và giá trị nhân văn căn bản ngày càng tệ hại.

Đảng Cộng Sản không có đức tin, và phủ nhận niềm tin vào nguyên tắc đạo nghĩa mà con người xưa nay vẫn nhìn nhận. Tất cả những nguyên tắc của Đảng hoàn toàn áp dụng để phục vụ cho lợi ích tuyệt đối của tập đoàn này. Căn bản của Đảng Cộng Sản là ích kỷ, không có một nguyên tắc nào có thể kiềm chế hoặc khống chế dục vọng của nó. Dựa trên nguyên tắc của chính nó, Đảng Cộng Sản cần liên tục thay đổi cái vỏ bề ngoài, bằng cách khoác lên các bộ áo mới. Trong giai đoạn đầu khi sự sinh tồn của nó còn mong manh, Đảng Cộng Sản

Trung Quốc lúc ăn bám Đảng Cộng Sản Liên Xô, lúc ăn bám Quốc Dân Đảng, ăn bám chính phủ Quốc dân, ăn bám cuộc Cách mạng Quốc Dân. Sau khi cướp đoạt chính quyền, Đảng Cộng Sản lại tiếp tục gắn nó vào các loại chủ nghĩa cơ hội khác nhau, gắn vào dân ý dân tình, gắn vào các loại cơ chế xã hội và thủ đoạn, gắn vào mọi thứ để trục lợi. Mỗi lần lâm nguy, đối với Đảng Cộng Sản, là một cơ hội thi triển thủ đoạn các loại để gom thâu quyền lực và làm mạnh mẽ các thủ đoạn khống chế.

2. Những 'bửu bối' tà ác để lập Đảng của Đảng Cộng Sản.

Đảng Cộng Sản tuyên bố rằng thắng lợi cách mạng có được là nhờ vào ba 'bửu bối': *thống nhất chiến tuyến, đấu tranh võ trang,* và *kiến thiết của Đảng.* Qua Quốc Dân Đảng, Đảng Cộng Sản thu thập thêm bài học với hai điều mới: *tuyên truyền* và *gián điệp.* Những đại 'bửu bối' ấy của Đảng Cộng Sản đều xuyên suốt trong đó với chín yếu tố di truyền của Đảng: tà ác, lừa dối, xúi bẩy, lưu manh, gián điệp, trấn lột, đấu tranh, diệt tuyệt, khống chế.

Chủ nghĩa Marxism-Leninism là tà ác trong bản chất. Oái ăm thay, đảng viên Đảng Cộng Sản Trung Quốc thực ra không hiểu chủ nghĩa Marxism-Leninism là gì. Lâm Bưu [32] từng nói: chẳng có mấy đảng viên thực sự đọc tác phẩm của Karl Marx và Lenin. Một đảng viên được công chúng coi là nhà tư tưởng như Cù Thu Bạch [33] cũng thú thật rằng bản thân ông mới đọc một phần rất nhỏ các tác phẩm của Marx và Lenin. Tư tưởng Mao Trạch Đông là cải biên của chủ nghĩa Mác-Lê khi ứng dụng vào nông thôn, với chủ trương kích động nông dân tạo phản. Lý luận của Đặng Tiểu Bình là thuộc giai đoạn sơ khởi của chủ nghĩa xã hội và gắn thêm cái tên chủ nghĩa tư bản vào. Còn thuyết "tam đại biểu" [34] của Giang Trạch Dân thì chẳng có gì trong đó. Đảng Cộng Sản Trung Quốc chưa bao giờ thực sự hiểu chủ nghĩa Marxism-Leninism là gì, mà chỉ kế thừa đặc tính tà ác của nó, hơn nữa Đảng Cộng Sản Trung Quốc còn nhét thêm vào đó những thứ tà ác hơn.

Đặc biệt là bửu bối 'thống nhất chiến tuyến' do Đảng Cộng Sản Trung Quốc đề xuất, chính là thủ đoạn lừa dối và mua chuộc nhằm lợi dụng nhất thời. Nhờ 'thống nhất chiến tuyến', Đảng cộng sản Trung Quốc đã từ tình trạng độc thân mà trở thành một băng đảng lớn mạnh, mà thay đổi tỉ số bạn bè của nó thành tỉ số kẻ thù của nó. Thống nhất thì cần phải phân biệt: nhận rõ ai là bạn và ai là kẻ thù, ai thuộc phe Tả, ai thuộc cánh Hữu và ai ở giữa; ai cần thân thiện và làm thân khi nào, ai phải tấn công và vào lúc nào. Nó cũng dễ dàng xem kẻ thù khi trước trở thành bè bạn, nhưng sau đó lại coi như kẻ thù. Ví dụ, thời kỳ cách mạng Dân Chủ, Đảng Cộng Sản Trung Quốc đoàn kết với giai cấp tư sản, đến thời cách mạng Xã hội chủ nghĩa thì tiêu diệt giai cấp tư sản. Một ví dụ nữa là, lãnh đạo của những đảng phái dân chủ như Chương Bá Quân [35], La Long Cơ [36], đều được xem là các ủng hộ viên cho Đảng

Cộng Sản Trung Quốc trong thời kỳ chiếm đoạt chính quyền, nhưng sau đó nó lại khép họ theo 'cánh Hữu' để tiêu diệt họ.

3. Đảng Cộng Sản là lưu manh chuyên nghiệp.

Đảng Cộng Sản thành thạo món công phu hai mặt *nhuyễn công và, ngạnh công.* Nhuyễn công (mềm) bao gồm: tuyên truyền, thống nhất chiến tuyến, ly gián, đặc vụ, phản gián, dao hai lưỡi, vuốt ve lòng người, tẩy não, vu khống, lừa dối, bưng bít sự thật, khủng bố tâm lý, đe dọa tinh thần. Khi sử dụng các thủ đoạn này, Đảng Cộng Sản đã tạo ra triệu chứng của bệnh sợ hãi trong lòng người dân mà đẩy họ đến cùng tột để quên đi dễ dàng các sai lầm của Đảng Cộng Sản. Đòn nhuyễn công chủ yếu là để tiêu diệt nhân tính, khuyếch trương ác tính. Ngạnh công (cứng) gồm có: bạo lực, đấu tranh võ trang, trấn áp, vận động chính trị (chỉnh phong, cách mạng văn hoá,...), sát nhân diệt khẩu, bắt cóc, thanh trừ bất đồng ý kiến, võ đấu, đàn áp có tính cách chu kỳ,... Đòn ngạnh công giúp Đảng Cộng Sản chế tạo và duy trì khủng bố.

Nhuyễn công và ngạnh công kết hợp thành thạo: khi lỏng khi chặt, có khi nới lỏng bề ngoài nhưng thắt chặt bên trong. Lúc 'nới lỏng', Đảng Cộng Sản khích lệ mọi người bày tỏ ý kiến khác nhau, nhưng khi dụ rắn ra khỏi hang rồi, thì khi 'xiết chặt' sau đó là lúc thanh trừng họ. Đảng cộng sản Trung Quốc lúc nào cũng lấy chiêu bài "dân chủ" để thách thức Quốc Dân Đảng, nhưng các phần tử trí thức tại khu vực Đảng Cộng Sản khống chế mà không đồng ý kiến với Đảng thì họ sẽ bị tra tấn hoặc ngay cả bị chặt đầu. Điển hình là "sự kiện hoa bách hợp dại" (hoa li-li dại): trong đó nhà trí thức Vương Thực Vị (1906- 1947) người đã viết bài văn "Hoa bách hợp dại" để bày tỏ lý tưởng của ông ta về công bằng, dân chủ và chủ nghĩa nhân đạo liền bị kiểm điểm và ngược đãi trong cuộc vận động chỉnh phong Diên An, rồi sau bị Đảng Cộng Sản Trung Quốc chém bằng rìu cho đến chết năm 1947.

Theo hồi ức một cán bộ kỳ cựu, trước đã từng sống qua cuộc vận động chỉnh phong Diên An, kể rằng bấy giờ bị lôi đi thẩm vấn, rồi bị cưỡng ép mạnh mẽ để cung khai, điều duy nhất anh ta có thể làm là phản bội lương tri của chính mình và nói dối. Sau đó quá đau khổ vì đã làm liên luỵ đến đồng chí, và thấy rằng không thể tự tha thứ cho mình được, nên muốn tìm đến cái chết. Trùng hợp thay, lúc quẫn trí ấy, thấy một khẩu súng đặt ngay trên bàn, anh ta bèn chụp lấy, tự dí súng vào đầu và bóp cò. Súng không có đạn! Cán bộ thẩm tra anh ta bước vào phòng, nói: "Làm sai mà thừa nhận là tốt rồi. Chính sách của Đảng là khoan hồng. Như vậy, qua sự việc này Đảng biết anh đã đến chỗ cùng cực rồi, biết anh thật lòng "trung thành" với Đảng. Vậy là vượt qua thử thách rồi". Đảng Cộng Sản nói chung thường đặt người ta vào tử địa lúc đầu rồi sau đó thích thú nhìn sự đau đớn và sỉ nhục của họ. Khi người ta đã tới giới hạn và chỉ mong được chết cho hết đau đớn, thì Đảng Cộng Sản lại "tử tế" thò mặt ra để chỉ cho họ một con đường sống. Có câu " thà sống hèn hạ còn hơn là chết như anh hùng". Họ sẽ biết ơn Đảng như là một vị cứu tinh. Nhiều năm sau, người cán bộ này ở Hương Cảng đã biết đến Pháp Luân Công, một môn khí công tu luyện mà khởi đầu ở Trung Quốc, và thấy rằng học Pháp Luân Công tốt lắm. Tuy nhiên khi sự đàn áp Pháp Luân Công bắt đầu năm 1999, hồi ức khủng khiếp kia quay trở lại ám ảnh, và ông ta không dám nói Pháp Luân Công tốt nữa.

Hoàng đế cuối cùng của Trung Quốc, Phổ Nghi [37] cũng trải qua tình trạng tương tự. Khi bị Đảng Cộng Sản Trung Quốc giam giữ, vì liên tục chứng kiến cái chết của những người bị tử hình, nên ông ta nghĩ rằng mình cũng sẽ sớm bị xử trảm. Xuất phát từ bản năng sinh tồn, ông ta đã tự động chịu nhận tẩy não, và phục tùng bọn cai tù. Sau đó ông đã viết tự truyện "Nửa đời trước của tôi" mà được Đảng Cộng Sản dùng như một ví dụ thành công về 'cải tạo tư tưởng'.

Theo một nghiên cứu của Y học hiện đại, được biết với cái tên là triệu chứng Stockholm, sau một thời gian bị khủng bố kèm theo sự xa rời khỏi xã hội, nạn nhân hình thành một tâm lý dị thường, một quan hệ 'tuỳ thuộc' một cách vô ý thức vào kẻ khủng bố, đến mức vui buồn sướng khổ đều phụ thuộc vào kẻ khủng bố. Khi nạn nhân bị bẫy vào tâm lý dị thường ấy, gặp lúc kẻ khủng bố nương nhẹ, có khi còn cảm thấy biết ơn, thậm chí 'yêu mến' kẻ khủng bố. Hiện tượng tâm lý học này đã được Đảng Cộng Sản vận dụng từ lâu một cách thành công để khống chế tinh thần, cải tạo, và tẩy não đối với kẻ thù và với cả người dân.

4. Đảng là tà ác nhất.

Mười người tổng bí thư đầu tiên của Đảng Cộng Sản Trung Quốc (ĐCSTQ) đều có kết cục trở thành 'phần tử phản Đảng' và bị triệt hạ không một ngoại lệ. Rõ ràng Đảng Cộng Sản có đời sống riêng của nó, với một thân thể độc lập, và Đảng quyết định vận mệnh của người lãnh đạo chứ không phải người lãnh đạo quyết định vận mệnh của Đảng Cộng Sản. Tại "biệt khu Sô Viết" ở tỉnh Giang Tây, khi bị quân đội chính phủ Quốc Dân Đảng bao vây rất khó mà sống sót, thế mà ĐCSTQ vẫn thanh trừng nội bộ với danh nghĩa dọn sạch phần tử "phản lại Bolshevich" (Phần Tử AB hay Anti-Bolshevik) [38], và đã xử tử rất nhiều quân lính của mình vào ban đêm hoặc thậm chí lấy đá đập chết để tiết kiệm đạn. Tại Thiểm Bắc, khi bị chèn giữa quân Nhật và quân Quốc Dân Đảng, phải đối mặt sinh tử, mà vẫn lấy danh nghĩa chỉnh phong Diên An để tiến hành thanh trừng nội bộ, giết người vô số. Những cuộc tàn sát các phần tử 'phản Đảng' trong nội bộ mà lặp đi lặp lại có tính cách đại quy mô như thế cũng không ngăn cản được việc khuyếch trương quyền lực của Đảng Cộng Sản, để cuối cùng là thống trị toàn Trung Quốc. Đảng Cộng Sản Trung Quốc đã bành trướng thủ đoạn thanh trừng nội bộ và giết lẫn nhau từ khu vực Sô Viết nhỏ cho đến toàn quốc.

Đảng Cộng Sản Trung Quốc giống như một cái bướu ác tính: trong quá trình bành trướng nhanh chóng của nó, trung tâm khối u đã chết, nhưng nó vẫn liên tục lan rộng tới những tế bào bình thường ở vòng bên ngoài. Sau khi các bộ phận trong thân thể đã bị thâm nhập, thì một khối ung nhọt mới mọc lên. Bất luận một con người kia ban đầu là tốt hay xấu đến đâu, một khi gia nhập Đảng Cộng Sản Trung Quốc, liền bị biến thành một phần tử của lực lượng phá hoại. Ai càng chân chánh thì càng tin tưởng thật sự, và tánh phá hoại càng mạnh. Không nghi ngờ gì nữa, cái bướu Cộng Sản sẽ tiếp tục tăng trưởng cho tới khi cơ thể bị triệt để hủy hoại thì khi đó là thời kỳ tử vong của nó rồi. Cái bướu nhất định phải chết

Sáng lập viên Đảng cộng sản Trung Quốc và cũng là một phần tử trí thức lãnh đạo cuộc vận động văn hóa ngày 4 tháng 5 năm 1919, Trần Độc Tú, vốn không ưa bạo lực, đã cảnh cáo các đảng viên cộng sản rằng nếu tìm cách ép buộc Quốc Dân Đảng đi theo ý thức cộng sản, hoặc quá chạy theo giành giật quyền lãnh đạo, thì sẽ dẫn đến quan hệ căng thẳng trong nội bộ. Tuy rất quyết liệt trong cuộc vận động 4 tháng 5 nhưng ông là người có lòng khoan dung. Tuy vậy Trần Độc Tú vẫn không tránh khỏi là một trong những người đầu tiên bị chụp mũ là phần tử của "chủ nghĩa cơ hội thuộc cánh Hữu".

Một lãnh đạo khác trong Đảng Cộng Sản Trung Quốc, Cù Thu Bạch, luôn tin tưởng rằng đã là người cộng sản thì phải dấn thân chinh chiến, dấy động binh đao, tổ chức bạo động, phá bỏ tất cả các cấp chính quyền, dùng các biện pháp cực đoan để khôi phục trật tự cho xã hội Trung Quốc. Tuy nhiên, trước lúc lìa đời, Cù Thu Bạch đã thú nhận rằng " Tôi thực không có ý nguyện làm liệt sĩ mà chết. Tôi, trên thực chất đã ra khỏi đội ngũ của các bạn từ lâu. Hỡi trời xanh! Lịch sử trêu tôi, lôi kéo tôi từ một 'văn nhân' bị cưỡng bách vào võ đài chính trị bao năm trường. Tôi, cho tới phút chót vẫn không thể khắc phục được ý thức thân sĩ của chính mình. Rốt cuộc tôi vẫn không thể trở thành người chiến sĩ của giai cấp vô sản".[39]

Vương Minh, một lãnh đạo của Đảng Cộng Sản Trung Quốc, tuân theo lệnh Cộng sản Quốc Tế, đã chủ trương hợp tác Quốc-Cộng để kháng Nhật, chứ không mở rộng địa bàn hoạt động cho Đảng Cộng Sản. Tại đại hội Đảng, Mao Trạch Đông và Trương Văn Thiên [40] không thể thuyết phục đồng chí Vương Minh, và cũng cực kỳ khó xử vì không dám tiết lộ rằng lực lượng Hồng Quân của Đảng Cộng Sản Trung Quốc bấy giờ không đủ sức đương đầu với dù chỉ một sư đoàn quân Nhật. Nếu theo cái lý thông thường, và Đảng Cộng Sản Trung Quốc xuất binh, thì lịch sử Trung Quốc sẽ không thành ra như ngày nay. Bị ép theo văn hoá truyền thống của người chủ dẫn là "quên mình giữ nghĩa", Mao Trạch Đông chỉ còn cách im lặng. Sau này Vương Minh bị hất cẳng, đầu tiên là vì lệch sang 'Tả khuynh', rồi sau đó bị gắn tội là phần tử của 'cơ hội chủ nghĩa thuộc cánh Hữu'.

Hồ Diệu Bang, một Tổng Bí Thư Đảng khác, đã bị bức bách từ chức tháng 1 năm 1987 vì đã từng chủ trương 'sửa sai' và trả lại công lý cho những ai bị xử oan trong cuộc vận động chính trị trước đó là Cách mạng Văn hoá. Hồ Diệu Bang muốn cải thiện cho Đảng Cộng Sản bằng lương tâm của một công dân, kết quả vẫn bị đánh hạ xuống.

Triệu Tử Dương [41], Tổng Bí Thư Đảng Cộng Sản Trung Quốc bị hạ bệ gần đây nhất, muốn cải cách để cứu vãn Đảng cộng sản, nhưng hành động của ông chỉ mang lại kết quả bi đát cho mình.

Như vậy, mỗi lãnh đạo mới của Đảng Cộng Sản có thể làm được gì đây? Nếu thật sự phải cải cách Đảng cộng sản, thì Đảng cộng sản sẽ diệt vong. Do đó, những lãnh tụ chủ trương cải cách Đảng Cộng Sản sẽ thấy quyền lực hợp pháp của mình bị Đảng lấy đi ngay lập tức. Những thứ mà đảng viên muốn tự mình cải biến cơ chế của Đảng Cộng Sản là cũng có giới hạn. Do đó, mọi cố gắng cải cách bản thân của Đảng Cộng Sản đều không thể thành công.

Tất cả lãnh đạo trong Đảng cộng sản đều là xấu xa, vậy tại sao cách mạng không những vẫn tiến hành mà còn mở rộng? Nhiều khi vào lúc tà ác nhất, thì người lãnh đạo cao nhất của Đảng Cộng Sản bị hạ bệ, bởi vì tà ác trong họ không đạt đủ tiêu chuẩn của Đảng, chỉ những ai tà ác nhất mới được Đảng Cộng Sản chọn lựa. Những người lãnh đạo của Đảng Cộng

Sản thường có kết thúc bi thảm, còn bản thân Đảng vẫn ngoan cố sống sót. Những lãnh đạo trụ vững được không phải là những người có thể thao túng Đảng, mà trái lại hiểu thấu Đảng, thuận theo ý định tà ác của Đảng, có thể gia trì năng lượng cho Đảng, có thể giúp đỡ Đảng qua khỏi cơn nguy. Không lạ gì, đảng viên của Đảng Cộng Sản dám đấu với trời, đấu với đất, đấu với người, nhưng không dám đấu với Đảng. Họ là những công cụ thuần phục của Đảng, đến rốt cùng thì đó chính là sự lợi dụng lẫn nhau.

Lưu manh du côn vẫn là nhân di truyền có một không hai của Đảng Cộng Sản cho đến tận ngày nay. Mọi sai lầm của Đảng đều do cá nhân đảng viên lãnh đạo làm thành, như là do Trương Quốc Đảo [42], hoặc là do bè lũ bốn tên (Tứ Nhân Bang) [43],… Đảng xét Mao Trạch Đông có 7 phần công 3 phần sai lầm. Đặng Tiểu Bình tự xét mình có 6 phần công 4 phần sai lầm. Bản thân Đảng không bao giờ sai. Mà dẫu Đảng có sai lầm rồi, thì Đảng sẽ tự sửa lại cho đúng. Đảng bắt các đảng viên luôn phải " nhìn hướng trước", chứ không "bận rộn về những chuyện cũ xưa". Mọi thứ có thể thay đổi, như: Thiên đường nhân gian của chủ nghĩa Cộng Sản đều bị rơi xuống mà biến thành no ấm của chủ nghĩa Xã Hội. Chủ nghĩa Marxism-Leninism được chuyển thành chỉ lệnh của "Tam đại biểu". Người ta không nên ngạc nhiên nếu thấy Đảng cộng sản hô hào dân chủ, mở cửa cho tự do tôn giáo, hoặc sau một đêm hất cẳng Giang Trạch Dân, 'sửa sai' cuộc đàn áp Pháp Luân Công. Nhưng có những thứ mà không cải biến được, đó chính là mục tiêu của tập đoàn Đảng Cộng Sản, sự sinh tồn của tập đoàn, và tôn chỉ cho quyền lực của tập đoàn không đổi, sự duy trì quyền lực và thống trị của Đảng Cộng Sản là không đổi.

Đảng cộng sản lấy bạo lực, khủng bố và tuyên truyền cao độ làm cương lĩnh lý luận cho Đảng, hoá thành Đảng tính, và nguyên tắc tối cao của Đảng, hoá thành linh hồn của người lãnh đạo, hoá thành chuẩn mực quy tắc cho mọi cơ chế vận hành trong Đảng cũng như cho hành vi của tất cả đảng viên. Đảng cộng sản là Đảng cứng rắn, kỷ luật sắt đá, ý chí thống nhất, và hành động của đảng viên trong toàn đảng bắt buộc phải nhất trí.

Lời kết

Lực lượng nào trong lịch sử đã lựa chọn Đảng cộng sản? Tại sao không chọn khác đi mà lại chọn Đảng Cộng Sản Trung Quốc? Chúng ta đều biết rằng trên thế giới tồn tại hai loại thế lực, hai loại lựa chọn. Một loại là thế lực cũ tà ác, chúng muốn làm điều ác, lựa chọn những gì thuộc phương diện Âm. Còn thế lực kia là chân chính, là tốt, muốn chọn điều tốt, lựa chọn phương diện Thiện. Đảng cộng sản là lựa chọn của thế lực cũ. Chọn Đảng Cộng Sản chính là vì Đảng Cộng Sản hội tụ đầy đủ mọi tà ác khắp trên thế giới từ xưa đến nay, là đại biểu tập trung cho tà ác nhất. Bấy giờ, nó đã lợi dụng và chà đạp lên bản tính lương thiện của con người, rồi từng bước, từng bước một trở thành một lực lượng phá hoại của hôm nay.

Đảng Cộng Sản luôn luôn tuyên truyền "không có Đảng Cộng Sản thì không có Trung Quốc mới" là ý nghĩa gì? Từ khi thành lập năm 1921 cho đến khi Đảng Cộng Sản chiếm đoạt chính quyền năm 1949, sự thật chứng minh rằng nếu không có máu tanh và giảo hoạt dối trá thì Đảng cộng sản cũng không có thiên hạ của nó. Đảng Cộng Sản Trung Quốc không giống với bất kỳ đoàn thể nào khác trong lịch sử, bởi vì nó chiếu theo tư tưởng của Karl Marx và Lenin để chế ra lý luận, nó tuỳ theo dục vọng mà làm càn, nó có thể chế tạo lý luận để hợp thức hoá những hành động tà ác của mình, khiến phần đông dân chúng bị lừa dối. Nó vừa bưng bít thông tin, vừa tuyên truyền đủ loại mỗi ngày, mỗi lúc choàng lên đủ thứ chính sách, sách lược và lý luận để người ta tưởng rằng nó luôn luôn đúng.

Sự dựng nghiệp của Đảng Cộng Sản Trung Quốc là một quá trình hoàn toàn tích tụ tà ác không có chút xíu vẻ vang nào mà có thể nói được. Lịch sử dựng nghiệp của Đảng Cộng Sản Trung Quốc chỉ rõ rằng chính quyền của Đảng Cộng Sản Trung Quốc không hề có tính cách hợp pháp. Nhân dân Trung Quốc không hề lựa chọn Đảng cộng sản, mà chính là Đảng cộng sản — một thứ tà linh ngoại lai — đã cưỡng chế để chui vào nhân dân Trung Quốc bằng cách áp dụng đủ loại nhân di truyền mà nó kế thừa từ Đảng Cộng Sản là: tà ác, lừa dối, xúi bẫy, lưu manh, gián điệp, trấn lột, đấu tranh, tiêu diệt, khống chế.

Chú thích:

[1] Thuyết văn giải tự, cuốn sách giải nghĩa của chữ Hán , năm 147 sau công nguyên.

[2] Zhu xi, *Luận Ngữ Chú Thích Sưu Tập.*

Xem http://www.confucius2000.com/confucius/lunyujzh7.htm (bằng tiếng Hán)

[3] Xem http://www.epochtimes.com/gb/2/4/5/n181606.htm (bằng tiếng Hán)

[4] Lời bài hát *Quốc tế ca* của cộng sản: "Vùng lên hỡi các nô lệ ở thế gian..."

[5] Mao Trạch Đông, *Bản Báo Cáo Về Cuộc Điều Tra Về Phong Trào Nông Dân Ở Hồ Nam (1927)*

[6] Trong huyền thoại dân gian Trung Quốc, *Bạch Mao Nữ* là một câu chuyện về một tiên nữ sống trong một hang động có các khả năng siêu thường có thể thưởng cho những người làm việc tốt và phạt những kẻ làm điều ác, ủng hộ chính nghĩa và trấn áp tà ác. Tuy nhiên, trong các vở kịch, opera và ballet ở Trung Quốc hiện đại, cô bị mô tả như một cô gái buộc

phải chạy trốn đến một cái hang sau khi cha cô bị đánh đến chết vì từ chối không gả cô cho một người địa chủ già. Cô bị bạc tóc vì thiếu dinh dưỡng. Dưới ngòi bút của các nhà văn theo ĐCSTQ, huyền thoại này đã bị biến thành một trong những vở kịch "hiện đại" nổi tiếng nhất ở Trung Quốc nhằm để kích động lòng hận thù giai cấp đối với những người địa chủ.

[7] *Vô sản lưu manh*: chỉ những phần tử vô sản sống ngoài pháp luật (ăn xin, đĩ điếm, móc túi, trộm cắp, lừa đảo, cướp giật,...) quần tụ ở một số khu ổ chuột của thành phố công nghiệp, thường là hậu quả của đào thải nhân công, và họ trở nên thối nát. Đây là thuật ngữ do Karl Marx đưa ra trong *Đấu tranh giai cấp ở Pháp 1848–1850*.

[8] Karl Marx and Frederick Engels, *Bản tuyên ngôn Cộng sản* (1848).

[9] Mao Trạch Đông (1927)

[10] *Chu Ân Lai* (5/3/1898–8/1/1976): lãnh tụ số hai ngay sau Mao Trạch Đông trong Đảng cộng sản Trung Quốc, giữ chức Thủ tướng ĐCSTQ từ 1949 cho đến hết đời.

[11] *Cố Thuận Chương* ban đầu là một trong những đặc vụ hàng đầu của ĐCSTQ. Năm 1931 bị Quốc Dân Đảng bắt và đã giúp Quốc Dân Đảng phát hiện một số bí mật của ĐCSTQ. Sau này cả gia đình 8 người của Cố Thuận Chương đều bị bức tử. Xem *Lịch sử ám sát của ĐCSTQ* (http://english.epochtimes.com/news/4-7-14/22421.html).

[12] Nội chiến giữa Đảng cộng sản Trung Quốc và Quốc Dân Đảng từ tháng 6 năm 1946. Trải qua ba chiến dịch lớn, chính quyền Quốc Dân

Đảng bị lật đổ, và Đảng cộng sản Trung Quốc lập ra nước Cộng hoà nhân dân Trung Hoa vào 1 tháng 10 năm 1949.

[13] *Tưởng Giới Thạch*: lãnh tụ Quốc Dân Đảng, sau khi thất trận đã lưu vong và trở thành lãnh tụ Đài Loan.

[14] Hồ Tôn Nam (1896-1962), nguyên quán ở quận Tiểu Phong, tỉnh Quế Giang. Ông ta đã từng là Phó Tư Lệnh, Tư Lệnh Uỷ Nhiệm và là Tổng Tham Mưu Trưởng của quân đội Quốc Dân Đảng vùng Tây Bắc và các bộ chỉ huy hành chánh.

[15] *Lý Tiên Niệm* (1902 – 1992), cựu chủ tịch Trung Quốc (1983-1988) và chủ tịch Hội nghị Cố vấn Chính trị Nhân dân Trung Quốc (1988-1992). Ông ta đã đóng một vai trò quan trọng trong việc trợ giúp Đặng Tiểu Bình dành lại quyền hành vào lúc cuối của cuộc Cách Mạng Văn Hóa vào tháng 10 năm 1976.

[16] Mao Trạch Đông (1927)

[17] Mao Trạch Đông (1927)

[18] Khi bắt đầu Cải cách ruộng đất, ĐCSTQ phân tách nhân dân thành các giai cấp. Trong những giai cấp thù địch thì trí thức đứng ở hàng thứ 9 bên cạnh địa chủ, Hán gian, phản quốc,…

[19] Hồ Cảnh Đào. *Bài diễn văn trong đại hội kỷ niệm 100 năm ngày sinh nhật của Mhậm Bật Thời* (30 tháng tư năm 2004)

[20] Trích từ một bài thơ của Tư Mã Thiên (khoảng 140-87 trước Tây Lịch), một Sử Gia và là một Học Giả vào thời Tây Hán. Bài thơ nổi tiếng của ông ta nói: "Mọi người đều phải chết; có người xem cái chết nhẹ như lông hồng hay nặng hơn núi Thái Sơn." Núi Thái Sơn là một trong những ngọn núi chính ở Trung Quốc.

[21] Mao Trạch Đông, *Chế độ Độc Tài Dân chủ Nhân dân* (1949).

[22]Yang Kuisong (30 tháng sáu năm 2004). *Một yếu lược về sự ủng hộ tài chánh Mạc Tư Khoa đã cung cấp cho ĐCSTQ từ thập niên 1920 cho đến thập niên 1940.*

http://www.cuhk.edu.hk/ics/21c/supplem/essay/040313a.htm   (bằng tiếng Hán)

[23] *Bắc phạt*: Chiến dịch quân sự do Quốc Dân Đảng lãnh đạo với mục đích thống nhất Trung Quốc dưới quyền Quốc Dân Đảng, kết thúc giai đoạn làm chủ của quân phiệt lãnh chúa.

[24] *Cách mạng Quốc dân*: Cách mạng thời liên minh Quốc-Cộng, đánh dấu bởi chiến dịch Bắc phạt.

[25] *Tôn Dật Tiên* (Tôn Trung Sơn): Lãnh tụ sáng lập ra Trung Quốc hiện đại.

[26] *Quân Cách mạng Quốc dân*: tức là quân đội nước Trung Hoa Dân Quốc, do Quốc Dân Đảng lãnh đạo, trong thời liên minh Quốc-Cộng, cũng có đảng viên cộng sản tham gia.

[27] *Đại thanh trừ 12 tháng 4*: Quốc Dân Đảng do Tưởng Giới Thạch lãnh đạo, ngày 12 tháng 4 năm 1927 đã khởi binh triệt hạ Đảng cộng sản Trung Quốc tại Thượng Hải và một số thành phố khác. Khoảng 5.000 đến 6.000 đảng viên cộng sản đã bị bắt và nhiều người bị chết trong khoảng thời gian từ 12 tháng 4 cho đến hết năm 1927.

[28] Vùng núi Jinggangshan được coi là căn cứ cách mạng thôn quê đầu tiên của ĐCSTQ và còn được gọi là "cái nôi của Hồng Quân".

[29] Mao Trạch Đông (1927)

[30] Mao Trạch Đông (1927)

[31] Liễu Tây-Thẩm Dương, Bắc Kinh-Thiên Tân, và Hoài-Hải là ba chiến trường chính mà ĐCSTQ đã đánh với Quốc Dân Đảng từ tháng chín 1948 cho tới tháng giêng 1949 và đã tiêu diệt rất nhiều bộ đội Quốc Dân Đảng. Hàng triệu sinh mạng đã bị hủy diệt trong ba chiến trường này.

[32] *Lâm Bưu* (1907-1971), một lãnh tụ cao cấp trong Đảng Cộng sản, dưới thời Mao Trạch Đông, đã là uỷ viên Bộ Chính trị, là Phó Chủ tịch nhà nước (1958), và Bộ trưởng Bộ Quốc phòng (1959). Lâm Bưu được coi là kiến trúc sư của Cách mạng Văn hoá. Lâm Bưu từng được chọn là người kế nhiệm Mao Trạch Đông năm 1966 nhưng sau đó bị thất sủng vào năm 1970. Thấy bị xuống dốc, Lâm Bưu (theo một số báo cáo) đã định làm một vụ tẩy đình và định đào tẩu sang Liên Xô sau khi âm mưu bại lộ. Khi chạy trốn khỏi trừng phạt, máy bay đã nổ tại Mông Cổ, kết thúc cuộc đời Lâm Bưu.

[33] *Cù Thu Bạch* (1899-1935): một trong những đảng viên từ hồi ĐCSTQ còn non trẻ và là cây bút cánh Tả lừng danh; bị Quốc Dân Đảng bắt ngày 23 tháng 2 năm 1935, và chết ngày 18 tháng 6 năm ấy.

[34] Học thuyết *tam đại biểu* của Giang Trạch Dân được nhắc đến lần đầu trong bài phát biểu của Giang tháng 2 năm 2000, đại ý là Đảng cộng sản Trung Quốc phải luôn luôn (1) đại biểu cho quyền lợi dân tộc Trung Hoa, (2) đại biểu cho sự phát triển hiện đại, (3) đại biểu cho nền văn hoá tiên tiến của Trung Quốc.

[35] Trương Bá Quân (1895-1969) là một trong những người sáng lập ra Trung Quốc Dân Chủ Hội, một đảng phái dân chủ ở Trung Quốc. Ông ta bị Mao Trạch Đông xếp vào người cánh hữu số một năm 1957 và là một trong số ít người cánh hữu không được khôi phục lại sau Cách Mạng Văn Hóa.

[36] La Long Cơ (1898-1965) là một trong những người sáng lập ra Trung Quốc Dân Chủ   Hội. Ông ta bị Mao Trạch Đông xếp vào người cánh hữu năm 1958 và là   một trong số ít người cánh hữu không được khôi phục lại sau Cách Mạng Văn Hóa

[37] *Phổ Nghi* (1906–1967): Hoàng đế cuối cùng (1908–1912) của Trung Hoa. Sau khi ông thoái vị, chính quyền Dân quốc cho ông một khoản hưu trí rất lớn và để ông ngụ tại Cấm Thành, Bắc Kinh đến năm 1924. Sau 1925, ông sống tại Thiên Tân do quân Nhật tiếp quản. Năm 1934 ông trở thành vua của chính quyền bù nhìn Mãn Châu Quốc do quân Nhật dựng lên. Sau đó, ông bị quân Nga bắt làm tù binh năm 1945. Năm 1946, tại toà án tội phạm chiến tranh ở Tô-ky-ô, ông tuyên bố rằng mình đã bị quân

Nhật cưỡng ép trở thành công cụ cho chúng, chứ không phải là công cụ của chính quyền Mãn Châu Quốc. Ông bị trao trả cho ĐCSTQ năm 1950 và bị giam tại Thẩm Dương cho đến năm 1959. Sau đó Mao Trạch Đông ân xá trả tự do cho ông.

[38] Đây là một biến cố về sự đấu tranh nội bộ của ĐCSTQ vào năm 1930 khi Mao Trạch Đông hạ lệnh giết chết hàng ngàn đảng viên cũng như lính của Hồng Quân và những người dân vô tội ở tỉnh Giang Tây với mục đích để củng cố quyền hành của Mao trong những vùng kiểm soát bởi ĐCSTQ.

Muốn thêm chi tiết xin xem

http://kanzhonggua.com/news/articles/4/4/27/64064.htm (bằng tiếng Hán).

[39] Cù Thu Bạch, *Một Vài Chữ Nữa* (23 tháng 5 năm 1935). Tác phẩm này được viết trước khi ông ta chết (ngày 18 tháng 6 năm 1935).

[40] Trương Văn Thiên (1900-1976) là một lãnh tụ quan trọng của ĐCSTQ từ thập niên 1930. Ông ta đã từng là Phó Tổng Trưởng Ngoại Giao của Trung Quốc từ năm 1954-1960. Ông ta bị xử tội chết năm 1976 trong thời Cách Mạng Văn Hóa. Hồ sơ của ông ta được phục hồi vào tháng tám 1979.

[41] *Triệu Tử Dương*: người cuối cùng trong 10 Tổng Bí Thư ĐCSTQ bị hạ bệ. Ông bị khai trừ vì bất đồng ý kiến với Đảng trong vụ dùng bạo lực thảm sát biểu tình đòi dân chủ của sinh viên tại quảng trường Thiên An Môn năm 4 tháng 6 năm 1989.

[42] Trương Quốc Đảo (1897-1979) là một trong những người sáng lập ĐCSTQ. Ông ta bị loại trừ ra khỏi ĐCSTQ vào tháng tư năm 1938. Ông ta trốn qua Đài Loan vào tháng 11 năm1948, rồi qua Hồng Kông năm 1949. Ông ta di trú vào Canada vào năm 1968.

[43] *Bè lũ bốn tên*: gồm vợ Mao Trạch Đông là Giang Thanh (1913-1991), viên chức Ban Tuyên giáo Thượng Hải Trương Xuân Kiều (1917-1991), nhà phê bình văn học Diệu Văn Nguyên (1931-), và cảnh vệ Thượng Hải Vương Hồng Văn (1935-1992). Họ thâu đoạt quyền hành thời Cách mạng Văn hoá (1966-1976) và lũng đoạn chính trị Trung Quốc đầu những năm thập kỷ 1970.

Bài bình luận số 3

CHÍNH QUYỀN BẠO LỰC CỦA ĐẢNG CỘNG SẢN TRUNG QUỐC

Bạo chính bị bắt quả tang trong hình chụp: *Cảnh sát Trung Quốc đồng phục và thường phục bắt giam các học viên Pháp Luân Công đến kháng cáo ôn hòa tại quảng trường Thiên An Môn để chấm dứt sự đàn áp, Tháng 7, 2001 (Clearwisdom)*

Lời mở đầu

Nói về "bạo chính", hầu hết những người Trung Hoa sẽ liên tưởng đến Tần Thủy Hoàng (259-210 B.C.), hoàng đế đầu tiên của triều đại nhà Tần, người đã ra lệnh đốt sách và chôn sống nho sĩ. Chính sách hà khắc bạo ngược của Tần Thủy Hoàng đối với dân chúng là: "dùng tất cả tài nguyên trong thiên hạ để phụng sự cho sự cai trị của vua" [1]. Chính sách này bao gồm bốn phương diện: đánh thuế thật nặng; lạm dụng nhân lực cho các dự án để tuyên dương hoàng đế; dùng luật lệ tàn bạo tra tấn tội nhân và trừng phạt ngay cả thân nhân và láng giềng của họ; kiềm chế tư tưởng và áp bức bằng cách đốt sách và ngay cả chôn sống nho sĩ. Dưới sự thống trị của Tần Thủy Hoàng, dân số của Trung Quốc có khoảng mười triệu; nhưng triều đình nhà Tần đã bắt hơn hai triệu người làm nô lệ. Tần Thủy Hoàng cũng áp dụng chính sách hà khắc tàn bạo này cho giới trí thức, bằng cách cấm tự do tư tưởng trên mọi lãnh vực. Dưới sự cai trị của Tần Thủy Hoàng, hàng ngàn nho sĩ và các quan lại mà phê phán triều đình đều bị giết chết.

Ngày nay, so với triều đại hổ lang của Tần Thủy Hoàng, sự bạo ngược của Đảng Cộng Sản còn mãnh liệt hơn rất nhiều. Triết lý của Đảng Cộng Sản là "đấu tranh", và sự thống trị của Đảng Cộng Sản xây dựng trên một loạt đấu tranh: "đấu tranh giai cấp", "đấu tranh đường lối", "đấu tranh tư tưởng" ở trong Trung Quốc và ở các quốc gia khác. Mao Trạch Đông, lãnh tụ Đảng Cộng Sản Trung Quốc đầu tiên của Cộng hòa Nhân Dân Trung Quốc, huỵch toẹt tuyên bố rằng, "Tần Thủy Hoàng đáng kể gì? Ông ta chỉ giết có 460 nho sĩ, còn chúng ta thì thủ tiêu đến 46 ngàn tên trí thức. Có người cho chúng ta là kẻ độc tài thống trị, giống như Tần Thủy Hoàng, chúng ta thừa nhận tất cả. Nó phù hợp với thực tế. Tiếc thay họ nói thế còn chưa đủ, cho nên chúng ta cần phải gia tăng để bổ sung." [2]

Chúng ta hãy nhìn lại 55 năm khốn khổ của Trung Quốc dưới sự thống trị của Đảng Cộng Sản. Vì lý luận nền tảng của Đảng cộng sản là "đấu tranh giai cấp", cho nên Đảng Cộng Sản Trung Quốc từ khi nắm chính quyền đã thẳng tay diệt tuyệt từng giai cấp, và chúng đã lấy học thuyết cách mạng bạo lực mà thực hành chính trị khủng bố. Giết người và tẩy não đã được sử dụng đi đôi với nhau để đàn áp bất cứ tín ngưỡng nào khác, ngoại trừ lý thuyết của Đảng cộng sản. Đảng Cộng Sản Trung Quốc đưa ra vận động này đến vận động khác để tạo hình ảnh thần thánh cho chúng. Theo sau lý luận của đấu tranh giai cấp và cách mạng bạo lực, Đảng Cộng Sản Trung Quốc không ngừng tiêu diệt những phần tử không giống mình ở trong quần chúng và những người không cùng phạm vi. Đồng thời dùng các thủ đoạn lừa dối đã gia tăng trong đấu tranh để cưỡng ép tất cả người dân Trung Quốc trở thành những tên đầy tớ trung thành ngoan ngoãn dưới sự thống trị bạo ngược của chúng.

I. Cải Cách Ruộng Đất — "Tiêu Diệt Giai Cấp Địa Chủ"

Chưa được ba tháng sau khi thành lập Trung Quốc cộng sản, Đảng Cộng Sản hô hào tiêu diệt giai cấp địa chủ, như một trong những dẫn đầu cho chương trình cải cách ruộng đất trên toàn quốc. Khẩu hiệu của Đảng là "dân cày có ruộng", đã nuôi dưỡng cái tâm ích kỷ của tá điền, khuyến khích họ đấu tranh với địa chủ bằng bất cứ phương kế nào và bất chấp hành động của họ có đạo đức hay không. Chiến dịch cải cách ruộng đất qui định rõ ràng: tiêu diệt giai cấp địa chủ, phân loại dân chúng ở vùng nông thôn thành các nhóm xã hội khác nhau. Hai mươi triệu dân ở vùng nông thôn trên toàn quốc đã bị gắn nhãn là "địa chủ, phú nông, phản cách mạng, hay là phần tử xấu". Những người thuộc loại này, bị khinh miệt, bị làm nhục, bị mất tất cả quyền lợi công dân. Khi chiến dịch cải cách ruộng đất lan rộng ra đến các vùng xa xôi hẻo lánh và làng mạc của dân tộc thiểu số, thì các tổ chức Đảng của Đảng Cộng Sản cũng phát triển rất nhanh. Các chi bộ làng xã của Đảng phát triển khắp nơi trên Trung Quốc. Các chi bộ địa phương là miệng lưỡi để truyền chỉ thị từ Ban Trung Ương của Đảng Cộng Sản Trung Quốc và cũng là tuyến đầu của đấu tranh giai cấp, đã kích động tá điền vùng lên chống lại địa chủ. Gần 100 ngàn địa chủ đã bị giết chết trong chiến dịch này. Trong một số vùng, Đảng Cộng Sản và tá điền đã giết toàn bộ gia đình của các địa chủ, bất kể già hay trẻ, coi như là cách thức để hoàn toàn nhổ tận gốc giai cấp địa chủ.

Cùng lúc ấy, Đảng Cộng Sản Trung Quốc phát động làn sóng tuyên truyền đầu tiên của chúng, tuyên bố rằng "Chủ tịch Mao là cứu tinh vĩ đại của nhân dân" và rằng "chỉ có Đảng Cộng Sản mới có thể cứu được Trung Quốc". Trong giai đoạn cải cách đất đai, qua chính sách cưỡng đoạt của Đảng Cộng Sản, tá điền đạt được những gì họ muốn mà không cần phải lao động, họ cướp bóc bằng bất cứ cách nào. Nông dân nghèo mang ơn Đảng Cộng Sản đã cải thiện đời sống cho họ và vì vậy chấp nhận tuyên truyền của Đảng Cộng Sản rằng Đảng phục vụ lợi ích của nhân dân.

Đối với chủ nhân mới của đất chiếm được, những ngày tươi đẹp của "dân cày có ruộng" cũng ngắn ngủi. Trong vòng hai năm, Đảng Cộng Sản bắt đầu áp dụng một số chính sách ép buộc nông dân gia nhập các tổ chức như tổ hỗ trợ, hợp tác xã sơ cấp, hợp tác xã cao cấp, và công xã nhân dân. Dùng khẩu hiệu mà đả kích "phụ nữ bó bàn chân" — là những người theo chậm — Đảng Cộng Sản Trung Quốc, từ năm này đến năm khác, điều động và thúc đẩy nông dân "xông vào" chủ nghĩa xã hội. Với thóc lúa, bông, và dầu nấu ăn được đặt dưới một hệ thống thu mua thống nhất trên toàn quốc, các sản phẩm nông nghiệp chính không được trao đổi trên thị trường. Thêm vào đó Đảng Cộng Sản Trung Quốc còn thiết lập một hệ thống đăng ký cư trú (hộ khẩu), ngăn chặn không cho nông dân ra thành thị để tìm việc hay cư trú. Những ai đăng ký ở nông thôn thì không được phép mua thóc lúa tại các cửa hàng quốc doanh và con cái của họ bị cấm không được đi học ở thành phố. Con cái của nông dân chỉ là nông dân, như vậy đã biến 360 triệu dân nông thôn vào đầu thập niên 50 trở thành những công dân hạng nhì.

Bắt đầu vào năm 1978, trong 5 năm đầu sau khi chuyển từ hệ thống làm việc tập thể sang hệ thống khoán hộ, một số người trong 900 triệu nông dân có tình trạng khá hơn, lợi tức thu hoạch khá hơn và địa vị xã hội tương đối cũng khá hơn. Tuy nhiên lợi ích nhỏ nhoi đó mấy chốc cũng mất luôn bởi vì cơ cấu giá cả ưu đãi hàng hóa công nghiệp hơn là hàng nông nghiệp; một lần nữa các nông dân lại phải lâm vào cảnh bần cùng. Lợi tức giữa dân thành phố và dân nông thôn cách nhau rất xa, sự chênh lệch về kinh tế càng ngày càng lan rộng ra. Các địa chủ và phú nông mới đã xuất hiện trở lại trong các vùng nông thôn. Tài liệu từ *Tân Hoa Xã*, miệng lưỡi của Đảng Cộng Sản Trung Quốc, cho thấy rằng từ năm 1997, thu hoạch từ các vùng sản xuất thóc lúa chính và lợi tức của hầu hết các gia đình nông thôn vẫn giữ nguyên, thậm chí trong một số trường hợp lại còn giảm đi. Nói cách khác, thu hoạch của nông dân từ sản xuất nông nghiệp kỳ thực không tăng. Tỷ lệ lợi tức giữa thành phố và nông thôn tăng lên từ 1.8 / 1 vào giữa thập niên 80 cho đến ngày nay là 3.1 / 1.

II. Cải tạo công nghiệp và thương mại — Tiêu diệt giai cấp tư sản

Một giai cấp khác mà Đảng Cộng Sản muốn tiêu diệt là giai cấp tư sản trong nước, là những người có tài sản ở các đô thị và các thị trấn nông thôn. Trong khi cải cách công nghiệp và thương mại ở Trung Quốc, Đảng Cộng Sản cho rằng bản nguyên của giai cấp tư sản và giai cấp công nhân là khác nhau: giai cấp thứ nhất là giai cấp bóc lột, trong khi giai cấp thứ hai là giai cấp không bóc lột và chống bóc lột. Theo cái lô-gic này, giai cấp tư sản đã được tạo ra để bóc lột và sẽ không ngừng bóc lột cho đến khi bị diệt vong; nên phải bị tiêu diệt chứ không cải tạo được. Với cái tiền đề ấy, Đảng Cộng Sản dùng cả hai cách, giết và tẩy não, để cải tạo các nhà tư bản và thương gia. Đảng Cộng Sản sử dụng phương pháp đã được kiểm nghiệm lâu dài của nó: thuận theo thì sống, nghịch thì bị tiêu diệt. Nếu ai cống hiến tài sản cho quốc gia và ủng hộ Đảng Cộng Sản, thì chỉ coi là mâu thuẫn nội bộ của nhân dân. Trái lại, nếu bất đồng ý kiến hay phàn nàn về chính sách của Đảng Cộng Sản Trung Quốc, thì bị liệt vào phần tử phản cách mạng và sẽ thành đối tượng của chính quyền độc tài tàn bạo của Đảng Cộng Sản.

Trong giai đoạn gió tanh mưa máu của các cuộc cải tạo này, các nhà tư bản và chủ doanh nghiệp đều dâng nạp tài sản của họ. Nhiều người trong bọn họ tự tử vì không chịu được sự sỉ nhục. Trần Nghị, lúc đó là thị trưởng của Thượng Hải, đã hỏi mỗi ngày rằng, "Hôm nay có bao nhiêu người nhảy dù?", nghĩa là hỏi số người trong nhóm tư bản tự tử bằng cách nhảy xuống từ nóc tòa nhà trong ngày đó. Chỉ có vài năm, mà

Đảng Cộng Sản đã hoàn toàn tiêu diệt chế độ tư hữu ở Trung Quốc.

Trong khi thực hiện các chương trình cải cách đất đai và cải tạo công thương, Đảng Cộng Sản cũng phát động nhiều cuộc vận động qui mô để đàn áp người dân Trung Quốc. Những cuộc vận động này gồm có: đàn áp "phản cách mạng", chiến dịch cải tạo tư tưởng, trừ sạch tập đoàn chống Đảng do Cao Cương và Nhiêu Sấu Thạch[3] cầm đầu, và thanh trừ nhóm "phản cách mạng" Hồ Phong [4], chiến dịch Tam Phản, Ngũ Phản, và trừ sạch hơn nữa các phần tử phản cách mạng. Đảng Công Sản dùng những cuộc vận động này để nhắm vào và đàn áp tàn nhẫn vô số người dân vô tội. Trong mỗi cuộc vận động chính trị, Đảng Cộng Sản cùng với với các đảng ủy, tổng chi, chi bộ, tận dụng toàn bộ sự khống chế tài nguyên của chính phủ. Cứ ba đảng viên là hình thành một nhóm chiến đấu nhỏ, thâm nhập các làng xóm và các nẻo đường. Các nhóm chiến đấu này ở đâu cũng có, không việc gì là không quản lý đến. Trong những năm chiến tranh, kết cấu khống chế kiểu mạch lưới đan xéo chặt của Đảng là từ mạng lưới "chi bộ Đảng đặt trong quân đội" của Đảng Cộng Sản, đã đóng một vai trò then chốt trong các cuộc vận động chính trị sau này.

III. Đàn Áp Tôn Giáo và Cấm chỉ các Môn phái Đạo

Đảng Cộng Sản còn phạm một điều gian ác nữa trong cuộc đàn áp tôn giáo tàn bạo và cấm chỉ hoàn toàn các Đạo môn cội rễ sau khi thành lập Cộng Hòa Nhân Dân Trung Quốc. Vào năm 1950, Đảng Cộng Sản Trung Quốc ra lệnh cho chính quyền địa phương phải cấm ngặt tất cả các Đạo môn và bang hội nào không chánh thức. Đảng Cộng Sản tuyên bố rằng các tổ chức "phong kiến" bí mật này chỉ là công cụ trong tay của các địa chủ, phú nông, phần tử phản cách mạng, và đặc vụ của Quốc Dân Đảng. Trong chiến dịnh thẳng tay đàn áp trên toàn quốc, chính phủ động viên các giai cấp mà chúng tin cậy để nhận diện và đàn áp hội viên của các môn phái Đạo. Chính quyền trong các cấp khác nhau trực tiếp giải tán các nhóm gọi là "nhóm mê tín" như là nhóm Cơ Đốc Giáo, Thiên Chúa Giáo, Đạo Giáo (đặc biệt những người tin tưởng Nhất Quán Đạo), và Phật Giáo. Chúng ra lệnh cho tất cả các thành viên của nhà thờ, chùa, và các môn phái phải đăng ký với chính quyền và phải hối lỗi vì đã tham dự các hoạt động này. Không đăng ký thì sẽ bị trừng phạt nặng nề. Vào năm 1951, chính quyền [của Đảng] chính thức ban hành luật cấm: những ai tiếp tục hoạt động trong các môn phái không chính thức sẽ bị tù chung thân hay bị tử hình.

Cuộc vận động này đã đàn áp một số đông tín đồ tin tưởng Thượng Đế, Thần linh, là những người lương thiện và tuân theo luật pháp. Thống kê chưa đầy đủ, cho thấy rằng trong thập niên 50 Đảng Cộng Sản đã đàn áp ít nhất 3 triệu tín đồ tôn giáo và hội viên của các bang hội bí mật, một số trong nhóm người này đã bị giết chết. Đảng Cộng Sản Trung Quốc khám xét hầu hết mỗi một gia đình trên toàn quốc và thẩm vấn mọi người trong gia đình, thậm chí còn đập nát các tượng thờ ông Táo, ông Địa mà các nông dân Trung Quốc theo truyền thống vẫn thờ cúng. Đồng thời việc giết người lại càng củng cố thông điệp của Đảng Cộng Sản rằng chỉ có thể hệ tư tưởng của Đảng cộng sản mới là thể hệ tư tưởng hợp pháp duy nhất, và chỉ có chủ nghĩa cộng sản mới là tín ngưỡng hợp pháp duy nhất. Vì vậy có những người mà gọi là tín đồ "ái quốc" xuất hiện ngay sau đó. Hiến pháp quốc gia chỉ bảo vệ các tín đồ "ái quốc". Trên thực tế, cho dù tin vào bất cứ tín ngưỡng nào mọi người chỉ có một tiêu chuẩn: mọi hành vi phải tuân theo sự chỉ huy của Đảng Cộng Sản, và phải thừa nhận rằng Đảng Cộng Sản là trên hết, trên tất cả các giáo hội. Nếu là một tín đồ Cơ Đốc Giáo, thì Đảng Cộng Sản là Thượng đế của Thượng đế trong Cơ Đốc Giáo. Nếu là một Phật tử, Đảng Cộng Sản là Phật Tổ của Phật Tổ. Nếu ở trong Hồi Giáo, thì Đảng Cộng Sản là Allah của Allah. Còn đối với Phật sống trong Phật Giáo Tây Tạng, thì Đảng Cộng Sản sẽ xen vào, và Đảng sẽ chọn ai làm vị Phật sống này. Hễ Đảng cần người ta nói cái gì thì người ta phải nói cái đó, và hễ Đảng cần người ta làm cái gì thì họ phải làm cái đó. Tất cả tín đồ bị bắt phải thực thi mục tiêu của Đảng Cộng Sản, trong khi tín ngưỡng của họ thì chỉ là trên danh nghĩa mà thôi. Nếu không làm như vậy thì sẽ là đối tượng để đả kích của Đảng Cộng Sản độc tài .

Theo báo cáo ngày 22 tháng 2 năm 2002 của báo *Nhân Loại và Nhân Quyền* trên Internet, 20 ngàn tín đồ Cơ Đốc Giáo thực hiện một cuộc kiểm kê với 560 ngàn tín đồ Cơ đốc Giáo thuộc các giáo hội gia đình trong 207 thành phố thuộc 22 tỉnh ở Trung Quốc. Cuộc kiểm kê cho thấy rằng trong số các tín đồ của giáo hội gia đình, 130 ngàn người đã bị chính quyền theo dõi. Trong quyển sách *Đảng Cộng Sản Trung Quốc Đàn Áp Tín Đồ Cơ Đốc Giáo như thế nào* (1958)[5] đã viết rằng đến năm 1957, Đảng Cộng Sản Trung Quốc đã giết chết hơn 11 ngàn tín đồ tôn giáo và ngang nhiên giam giữ và tống tiền nhiều người hơn nữa.

Bằng cách tiêu diệt giai cấp địa chủ và giai cấp tư sản, và bằng cách đàn áp quảng đại quần chúng là các tín đồ tôn giáo và những người tôn trọng luật pháp, Đảng Cộng Sản đã dọn đường cho chủ nghĩa Cộng Sản trở thành một giáo phái bao trùm mọi người ở Trung Quốc.

IV. Vận Động Chống Cánh Hữu — Tẩy Não Toàn Quốc để mà Thâu Dùng

Vào năm 1956, một nhóm trí thức Hungary thành lập câu lạc bộ *Vòng Petofi*, để tổ chức hội thảo và tranh luận về chính phủ Hungary. Nhóm người này đã khích động một cuộc cách mạng toàn quốc ở Hungary, nhưng sau đó thì bị lính của Liên Sô dẹp tắt. Mao Trạch Đông đã lấy "Sự kiện Hungary" này làm một bài học. Vào năm 1957, Mao kêu gọi các phần tử trí thức và dân chúng ở Trung Quốc "giúp Đảng Cộng Sản chấn chỉnh". Cuộc vận động này, vắn tắt là "Vận Động Trăm Hoa", mang khẩu hiệu *"trăm hoa đua nở, trăm phái tranh hót"*. Mục đích của Mao là để dụ dỗ, lừa bịp mà lôi ra các "phần tử chống Đảng" trong dân chúng. Trong bức thư gửi cho các lãnh đạo Đảng cấp tỉnh vào năm 1957, Mao Trạch Đông nói ra ý định "dụ rắn ra khỏi hang" của mình bằng cách để cho họ tự do phô bày quan điểm của họ dưới danh nghĩa tự do tư tưởng và chỉnh đốn Đảng cộng sản.

Vào thời đó, Đảng hô hào khuyến khích dân chúng bày tỏ quan điểm và hứa hẹn không trả thù — Đảng sẽ không túm tóc, không lấy gậy đập, không chụp mũ, và quyết không thanh toán sau khi mọi chuyện đã qua — ý rằng Đảng sẽ không tìm lỗi, tấn công, vu khống, hay trả đũa. Nhưng sau đó không lâu, Đảng Cộng Sản bắt đầu một cuộc vận động "chống cánh Hữu", tuyên bố rằng 540 ngàn người dám bày tỏ quan điểm như là " thuộc cánh Hữu". Trong số này có 270 ngàn người đã bị mất việc và 230 ngàn người đã bị gán nhãn là "phần tử trung Hữu", hay là "phần tử chống Đảng, chống chủ nghĩa xã hội". Sau đó có người tổng kết chiến lược chính trị của Đảng cộng sản cho sự đàn áp, thành 4 loại: "dụ rắn ra khỏi hang"; "bịa đặt tội trạng, đột nhiên tập kích, trừng phạt với một lời buộc tội"; "tấn công không thương xót dưới danh nghĩa cứu dân"; "ép người phải tự phê phán mình, rồi gán cho nhãn hiệu xấu xa nhất".

Như vậy cái gọi là "ngôn luận phản động" lúc đó, đã khiến cho rất nhiều người trong cánh Hữu và những phần tử chống Đảng cộng sản phải bị đi đày gần 30 năm ở những nơi vô cùng xa xôi hẻo lánh trong nước. Lúc đó Đảng sử dụng " vạn mũi tên cùng bắn ra" để phê phán chặt chẽ đối với những người cánh Hữu. Ba lý luận chính về cách mạng mà gọi là "Ba lý luận đại phản động", là mục tiêu công kích chung, mạnh mẽ vào thời đó bao gồm vài bài diễn văn của La Long Cơ, Chương Bá Quân và Chư An Bình. Nhưng xét kỹ hơn thì điều mà họ nêu ra và đề nghị cho thấy rằng mong ước của họ cũng không hại gì cả.

La Long Cơ đề nghị thành lập một ủy ban liên hợp Đảng cộng sản và các đảng "dân chủ" đủ loại để kiểm tra những điều sai lệch trong công tác của chiến dịch "Tam Phản", "Ngũ Phản" và các cuộc vận động thanh trừ phản cách mạng. Thông thường Hội Đồng Quốc Gia cũng đệ trình những văn thư lên Ban Cố Vấn Chính Trị và Quốc Hội Nhân Dân để xem xét và bình luận, cho nên Chương Bá Quân đã đề nghị Hội Đồng Cố Vấn Chính Trị và Quốc Hội Nhân Dân nên tham gia vào các quá trình hình thành chính sách.

Chư An Bình đề nghị rằng, bởi vì những người không phải là đảng viên cũng có ý kiến hay, tự trọng, có trách nhiệm đối với quốc gia, do đó trên toàn quốc không cần phải giao cho đảng viên phụ trách lãnh đạo các đơn vị, dù to hay nhỏ, hoặc ngay cả các đội trong mỗi đơn vị. Cũng không cần thiết là mọi việc, dù to hay nhỏ, phải được thực hiện theo cách mà Đảng viên đề nghị. Cả ba đã bày tỏ ý định sẵn lòng đi theo Đảng cộng sản, và không một đề nghị nào của họ vượt quá phạm vi đã định, như là lời của nhà văn và nhà phê bình Lỗ Tấn [6]. "Thưa lão gia, áo choàng của ông đã bị bẩn. Xin cởi ra để con giặt cho ông.". Giống như Lỗ Tấn, những người "cánh Hữu" này đã thể hiện sự ngoan ngoãn, phục tùng và kính trọng.

Không ai trong số những người bị kết tội thuộc "cánh Hữu" đã đề nghị rằng Đảng Cộng Sản nên bị lật đổ; tất cả những gì mà họ đề nghị đều là phê bình xây dựng. Nhưng chính vì những đề nghị này, mà hàng chục ngàn người dân mất tự do, hàng triệu gia đình đau khổ. Tiếp theo đó là các cuộc vận động như là "giao phó cho Đảng", nhổ cờ trắng tức là lôi ra những người có lập trường kiên định, chiến dịch mới "Tân Tam Phản", đẩy giới trí thức ra các vùng nông thôn làm lao động nặng nhọc, lùng bắt các phần tử cánh Hữu mà bị sót lại trong lần đầu. Hễ ai phản đối người lãnh đạo trong đơn vị, nhất là bí thư Đảng, thì sẽ bị gán nhãn hiệu là phản Đảng. Thông thường là bắt họ phải chịu những phê phán liên tục, hoặc gửi họ vào các trại lao động để cưỡng ép cải tạo. Đôi khi Đảng còn chuyển cả gia đình của họ đến các vùng nông thôn, cấm không cho con em của họ vào đại học hay gia nhập quân đội. Họ cũng không thể xin việc làm ở thành phố hoặc tỉnh, và mất luôn quyền lợi về y tế công cộng. Họ trở thành những người thấp kém trong hạng nông dân và bị ruồng bỏ, ngay cả ở giữa đám công dân hạng nhì.

Sau cuộc đàn áp giới trí thức, một số học giả đã hình thành loại nhân cách hai mặt, và ngả theo chiều gió. Họ theo sát "Mặt trời Đỏ" và trở thành "phần tử trí thức ngự dụng" (là trí thức được toà chỉ định) của Đảng Cộng Sản, thi hành hoặc nói bất cứ điều gì Đảng muốn. Còn một số phần tử thanh cao khác trở nên xa vời, tách mình ra khỏi vấn đề chính sách, và câm như hến. Các phần tử trí thức Trung Quốc, mà có ý thức trách nhiệm với quốc gia theo truyền thống, lúc đó cũng giống như Từ Thứ đã bị nhốt vào ngục của Tào Doanh, lại càng câm lặng hơn từ đó.

V. Đại Nhảy Vọt — Tạo Sai Lầm để Thử Lòng Trung Thành

Sau cuộc vận động Chống Cánh Hữu, Trung Quốc tiến vào trạng thái sợ hãi sự thật. Mọi người đều tham gia vào nghe những lời giả dối, kể lại chuyện bịa đặt, nói dối, trốn tránh và che dấu sự thật bằng dối trá và tin đồn. *Đại Nhảy Vọt* là một lần bùng nổ của bài thực hành tập thể về dối trá, lừa bịp trên toàn quốc. Người dân trên toàn quốc, dưới sự lãnh đạo của tà linh Đảng Cộng Sản làm rất nhiều điều ngu xuẩn. Từ kẻ nói dối đến những người bị lừa dối cả hai đều lừa dối mình và lừa dối người như nhau. Trong chiến dịch dối trá và hành động ngu đần này, Đảng Cộng Sản đã khắc sâu cái tà khí bạo ngược của chúng vào trong cảnh giới tinh thần của toàn dân Trung Quốc. Có lúc, nhiều người lại còn cao giọng hát những bài ca tụng *Đại Nhảy Vọt* như "Tôi là Ngọc Hoàng, tôi là Long Vương. Tôi ra lệnh cho tam sơn ngũ núi mở đường, tôi đến đây!"[7]. Các chính sách như là "đạt sản lượng thóc lúa 75 tấn trên mỗi héc-ta", "gấp đôi sản lượng thép", và "vượt qua Anh quốc trong 10 năm và đuổi kịp Mỹ trong 15 năm" đã diễn ra từ năm này đến năm khác. Các chính sách này dẫn tới vụ *Đại mất mùa* làm thành nạn đói khủng khiếp trên toàn quốc, trầm trọng cướp đi hàng triệu sinh mạng.

Trong phiên họp toàn thể lần thứ Tám của Hội Nghị ban Trung Ương Đảng Cộng Sản ở Lư Sơn vào năm 1959, có ai trong những người tham dự đã không đồng ý với quan điểm của tướng Bành Đức Hoài [8] rằng *Đại Nhảy Vọt* do Mao Trạch Đông đề ra là ngu xuẩn? Tuy nhiên, ủng hộ chính sách của Mao hay không đã biểu hiện giữa trung thành và phản bội, hoặc là vạch một ranh giới giữa sống và chết. Trong một câu chuyện từ lịch sử Trung Quốc, khi Triệu Cao[9] tuyên bố rằng con nai là con ngựa, ông ta thừa biết sự khác biệt giữa nai và ngựa, nhưng ông cố ý gọi con nai là con ngựa vì để kiểm soát dư luận, kiểm soát tranh cãi ngầm, và mở rộng quyền lực của ông ta. Kết quả của phiên họp toàn thể Lư Sơn là ngay cả Bành Đức Hoài cũng bị bắt buộc phải ký một nghị quyết tự kết tội và bị đào thải khỏi chính quyền trung ương. Tương tự như thế, trong thời kỳ sau của Đại Cách Mạng Văn Hóa, Đặng Tiểu Bình cũng bị bắt buộc phải hứa rằng ông ta sẽ không bao giờ "lật lại bản án" mà chống lại quyết định của chính quyền đã cách chức ông.

Xã hội của nhân loại phải dựa trên những kinh nghiệm đã có để hiểu biết thế giới và phát triển phạm vi kiến thức. Tuy nhiên Đảng Cộng Sản đã khiến cho người ta mất đi cơ hội học hỏi từ các bài học và kinh nghiệm trong lịch sử. Thêm vào đó, các cơ quan kiểm duyệt truyền thông chỉ giúp cho càng ngày càng hạ thấp khả năng nhận định tốt hay xấu của người dân. Sau mỗi cuộc vận động chính trị, thế hệ trẻ chỉ được biết những báo cáo đã bị sửa đổi của Đảng, và bị tước đoạt những phân tích, lý tưởng, và kinh nghiệm sâu sắc từ các thế hệ trước. Kết quả là người dân chỉ thu thập được các tin tức rải rác làm nền tảng để hiểu biết lịch sử và phán đoán những sự kiện mới, họ nghĩ rằng mình đã thấy chính xác nhưng kỳ thực đã chệch khỏi sự thật hằng ngàn dặm. Như thế chính sách làm cho dân ngu dốt của Đảng Cộng Sản đã dựa vào loại phương thức này mà thực hành rộng rãi và có hệ thống.

VI. Đại Cách Mạng Văn Hóa — Tà Linh Phụ Thể, Đảo Ngược Càn Khôn

Nói đến chính quyền bạo ngược thì không thể nào không nói đến Đại Cách Mạng Văn Hóa, là một cuộc biểu diễn to lớn của tà linh cộng sản khi nó chiếm hữu toàn bộ Trung Quốc. Năm 1966, một trào lưu ngông cuồng bạo ngược mới tràn vào Trung Quốc đại lục, cuồng phong gầm thét của khủng bố Đỏ, như một con rồng yêu nghiệt điên loạn đã thoát khỏi dây xích trói, làm chấn động núi non và đóng băng sông ngòi. Nhà văn Tần Mục miêu tả Đại Cách Mạng Văn Hóa trong những lời ảm đạm như sau:

"Đây thực sự là một trường tai kiếp chưa từng xảy ra. Biết bao nhiêu triệu người bị tống giam vì có liên hệ với một người trong gia đình [là đối tượng phải diệt trừ của Đảng], biết bao nhiêu triệu người đã ôm hận kết thúc cuộc sống, hơn nữa biết bao gia đình bị tan vỡ, biến trẻ em thành lưu manh ác độc, bao nhiêu sách bị đốt, đập phá các ngôi nhà cổ xưa, tàn phá mộ phần của các bậc tiền hiền, dựa vào danh nghĩa cách mạng mà phạm đủ loại tội ác."[10]

Theo thống kê bảo thủ, số người chết mờ ám ở Trung Quốc trong cuộc Đại Cách Mạng Văn Hóa là 7.73 triệu.

Người ta thường hiểu lầm rằng bạo lực và tàn sát trong Đại Cách Mạng Văn Hóa hầu hết xảy ra dưới trạng thái vô chính phủ, do các cuộc vận động tạo phản và Hồng Vệ Binh[11] tham gia trong việc giết người. Tuy nhiên, hàng ngàn tư liệu được xuất bản chính thức hàng năm tại các huyện ở Trung Quốc chứng tỏ rằng cao điểm của những cái chết mờ ám trong thời kỳ Đại Cách Mạng Văn Hóa không phải là vào năm 1966, khi Hồng Vệ Binh nắm giữ hầu hết các văn phòng chính phủ, cũng không phải vào năm 1967 khi những bọn tạo phản đấu tranh với các nhóm khác bằng võ trang, mà là vào năm 1968 khi Mao Trạch Đông nắm quyền thống trị trên toàn quốc. Các hung thủ chém giết đẫm máu tanh trong những trường hợp ô nhục nhất, hầu hết là các sĩ quan quân đội và binh lính, lực lượng dân quân, và các đảng viên của Đảng Cộng Sản thuộc mọi cấp của chính quyền.

Trong các ví dụ sau đây chúng ta có thể thấy các hành vi bạo ngược xảy ra trong thời kỳ Đại Cách Mạng Văn Hóa là từ chính sách của Đảng Cộng Sản và chính quyền địa phương, chứ không phải là hành vi quá khích của Hồng Vệ Binh và phe tạo phản. Đảng Cộng Sản đã che đậy chủ mưu trực tiếp và che đậy sự liên hệ trong cuộc tàn sát bạo ngược của các đảng viên lãnh đạo và các viên chức chính phủ.

Vào tháng tám năm 1966, Hồng Vệ Binh trục xuất các dân cư trú ở Bắc Kinh, là những người bị phân loại trong các cuộc vận động quá khứ là "địa chủ, phú nông, phản cách mạng, phần tử xấu, và cánh Hữu", và bắt họ phải về nông thôn. Các thống kê chính thức nhưng chưa đầy đủ cho thấy rằng 33.695 ngôi nhà đã bị lục soát và 85.196 dân cư tại Bắc Kinh bị trục xuất ra khỏi thành phố và đuổi về nguyên quán của cha mẹ họ. Hồng Vệ Binh trên toàn quốc cũng theo cùng một chính sách, trục xuất trên 400 ngàn dân cư ở thành thị về nông thôn. Ngay cả các viên chức cao cấp, những người mà cha mẹ là địa chủ, cũng không tránh khỏi bị đày ải về nông thôn.

Trên thực tế Đảng Cộng Sản Trung Quốc đã sắp đặt sẵn cho chiến dịch 'đuổi về nông thôn' này, ngay cả trước khi Cách Mạng Văn Hóa bắt đầu. Bành Chân, cựu thị trưởng Bắc

Kinh, tuyên bố rằng dân cư ở Bắc Kinh phải là thành phần trong sạch như các "tấm thủy tinh, đá pha lê", tức là tất cả dân cư không tốt thuộc thành phần giàu có phải bị trục xuất khỏi thành phố. Vào tháng 5 năm 1966, Mao Trạch Đông đã ra lệnh cho thuộc hạ "bảo vệ thủ đô". Một tổ công tác thủ đô được thành lập, do Diệp Kiếm Anh, Dương Thành Vũ và Tạ Phú Trị chỉ huy. Một nhiệm vụ của tổ công tác này là dùng công an trục xuất những dân cư Bắc Kinh thuộc về thành phần giàu có không tốt.

Lịch sử này giúp làm sáng tỏ vấn đề vì sao chính phủ và các sở công an đã không can thiệp, mà còn hỗ trợ Hồng Vệ Binh lục soát nhà cửa và trục xuất cả hơn 2% dân cư Bắc Kinh. Bộ trưởng Bộ Công An, Tạ Phú Trị, ra lệnh cho công an không được can thiệp vào các hành động của Hồng Vệ Binh, và còn phải cố vấn và cung cấp tin tức cho bọn chúng. Hồng Vệ Binh chẳng qua chỉ là một quân cờ cho Đảng cộng sản dùng để thi hành kế hoạch đã sắp đặt, rồi sau đó, vào cuối năm 1966, bọn Hồng Vệ Binh này đã bị Đảng Cộng Sản vứt bỏ; hơn nữa nhiều người trong bọn đã bị gán tội là phản cách mạng và còn bị bỏ tù, một số khác bị đuổi về nông thôn, cùng với các thanh niên thành thị khác, để lao động và cải tạo tư tưởng. Tổ chức Tây Thành của Hồng Vệ Binh, mà dẫn đầu cuộc trục xuất dân cư thành phố lúc đó, đã được thành lập dưới sự "quan tâm thương mến" của các lãnh đạo Đảng Cộng Sản. Lệnh buộc tội bọn Hồng Vệ Binh này cũng được phát ra sau khi được Bí thư trưởng của Hội Đồng Nhà Nước lúc đó duyệt lại.

Theo sau cuộc trục xuất dân cư Bắc Kinh mà bị cho là thuộc thành phần giàu không tốt, các vùng nông thôn lại bắt đầu một cuộc đàn áp khác tới các thành phần giàu không tốt. Vào ngày 26 tháng 8 năm 1966, một bài nói chuyện của Tạ Phú Trị đã được chuyển xuống phiên họp của Cục Công An Đại Hưng. Tạ Phú Trị ra lệnh cho công an hỗ trợ Hồng Vệ Binh lục soát nhà cửa của các gia đình thuộc"năm giai cấp đen" (địa chủ, phú nông, phản cách mạng, phần tử xấu, và cánh Hữu) bằng cách cố vấn và cung cấp tin tức để đột kích. Cuộc *Tàn Sát Đại Hưng*[12] ô nhục xảy ra là kết quả của mệnh lệnh trực tiếp từ Cục Công An huyện; những người tổ chức là giám đốc và bí thư Đảng ủy của Cục Công An huyện, và bọn giết người đa số là dân quân, ngay cả trẻ em chúng cũng không tha.

Trong cách mạng, rất nhiều người vì các "biểu hiện tốt" trong những cuộc tàn sát tương tự, mà được kết nạp vào Đảng Cộng Sản. Theo thống kê chưa hoàn toàn của tỉnh Quảng Tây, khoảng 50 ngàn Đảng viên đã tham dự giết người. Trong số đó có hơn 9 ngàn người được kết nạp vào Đảng sau khi sát nhân; hơn 20 ngàn người sau khi gia nhập Đảng thì tham dự giết người, và hơn 19 ngàn Đảng viên khác đã tham dự vào việc giết người bằng cách này hay cách khác.

Trong thời Cách Mạng Văn Hóa, "đánh đập người ta" cũng phải phân tích theo giai cấp: "Người tốt đánh người xấu là đích đáng. Người xấu đánh người xấu là vinh dự. Người tốt đánh người tốt là vì hiểu lầm." Câu nói này của Mao Trạch Đông đã được truyền rộng ra trong các cuộc vận động tạo phản. Nếu quả nhiên bạo lực đối với giai cấp kẻ thù là bởi vì bọn họ "đáng kiếp", như vậy bạo lực và tàn sát bừa bãi sẽ lan rộng ra.

Từ ngày 13 tháng 8 đến ngày 7 tháng 10 năm 1967, dân quân ở huyện Đạo, thuộc tỉnh Hồ Nam đã tàn sát các thành viên của tổ chức "Tương Giang Phong Lôi", và những người thuộc "năm giai cấp đen". Cuộc tàn sát kéo dài 66 ngày; hơn 4.519 người trong 2.778 gia đình đã bị giết chết thuộc 468 đại đội nằm trong 36 công xã trong 10 khu. Trong tổng số 9.093 người đã bị giết chết thuộc 10 huyện của địa khu, có 38% dân là thuộc vào "năm giai cấp đen" và 44% là con cái của họ. Người già nhất bị giết là 78 tuổi, người trẻ nhất tuổi chỉ có 10 ngày.

Đây mới chỉ là một sự kiện của một vùng nhỏ trong Cách Mạng Văn Hóa bạo hành. Ở Nội Mông, sau khi thiết lập "ủy ban cách mạng" vào đầu năm 1968, cuộc thanh trừ hạng giai cấp và diệt trừ "Đảng Nhân Dân Nội Mông" dưới danh nghĩa chế tạo là thanh tra, đã giết hơn 350 ngàn người. Vào năm 1968, hàng chục ngàn dân cư ở tỉnh Quảng Tây tham dự vào một cuộc Đại tàn sát đã được hóa trang để tiêu diệt một tập thể quần chúng của "4.22", đã giết hơn 110 ngàn người.

Những sự kiện này đã cho thấy rằng tất cả hành động tàn bạo giết người chủ yếu trong thời Cách Mạng Văn Hóa là ở dưới sự xúi giục và điều khiển trực tiếp của các lãnh đạo của Đảng cộng sản, họ đã dung túng và lợi dụng bạo lực để đàn áp và tàn sát dân chúng. Những kẻ giết người tham dự trực tiếp vào việc chỉ huy và tàn sát hầu hết là quân đội, cảnh sát, dân quân võ trang, và các đoàn viên, đảng viên cốt cán của Đảng cộng sản.

Nếu nói rằng, trong sự *Cải cách Ruộng đất*, Đảng Cộng Sản đã lợi dụng nông dân đạp đổ địa chủ mà cướp đất; trong sự *Cải tạo Công nghiệp và Thương mại*, Đảng Cộng Sản đã lợi dụng giai cấp công nhân đạp đổ các nhà tư bản để cướp đoạt tài sản, và trong cuộc *Vận động Chống cánh Hữu*, Đảng Cộng Sản đã loại trừ tất cả giới trí thức mà có tư tưởng đối lập, khiến cho các phần tử trí thức phải câm miệng, vậy thì mục đích giết người trong thời Cách Mạng Văn Hóa là gì? Đảng Cộng Sản sử dụng nhóm này để giết nhóm khác, và không một giai cấp nào được tin cậy. Ngay cả những ai thuộc giai cấp công nhân và nông dân, hai giai cấp mà Đảng tin cậy trong quá khứ, nếu quan điểm của họ mà khác với quan điểm của Đảng, thì mạng sống sẽ bị hiểm nguy. Như vậy mục đích chủ yếu rốt cuộc là gì?

Mục đích là tạo dựng hình thế to lớn cho Đảng Cộng Sản trở thành một tôn giáo duy nhất thống trị thiên hạ, không những thống trị quốc gia mà còn phải thống trị cả tư tưởng của mỗi một người dân.

Cách Mạng Văn Hóa đẩy Đảng Cộng Sản và cuộc vận động "thần thánh hóa" cá nhân Mao Trạch Đông lên đến tột đỉnh. Lý luận độc tài của Mao Trạch Đông nhất định phải được sử dụng cho tất cả mọi thứ, và phải sắp đặt cho lý tưởng của một cá nhân (của Mao) được in sâu vào đầu óc của hàng chục triệu người. Cách Mạng Văn Hóa, trong một cách chưa từng xảy ra và không bao giờ so sánh được, đã không quy định những sự tình gì mà không thể làm. Thay vào đó Đảng nhấn mạnh "sự việc gì có thể làm, và phải làm như thế nào". Còn những gì khác thì không thể làm, cũng không được nghĩ tới.

Trong thời Cách Mạng Văn Hóa, mọi người trên toàn quốc thực hành nghi lễ giống như tôn giáo là: "sáng nghe chỉ thị của Đảng, chiều báo cáo với Đảng", chúc Mao Chủ Tịch được sống lâu mãi mãi nhiều lần trong ngày, tổ chức hai buổi cầu nguyện chính trị sáng chiều mỗi ngày. Hầu hết mỗi cá nhân biết đọc, biết viết đều có kinh nghiệm viết các bài tự phê bình mình và bài báo cáo tư tưởng. Trích dẫn lời của Mao Trạch Đông được ngâm nga thường xuyên, chẳng hạn như : "chống trả mãnh liệt bất cứ ý niệm ích kỷ nào thoáng qua", hoặc "hiểu thì phải chấp hành, không hiểu cũng phải chấp hành, trong khi chấp hành sẽ tăng thêm sự hiểu biết".

Trong cách mạng, chỉ có một vị " Thần linh"(Mao) được phép sùng bái; chỉ được ngâm và đọc một bản kinh sách duy nhất--ngữ lục của Mao chủ tịch. Không bao lâu quá trình "tạo Thần" đã phát triển đến mức độ mà người dân không được mua thức ăn ở các căng tin nếu không ngâm lời của Mao hoặc chúc mừng Mao Chủ Tịch. Khi mua hàng, đi xe buýt, ngay cả lúc gọi điện thoại, người ta cũng phải đọc lên lời của Mao chủ tịch, cả những lúc hoàn toàn không thích hợp cũng phải đọc. Trong các nghi thức sùng bái này, người ta hoặc là cuồng nhiệt phấn khởi, hoặc là tê liệt, chai cứng như gỗ, đều đã bị tà linh Đảng cộng sản bao trùm lại. Chế tạo lời dối trá, dung túng chịu đựng sự dối trá, và nhờ dựa vào nghề dối trá đã trở thành cách thức sinh hoạt của người dân Trung Quốc.

VII. Cải Cách và Mở Cửa — "Bạo Ngược" không đổi mà còn tiến triển theo thời gian

Cách Mạng Văn Hóa là một thời đại đẫm máu, giết chóc, oan hồn bất hạnh oán trách, mất hết lương tri, trắng đen điên đảo. Sau thời Cách Mạng Văn Hóa, chính quyền lãnh đạo của Đảng Cộng Sản đã thường xuyên thay đổi biểu ngữ của nó, tương ứng với sự thay đổi 6 người lãnh đạo trong vòng 20 năm. Chế độ tư hữu lại trở lại ở Trung Quốc, sự chênh lệch mức sống giữa thành thị và nông thôn đã mở rộng thêm, các vùng sa mạc nhanh chóng mở rộng, sông hồ khô cạn dần, ma túy mãi dâm gia tăng. Tất cả "tội ác" mà Đảng Cộng Sản

Trung Quốc đã từng chống lại thì bây giờ lại được phép xảy ra lần nữa.

Tâm địa sài lang man rợ, bản tính lươn lẹo rắn rết, hành động quỷ quái tà ác, khả năng mang tai họa cho quốc gia của Đảng cộng sản chỉ có tăng chứ không giảm. Trong cuộc Tàn Sát Thiên An Môn vào năm 1989, Đảng đã điều động quân đội và xe tăng giết chết các sinh viên đang kháng cáo tại Quảng Trường Thiên An Môn. Cuộc bức hại tàn bạo nhắm vào những người tu luyện Pháp Luân Công còn tồi tệ hơn nữa, không lời nào có thể diễn tả được. Vào tháng 10 năm 2004, để chiếm đất của nông dân, chính quyền thành phố Du Lâm tỉnh Thiểm Tây đã điều động hơn 1600 cảnh sát chống bạo loạn để bắt và bắn hơn 50 nông dân. Hiện nay sự thống trị nền chính trị của Trung Quốc vẫn tiếp tục dựa trên triết học đấu tranh và sùng bái bạo lực của Đảng Cộng Sản. So với quá khứ, điểm khác biệt duy nhất là Đảng càng tăng thêm tính dối trá, lường gạt hơn nữa.

Làm Luật Pháp: Đảng Cộng Sản chưa bao giờ ngưng chế tạo xung đột giữa người dân. Bọn chúng đã đàn áp một số lớn dân chúng với tội danh gán cho như là phản cách mạng, chống chủ nghĩa xã hội, phần tử xấu, hoặc theo tà giáo. Tập đoàn chuyên chế độc tài của Đảng Cộng Sản vẫn tiếp tục xung đột với tất cả các nhóm và đoàn thể nhân dân. Dưới danh nghĩa "duy trì trật tự và ổn định xã hội", Đảng cộng sản liên tục thay đổi hiến pháp, luật lệ và điều khoản, và đàn áp bất cứ người nào không đồng ý với chính quyền như là những kẻ phản cách mạng.

Vào tháng 7 năm 1999, chống lại ý muốn của đa số các thành viên trong Bộ Chính Trị, Giang Trạch Dân đã tự mình quyết định loại trừ Pháp Luân Công trong vòng ba tháng; lời vu khống và tin đồn nhảm nhí nhanh chóng lan truyền ra toàn quốc. Sau khi Giang Trạch Dân tự ý lên án Pháp Luân Công là "tà giáo" trong một cuộc phỏng vấn với tờ báo Pháp *La Figaro*, tuyên truyền chính thức của Trung Quốc theo sau bằng cách nhanh chóng xuất bản những bài báo làm áp lực cho mọi người dân trên toàn quốc chống lại Pháp Luân Công. Đại hội Đại Biểu Nhân Dân bị ép buộc phải thông qua một "quyết định" vô luân và không thuộc loại nào để đối phó với tà giáo này; ngay sau đó Tối Cao Pháp Viện và Viện Kiểm Sát Tối Cao đã cùng phát hành một văn kiện "giải thích" về "quyết định" này.

Vào ngày 22 tháng 7 năm 1999, Tân Hoa Xã xuất bản các bài diễn văn của lãnh đạo trong Bộ Tổ Chức Trung Ương và Bộ Tuyên Truyền Trung Ương của Đảng Cộng Sản Trung Quốc, công khai ủng hộ cuộc đàn áp Pháp Luân Công của Giang Trạch Dân. Người dân Trung Quốc vì vậy bị vướng vào một cuộc đàn áp mà người và Thần linh đều phẫn nộ, chỉ vì nó là quyết định của " Trung Ương Đảng". Họ chỉ có thể tuân theo mệnh lệnh, và không dám đưa ra bất cứ phản đối nào.

Cả hơn 5 năm qua, chính quyền đã dùng một phần tư tài chính quốc gia để đàn áp Pháp Luân Công. Mọi người trên toàn quốc phải trải qua một cuộc khảo nghiệm; hầu hết những người thừa nhận rằng họ tu luyện Pháp Luân Công và từ chối không bỏ thì bị mất việc; một số bị kết án đi lao động cưỡng bách. Những học viên Pháp Luân Công không vi phạm luật lệ nào cả, cũng không phản bội quốc gia, hoặc chống đối chính quyền; họ chỉ tin tưởng vào "Chân, Thiện, Nhẫn". Nhưng hàng trăm ngàn người đã bị bỏ tù. Trong khi Đảng Cộng Sản Trung Quốc cố gắng phong tỏa tin tức rất chặt chẽ, cả hơn 1143 người[13] đã được gia đình của họ xác nhận là bị tra tấn đến chết. Số người chết thực sự là cao hơn nhiều.

Báo cáo tin tức: Vào ngày 15 tháng 10 năm 2004, tờ báo Hồng Kông *Văn Hối Báo* tường trình rằng vệ tinh thứ 20 của Trung Quốc đã bay trở về trái đất, rơi xuống và phá hủy căn nhà của Hoắc Tích Ngọc ở thị trấn Bồng Lai thuộc huyện Đại Anh tỉnh Tứ Xuyên. Bài tường trình đã trích dẫn lời của Ngải Dụ Khánh giám đốc văn phòng chính phủ huyện Đại Anh xác nhận cái "cục đen" đó là vệ tinh. Ngải Dụ Khánh là phó Tổng chỉ huy hiện trường dự án thu hồi vệ tinh. Tuy nhiên, Tân Hoa Xã chỉ báo cáo về thời gian phục hồi vệ tinh này, còn nhấn mạnh rằng đây là vệ tinh thí nghiệm kỹ thuật và khoa học thứ 20 được Trung Quốc thu hồi lại. Tân Hoa Xã không hề đề cập một lời nào việc vệ tinh phá hủy một căn nhà. Đây là một ví dụ điển hình về hệ thống thông tin mà thực hành nhất trí của Trung Quốc, là chỉ tường thuật tin tức tốt và che đậy tin tức xấu, như đã được Đảng chỉ dẫn.

Báo chí và tin tức truyền hình tuyên truyền những lời dối trá và vu khống, trợ giúp rất nhiều cho việc thực thi chính sách của Đảng Cộng Sản trong tất cả các cuộc vận động chính trị trong quá khứ. Chỉ thị của Đảng cộng sản được các hệ thống truyền tin thực hành ngay lập tức trên toàn quốc. Khi Đảng muốn bắt đầu cuộc "Vận Động Chống Cánh Hữu", tất cả hệ thống thông tin trên toàn Trung Quốc liền tường thuật cùng một giọng điệu, những tội ác của các phần tử cánh Hữu. Khi Đảng muốn thành lập công xã nhân dân, tất cả báo chí trong nước bắt đầu tán dương các ưu điểm của công xã nhân dân. Trong tháng đầu tiên của cuộc đàn áp Pháp Luân Công, tất cả các đài truyền hình và phát thanh, trong giờ chánh yếu thông tin, đã liên tục vu khống Pháp Luân Công để tẩy não người dân. Từ đó Giang Trạch Dân đã liên tục huy động toàn bộ hệ thống truyền thông để chế tạo và tuyên truyền những lời dối trá vu khống về Pháp Luân Công, khiến cho dân chúng thù ghét Pháp Luân Công, bằng cách tường thuật các tin tức giả tạo về những người tu luyện Pháp Luân Công đang phạm tội giết người và tự tử. Một ví dụ về những tường thuật giả dối như vậy là sự kiện dàn dựng "Tự Thiêu ở Thiên An Môn", mà đã bị Tổ Chức Phát Triển Giáo Dục Quốc Tế NGO chỉ trích đó là hành động của chính quyền dàn dựng lên để lừa dối người dân. Trong 5 năm qua, không một báo chí hay một đài truyền hình nào ở Trung Hoa Lục Địa đã tường thuật tình huống chân thật về Pháp Luân Công.

Người dân Trung Quốc đã quen với các tường thuật tin tức bịa đặt. Một ký giả tư, lão thành của Tân Hoa Xã có lần tuyên bố rằng: "Làm sao mà tin tưởng Tân Hoa Xã được?" Dân gian thậm chí còn hình dung các cơ quan báo chí Trung Quốc như những con chó của Đảng cộng sản. Có bài dân ca rằng: "Nó là con chó Đảng nuôi, giữ cổng cho Đảng. Đảng kêu nó cắn ai là nó cắn người đó, Đảng muốn nó cắn bao nhiêu lần là nó cắn bấy nhiêu lần".

Giáo dục: Ở Trung Quốc, giáo dục đã trở thành một cái gông xiềng khác dùng để thống trị người dân. Mục đích nguyên thủy của giáo dục là đào tạo các phần tử trí thức. Mà trí thức là do hai phần "*tri*" (hiểu biết) và "*thức*"(suy xét) hợp thành. "Tri" là nói về hiểu biết tin tức, tư liệu, và sự kiện lịch sử; "Thức" là nói về những thứ đã biết mà tiến hành phân tích, nghiên cứu, phê phán và tái sáng tạo, tức là một quá trình phát triển về tinh thần. Những ai có "tri" mà không có "thức" thì được xem như là mọt sách, không phải là người trí thức thực sự có lương tâm xã hội. Đây là nguyên nhân tại sao trong lịch sử Trung Quốc người ta đặt nhiều kính trọng đối với các học giả có *thức,* là có khả năng suy xét chân chánh, chứ không phải là các học giả chỉ có *tri* (biết) mà thôi. Tuy nhiên, dưới sự thống trị của Đảng Cộng Sản, các phần tử trí thức Trung Quốc là những người có *tri*(biết) mà không có *thức* (khả năng suy xét), những người có *tri* mà không dám rèn luyện *thức*. Giáo dục trong trường học chỉ tập trung vào việc dạy học sinh không làm những gì mà Đảng không muốn chúng làm. Những năm gần đây, tất cả các trường học đã bắt đầu dạy về chính trị và lịch sử của Đảng Cộng Sản bằng sách giáo khoa thống nhất. Giáo viên dù không tin vào nội dung của sách, nhưng bởi "kỷ luật" của Đảng, họ bắt buộc phải căn cứ vào đó mà dạy dù trái với tâm của họ. Các học sinh dù không tin vào sách vở hoặc thầy cô của chúng, nhưng chúng phải nhớ tất cả những gì trong sách để thi đậu. Gần đây, những câu hỏi về Pháp Luân Công được bỏ vào trong các bài thi học kỳ và các bài thi để vào trường trung học và đại học. Những học sinh nào không biết các câu trả lời mẫu thì không được điểm cao để vào được các trường trung học hay đại học tốt. Nếu học sinh nào dám nói lên sự thật, thì sẽ bị trục xuất khỏi trường ngay lập tức, và mất bất cứ cơ hội được giáo dục một cách chính thức.

Trong hệ thống giáo dục công cộng, vì ảnh hưởng báo chí và tài liệu của chính quyền, nhiều câu nói nổi tiếng đã được truyền ra như là chân lý, như là lời của Mao Trạch Đông "Chúng ta nên ủng hộ những gì mà kẻ thù chống đối và chống lại những gì kẻ thù ủng hộ". Hậu quả không tốt lan rộng: nó đã đầu độc lòng dân, thay thế lòng hướng thiện, và phá hủy luân lý đạo đức để sống hòa bình và hòa đồng.

Vào năm 2004, Trung Tâm Thông Tin Trung Quốc đã phân tích một cuộc kiểm kê do Mạng Internet Sina Trung Quốc thực hiện, kết quả cho thấy rằng 82.6% thanh niên Trung Quốc đã đồng ý rằng trong thời chiến người ta có thể ngược đãi phụ nữ, trẻ em và tù nhân. Kết quả này gây ra một chấn động; nhưng nó đã phản ảnh tâm ý của dân chúng Trung Quốc, đặc biệt là của thế hệ trẻ, là những người không có hiểu biết căn bản về chính quyền nhân từ trong văn hóa truyền thống hoặc không có khái niệm tối thiểu về nhân tính căn bản.

Vào ngày 11 tháng 9 năm 2004, một người đàn ông điên cuồng dùng dao chém 28 đứa trẻ ở thành phố Tô Châu. Vào ngày 20 cùng tháng, một người đàn ông ở tỉnh Sơn Đông dùng dao chém 25 em học sinh tiểu học bị thương. Một số giáo viên tiểu học bắt ép học sinh nắn tay làm pháo để gây quỹ cho trường, kết quả gây ra một vụ nổ làm chết một số học sinh.

Thực thi chính sách: Lãnh đạo của Đảng Cộng Sản thường thường hăm dọa và ép buộc người dân để bảo đảm rằng chính sách của chúng được thực thi. Một trong những thủ đoạn mà chúng dùng là biểu ngữ chính trị. Trong một thời gian dài, chính quyền Đảng Cộng Sản đã trưng lên một số biểu ngữ làm tiêu chuẩn để đánh giá thành tích chính trị của một cá nhân. Trong thời kỳ Cách Mạng Văn Hóa, chỉ qua một đêm Bắc Kinh đã trở thành "biển đỏ", với biểu ngữ giăng đầy khắp mọi nơi "Đả đảo phe cầm quyền theo chủ nghĩa tư bản trong Đảng". Ở nông thôn thì trớ trêu thay, các biểu ngữ được viết ngắn gọn là "Đả đảo bọn cầm quyền".

Gần đây để tuyên truyền "Luật rừng rậm", Cục Lâm Nghiệp Quốc Gia và tất cả các trạm và văn phòng bảo vệ rừng nghiêm khắc ra lệnh rằng một số biểu ngữ phải được treo lên theo đúng chỉ tiêu. Không đạt đúng chỉ tiêu thì xem như không hoàn thành công tác. Kết quả là các văn phòng chính quyền địa phương treo lên một số lượng lớn biểu ngữ, như là "Ai đốt núi sẽ bị tù". Trong việc kiểm soát sinh đẻ những năm gần đây, có các biểu ngữ còn rùng rợn hơn nữa, như là "Một người phạm luật đẻ, cả làng sẽ bị cột (không cho đẻ)", hoặc "Thà thêm một ngôi mộ còn hơn thêm một đứa con", hay là "Phải cột mà không cột (ống dẫn tinh) thì nhà anh sẽ bị đập phá; Phải phá mà không phá thai thì bò và ruộng lúa của chị sẽ bị tịch thu". Có rất nhiều biểu ngữ vi phạm nhân quyền và Hiến pháp, như là "không đóng thuế hôm nay, ngày mai sẽ ngủ trong tù".

Trên căn bản biểu ngữ là cách thức để truyền bá, nhưng trong tính cách quan sát trực tiếp và lặp đi lặp lại. Vì thế chính quyền Trung Quốc thường dùng biểu ngữ để tuyên truyền quan điểm chính trị, ý chí và địa vị. Biểu ngữ chính trị cũng được xem như là những lời mà chính quyền nói với người dân. Tuy nhiên trong các biểu ngữ tuyên truyền chính sách của Đảng Cộng Sản, cũng không khó để người ta nhìn ra khuynh hướng bạo lực với máu tanh khí tức ở đằng sau.

****

VIII. Tẩy Não Toàn Quốc và Vòng Đất lại Làm "Nhà Tù"

Vũ khí hiệu quả nhất mà Đảng Cộng Sản Trung Quốc dùng để duy trì sự thống trị của nó là hệ thống (hình thức võng lưới) khống chế của nó. Đảng Cộng Sản Trung Quốc dựa trên lý luận "chó vâng lời chủ" mà sử dụng hình thức của các tổ chức Đảng để bắt buộc mỗi một người dân phải tuân phục mệnh lệnh của chúng. Cho dù Đảng có trước-sau mâu thuẫn hoặc liên tục thay đổi chính sách thế nào thì cũng không thành vấn đề, miễn là Đảng phải dùng các tổ chức của Đảng để cướp đoạt quyền lợi làm người mà mỗi người đều sanh ra cùng. Các vòi tiếp xúc thám thính chính trị của chính quyền ở khắp mọi nơi. Bất kể là ở thành thị hay nông thôn, người dân đều bị quản lý bởi cái gọi là Ủy ban Đường phố hoặc Ủy hội Nông thôn. Đến tận gần đây, lập gia đình, ly dị, sinh con, tất cả đều phải thông qua sự đồng ý của các ủy ban này. Hình thái ý thức của Đảng, cách suy nghĩ, phương thức tổ chức, cấu trúc xã hội, hệ thống tuyên truyền và hệ thống quản lý chỉ là để phục vụ sự thống trị độc tài, cường quyền của Đảng. Đảng cộng sản, thông qua hệ thống chính quyền, mà khống chế lối suy nghĩ của mỗi một người dân cho đến hành động của mỗi một cá nhân.

Sự tàn khốc trong cách khống chế của Đảng Cộng Sản không chỉ giới hạn ở chỗ tra tấn và hành hạ thân thể, mà Đảng còn bắt ép người ta biến đổi trở thành không còn khả năng suy xét một cách độc lập, tức là làm cho họ khiếp sợ, khiến cho họ nhát gan co rúm không dám nói lên sự thật. Mục đích thống trị của Đảng Cộng Sản, trong sự tẩy não từng người, là khiến cho người ta phải nghĩ những gì Đảng cộng sản nghĩ, nói những gì mà Đảng Cộng Sản nói, và phải làm bất cứ sự việc gì mà Đảng cộng sản đề xướng.

Có câu nói rằng, "Chính sách của Đảng giống như mặt trăng: ngày rằm và mồng một thì không giống nhau". Nhưng bất kể Đảng cộng sản có thay đổi chính sách thường xuyên như thế nào, mọi người dân trên toàn quốc phải tuân theo một cách chặt chẽ. Khi một cá nhân bị dùng như một công cụ để công kích người khác, thì cá nhân ấy phải cảm ơn Đảng vì Đảng cộng sản hiểu biết giá trị của cá nhân ấy; khi bị đả kích, thì phải cảm ơn Đảng Cộng Sản đã "dạy cho một bài học"; khi bị nhầm lẫn kết tội, rồi sau đó Đảng khôi phục lại thanh danh thì phải cảm ơn Đảng Cộng Sản đã khoan dung, cởi mở và có khả năng sửa sai. Chính sách bạo ngược của Đảng Cộng Sản là được thực thi trong sự không ngừng đả kích với sửa sai.

Sau 55 năm thống trị bạo ngược, tư tưởng của người dân trên toàn quốc đã bị Đảng Cộng Sản vẽ lối cho theo, vào một nhà tù, và nhốt nó bên trong phạm vi tư tưởng mà Đảng Cộng Sản cho phép. Hễ ai có ý tưởng ngoài phạm vi này thì bị tội phải chết . Qua nhiều lần đấu tranh lặp đi lặp lại, ngu đần được đề cao là trí tuệ; nhát gan được xem là cách để sinh tồn. Trong xã hội hiện đại với mạng lưới thông tin Internet là phương tiện chủ yếu để trao đổi tin tức, Đảng Cộng Sản Trung Quốc thậm chí còn đòi hỏi người dân phải thực hành tự kỷ luật, và không đọc tin tức từ bên ngoài, hay là xem, tìm kiếm các mạng lưới website với những danh từ như là "nhân quyền" và "dân chủ".

Cuộc vận động tẩy não người dân của Đảng Cộng Sản như là hoang đường, tàn bạo, hèn hạ, ở khắp mọi nơi. Chúng đã thay đổi giá trị giữ được từ luân lý đạo đức của xã hội Trung Quốc, hoàn toàn đặt lại chuẩn mực hành vi cư xử và lối sinh hoạt của dân tộc Trung Hoa. Đảng Cộng Sản liên tục sử dụng sự tra tấn thể xác và tinh thần của người dân để gia tăng quyền hành tuyệt đối của một giáo phái Đảng Cộng Sản mà thống trị thiên hạ.

Lời Kết

Tại sao Đảng Cộng Sản phải đấu tranh không ngừng để giữ quyền lực của nó? Năm nào cũng đấu tranh, tháng nào cũng đấu tranh, ngày nào cũng đấu tranh. Tại sao Đảng cộng sản tin rằng chừng nào đời sống tồn tại thì đấu tranh vẫn không bao giờ hết? Để đạt được mục đích của nó, Đảng cộng sản không do dự khi giết người hoặc phá hủy môi trường sinh thái, cũng như không quan tâm rằng đa số nông dân và dân thành thị đang sống trong cảnh bần cùng.

Điều này có phải vì lý tưởng của chủ nghĩa cộng sản chăng? Câu trả lời là "*Không*". Một trong những nguyên tắc của Đảng Cộng Sản là loại trừ tất cả chế độ tư hữu, bởi vì Đảng cộng sản cho rằng chế độ sở hữu tư nhân là nguồn gốc gây ra tất cả tội ác. Đảng cộng sản, sau khi chiếm đoạt chính quyền, đã cố gắng loại trừ chế độ tư hữu trên mọi phương diện. Tuy nhiên, sau cải cách kinh tế vào thập niên 1980, sở hữu tư nhân lại một lần nữa được phép tồn tại ở Trung Quốc Hiến pháp cũng quy định bảo vệ tài sản tư hữu. Xuyên qua những lời nói dối của Đảng cộng sản, người ta đã thấy rõ ràng trong 55 năm cầm quyền, sự thống trị của Đảng cộng sản chẳng qua chỉ là đạo diễn một màn kịch phân phối lại tài sản. Sau nhiều lần phân phối như vậy, rốt cuộc Đảng cộng sản chuyển tài sản của người khác thành tài sản riêng tư của chính nó.

Đảng cộng sản tự tuyên bố nó là "người tiên phong của giai cấp công nhân". Nhiệm vụ của nó là tiêu diệt giai cấp tư sản. Tuy nhiên, bây giờ trong Đảng chương của Đảng cộng sản rõ ràng quy định là những nhà tư bản có thể gia nhập Đảng. Không còn người nào trong nội bộ của Đảng cộng sản tin vào Đảng cộng sản và Chủ nghĩa Cộng sản nữa. " Danh bất chính, thì ngôn bất thuận". Những gì còn lại của Đảng Cộng Sản chỉ là cái vỏ bề ngoài mà rỗng ruột, có thể nói rằng tự nó là vô thực chất.

Vậy thì, đấu tranh trường kỳ như thế sẽ giữ cho các thành viên Đảng cộng sản thanh liêm, không bị thối nát chăng? *Không* phải. Trong 55 năm Đảng cộng sản nắm chính quyền, những sự việc tham ô, thối nát, hối lộ, làm xằng bậy không theo pháp luật, và những hành động phá hoại đất nước và nhân dân vẫn lan rộng trong các cán bộ của Đảng cộng sản trên toàn quốc. Trong những năm gần đây, trong tổng số gần 20 triệu viên chức Đảng cộng sản ở Trung Quốc, 8 triệu viên chức thối nát đã bị trừng trị vì những tội ác liên quan đến tham ô. Mỗi năm, khoảng 1 triệu người tố cáo với các cấp chính quyền cao hơn về những viên chức thối nát chưa bị điều tra. Từ tháng 1 đến tháng 9 năm 2004, Cục Quản lý Ngoại hối Trung Quốc đã điều tra các trường hợp thanh toán trao đổi tiền bất hợp pháp trong 35 ngân hàng và 41 xí nghiệp, và đã tìm thấy 120 triệu đô la Mỹ trong các giao dịch bất hợp pháp. Theo thống kê những năm gần đây, không ít hơn 4.000 cán bộ trong chính quyền Đảng cộng sản đã trốn ra khỏi Trung Quốc cùng với tiền biển thủ, và tiền của trộm cắp từ quốc gia đã lên tới hàng chục tỉ đô la Mỹ.

Vậy thì, đấu tranh như thế là nhằm mục đích nâng cao tố chất và giác ngộ của dân và để cho mọi người quan tâm tới các việc quốc gia đại sự chăng? Câu trả lời cũng là một chữ *"Không"* vang rền khác. Ở Trung Quốc ngày nay, sự kiện theo đuổi vật chất đang bành trướng, và người ta đang mất đi đức hạnh truyền thống của lòng chân thật. Một tính phổ biến của mọi người là lừa dối người thân thuộc và bịp bợm bạn bè.

Nhiều người Trung Quốc hoặc không quan tâm hoặc từ chối không nói đến nhiều vấn đề quan trọng như nhân quyền hoặc cuộc đàn áp Pháp Luân Công. Giữ lại nhận thức cho riêng mình, và lựa chọn không nói sự thật đã trở thành một phương thức sinh tồn cơ bản ở Trung Quốc. Trong lúc đó, Đảng cộng sản liên tục kích động tình cảm quần chúng về *chủ nghĩa dân tộc* khi có cơ hội. Đảng cộng sản Trung Quốc có thể, ví dụ như, tổ chức cho người dân Trung Quốc ném đá vào tòa đại sứ Hoa Kỳ và đốt cờ Mỹ. Người dân Trung Quốc có thể được đối xử như là "dân phục tùng" hoặc là "dân bạo lực", nhưng không bao giờ là những công dân mà có nhân quyền được bảo đảm. Tu dưỡng văn hóa là nâng cao căn bản tố chất. Trong hàng ngàn năm các kỷ cương về đạo đức của Khổng Tử và Mạnh Tử đã thiết lập các tiêu chuẩn và nguyên tắc đạo đức. "Nếu tất cả những nguyên tắc [đạo đức] này bị bỏ đi, thì lúc đó con người đều là vô chủ (không có luật cho dân noi   theo), và dân không nhận thức được tốt và xấu. Họ sẽ lạc hướng… là Đạo đại loạn" [14]

Mục đích đấu tranh giai cấp của Đảng cộng sản là liên tục tạo ra đại loạn, qua đó nó có thể vững vàng tự xây dựng mình trở thành địa vị giáo chủ của "một và chỉ một Đảng" thống trị thiên hạ ở Trung Quốc, sử dụng tư tưởng chính trị của độc (một) Đảng để khống chế toàn dân Trung Quốc. Các cơ cấu chính phủ, quân đội và các phương tiện thông tin là tất cả các công cụ được sử dụng bởi Đảng cộng sản để thực hành nền chuyên chính bạo lực của nó. Đảng cộng sản, mang các bệnh tật không thể chữa được tới Trung Quốc, chính nó đang đứng trên bờ diệt vong, và sự sụp đổ của nó là không thể tránh khỏi.

Có người cho rằng đất nước sẽ hỗn loạn nếu Đảng cộng sản tan rã. Ai có thể thay thế vai trò của Đảng cộng sản để lãnh đạo Trung Quốc? Trong 5.000 năm lịch sử của Trung Quốc, chỉ 55 năm bị thống trị bởi Đảng cộng sản ngắn như là đám mây lướt nhanh. Tuy nhiên, bất hạnh thay, trong khoảng thời gian 55 năm ngắn ngủi này, Đảng cộng sản đã làm tiêu tan các tín ngưỡng và tiêu chuẩn truyền thống; phá hủy các nguyên tắc đạo đức truyền thống và cấu trúc xã hội; biến đổi sự quan tâm và yêu thương giữa con người thành đấu tranh và hận thù; và đã thay thế sự kính ngưỡng Trời, Đất và Tự Nhiên bằng sự ngông cuồng, xem Trời bằng vung, như là "nhân định thắng thiên". Với hành động phá hủy hết cái này đến cái khác Đảng đã tàn phá các hệ thống sinh thái, và hệ thống đạo đức xã hội, để lại một quốc gia Trung Hoa chìm sâu trong nguy cơ.

Trong lịch sử Trung Quốc, các triều đại có chính quyền nhân đức đều xem yêu thương, nuôi dưỡng và giáo dục dân chúng là trách nhiệm của chính phủ. Bản năng của con người là hướng Thiện, và vai trò của chính phủ là hỗ trợ người dân thực hiện bản năng này. Mạnh Tử đã nói, "Đây là đạo của dân: có kế lâu bền thì sẽ bền lòng, không có kế lâu bền thì sẽ không bền lòng". (dân chi vi đạo dã, hữu hằng sản giả hữu hằng tâm, vô hằng sản giả vô hằng tâm). Giáo dục mà không có thịnh vượng thì không có hiệu quả tốt; những kẻ lãnh đạo hung tàn, bạo ngược, không có tình thương dân mà lại giết những người vô tội, những kẻ lãnh đạo đó đáng bị nhân dân Trung Quốc khinh miệt.

Trong 5.000 năm lịch sử Trung Quốc, có nhiều nhà lãnh đạo nhân đức, như là vua Nghiêu vua Thuấn vào thời cổ, triều nhà Chu có vua Vũ, triều nhà Hán có hoàng đế Văn và hoàng đế Cảnh, hoàng đế Đường Thái Tông triều nhà Đường, hoàng đế Khang Hy và hoàng đế Càn Long triều nhà Thanh. Sự thịnh vượng trong những triều đại này tất cả đều là kết quả mà những nhà lãnh đạo đã thực thi theo đạo Trời, theo học thuyết Trung Dung, và phấn đấu cho hòa bình và ổn định. Đặc điểm của một nhà lãnh đạo nhân từ là chiêu dùng người có Đức và có Tài, lắng nghe và suy xét những ý kiến khác nhau, đề cao công lý và hòa bình, và cho dân những gì người dân cần. Theo cách này, dân chúng sẽ tuân theo luật pháp, giữ gìn lễ nghĩa, an cư lạc nghiệp.

Quan sát các vấn đề của thế giới, chúng ta thường hỏi ai quyết định một nước thịnh vượng hay suy vong, mặc dù chúng ta biết rằng sự thăng hay trầm của một quốc gia có những lý do của nó. Khi Đảng cộng sản biến mất, chúng ta có thể hy vọng hòa bình và hòa khí sẽ trở lại với Trung Quốc. Dân gian sẽ lại chân thành, thiện lương, khiêm tốn, khoan dung, và quốc gia sẽ một lần nữa quan tâm đến các nhu cầu căn bản của người dân, và mọi nghề nghiệp đều sẽ thịnh vượng.

Chú thích:

[1] Từ "Biên niên sử về thực phẩm và hàng hóa" trong cuốn *Hán Sử*.

[2] Qian Bocheng, *Văn hóa Phương Đông*, ấn bản thứ tư, 2000.

[3] *Cao Cương* và *Nhiêu Sấu Thạch* đều là các thành viên của Ban Trung Ương. Sau thất bại tranh giành quyền lực vào năm 1954, họ bị buộc tội âm mưu chia rẽ Đảng và sau đó bị khai trừ khỏi Đảng.

[4] *Hồ Phong*, học giả và phê bình văn học, đã chống lại chính sách văn chương cằn cỗi của ĐCSTQ. Ông bị khai trừ khỏi Đảng năm 1954 và bị kết án 14 năm tù. Từ năm 1951 đến 1952, ĐCSTQ khởi xướng các chiến dịch "Tam Phản" và "Ngũ Phản", các cuộc vận động có mục tiêu được nói rõ là loại bỏ tham ô, lãng phí và quan liêu trong Đảng, chính phủ, quân đội và các tổ chức lớn.

[5] *Những Cách Đảng Cộng Sản Trung Quốc dùng để đàn áp tín đồ Thiên Chúa Giáo* (1958) (bằng chữ Hán)

[6] *Lỗ Tấn* (25/9/1881 –19/10/1936) thường được coi là người sáng lập ra văn học Trung Quốc bản xứ hiện đại. Ông cũng là một dịch giả nổi tiếng. Là một nhà văn cánh tả, Lỗ đóng một vai trò quan trọng trong lịch sử văn học Trung Quốc. Sách của ông đã ảnh hưởng lớn lên nhiều thanh niên Trung Quốc. Trở lại Trung Quốc sau khi học y ở Sendai, Nhật bản vào

năm 1909, ông đã trở thành một giảng viên tại Đại Học Bắc Kinh và bắt đầu viết từ đó. Sách của ông đã ảnh hưởng đến rất nhiều người trẻ Trung Quốc hiện đại.

[7] Ngọc Hoàng và Long Vương cả hai đều là nhân vật thần thoại. Ngọc Hoàng, còn được mệnh danh là Ngọc Nhân Tháng Tám cũng như được người thường và trẻ em gọi là ông trời, là vua ở thiên đình và là một trong những bậc thần tiên quan trọng nhất của Đạo Giáo. Long Vương là vua của bốn biển. Mỗi biển định theo bốn hướng (đông, tây, nam, bắc) đều có một Long Vương. Long Vương sống ở trong lâu đài bằng pha lê canh gác bởi các tướng cua và lính tôm. Ngoài việc trị vì các hải vật, Long Vương còn làm ra mây mưa. Đông Hải Long Vương được nói rằng là có lãnh thổ to nhất.

[8] *Bành Đức Hoài* (1898-1974): Nhà lãnh đạo chính trị và tướng cộng sản Trung Quốc. Bành là tổng tư lệnh trong chiến tranh Triều Tiên, phó chủ tịch Hội đồng nhà nước, ủy viên Bộ Chính Trị, Bộ trưởng Bộ quốc phòng từ 1954-1959. Ông đã bị phế truất khỏi vị trí của mình sau bất đồng với các giải pháp cánh tả của Mao tại phiên họp toàn thể Lư Sơn của ĐCSTQ năm 1959.

[9] *Triệu Cao* (? - 210 trước CN): Tổng thái giám trong triều đại nhà Tần. Vào năm 210 trước CN, sau khi Hoàng Đế Tần Thủy Hoàng chết, Triệu Cao, thừa tướng Lý Tư và con thứ hai của Hoàng Đế là Hồ Hợi đã làm giả chúc thư của Hoàng Đế, đưa Hồ Hợi lên làm Hoàng Đế mới và ra lệnh cho hoàng thái tử Phù Tô phải tự tử. Sau đó xung đột xảy ra giữa Triệu Cao và Hồ Hợi (Nhị Thế Hoàng Đế), Cao đã mang vào hoàng cung một con nai

và nói nó là một con ngựa. Chỉ một số ít quan lại dám không đồng ý và nói nó là một con nai. Triệu Cao tin rằng những viên quan gọi con vật là nai chống lại mình và tìm cách bãi chức của họ.

[10] Dịch từ http://www.boxum.com/hero/dings/39_1.shtml.

[11] Vệ Binh Đỏ là những người dân sự đã thực thi chính sách của Cách Mạng Văn Hóa ở các địa phương.

[12] *Cuộc Tàn Sát Đại Hưng* xảy ra vào tháng 8 năm 1966 trong khi thay đổi lãnh đạo Đảng ở Bắc Kinh. Vào lúc đó Tạ Phú Trì, bộ trưởng Bộ Công an, đã có một bài diễn văn tại một cuộc họp Cục Công an tại Bắc Kinh, đã khuyến khích không can thiệp vào các hành động của Hồng Vệ binh chống lại "năm giai cấp đen". Bài diễn văn này chẳng mấy chốc được chuyển tới cuộc họp Ủy Ban Lâm Thời của Cục Công an Đại Hưng. Sau cuộc họp, Cục Công An Đại Hưng ngay lập tức đã hành động là lên kế hoạch kích động những đám đông ở huyện Đại Hưng giết "năm giai cấp đen".

[13] Thuộc về ngày 19 tháng 12 năm 2004.

[14] Từ Kang Youwei, Tuyển tập các bài viết chính trị (1981). Zhonghua Zhuju. Kang Youwei (1858-1927) là một nhà tư tưởng cải cách quan trọng vào cuối đờiThanh.

Bài bình luận số 4

ĐẢNG CỘNG SẢN LÀ LỰC LƯỢNG PHẢN VŨ TRỤ

Bảng hiệu khuyến khích Hồng Vệ Binh đánh đập dân chúng, tiêu hủy tài sản, và cướp bóc nhà cửa. Khẩu hiệu trong hình này là "Đả phá thế giới cũ, sáng lập thế giới mới".

Lời mở đầu

Người Trung Hoa rất trọng "Đạo". Thời xưa một vị hoàng đế mà hung bạo thì bị gọi là *"hôn quân vô đạo."* Bất kể hành vi nào không phù hợp với tiêu chuẩn đạo đức thì được xem là "không có đạo đức", thể theo hai chữ Hán ngữ là "Đạo" và "Đức". Đến cả nông dân khi nổi dậy, họ cũng giương cao khẩu hiệu rằng họ *"thế thiên hành Đạo".* Ngài Lão Tử [1] giảng rằng, "Có cái gì huyền bí và nguyên vẹn tồn tại trước khi khai thiên lập địa: Tĩnh mịch, vô hình, vắng vẻ và độc lập. Trường tồn khắp nơi trong tuyệt mỹ, là mẹ của vạn sự vạn vật. Ta không biết tên chi. Ta gọi đó là Đạo." Ý nói rằng thế giới được hình thành từ "Đạo".

Hơn trăm năm vừa qua, hồn ma Cộng Sản thình lình xâm chiếm khiến tạo thành một luồng trái với Tự nhiên, một lực lượng trái với nhân tính, gây ra vô vàn thống khổ và bi thảm. Chúng đã đẩy văn minh nhân loại đến bên bờ hủy diệt. Hành động bạo tàn chống lại "Đạo", tự nhiên cũng là phản thiên nghịch địa , rồi từ đó mà trở thành một lực cực kỳ tà ác và phản vũ trụ.

"Người thuận theo Đất, Đất thuận theo Trời, Trời thuận theo Đạo, Đạo thuận theo Tự Nhiên." [2]. Người Trung Quốc từ xưa đến nay, tin tưởng và giữ đúng điều 'Trời với người hợp nhất'; con người và trời đất hòa hợp, dựa nhau mà sinh tồn. Đạo Trời không biến đổi, tuần hoàn vận hành thuận theo

Đạo một cách trật tự. Đất thuận theo thiên thời, vì thế mà có bốn mùa phân biệt rõ ràng. Thuận theo trời đất, nhân loại được hưởng cuộc sống hài hòa hạnh phúc. Điều này phản ảnh qua thành ngữ "thiên thời, địa lợi, nhân hòa" [3]. Người Trung Hoa nghĩ rằng, thiên văn, địa lý, hệ thống lịch, y học, văn học, đến cả cấu trúc xã hội, tất cả đều thể theo quy luật này.

Nhưng chỉ có Đảng Cộng Sản thì lại cổ võ "nhân định thắng thiên" và "triết lý đấu tranh", coi thường Trời, Đất và Tự Nhiên. Mao Trạch Đông nói rằng, "đấu với Trời là vui vô cùng, đấu với Đất là vui vô cùng, đấu với Người là vui vô cùng". Có lẽ từ các đấu tranh này mà Đảng Cộng Sản đạt được niềm vui thực sự, nhưng người dân đã phải trả cái giá cực kỳ thảm thương.

I. Đấu với Người, diệt tuyệt nhân tính

1. Thiện Ác điên đảo -- mất hẳn nhân tính

Con người trước hết là người của tự nhiên, sau đó là người của xã hội. "Nhân chi sơ tính bổn thiện" [4], " Người nào cũng có thể động lòng trắc ẩn" [5] là những nguyên lý chỉ đạo mà con người sẵn có khi chào đời, các nguyên lý chỉ đạo này giúp họ phân biệt được đúng hay sai, thiện hay ác. Tuy nhiên, đối với Đảng Cộng Sản, con người là thú vật, thậm chí còn như là máy móc. Thể theo Đảng Cộng Sản, thì không kể là giai cấp tư sản hay giai cấp vô sản, tất cả cũng chỉ là lực lượng vật chất mà thôi.

Mục đích của Đảng Cộng Sản là kiềm chế thao túng người ta và dần dần biến họ thành bọn hung tợn, tạo phản của cách mạng. Karl Marx cho rằng, "Chỉ có lực lượng vật chất mới có thể phá tan được lực lượng vật chất; mà lý luận một khi đã nắm được quần chúng, cũng sẽ biến thành một lực lượng vật chất." [6] Ông ta tin rằng toàn bộ lịch sử của nhân loại không gì khác hơn là sự tiến hóa liên tục của nhân tính, rằng trên thực tế nhân tính chính là giai cấp tính, rằng không có gì là cố hữu, bẩm sinh mà tất cả đều là sản phẩm của môi trường mà thôi. Ông ta lý luận rằng con người là một "người của xã hội", và không đồng ý với khái niệm "người của tự nhiên" mà Feuerbach [Phơ-bách] thừa nhận. Lenin tin rằng chủ nghĩa Marxism không thể tự nhiên mà tạo ra trong thành phần giai cấp vô sản, mà phải từ bên ngoài mà đưa vào. Lenin [Lê-nin] cố gắng nỗ lực hết sức nhưng vẫn không làm cho công nhân chuyển từ đấu tranh kinh tế sang đấu tranh chính trị để chiếm đoạt quyền lực. Cho nên ông đặt hy vọng vào *Thuyết Phản Xạ Có Điều Kiện* của Ivan Petrovich Pavlov, người đã từng đoạt giải Nobel. Lenin cho rằng lý thuyết này "có ý nghĩa quan trọng đối với thành phần giai cấp vô sản trên toàn thế giới." Trotsky [7] còn tự phụ rằng *Thuyết Phản Xạ Có Điều Kiện* không những chỉ thay đổi con người về mặt tâm lý, mà còn thay đổi con người về mặt vật chất. Cũng giống như một con chó chảy nước miếng mỗi khi nghe tiếng chuông gọi bữa ăn trưa reo lên, quân lính nghe súng nổ mà dũng cảm xông lên và hiến dâng mạng sống cho Đảng Cộng Sản.

Từ cổ xưa, người ta tin tưởng rằng thành quả có được từ nỗ lực và lao động. Bằng cách lao động chăm chỉ người ta có được cuộc sống thịnh vượng. Biếng nhác là bị khinh thường và hưởng lợi mà không lao động là trái với đạo đức. Sau khi Đảng Cộng Sản lan tràn vào Trung Quốc như một bệnh dịch, chúng hô hào cặn bã xã hội và những kẻ ăn không ngồi rồi đi chia đất, cướp đoạt tài sản riêng tư, áp bức mọi người, công khai làm như thế dưới danh nghĩa pháp luật.

Ai cũng hiểu rằng kính trọng người lớn tuổi, chăm lo trẻ em là tốt; không kính trọng người lớn tuổi và thầy giáo là xấu. Nền giáo dục theo Khổng Tử khi xưa có hai phần: Tiểu Học và Đại Học. Giáo dục của Tiểu học là dạy cho trẻ em dưới 15 tuổi, chủ yếu là tập trung vào quy tắc về vệ sinh, giao tiếp xã hội, nghi thức (có nghĩa là giáo dục vệ sinh, cách đối xử xã hội, lời nói v..v). Giáo dục Đại Học nhấn mạnh về Đức tính và tiếp thụ Đạo Lý [8]. Trong các chiến dịch của Đảng Cộng Sản Trung Quốc để chỉ trích Lâm Bưu [9], phê phán Khổng Tử và bãi bỏ không kính trọng thầy, Đảng đã xóa tan tất cả chuẩn mực đạo đức trong tâm hồn của thế hệ trẻ.

Có một câu nói từ cổ xưa thế này, 'Một ngày làm thầy của ta, thì trọn đời ta phải kính trọng người đó như là cha của mình.'

Ngày 5 tháng 8 năm 1966, Biện Trọng Vân, một cô giáo của Trường Trung học Nữ thuộc Đại Học Sư Phạm Bắc Kinh, bị các nữ sinh của cô bắt diễn hành trên phố, đội một chiếc mũ lừa cao, quần áo dính đầy mực đen, quàng một cái bảng đen sỉ nhục trên cổ, đi giữa đám học sinh trong khi chúng đang đánh trống bằng thùng rác. Cô bị bắt phải quỳ trên mặt đất, bị đánh bằng một cái gậy gỗ có đóng đinh lởm chởm, và bị đổ nước sôi lên người. Cô ta đã bị tra tấn đến chết đi.

Một nữ hiệu trưởng trường Trung học của Đại học Bắc Kinh bị học sinh bắt phải gõ lên một cái chậu rửa đã vỡ và la lớn rằng "Tôi là một phần tử xấu". Để làm nhục bà ta, tóc bà đã bị cắt xén một cách bừa bãi. Bà bị đánh vào đầu cho đến khi máu phun ra, trong khi đó thì bị bắt buộc phải quỳ xuống và bò trên mặt đất.

Ai cũng nghĩ rằng sạch là tốt, bẩn là xấu. Vậy mà Đảng Cộng Sản Trung Quốc lại hô hào "phủ bùn khắp người và làm chai đầy bàn tay", lại còn khen rằng "tay lem luốc và chân dính phân bò" [10] là hay. Những người như thế được xem là những phần tử cách mạng nhất, có thể đi học đại học, được gia nhập Đảng, được thăng chức, cuối cùng trở thành lãnh đạo của Đảng.

Tiến bộ của nhân loại là tiến bộ về kiến thức, nhưng dưới sự thống trị của Đảng Cộng Sản, kiến thức bị xem là những thứ không tốt. Các phần tử trí thức thì bị xếp loại thành 'loại hôi thối hạng chín' — là tệ nhất trên tỉ lệ từ một đến chín. Người trí thức phải học hỏi từ dân mù chữ, phải bị nông dân nghèo giáo dục lại để họ được cải tạo và bắt đầu một cuộc sống mới. Trong việc cải tạo lại thành phần trí thức, các giáo sư từ Đại học Thanh Hoa bị đày đến đảo Như Châu ở Nam Xương, tỉnh Giang Tây. Bệnh sán máng [11] là một bệnh rất phổ biến ở khu vực này, thậm chí một trại lao động cải tạo trước kia ở chỗ này cũng phải dời đi nơi khác. Vừa khi đụng vào nước sông, các giáo sư này đã bị nhiễm trùng và bị bệnh sơ gan, vì thế mà mất đi khả năng làm việc và sống.

Dưới sự chủ mưu của cựu Thủ tướng Trung Quốc Chu Ân Lai, Đảng Cộng sản Căm-pu-chia (Khờ-me Đỏ) đã tiến hành cuộc đàn áp dã man nhất nhắm vào thành phần trí thức. Những người có tư tưởng độc lập trở thành đối tượng bị cải tạo và bị tiêu diệt về tinh thần lẫn thể xác. Từ năm 1975 đến 1978, một phần tư dân số của Căm-pu-chia đã bị ám sát, một số người chỉ vì có cái dấu đeo mắt kính trên mặt mà bị giết chết.

Sau khi Đảng Cộng Sản Căm-pu-chia chiến thắng vào năm 1975, Pol Pot [Pôn-pốt] vội vàng bắt đầu thành lập chủ nghĩa xã hội — gọi là "một thiên đàng của xã hội nhân loại", một xã hội không có sự khác biệt về giai cấp, không phân biệt thành thị nông thôn, không có tiền tệ hay thương mại. Cuối cùng thì các gia đình bị tan nát và được thay thế bởi những đội lao động nam và những đội lao động nữ. Tất cả bị bắt phải làm việc và ăn chung với nhau, mặc đồng phục cách mạng màu đen hay quân phục. Vợ chồng chỉ được phép gặp nhau mỗi tuần một lần.

Đảng Cộng Sản tuyên bố rằng không sợ Trời, không sợ Đất và ngông cuồng đòi cải tạo lại trời đất. Thật ra là chúng hoàn toàn chối bỏ hết thảy các nhân tố và lực lượng chân chính trong vũ trụ. Khi còn là sinh viên ở Hồ Nam, Mao Trạch Đông đã từng nói rằng:

"Trong những thế kỷ, các dân tộc đã từng trải qua những cuộc cách mạng lớn lao. Thường thường cái cũ thì bị rửa trôi đi và tất cả được nhuộm lại với cái mới; biến đổi to lớn xảy ra, có thể bao gồm sống và chết, thành công và hủy diệt. Cũng giống như sự hủy diệt của vũ trụ. Mà hủy diệt của vũ trụ chắc chắn không phải là sự hủy diệt cuối cùng, và cũng không hẳn hủy diệt ở nơi này thì sẽ là sáng tạo ở nơi kia. Con người chúng ta ai cũng có phần trong sự hủy diệt như thế, bởi vì trong việc hủy diệt vũ trụ cũ, chúng ta sẽ đem lại vũ trụ mới. Chẳng phải nó tốt hơn vũ trụ cũ hay sao!"

Tình cảm đối với người thân thuộc là điều tự nhiên của con người. Tình cảm thân mến giữa vợ chồng, con cái, cha mẹ, bạn bè nói chung là bình thường trong xã hội loài người. Qua các cuộc vận động chính trị liên tiếp, Đảng Cộng Sản Trung Quốc đã thay đổi con người thành chó sói, thậm chí biến thành thú vật hung tợn hơn cả chó sói nữa. Ngay cả những con hổ hung dữ nhất cũng không ăn thịt con của nó; nhưng dưới quyền thống trị của Đảng Cộng Sản Trung Quốc, cha mẹ và con cái đấu tố nhau, vợ chồng tố cáo nhau, đều là chuyện thường; quan hệ gia đình thân thuộc thường thường không được chấp nhận.

Vào giữa thập niên 1960, một nữ giáo viên ở một trường tiểu học tại Bắc Kinh vô tình viết hai chữ 'chủ nghĩa xã hội' và 'sụp đổ' chung với nhau, lúc cô tập cho các học sinh viết chữ Hán. Các học sinh liền báo cáo cô. Sau đó, hằng ngày cô ta bị phê bình chỉ trích và bị các nam học sinh tát mặt. Con gái của cô ta đã cắt đứt tình mẹ con với cô. Khi tranh cãi dữ dội trong các buổi sinh hoạt chính trị, con gái cô ta đã chỉ trích thái độ của mẹ mình trong "chiều hướng mới của đấu tranh giai cấp". Tiếp theo sự bất hạnh này, vài năm sau, cô giáo viên đó thường ngày không làm chi khác hơn mà chỉ quét dọn trường và dọn dẹp nhà vệ sinh.

Ai đã từng sống trong thời Cách Mạng Văn Hóa sẽ không bao giờ quên cô Trương Chí Tân, bị cầm tù vì phê phán Mao Trạch Đông bị thất bại trong chiến dịch *Đại Nhảy Vọt*. Rất nhiều lần cai ngục cởi hết quần áo của cô ta, còng tay cô về phía sau và quẳng cô vào xà-lim của đàn ông để cho các tù nhân nam hãm hiếp tập thể. Cuối cùng cô ta đã bị điên loạn. Trước khi bị giết chết, cai ngục sợ rằng cô ta sẽ hô to những khẩu hiệu phản đối, nên bọn chúng đè đầu cô ta trên một phiến đá và cắt cuống họng cô mà không dùng một chút thuốc tê.

Trong cuộc đàn áp bức hại Pháp Luân Công những năm gần đây, Đảng Cộng Sản Trung Quốc vẫn liên tục sử dụng thủ đoạn cũ đó để kích động căm thù và xúi giục bạo lực.

Đảng Cộng Sản tiêu diệt bản tính thiện lương của con người, chúng xúi giục, dung túng và lợi dụng phần ác trong nhân tính của con người để củng cố quyền thống trị của chúng. Từ cuộc vận động này đến cuộc vận động khác, người có lương tâm vì kinh sợ bạo lực mà ép buộc phải im lặng. Đảng Cộng Sản đã tiêu diệt chuẩn mực đạo đức trong vũ trụ một cách có hệ thống; mục đích là để hoàn toàn phá hủy khái niệm đạo đức, phá hủy khái niệm Thiện và Ác mà nhân loại đã duy trì hàng ngàn năm qua.

2. Tà ác đến độ đã vượt qua quy luật tương sinh tương khắc

Ngài Lão Tử giảng rằng: "Dưới gầm trời, tất cả nhận thấy cái đẹp là đẹp bởi vì có cái xấu. Biết được cái thiện là thiện bởi vì có tà ác. Cho nên 'có và không' sinh cùng với nhau. Khó khăn và dễ dàng phối hợp với nhau. Dài và ngắn so với nhau, cao và thấp nghiêng vào nhau, tiếng nói và âm thanh hòa hợp nhau; trước và sau đi theo nhau." [12]

Nói một cách đơn giản, quy luật tương sinh tương khắc tồn tại ở thế gian của con người. Không chỉ có người ta được phân chia thành người tốt và người xấu, mà thiện và ác cũng cùng tồn tại trong bản thân của mỗi một người.

Đạo Chích, một nhân vật điển hình của bọn cướp ở Trung Quốc thời xưa, nói với đám lâu la rằng "Ăn cướp cũng phải có Đạo." Hắn tiếp tục nói rằng tên cướp cũng phải có tài cao, dũng cảm, ân nghĩa, trí tuệ và nhân từ. Đó là nói rằng, ngay cả một tên cướp cũng không thể muốn làm gì làm, mà còn có các qui củ phải tuân theo.

Nhìn lại lịch sử của Đảng Cộng Sản Trung Quốc, có thể nói là tràn đầy thủ đoạn xảo quyệt và phản bội, không có qui củ bó buộc. Ví dụ, bọn cướp tôn trọng nhất là "nghĩa". Đến cả nơi mà chúng chia của cải cướp đoạt cũng được gọi là " *Tụ nghĩa phân* sảnh đường" (Sảnh đường để phân chia đồ tụ nghĩa). Vậy mà khi khủng hoảng xảy ra giữa các đồng chí trong Đảng Cộng Sản Trung Quốc, thì họ tố cáo và buộc tội lẫn nhau, thậm chí còn bịa đặt tội danh giả để hại nhau, chà xát thêm muối vào vết thương.

Lấy Tướng Bành Đức Hoài làm ví dụ. Mao Trạch Đông xuất thân từ một gia đình nông dân, đương nhiên thừa biết rằng một mẫu đất không thể nào sản xuất ra 130 ngàn cân gạo [13] và cũng thừa biết rằng điều mà Tướng Bành nói tất cả là đúng. Mao cũng biết rõ rằng Bành không có ý định cướp đoạt quyền hành của Mao, chưa kể đến việc Bành đã cứu mạng Mao nhiều lần khi Bành chỉ có 20 ngàn quân mà chiến đấu với 200 ngàn quân lính của Hồ Tông Nam trong cuộc nội chiến giữa Đảng Cộng Sản và Quốc Dân Đảng ở Trung Quốc. Vậy mà khi Bành vừa phát biểu ý kiến bất đồng với Mao, lập tức Mao phát cơn thịnh nộ, ném vào thùng rác một bài thơ mà Mao đã viết ca ngợi về Bành—"Ai dám rút kiếm cưỡi ngựa tiến lên, chỉ có tướng Bành chúng ta!"— Mao nhất quyết xử tử Bành, không đếm xỉa gì đến sự cao thượng và tình đồng chí ân nhân cứu mạng của Bành đối với mình, có thể nói là ân đoạn nghĩa tuyệt.

Đảng Cộng Sản giết người một cách tàn bạo thay vì cai trị với lòng nhân từ; chúng đàn áp bức hại đảng viên, không kể đến tình đồng chí và không nói đến nghĩa khí; chúng bán rẻ đất của Trung Quốc, hành động hèn nhất; tự chúng làm cho mình trở thành kẻ thù của lòng tin chân chính, chúng thiếu trí tuệ; chúng đề cao các cuộc vận động quần chúng, chà đạp đường lối trị quốc của các bậc thánh nhân. Tóm lại, Đảng Cộng Sản đã đi quá xa, đến cả một chút chuẩn mực đạo đức tối thiểu ấy như là "Ăn cướp cũng phải có Đạo." mà chúng cũng vứt đi. Sự tà ác của chúng đã vượt hẳn đạo lý tương sinh tương khắc trong vũ trụ. Đảng Cộng Sản triệt để lật đổ nhân tính và tự nhiên, mục đích là chúng muốn lật đổ tiêu chuẩn Thiện và Ác, lật đổ quy luật của vũ trụ. Khi những cuồng vọng đi đến tột cùng, thì tự nhiên chúng khó mà chạy trốn khỏi cái kết cục phải bị tiêu diệt.

II. Đấu với Đất, làm trái với tự nhiên, gây tai họa vô cùng

1. Mở rộng đấu tranh giai cấp đến sự Tự Nhiên

Kim Huấn Hoa, một học sinh tốt nghiệp trung học vào năm 1968 của trường Trung học Ngô Tùng số 2 của Thượng Hải và cũng là một thành viên của Ủy Ban Thường Trực Hồng Vệ Binh Trung Học ở Thượng Hải, được đưa đến vùng quê của tỉnh Hắc Long Giang vào tháng Ba năm 1969. Vào ngày 15 tháng 8, năm 1969, những cơn lũ dữ dội từ trên núi đổ xuống và làm ngập nhanh chóng hết cả các khu vực xung quanh sông Song Hà. Kim nhảy vào trong dòng nước đang chảy xiết để kéo lên hai cột dây điện cho đội sản xuất của anh ta nên đã bị chết đuối.

Sau đây là hai đoạn văn trong nhật ký [14] của Kim viết trước khi chết.

Ngày 4 tháng Bảy:
Tôi bắt đầu cảm thấy sự nghiêm trọng và ác liệt của đấu tranh giai cấp ở nông thôn. Là một Hồng vệ binh của Mao Chủ Tịch, với tư tưởng bất chiến bại của Mao Trạch Đông làm vũ khí, tôi hoàn toàn sẵn sàng chiến đấu chống lại lực lượng phản động. Dù phải hy sinh mạng sống, tôi vẫn sẵn sàng chiến đấu. Tôi sẽ chiến đấu! chiến đấu! và chiến đấu

với tất cả khả năng của tôi để củng cố giai cấp vô sản chuyên chính .

Ngày19 tháng Bảy:
Kẻ thù giai cấp trong đội sản xuất đó vẫn còn kiêu ngạo. Thanh thiếu niên trí thức về vùng quê chính là để tham gia vào ba cuộc đấu tranh cách mạng lớn lao ở vùng quê. Trước tiên là tham gia đấu tranh giai cấp. Chúng ta nên dựa vào giai cấp nông dân nghèo và thấp dưới trung bình, vận động quần chúng và tiêu diệt tính kiêu ngạo của kẻ thù .Chúng ta là thanh thiếu niên đã hiểu biết phải luôn luôn nâng cao khẩu hiệu vĩ đại của Tư Tưởng Mao Trạch Đông, đừng quên đấu tranh giai cấp, và đừng quên đấu tranh giai cấp vô sản chuyên chính.

Kim về vùng quê với tư tưởng đấu với Trời, đấu với Đất và cải tạo lý tưởng của nhân loại. Quyển nhật ký của anh đã thể hiện tâm của anh đầy "chiến đấu". Anh mở rộng ý tưởng "đấu tranh với con người" với mục đích là đấu với Trời, đấu với Đất, vì tư tưởng đó mà mất đi mạng sống của cá nhân mình. Kim là một trường hợp điển hình của triết lý đấu tranh, đồng thời rõ ràng cũng trở thành nạn nhân của nó.

Engels đã từng cho rằng "Tự do là sự nhận thức những điều tất nhiên". Mao Trạch Đông thêm vào đó một câu "và sự cải tạo thế giới." Phần cuối của câu này hoàn toàn nêu rõ ra thái độ của Đảng Cộng Sản về Tự Nhiên, đó chính là cải tạo sự Tự Nhiên. Đối với nhận thức của Đảng cộng sản, "tất nhiên" là những thứ vượt khỏi tầm nhìn của bọn họ, và là những "qui luật" mà chúng không cách nào hiểu nổi nguồn gốc. Chúng tin rằng Tự Nhiên và nhân loại có thể "chinh phục" được bằng cách vận động ý thức chủ quan con người để diễn giải quy luật khách quan. Trong nỗ lực cải tạo sự Tự Nhiên, Đảng cộng sản đã gây hỗn loạn cho cả Nga và Trung Quốc, đây là hai nơi thí nghiệm của chúng.

Các bài hát dân ca trong thời *Đại Nhảy Vọt* đã thể hiện cái tâm cuồng vọng và ngu xuẩn của Đảng Cộng Sản Trung Quốc: "Hãy cho núi cao phải cúi đầu, hãy cho sông biển phải nhường bước"; "Không Ngọc Hoàng Thượng Đế trên trời, không Long Vương dưới đất. Chính ta là Ngọc Hoàng Thượng Đế và chính ta là Long Vương. Dưới mệnh lệnh của ta ba núi năm đèo cũng phải dẹp đi, nhìn xem ta đến đây!" [15]

Đảng Cộng Sản đã đến! Chúng đã phá hoại sự quân bình Tự Nhiên và phá hoại thế giới từ nguyên thủy vốn đã hài hòa.

2. Phá hoại sự Tự Nhiên, phải tự nhận lãnh hậu quả

Dưới chính sách nông nghiệp mà dùng thóc lúa làm chủ yếu, Đảng Cộng Sản Trung Quốc cố ý biến đổi các vùng đồi núi lớn rộng và đồng cỏ không canh tác được thành vùng nông nghiệp, và lấp các sông hồ ở Trung Quốc để cải biến thành các vùng đất nông nghiệp. Kết quả thế nào? Đảng Cộng Sản Trung Quốc tuyên bố rằng mức sản xuất lúa gạo vào năm

1952 đã vượt trên mức sản xuất vào thời Quốc Dân Đảng, nhưng Đảng Cộng Sản Trung Quốc không tiết lộ ra là, mãi cho đến năm 1972 thì tổng số lượng sản xuất thóc lúa ở Trung Quốc vẫn chưa bằng lượng sản xuất thời thái bình thịnh vượng của Vua Càn Long đời nhà Thanh. Thậm chí cho đến ngày nay, số lượng sản xuất lúa gạo của Trung Quốc tính theo đầu người, vẫn còn thấp hơn số lượng sản xuất của đời nhà Thanh, và cũng chỉ bằng một phần ba số lượng sản xuất của thời nhà Tống, đó là thời kỳ mà sản xuất nông nghiệp đạt đến mức cao nhất trong lịch sử Trung Quốc.

Kết quả của sự đốn cây, và san lấp sông hồ bừa bãi, đã phá hoại trầm trọng cho hệ sinh thái Tự nhiên của Trung Quốc. Ngày nay hệ sinh thái ở Trung Quốc đang trên đà suy sụp. Sự khô cạn của sông Hải Hà và sông Hoàng Hà và độ ô nhiễm của Sông Hoài và Sông Dương Tử (Trường Giang) đã cắt đứt con đường sinh tồn mà Trung Quốc dựa vào để sinh sống. Đồng cỏ ở các vùng Cam Túc, Thanh Hải, khu Nội Mông, và Tân Cương biến mất, những trận bão cát đã có lối để thổi vào khu vực trung tâm của đồng bằng.

Vào thập niên 1950, dưới sự chỉ dẫn của các chuyên gia Sô-viết, Đảng Cộng Sản Trung Quốc cho xây nhà máy thủy điện Tam Môn Hạp trên sông Hoàng Hà. Cho đến ngày nay, nhà máy điện này chỉ mang lại một công suất phát điện bằng sức của một con sông trung bình sản xuất thôi, dù rằng sông Hoàng Hà là sông lớn thứ nhì ở Trung Quốc. Còn tệ hại hơn nữa , dự án này đã tạo ra sự tích tụ các chất bùn và cát ở phía thượng nguồn dòng sông, khiến cho đáy sông dâng cao lên. Vì lý do này, ngay cả một trận bão lụt trung bình thôi cũng đủ gây thiệt hại to lớn cho mạng sống và đất đai tài sản của người dân sống ở hai bên bờ sông. Trong trận bão lụt vào năm 2003 trên sông Vị, khi ở điểm cao nhất, mực nước chảy nhanh là 3.700 mét khối mỗi giây, hiện tượng này chỉ có khoảng 3 đến 5 năm mới xảy ra một lần. Tuy nhiên trận bão lụt này đã gây thiệt hại chưa từng thấy (so với những trận bão lụt đã xảy ra) trong 50 năm qua.

Có nhiều bể chứa nước cỡ lớn được xây cất ở vùng địa phương của Trú Mã Điếm, tỉnh Hồ Nam. Vào năm 1975, các đập thủy điện của những bể chứa nước này đã sụp đổ từ cái này đến cái khác. Chỉ trong khoảng hai tiếng đồng hồ, 60 ngàn người bị chết đuối. Tổng số người chết lên đến 200 ngàn người.

Đảng Cộng Sản Trung Quốc vẫn ngang nhiên hành động phá hủy đất đai của Trung quốc. Đập thủy điện Tam Hiệp trên sông Dương Tử và *Dự Án Chuyển Nước Từ Nam Đến Bắc* là ý đồ của Đảng Cộng Sản Trung Quốc nhằm cải biến hệ sinh thái Tự Nhiên, với số tiền đầu tư vào dự án lên đến hàng trăm tỷ đô-la Mỹ; chưa kể đến những dự án nhỏ hoặc trung bình để "đấu với Đất". Thêm vào đó, nội bộ Đảng Cộng Sản Trung Quốc đã có lần đưa ra đề nghị phải dùng bom nguyên tử cho nổ để mở đường nối liền với vùng cao nguyên Thanh

Hải-Tây Tạng để cải biến môi trường Tự Nhiên ở miền Tây Trung Quốc. Mặc dù sự cuồng vọng và xúc phạm đất đai của Đảng cộng sản Trung Quốc đã làm chấn động thế giới, nhưng đây không có gì là ngạc nhiên cả.

Trong Bát Quái của kinh Dịch, tổ tiên Trung Quốc xem Trời là Càn hay tạo hoá, và kính trọng Đạo Trời. Họ xem Đất là Khôn hay là mẹ, kính trọng và lĩnh hội Đức của Khôn.

Khôn là hình tượng (quẻ) kế tiếp theo Càn được tả trong kinh Dịch rằng: "Địa thế Khôn, quân tử dĩ hậu đức tải vật." –(tạm hiểu " hình thế sức mạnh của Đất là Khôn, noi theo bản tính của Đất người quân tử lấy Đức dầy mà chở muôn vật").

Ngài Khổng tử ghi chú trong kinh Dịch rằng [16], "Chí tai khôn nguyên, vạn vật tư sinh." – (tạm hiểu " đến cái chức năng đứng đầu, cao nhất của Khôn thì chính là sinh ra tất cả vạn vật.]

Và giảng tiếp về bản chất của Khôn: "**Khôn** là mềm mại nhất, nhưng khi vận động thì lại cứng rắn. Là tĩnh lặng nhất, nhưng Đức bao quát khắp phương. Uyển chuyển,nhu mì, thuận theo Trời mà trường tồn mãi. **Khôn** bao gồm vạn vật và biến đổi rạng rỡ. **Khôn** là thế, ngoan ngoãn biết bao, đón nhận mệnh Trời và chuyển động với thời gian."

Hiển nhiên rằng chỉ trong vòng khuôn đạo đức của mẹ Đất (là Đức của Khôn), mà còn nhu mì, tĩnh lặng, bền bỉ, và nhẫn nại để thuận theo Trời thì mới có thể lấy 'Đức dầy mà chở vật' , vạn vật từ đó mà sinh ra. Đồng thời, mới đề cao được thái độ của nhân loại đối với Đạo của Càn và Đức của Khôn, tức là phải vâng mệnh Trời, thuận theo Đất, tôn trọng sự Tự Nhiên.

Tuy nhiên Đảng Cộng Sản Trung Quốc lại vi phạm **Càn Khôn**, chủ trương "chiến Trời, đấu Đất". Chúng tùy tiện cướp đoạt tài nguyên của quả địa cầu. Cuối cùng chắc chắn chúng sẽ bị trời, đất và qui luật tự nhiên trừng phạt.

III. Đấu với Trời -- đàn áp tín ngưỡng, bác bỏ chánh tín của con người đối với Thần (Thượng đế)

1. Làm sao sinh mạng hữu hạn có thể hiểu được thời gian-không gian vô hạn?

Con trai của Einstein là Edward, có một lần hỏi Einstein rằng sao ông nổi danh như thế. Einstein chỉ vào một con bọ mù ở trên một quả banh da trả lời rằng, nó không biết con đường mà nó đang bò là cong, nhưng "Einstein biết". Kỳ thực câu trả lời của Einstein có hàm nghĩa sâu xa. Người Trung Quốc cũng có câu có ý nghĩa tương tự, "Ta không thấy được bộ mặt thật của núi Lư Sơn, chính vì ta đang ở trong núi đó." Muốn hiểu một hệ thống, thì cần phải bước ra khỏi hệ thống đó để mà quan sát. Tuy nhiên, dùng sinh mạng có giới hạn của con người để quan sát thời gian-không gian vô hạn của vũ trụ, nhân loại sẽ không bao giờ hiểu được toàn bộ cấu trúc của vũ trụ, vì thế vĩnh viễn vũ trụ sẽ là một ẩn đố đối với nhân loại.

Chướng ngại mà khoa học không cách gì vượt qua nổi là thuộc về cảnh giới tâm linh hay trừu tượng, mà tự nhiên thuộc về phạm trù của "tín ngưỡng".

Tín ngưỡng, loại hoạt động thuộc về thế giới nội tâm của con người, bao gồm kinh nghiệm và hiểu biết về sinh mạng, thời gian-không gian và vũ trụ, không phải là phạm trù nằm trong vòng kiềm chế của bất cứ một đảng phái chính trị nào. "Hãy trả lại cho Caesar (hoàng đế La mã) những gì của Caesar, và hoàn trả lại Thượng Đế những gì của Thượng Đế." [17]. Tuy nhiên dựa vào sự hiểu biết đáng tội nghiệp và đáng tức cười về vũ trụ và sinh mạng, Đảng Cộng Sản gọi tất cả những gì vượt khỏi lý luận của chúng đều là "mê tín", và những ai tin vào Trời Phật Thượng Đế là sẽ bị tẩy não và bị cải tạo. Những ai không thay đổi đức tin thì bị sỉ nhục hay thậm chí còn bị giết chết.

Các khoa học gia chân chính, đều có một cái nhìn khoáng đạt về vũ trụ. Dù với tri thức có giới hạn của chính mình, họ cũng không phủ nhận những thứ "chưa biết" mà vô giới hạn. Khoa học gia nổi tiếng Newton trong quyển sách đầu tiên của ông "Nguyên Lý Toán Học" ấn hành vào năm 1678, diễn giải chi tiết các nguyên lý về lực học, giải thích thủy triều, sự vận động của các hành tinh, và phương thức vận chuyển của Thái Dương hệ. Newton, một nhân tài thành công như thế, vẫn liên tục nhắc nhở rằng quyển sách của ông chỉ mô tả các hiện tượng bề mặt, rằng tuyệt đối ông không dám đề cập đến ý nghĩa chân chính của Thượng Đế tối cao trong việc sáng tạo ra vũ trụ. Trong lần tái bản quyển sách "Nguyên Lý Toán Học", để bày tỏ đức tin của mình, Newton viết rằng, " Một hệ thống to lớn hết sức thiện lương và mỹ diệu bao gồm mặt trời, các hành tinh, các vì sao chổi chỉ được xuất phát từ dưới bàn tay toàn năng của Thượng Đế … chúng ta cũng giống như một người mù không có khái niệm về màu sắc, nên không hiểu được cách lý giải của Thượng Đế về vạn sự vạn vật."

Chúng ta hãy để qua một bên những câu hỏi: có thế giới thiên đàng mà siêu vượt khỏi thời gian-không gian này hay không?, và những người tu luyện có thể quay trở về cội nguồn thiêng liêng và chân ngã hay không?. Một điều mà tất cả chúng ta đều có thể đồng ý là: Những ai có đức tin chân chính đều tin tưởng vào nguyên lý của quan hệ nhân quả, rằng Thiện và Ác có báo ứng. Niềm tin chân chính đóng giữ một vai trò rất quan trọng là duy trì đạo đức nhân loại ở một chuẩn mực nhất định. Từ Aristotle cho đến Einstein, rất nhiều người tin rằng, trong vũ trụ có một qui luật phổ biến tồn tại. Bằng đủ mọi cách nhân loại không ngừng đi tìm chân lý của vũ trụ. Như vậy ngoài thám hiểm khoa học ra, thì tại sao tôn giáo, đức tin và tu luyện không thể là những phương thức khác để tìm ra chân lý của vũ trụ?

2. Đảng Cộng Sản Trung Quốc phá tan đức tin chân chính của nhân loại

Trong lịch sử, mỗi một dân tộc trên thế giới đều tin vào Thần linh. Chính là đối với tín ngưỡng về thần linh, mà tin tưởng rằng có Thiện và Ác báo ứng, thì con người mới tự kiềm chế chính mình và duy trì chuẩn mực đạo đức của xã hội. Trong tất cả thời gian và trên toàn thế giới, các tôn giáo chính thống ở Tây Phương, Nho Giáo, Phật Giáo và Đạo Giáo ở Đông Phương tất cả đều dạy con người: hạnh phúc thực sự là từ đức tin vào Thượng Đế mà có, tôn kính trời, có lòng từ tâm, quý trọng những gì mình có, biết ơn khi được phúc lành, đền đáp lại lòng tốt của người khác đối với mình.

Tư tưởng chỉ dẫn trong trung tâm của chủ nghĩa cộng sản là *vô* Thần, không Phật, không Đạo, không đời trước, không thế hệ sau, không có nhân quả báo ứng. Vì thế Đảng cộng sản của mọi quốc gia đều bảo người nghèo và bọn vô sản lưu manh [18] rằng họ không cần tin tưởng vào Thần linh; không cần phải trả nghiệp lực mà họ gây ra; không cần tôn trọng luật pháp và không cần tự kiềm chế cá nhân mình. Ngược lại là phải dùng thủ đoạn gian trá và bạo lực để cướp đoạt của cải.

Ở Trung Quốc cổ xưa, hoàng đế được xem là bậc tối thượng cao quý, mà vẫn tự đặt chính mình ở dưới Trời, tự gọi mình là Thiên Tử (con của Trời). Dưới sự cai quản và ràng buộc của "ý Trời", có lúc họ còn ra sắc lệnh để ăn năn hối lỗi với Trời.

Tuy nhiên Đảng cộng sản lại thay thế "ý Trời" bằng chính bọn chúng . Không sợ luật pháp hay đạo Trời ràng buộc, chúng ngênh ngang muốn làm gì thì làm . Kết quả là chúng đã tạo ra địa ngục nhân gian này đến địa ngục nhân gian khác.

Karl Marx, ông tổ của Đảng Cộng Sản, tin rằng tôn giáo là thuốc phiện tinh thần cho người dân . Marx sợ rằng người ta tin tưởng vào Thần linh và Thượng Đế thì sẽ không tin vào chủ nghĩa Cộng Sản của ông ta . Chương đầu tiên của quyển sách *Phép Biện Chứng của Tự Nhiên* của Engels đã chứa đựng lời chỉ trích đối với Mendeleyev và các nghiên cứu của nhóm ông ta về thuyết "linh học".

Engels [Ăng-ghen] cho rằng: " Trong cuộc phán xét 'tính lý luận' của nhân loại thì tất cả những gì đã có ở trong và trước thế kỷ Trung Cổ đều phải biện hộ cho cái lý do tồn tại trước đây của chính nó." Trong lúc Engels tuyên bố câu này, hắn tự xem mình và Marx là quan tòa trong cuộc phán xét này. Mikhail Bakunin, người theo chủ nghĩa vô chính phủ, bạn của Marx, đã bình luận về Marx như thế này: "Ông ta nghiễm nhiên là Thượng Đế của người ta; ông ta không thể chịu đựng người nào khác là Thượng Đế ngoại trừ chính cá nhân mình; muốn dân chúng tôn sùng mình như là tôn sùng Thần linh và muốn được tôn kính như thần tượng. Nếu không ông ta sẽ nhục mạ họ hoặc sẽ đàn áp họ."

Mà chánh tín truyền thống đã tạo thành chướng ngại thiên nhiên cho ý đồ của bè lũ Đảng cộng sản.

Đảng Cộng Sản Trung Quốc không còn bình tĩnh, điên cuồng đàn áp tôn giáo. Trong thời Cách Mạng Văn Hóa, bao nhiêu chùa chiền và nhà thờ của Hồi giáo đã bị phá vỡ, các tu sĩ bị sỉ nhục phải đi diễn hành trên đường phố. Ở Tây Tạng, 90% phần trăm chùa chiền đã bị phá hoại. Đến tận ngày nay, Đảng Cộng Sản Trung Quốc vẫn còn tiếp tục đàn áp bức hại tôn giáo, giam giữ trong tù hàng chục ngàn người theo đạo Cơ đốc tại gia. Cung Phẩm Mai, một linh mục Công Giáo ở Thượng Hải, bị Đảng Cộng Sản Trung Quốc giam trong tù cả hơn 30 năm. Ông sang Mỹ vào thập niên 1980. Lúc hơn 90 tuổi, trước khi từ trần, ông đã để lại di chúc rằng, "Hãy chuyển ngôi mộ của tôi trở về Thượng Hải khi Đảng Cộng Sản không còn thống trị Trung Quốc nữa". Qua cả hơn 30 năm bị biệt giam vì tín ngưỡng của chính mình, đã nhiều lần Đảng Cộng Sản Trung Quốc ép ông từ bỏ đức tin của ông và để đổi lấy tự do ông phải chấp nhận quyền lãnh đạo của "Ủy Ban Ái Quốc Tam-Tự" của Đảng Cộng Sản Trung Quốc[19]. Những năm gần đây, cuộc đàn áp của Đảng Cộng Sản Trung Quốc đối với những người tu luyện Pháp Luân Công tin tưởng vào Chân Thiện Nhẫn, chính là đã mở rộng chủ nghĩa "đấu với Trời" của chúng, và cũng là một kết quả tất nhiên trong sự việc chúng bắt ép người dân đi ngược lại ý muốn của họ.

Đảng cộng sản vô Thần cố gắng lãnh đạo và khống chế đức tin vào Thần linh của người ta; chúng tìm niềm vui trong sự "đấu với Trời". Sự ngu xuẩn của chúng không diễn tả được bằng lời; ngay cả những chữ như 'ngông cuồng, xấc xược', cũng không thể diễn tả được một phần nhỏ.

Lời kết

Trên thực tế là chủ nghĩa Cộng Sản đã hoàn toàn thất bại trên toàn thế giới. Giang Trạch Dân, cựu lãnh đạo của một quốc gia Cộng Sản to lớn cuối cùng trên thế giới, đã đàm thoại với một phóng viên của tờ báo The Washington Post vào tháng Ba 2001 rằng, "Khi còn trẻ tôi tin rằng chủ nghĩa Cộng Sản sẽ phát triển rất nhanh, nhưng bây giờ tôi không còn cảm thấy như vậy nữa." [20]. Hiện nay con số người thật sự tin vào chủ nghĩa Cộng Sản rất ít và không còn bao nhiêu nữa.

Các cuộc vận động cho chủ nghĩa Cộng Sản đã tiến đến thất bại bởi vì chúng vi phạm quy luật của vũ trụ và chúng chống lại đạo Trời. Một lực lượng phản vũ trụ như thế, chắc chắn sẽ bị ý Trời và các đấng Thần linh trừng phạt.

Qua bao nhiêu cơn khủng hoảng, mặc dù Đảng Cộng Sản Trung Quốc đã thoát khỏi và vẫn còn bám theo thủ đoạn cuối cùng không còn hy vọng của chúng, thể hiện rõ ràng trước toàn thế giới ngày tàn của chúng đã đến rồi. Từng cái một, cái mặt nạ lừa đảo của chúng đang bị lột ra, Đảng Cộng Sản Trung Quốc đang lộ ra bản tính thật của chúng: tham lam, tàn bạo, vô liêm sỉ, lưu manh, phản vũ trụ. Nhưng chúng vẫn còn tiếp tục khống chế tư tưởng con người, bóp méo luân lý đạo đức của nhân loại, và vì thế tàn phá văn minh đạo đức của nhân loại, tàn phá hòa bình và tiến bộ của nhân loại.

Vũ trụ bao la mang đầy thiên ý mà không cách gì kháng cự được, nhưng thiên ý còn được gọi là ý chí của đấng Thần linh, hoặc là quy luật của Tự Nhiên , hoặc là lực lượng to lớn của Tự Nhiên.   Trọng thiên ý, thuận theo tự nhiên, tôn trọng quy luật của vũ trụ, yêu thương tất cả chúng sinh ở dưới Trời, thì nhân loại mới có thể có tương lai của chính mình.

Chú Thích

[1] *Lão Tử*, triết gia Trung Quốc, sống vào thế kỷ thứ 6 trước Công nguyên. Ông ta được coi là tác giả của quyển sách *Đạo Đức Kinh* (Tao-Te Ching), quyển sách căn bản của Đạo giáo.

[2] *Đạo Đức Kinh*, chương 25.

[3] Trích từ *Mạnh Tử*, Quyển 2.

[4] *Tam tự kinh*, sách giáo khoa tiểu học cổ truyền Trung Quốc.

[5] *Mạnh Tử*, Quyển 6.

[6] *Karl Marx*, "Một đóng góp cho việc phê bình Triết lý của Quyền của Hegel" (A Contribution to the Critique of Hegel's Philosophy of Right.")

[7] Leon Trotsky (1879-1940), một nhà lý luận, nhà sử học, và lãnh đạo quân đội của cộng sản Nga, người sáng lập Hồng quân Nga. Ông ta bị mật vụ của Stalin ám sát ở thành phố Mexico city ngày 22/8/1940.

[8] Theo Zhu Xi hay Chu Hsi (1130-1200), còn được gọi là Zhu-zi hay Chu-tzu, một nhà Nho hiện đại dưới triều đại nhà Tống, Tiểu học dạy cách ứng xử lễ phép còn Đại học giảng sâu về những nguyên lý cơ bản đằng sau những phép ứng xử đó. Nguồn: Các buổi nói chuyện được phân loại của Sư Phụ Zhu (Zhu Zi Yu Lei), Quyển 7 (Học 1).

[9] Lâm Bưu(1907-1971), một trong những người lãnh đạo cao cấp của Đảng Cộng Sản Trung Quốc, dưới thời Mao Trạch Đông là một Ủy viên Bộ Chính trị Trung Quốc, Phó Chủ tịch (1958) và Bộ trưởng Quốc phòng (1959). Lâm được coi là kiến trúc sư của Đại Cách mạng Văn hóa ở Trung Quốc. Lâm được chỉ định là người kế nhiệm Mao năm 1966 nhưng bị thất sủng năm 1970. Cảm nhận được sự thất sủng này, Lâm nghe nói có liên quan đến một cuộc đảo chính và cố trốn thoát sang Liên-xô sau khi âm mưu đảo chính bị bại lộ. Trong lúc chạy trốn để khỏi bị truy tố, máy bay của ông ta bị rơi ở Mông Cổ, làm ông ta bị chết.

[10] Trích từ *"Buổi nói chuyện tại diễn đàn Diên An về Văn học và Nghệ thuật"* của Mao (1942).

[11] *Bệnh sán máng* là một căn bệnh do những con sán sống ký sinh gây ra. Sự nhiễm bệnh xảy ra khi tiếp xúc với nước lã bị nhiễm sán. Các triệu

chứng thông thường bao gồm sốt, ớn lạnh, ho và đau cơ. Trường hợp nặng hơn, bệnh có thể làm hại gan, ruột, phổi và bàng quang, và trong các trường hợp hiếm hoi, bị lên cơn, tê liệt, hoặc viêm tủy sống.

[12] *Đạo Đức Kinh*, Chương 2.

[13] "cân" là một đơn vị đo khối lượng của Trung Quốc, một cân ta bằng nửa cân tây (kg); "mẫu" là đơn vị đo diện tích đất của Trung Quốc, 1 mẫu = 0,165 mẫu Anh.

[14] Dịch bởi dịch giả.

[15] *Ngọc Hoàng* và *Long Vương* là hai nhân vật thần thoại của Trung Quốc. Ngọc Hoàng, hay Ngọc Hoàng Đại Đế (Thượng Đế) và được các con và thần dân gọi thân mật là Ông Trời, là người trị vì trên Thiên quốc và là một trong những vị thần quan trọng nhất của các vị thần của Trung Quốc. Long Vương là vị thần trị vì bốn biển. Mỗi biển, tương ứng với một trong các phương chính (Đông Tây Nam Bắc – dịch giả) được trị vì bởi một Long Vương. Các Long Vương sống trong các lâu đài pha lê, có các lính tôm và tướng cua canh gác. Ngoài việc trị vì các biển, các Long Vương còn điều khiển mây và mưa. Long Vương của Biển Đông nghe nói có lãnh thổ rộng lớn nhất.

[16] *The Complete I Ching*, do Alfred Huang dịch. Rochester, VT: Inner Traditions (1998).

[17] Kinh Thánh, Matthew, 22:21.

[13] *Vô sản lưu manh*, dịch nôm na là công nhân nghèo đói. Danh từ này dùng để chỉ giai cấp bao gồm các phần tử vô gia cư, suy đồi hoặc xã hội đen là một bộ phận dân cư ở các trung tâm công nghiệp. Nó bao gồm những người ăn xin, gái điếm, kẻ cướp, những kẻ tống tiền, những kẻ lừa đảo, những tên trộm vặt, những kẻ du thủ du thực, những người thất nghiệp thường xuyên hoặc không thể có việc làm, những người bị các ngành công nghiệp sa thải, và đủ các loại phần tử thoái hóa, suy đồi và hạ lưu. Từ này do Mác đưa ra trong "Đấu tranh giai cấp ở Pháp", 1848-1850.

[14] *Ủy ban Yêu nước Tam tự* (hay *Nhà thờ yêu nước Tam tự*) là một "sáng kiến" của Đảng Cộng Sản Trung Quốc. Tam tự nghĩa là "tự trị, tự cung và tự phổ biến". Ủy ban yêu nước Tam tự đòi hỏi những người Công giáo Trung Quốc cắt đứt liên hệ với những người Công giáo ở ngoài Trung Quốc. Nó kiểm soát tất cả những nhà thờ chính thức ở Trung Quốc. Những nhà thờ nào không gia nhập Ủy ban này đều bị buộc phải đóng cửa. Những người lãnh đạo và tín đồ của những nhà thờ độc lập bị đàn áp và thường bị xử tù.

[20] John Pomfret. "Giang cảnh cáo Mỹ – Lãnh đạo Trung Quốc nói việc Mỹ bán vũ khí cho Đài Loan sẽ thúc đẩy chạy đua vũ trang." Tờ báo Washington Post, 24/3/2001.

Bài bình luận số 4

Bài bình luận số 5

GIANG TRẠCH DÂN VÀ ĐẢNG CỘNG SẢN TRUNG QUỐC LỢI DỤNG LẪN NHAU ĐỂ ĐÀN ÁP PHÁP LUÂN CÔNG

Giang Trạch Dân thả chó cắn một em bé đang tập Pháp Luân Công. Chữ Hán trong tranh biếm họa nói "La Cán và phòng 610 - những cor chó ác độc giết hại dân lành" (Epoch times)

Lời mở đầu

Trương Phó Trân, nữ, khoảng 38 tuổi, nguyên là nhân viên tại công viên Hiện Hà, thành phố Bình Độ, tỉnh Sơn Đông. Tháng 11/2000 cô lên Bắc Kinh để kêu oan cho Pháp Luân Công, và bị bắt giữ. Theo những người chứng, công an đã cưỡng chế lột sạch quần áo của cô Trương Phó Trân, cạo cô trọc đầu, đánh đập, làm nhục cô. Công an trói căng cô trên giường với chân tay giang ra hết. Cô bị ép buộc đi đại tiểu tiện ngay trên giường. Sau đó công an Trung Quốc tiêm vào người cô ta những thứ thuốc độc hại mà không rõ tên gì. Bị tiêm xong, cô đau đớn quần quại trên giường cho đến chết. Trong suốt thời gian đó, quan chức lớn bé của "phòng 610" cũng có mặt tại hiện trường và chứng kiến tất cả. (theo báo cáo của website Minghui, 23/7/2004). [1]

Cô Dương Lệ Vinh, 34 tuổi, người dân tại phố Bắc Môn, thành phố Định Châu, địa khu Bảo Định, tỉnh Hà Bắc, một người tu luyện Pháp Luân Công. Gia đình cô thường bị cảnh sát quấy nhiễu và đe dọa. Tối 8/2/2003, sau khi cảnh sát "thăm viếng" nhà cô Dương Lệ Vinh, chồng cô, một tài xế lái xe tại Cục Đo Lường, vì sợ mất việc làm và không chịu được áp lực, sang ngày hôm sau, thừa lúc không còn ai ở nhà đã bóp cổ vợ chết. Cô Dương Lệ Vinh qua đời trong bi kịch, bỏ lại đứa con trai nhỏ 10 tuổi. Ngay sau đó, chồng cô đi báo cáo với chính quyền, và công an lập tức đến hiện trường để khám nghiệm tử thi cô Dương, lúc đó vẫn còn ấm. Chúng mổ và lấy nhiều nội tạng ra khỏi cơ thể cô, trong khi các bộ phận nội tạng vẫn còn nóng ấm và máu vẫn phun ra. Một nhân viên Sở Công an Định Châu nói "Đây không phải là khám nghiệm tử thi, mà là giải phẫu sống!" (trích dẫn từ một bài đăng trên trang website Minghui ngày 25/09/2004). [2]

Tại trại cải tạo lao động cưỡng bức Vạn Gia thuộc tỉnh Hắc Long Giang, một phụ nữ đang có thai khoảng 7 tháng bị treo lên trên một xà ngang. Cả hai tay cô ta bị trói bằng một sợi dây thừng thô vắt qua một cái ròng rọc gắn trên thanh xà. Cái ghế mà chúng để cô ta đứng lên đã bị lấy đi, và cô ta bị treo lủng lắng trên không trung. Cây xà ngang ở trên mặt đất khoảng 3 đến 4 mét. Sợi dây thừng được vắt qua cái ròng rọc, và bọn cai ngục nắm một đầu dây. Khi bọn cai ngục kéo sợi dây, cô bị kéo lên trên không, khi chúng thả sợi dây ra, cô ta bị rơi ngay xuống đất. Người phụ nữ đang mang thai này bị đau đớn do tra tấn như thế này cho đến khi cô bị sẩy thai. Còn dã man hơn nữa là chúng bắt chồng cô chứng kiến cảnh người vợ bị tra tấn như vậy (trích dẫn từ một bài đăng trên trang web Minghui ngày 15/11/2004, một cuộc phỏng vấn với Cô Vương Ngọc Chi, người bị tra tấn hơn 100 ngày tại trại lao động cưỡng bức Vạn Gia). [3]

Những thảm án kinh tâm nổi bật này đang xảy ra hằng ngày ở Trung Quốc hiện đại. Nó xảy ra với những học viên Pháp Luân Công, những người đang bị chính quyền đàn áp vô cùng nghiêm trọng. Những trường hợp kể trên chỉ là một vài trong vô số các trường hợp tra tấn khác đã liên tục xảy ra trong hơn 5 năm qua.

Từ khi Trung Quốc bắt đầu cải cách nền kinh tế vào cuối những năm 1970, Đảng Cộng sản Trung Quốc (ĐCSTQ) đã cố gắng tạo cho mình một hình ảnh tích cực, tự do trong cộng đồng quốc tế. Tuy nhiên, cuộc đàn áp đẫm máu với tính chất phi lý, đã lan tràn khắp nơi, thủ đoạn dã man và tàn nhẫn vô cùng đối với Pháp Luân Công diễn ra hơn 5 năm qua, cũng cho cộng đồng quốc tế một lần nữa chứng kiến bộ mặt thật sự của ĐCSTQ. Đây cũng là vết nhơ lớn nhất đối với lịch sử của ĐCSTQ trong lãnh vực nhân quyền. Dư luận xã hội ở Trung Quốc, đang ở trong một ảo tưởng rằng ĐCSTQ đã cải thiện và tiến bộ, họ đã trở nên quen thuộc với việc cho rằng chuẩn mực đạo đức thấp kém của cảnh sát là do sự tàn bạo của hệ thống luật pháp và bảo vệ pháp luật của Trung Quốc. Tuy nhiên, cuộc đàn áp tàn khốc và có hệ thống đối với Pháp Luân Công diễn ra ở tất cả các cấp trong xã hội Trung Quốc đã hoàn toàn làm tan vỡ ảo tưởng về việc cải thiện tình hình nhân quyền. Nhiều người đang tự hỏi làm sao mà một chiến dịch đàn áp đẫm máu và vô nhân đạo như vậy lại có thể đang diễn ra ở Trung Quốc. Trật tự xã hội vừa được ổn định từ 20 năm trước, sau những hỗn loạn của Đại Cách mạng Văn hoá, thì tại sao Trung Quốc lại bước vào một thời kỳ ác mộng tương tự nữa như vậy? Tại sao Pháp Luân Công, tuân theo nguyên lý "Chân Thiện Nhẫn", đã được phổ biến ở hơn 60 quốc gia trên thế giới, lại chỉ bị đàn áp ở Trung Quốc, mà không bị đàn áp ở bất cứ nơi nào khác trên thế giới? Trong cuộc đàn áp này, sự quan hệ giữa Giang Trạch Dân và ĐCSTQ là như thế nào?

Giang Trạch Dân không có đức và không có tài. Nếu không có guồng máy bạo lực vận chuyển tinh nhuệ như Đảng Cộng sản Trung Quốc mà dựa trên cơ sở giết người và lừa dối, thì hắn sẽ không bao giờ có thể phát động chiến dịch diệt tuyệt một quần thể này, một cuộc diệt tuyệt quần thể được thực hiện trên toàn bộ lãnh thổ Trung Quốc và ngay cả còn lan đến nhiều quốc gia khác trên thế giới. Tương tự như vậy, ĐCSTQ sẽ khó mà đi ngược trào lưu lịch sử và môi trường mà nó đã tạo ra trong chính sách cải cách kinh tế thời gian gần đây, cộng với những nỗ lực hòa nhập với thế giới; chỉ có một kẻ độc tài cứng đầu cứng cổ như Giang Trạch Dân luôn luôn nhất quyết làm theo ý của mình mới có thể đưa ra và thực hiện chính sách diệt tuyệt quần thể này. Sự phối hợp với nhau và cộng hưởng giữa Giang Trạch Dân và tà linh Cộng sản đã khuếch đại tính tàn bạo của cuộc đàn áp đến một mức độ chưa từng có trong lịch sử. Nó tương tự như sự cộng hưởng giữa âm thanh dụng cụ của người leo núi và tuyết dày mà có thể gây nên một vụ lở tuyết và đem đến những hậu quả thảm khốc.

I. Lai lịch tương tự mang lại cùng một cảm giác nguy cơ

Giang Trạch Dân sinh năm 1926, một năm ứng với tai kiếp mà sinh ra. Giống như Đảng Cộng Sản Trung Quốc cố che dấu lịch sử đẫm máu của nó, Giang Trạch Dân, trước Đảng cộng sản và nhân dân Trung Quốc, cũng đã che đậy tiểu sử phản bội của hắn đối với Trung Quốc.

Vào năm Giang Trạch Dân 17 tuổi, chiến tranh chống phát-xít trên toàn thế giới đang đã lên tới đỉnh điểm. Khi những thanh niên yêu nước thay nhau lên đường ra tiền tuyến đánh Nhật để bảo vệ Trung Quốc, thì Giang Trạch Dân đã lựa chọn theo đuổi việc học lên cao vào năm 1942 tại Đại học Trung Ương, một trường đại học của chính phủ bù nhìn Uông Tinh Vệ ở Nam Kinh dưới quyền kiểm soát của quân Nhật. Theo nhiều nguồn tin điều tra thì lý do là vì cha của Giang Trạch Dân —Giang Sĩ Tuấn— đã từng là một sĩ quan cao cấp trong ban Tuyên Truyền phản Hoa của quân đội Nhật, sau khi Nhật chiếm đóng tỉnh Giang Tô trong cuộc chiến tranh xâm lược Trung Quốc của Nhật. Giang Sĩ Tuấn đích thực là một tên Hán gian.

Về phương diện Hán gian bán nước, Giang Trạch Dân và Đảng cộng sản Trung Quốc (ĐCSTQ) giống hệt nhau: đều không có một chút tình cảm nào đối với nhân dân Trung Quốc và dám tùy tiện giết hại thường dân vô tội.

Để hỗn nhập vào Đảng mà mưu cầu quan chức sau khi ĐCSTQ chiến thắng trong cuộc nội chiến giữa Quốc Dân Đảng và Đảng Cộng Sản, Giang Trạch Dân đã bịa đặt rằng hắn ta được người chú là Giang Thượng Thanh, người đã gia nhập vào Đảng từ trẻ và sau đó bị bọn cướp bắn chết, nhận làm con nuôi và nuôi dưỡng. Nhờ bịa đặt lý lịch gia đình, hắn ta đã được thăng chức từ một cán bộ cấp thấp lên Thứ trưởng Bộ Công Nghiệp Điện Tử chỉ trong vòng mấy năm. Việc thăng chức của Giang không phải là vì hắn có tài, mà là do quan hệ và thiên vị cá nhân. Trong thời kỳ hắn là Bí thư Thành ủy Thượng Hải, Giang Trạch Dân đã hết sức nịnh bợ các lãnh đạo kỳ cựu của Đảng Cộng sản Trung Quốc như Lý Tiên Niệm và Trần Vân [4] vì hai người này đến Thượng Hải hàng năm vào dịp Tết. Thậm chí, với tư cách là Bí thư Thành ủy Thượng Hải, Giang đã từng đích thân đứng đợi trong tuyết dầy hàng giờ đồng hồ để tự tay trao bánh sinh nhật cho Lý Tiên Niệm.

Vụ thảm sát trên quảng trường Thiên An Môn vào ngày 4 tháng 6 năm 1989 là một bước rẽ nữa trong cuộc đời của Giang Trạch Dân. Giang trở thành Tổng Bí thư Đảng Cộng sản Trung Quốc sau khi đàn áp một tờ báo dám nói tự do là World Economic Herald, ra lệnh bắt Chủ tịch Quốc hội Vạn Lý giam lỏng tại nhà riêng, và ủng hộ việc thảm sát. Thậm chí trước khi vụ thảm sát diễn ra, Giang Trạch Dân đã trao một bức thư mật cho Đặng Tiểu Bình, đề nghị rằng phải có "các biện pháp kiên quyết" đối với các sinh viên; nếu không "sẽ mất Đảng và mất nước". Trong hơn 15 năm qua, Giang đã tiến hành đàn áp và giết hại bừa bãi tất cả những người bất đồng ý kiến hay các tập thể tín ngưỡng độc lập, dưới chiêu bài "ổn định là ưu tiên hàng đầu".

Từ khi cả Nga và Trung Quốc bắt đầu hiệu chỉnh biên giới chung của họ vào năm 1991, Giang Trạch Dân đã hoàn toàn công nhận kết quả xâm lược Trung Quốc của Nga Hoàng và cựu Liên Bang Sô Viết, và hoàn toàn chấp thuận tất cả những hiệp ước bất công giữa Trung Quốc và Nga kể từ Hiệp ước Aigun. Lãnh thổ Trung Quốc khoảng hơn một triệu kilomét vuông đã vì thế bị Giang vĩnh viễn bán đứt.

Với tiểu sử của Giang Trạch Dân, giả vờ là một đứa con mồ côi của một liệt sĩ Đảng Cộng sản Trung Quốc (ĐCSTQ), trong khi trên thực tế hắn là con cả của một tên phản bội Trung Quốc, bản thân Giang đã theo bí quyết "lường gạt" của Đảng cộng sản; trong việc ủng hộ vụ thảm sát học sinh "mùng 4 tháng 6" và đàn áp các phong trào đòi quyền dân chủ và tín ngưỡng tôn giáo, cá nhân hắn đã áp dụng bí quyết "giết người" của Đảng cộng sản. Cũng như việc ĐCSTQ đã từng ở dưới sự chỉ huy của Liên Bang Sô Viết như là một chi nhánh Viễn Đông của Cộng sản Quốc tế, Giang Trạch Dân hiện đang cho không lãnh thổ Trung Quốc; hắn đã theo bí quyết "phản bội, bán đứng" của Đảng Cộng Sản.

Giang Trạch Dân và Đảng Cộng sản Trung Quốc cùng có chung nguồn gốc và lịch sử nhục nhã như nhau. Chính vì điều này, cả hai cùng có chung sự nhậy cảm về nỗi bất an đối với quyền lực của mình.

II. Giang Trạch Dân và Đảng Cộng sản Trung Quốc cùng sợ "CHÂN THIỆN NHẪN" như nhau

Lịch sử của phong trào Cộng Sản Quốc Tế được viết bằng máu của hàng trăm triệu người. Gần như mỗi nước Cộng Sản đều trải qua một quá trình tương tự như cuộc đàn áp các phần tử phản cách mạng do Stalin phát động ở Liên Bang Sô Viết. Hàng triệu, hay ngay cả hàng chục triệu người vô tội đã bị giết hại. Trong thập niên 1990, cựu Liên Bang Sô Viết đã bị giải thể, và khối Đông Âu đã trải qua những biến động lớn. Khối Cộng sản đã bị mất hơn một nửa giang sơn chỉ trong một đêm. Đảng Cộng sản Trung Quốc (ĐCSTQ) đã học được bài học này và nhận ra rằng sự việc ngưng đàn áp và cho phép tự do ngôn luận là tương đương với tự chôn mình. Nếu người dân được tự do ngôn luận, thì Đảng Cộng sản Trung Quốc làm sao có thể che đậy được sự tàn bạo đẫm máu của nó? Làm thế nào ĐCSTQ có thể biện hộ cho hệ thống tư tưởng lường gạt của chính nó? Nếu ngưng đàn áp và người dân không bị đe dọa và sợ hãi, chẳng phải họ sẽ dám chọn cho mình một lối sống và niềm tin khác với chủ nghĩa cộng sản hay sao? Vậy thì, làm sao Đảng

Cộng sản có thể duy trì được một nền tảng xã hội mà cần thiết cho sự sống còn của nó?

Đảng Cộng sản Trung Quốc đến chết cũng vẫn không thay đổi bất kể là nó đã có những biến đổi gì trên bề mặt. Sau vụ thảm sát "mùng 4 tháng 6", Giang Trạch Dân đã tuyên bố "tiêu diệt tất cả những yếu tố không ổn định ngay từ trong trứng nước". Quá sợ hãi, hắn ta kết luận rằng hắn sẽ không bao giờ từ bỏ việc lừa dối công chúng, và hắn sẽ tiếp tục đàn áp người dân cho đến khi họ hoàn toàn bị trói chặt.

Cũng trong thời kỳ này, Pháp Luân Công xuất hiện ở Trung Quốc. Đầu tiên, nhiều người coi Pháp Luân Công là một loại khí công [5] với một khả năng đặc biệt tốt cho việc chữa bệnh và tăng cường sức khoẻ. Sau đó, mọi người dần dần nhận ra rằng chủ ý của Pháp Luân Công không phải chỉ là năm bài tập đơn giản, mà là dùng "Chân Thiện Nhẫn" để chỉ dạy người ta làm một người tốt.

1. Pháp Luân Công giảng "Chân Thiện Nhẫn"; Đảng Cộng sản giảng "Giả dối, Ác độc, Đấu tranh"

Pháp Luân Công đề xướng "Chân" bao gồm nói lời chân thật và làm việc chân thật. Đảng Cộng sản Trung Quốc thì dựa vào những lời dối trá lường gạt để tẩy não người dân. Nếu tất cả mọi người bắt đầu nói sự thật, công chúng sẽ biết rằng Đảng Cộng sản Trung Quốc đã lớn lên bằng cách lấy lòng Liên-xô, giết người, bắt cóc, lợi dụng cơ hội, bỏ chạy, trồng thuốc phiện, cướp công trong cuộc chiến đấu chống quân Nhật xâm lược v.v... Đảng Cộng sản Trung Quốc đã từng tuyên bố rằng "Không thể làm được việc gì lớn nếu không nói dối". Sau khi Đảng Cộng sản Trung Quốc nắm chính quyền, nó đã liên tiếp phát động các phong trào chính trị và đã gây ra vô số nợ máu. Vì vậy nói lời "Chân" chắc chắn sẽ kết liễu Đảng Cộng sản Trung Quốc.

Pháp Luân Công dạy "Thiện" bao gồm nghĩ đến người khác trước khi nghĩ đến mình và đối xử tốt với người khác trong mọi trường hợp. Đảng Cộng sản Trung Quốc thì luôn luôn chủ trương "đấu tranh tàn bạo và triệt hạ tàn nhẫn". Người anh hùng mẫu mực của Đảng Cộng sản Trung Quốc là Lôi Phong, có lần nói "Chúng ta nên đối xử tàn nhẫn với kẻ thù của chúng ta và phải lạnh lùng như mùa đông khắc nghiệt". Thật ra, Đảng Cộng sản Trung Quốc không chỉ đối xử với kẻ thù của họ như thế, mà họ cũng không đối xử với đảng viên của chính mình tốt hơn chút nào. Những người sáng lập ra Đảng Cộng sản, những tư lệnh tối cao của quân đội, và ngay cả Chủ tịch nhà nước cũng đều bị Đảng của chính họ hỏi cung tàn nhẫn, đánh đập dã man và tra tấn cực kỳ tàn bạo. Chính sách tàn sát những người bị gọi là "kẻ thù giai cấp" dã man đến mức làm cho người ta chỉ cần nghe thấy đã dựng cả tóc gáy. Nếu "Thiện" mà thịnh hành trong xã hội, thì những phong trào chính trị "tà ác" do Đảng Cộng sản phát động sẽ không bao giờ có thể diễn ra.

175

Bản *Tuyên ngôn Cộng sản* tuyên bố rằng "lịch sử của tất cả các xã hội tồn tại cho đến nay là lịch sử của đấu tranh giai cấp". Điều này đại diện cho quan niệm của Đảng Cộng sản về lịch sử và thế giới. Pháp Luân Công dạy học viên phải tự tìm cho ra lỗi lầm của chính mình khi có mâu thuẫn xuất hiện. Quan điểm tự xét mình và tự kiềm chế này là hoàn toàn trái ngược với triết lý đấu tranh và tấn công của Đảng Cộng sản Trung Quốc.

Đấu tranh là thủ đoạn chủ yếu của Đảng Cộng sản để chiếm đoạt quyền lực và duy trì sự sinh tồn. Đảng Cộng sản phát động các phong trào chính trị có tính cách chu kỳ mà đàn áp những nhóm người nào đó để củng cố quyền lực và làm sống lại tinh thần đấu tranh cách mạng của nó. Quá trình này được lặp đi lặp lại cùng với bạo lực và lừa dối, để tăng cường và khơi lại nỗi sợ hãi của nhân dân, rồi để duy trì quyền lực của nó.

Trên hình thái ý thức mà nói, "triết học" mà Đảng Cộng sản dùng để sinh tồn là hoàn toàn trái ngược với những gì Pháp Luân Công dạy.

2. Những người có chánh tín thì không sợ hãi, trong khi Đảng Cộng sản Trung Quốc dựa vào sự sợ hãi của nhân dân để duy trì quyền lực chính trị

Những người hiểu và biết được chân lý thì không còn sợ hãi nữa. Cơ Đốc giáo bị đàn áp trong gần 300 năm. Nhiều người theo đạo Cơ Đốc bị chém đầu, thiêu sống, hay bị nhận chìm nước, hoặc ngay cả bị sư tử ăn thịt, nhưng họ đã không từ bỏ tín ngưỡng của mình. Khi Phật giáo trải qua thời kỳ Pháp nạn trong lịch sử, những Phật tử cũng đã biểu hiện sự thành tín trung kiên tương tự như vậy.

Tuyên truyền của những người theo thuyết vô Thần nhằm mục đích làm cho mọi người tin rằng không có thiên đường hay địa ngục, và không có Thiện Ác báo ứng, để mọi người không còn bị ràng buộc bởi lương tâm. Thay vào đó, họ sẽ xem trọng vinh hoa và hưởng thụ như là thực tại của thế giới này. Nhược điểm trong nhân tính, sau đó co thể bị thao túng, và sự đe dọa và cám dỗ mới có thể được dùng để khống chế con người hoàn toàn. Tuy nhiên, những người có lòng tin mạnh mẽ có thể nhìn thấy qua giới hạn của sinh tử. Những ảo ảnh của thế giới trần tục không lay chuyển được tâm của họ. Họ xem nhẹ những cám dỗ trần tục và những uy hiếp mạng sống, do đó làm cho Đảng Cộng sản trở nên bất lực trong các nỗ lực hòng khống chế họ.

3. Tiêu chuẩn đạo đức cao của Pháp Luân Công làm cho Đảng Cộng Sản Trung Quốc khó mà chịu nổi.

Sau vụ thảm sát "mùng 4 tháng 6" năm 1989, hình thái ý thức của Đảng Cộng Sản Trung Quốc (ĐCSTQ) đã hoàn toàn bị sụp đổ. Vào tháng 8/1991, Đảng Cộng sản Liên Bang Sô Viết sụp đổ, theo sau đó là những thay đổi lớn lao ở

Đông Âu. Điều này đã đem đến cho ĐCSTQ nỗi sợ hãi và áp lực to lớn. Tính cách thống trị hợp pháp và hy vọng sống còn của ĐCSTQ phải đối mặt với những thử thách chưa từng có khi nó phải đương đầu với những khủng hoảng lớn cả ở trong và ngoài nước. Vào thời gian đó, ĐCSTQ đã không còn có thể thuyết phục các đảng viên của nó bằng những học thuyết xưa cũ của chủ nghĩa Marxism, Leninism và Maoism. Thay vào đó, nó đã trở nên hoàn toàn thối nát hư hỏng để đổi lấy sự trung thành của các đảng viên. Nói cách khác, bất cứ ai đi theo Đảng cũng sẽ được phép thu lợi cá nhân bằng cách tham nhũng và biển thủ, một món lợi không thể có đối với những ai không phải là đảng viên. Đặc biệt là sau khi Đặng Tiểu Bình đi thăm các địa phương ở phía nam Trung Quốc năm 1992 [6], sự đầu cơ trục lợi và tham nhũng của các viên chức chính quyền trong các lĩnh vực bất động sản và thị trường chứng khoán đã trở nên không còn có thể kiểm soát và kiêng nể gì nữa. Hôn nhân bất hợp pháp và buôn lậu diễn ra ở khắp mọi nơi. Phim ảnh khiêu dâm, cờ bạc và ma túy đã trở thành tràn lan trên toàn bộ Trung Quốc. Mặc dù có thể không công bằng nếu nói rằng không có một người tốt nào trong Đảng Cộng Sản, nhưng dân chúng đã từ lâu mất lòng tin vào nỗ lực chống tham nhũng của Đảng, và cho rằng hơn một nửa các viên chức chính quyền thuộc trung cấp và cao cấp đều có liên quan đến tham nhũng.

Đồng thời, sự biểu lộ phong thái đạo đức cao của các học viên Pháp Luân Công tu luyện theo "Chân Thiện Nhẫn" đã khơi động được sự thiện lương trong tâm của dân chúng. Hơn một trăm triệu người đã chú ý đến Pháp Luân Công và bắt đầu tu luyện. Cái gương đạo đức của Pháp Luân Công, về mặt này, đã chiếu ra được tất cả những thứ bất chánh của Đảng Cộng Sản Trung Quốc.

4. Đảng Cộng Sản Trung Quốc cực kỳ ghen ty với sự phát triển và hoạt động của Pháp Luân Công

Phương thức phát triển của Pháp Luân Công là được truyền từ người qua người, từ tâm truyền qua tâm. Pháp Luân Công sử dụng phương thức quản lý là tự do, đến và đi tùy thích. Điều này rất khác với cách tổ chức nghiêm ngặt của Đảng Cộng Sản Trung Quốc (ĐCSTQ). Bất chấp sự việc có tổ chức nghiêm ngặt thế nào, chuyện học chính trị và các hoạt động tập thể diễn ra hàng tuần hay nhiều hơn ở các chi bộ Đảng của Đảng Cộng Sản Trung Quốc chỉ tồn tại trên hình thức. Số đảng viên đồng ý với ý thức hệ của Đảng hầu như là con số không. Ngược lại, người tu luyện Pháp Luân Công tự giác thực hành theo nguyên lý "Chân Thiện Nhẫn". Đồng thời Pháp Luân Công có thể cải thiện sức khỏe, thân thể và tâm tánh của con người, làm cho số người tu luyện Pháp Luân Công đã tăng lên nhanh chóng. Những người tu luyện tự nguyện, tự giác học các bài giảng của Ông Lý Hồng Chí và tình nguyện quảng bá Pháp Luân Công. Trong một thời gian ngắn khoảng 7 năm, số lượng học viên Pháp Luân Công đã từ số không lên đến có, rồi phát triển lên đến 100 triệu người. Khi họ tập luyện các bài công pháp vào buổi sáng, tiếng nhạc tập luyện của Pháp Luân Công vang lên tại hầu như tất cả các công viên ở Trung Quốc.

Đảng Cộng Sản nói rằng Pháp Luân Công "tranh đoạt" quần chúng với Đảng Cộng Sản Trung Quốc, và nói rằng Pháp Luân Công là một "tôn giáo". Trên thực tế, những điều mà Pháp Luân Công đem đến cho mọi người là một loại văn hóa và cách thức sinh hoạt. Đó là gốc rễ của truyền thống và văn hóa của tổ tiên truyền lại mà người dân Trung Quốc từ lâu đã đánh mất. Giang Trạch Dân và Đảng Cộng Sản sợ Pháp Luân Công bởi vì một khi đạo đức truyền thống này được công chúng chấp nhận, thì không một sức mạnh gì có thể ngăn cản việc nó được phổ biến rộng rãi một cách nhanh chóng. Các tín ngưỡng truyền thống của Trung Quốc đã bị bắt buộc phải cắt đứt và bị sửa đổi bởi Đảng Cộng Sản trong hàng chục năm. Quay trở về với truyền thống dân tộc chính là sự lựa chọn của lịch sử. Đó là con đường trở về được lựa chọn bởi đại đa số người dân sau khi đã trải qua những khổ nạn và đau đớn. Khi được cho một sự lựa chọn như thế, mọi người chắc chắn sẽ phân biệt rõ đúng hay sai và sẽ ruồng bỏ, rời xa tà ác. Điều này chắc chắn sẽ là một sự khước từ và vứt bỏ căn bản đối với những thứ mà Đảng cộng sản đã quảng bá. Đây như là một cú đánh vào yếu điểm chết người của ĐCSTQ. Khi số người tu luyện Pháp Luân Công vượt quá số lượng đảng viên của Đảng cộng sản, thì ai cũng có thể tưởng tượng ra được sự sợ hãi và ghen ty của ĐCSTQ là lớn như thế nào.

Đồng thời, ĐCSTQ thực hiện chính sách khống chế hoàn toàn đối với mọi hoạt động của xã hội. Ở nông thôn, các chi bộ của Đảng Cộng sản tồn tại ở tất cả các làng xã. Ở thành thị, các tổ chức Đảng có thể được tìm thấy ở tất cả các cơ quan hành chính khu vực, đường phố. Các tổ chức của Đảng vươn tới tận gốc rễ của quân đội, chính quyền và các doanh nghiệp. Lũng đoạn tuyệt đối và độc quyền điều khiển của nó là các thủ đoạn trọng yếu mà ĐCSTQ sử dụng để duy trì chính quyền. Trong "hiến pháp" gọi hiện tượng này một cách hoa mỹ là "sự kiên trì trong việc lãnh đạo của Đảng". Những người tu luyện Pháp Luân Công, mặt khác, rõ ràng là lấy "Chân Thiện Nhẫn" làm tiêu chuẩn để hành xử. ĐCSTQ coi điều này như là từ chối sự lãnh đạo của Đảng và điều này là tuyệt đối không thể chấp nhận được đối với Đảng.

5. Đảng Cộng sản coi sự tin tưởng vào thuyết "hữu Thần" của Pháp Luân Công là mối đe dọa cho sự nắm chính quyền một cách hợp pháp

Một tín ngưỡng "hữu Thần" chân chính nhất định sẽ là một khiêu chiến trọng đại đối với Đảng Cộng Sản. Bởi vì sự nắm quyền hợp pháp của Đảng cộng sản được dựa trên cơ sở của cái gọi là "chủ nghĩa duy vật của lịch sử" và một mong muốn xây dựng một "thiên đường nhân gian", nó chỉ có thể dựa vào "đội tiên phong" trên thế giới, cũng chính là các lãnh đạo của "Đảng Cộng sản". Đồng thời, sự thực hành thuyết "vô Thần" đã cho phép Đảng cộng sản diễn giải một cách tự do thế nào là đạo đức, thế nào là Thiện và Ác. Kết quả là, gần như không có chuẩn mực đạo đức hay phân biệt rõ ràng giữa thiện và ác để mà nói tới. Người dân chỉ cần ghi nhớ là Đảng luôn luôn "vĩ đại, vinh quang và chính xác".

Tuy nhiên, thuyết hữu Thần đem lại cho con người một tiêu chuẩn không bao giờ thay đổi về Thiện và Ác. Đối với những người tu luyện Pháp Luân Công mà nói, thì đánh giá đúng hay không đúng, là dùng "Chân Thiện Nhẫn" để cân nhắc đo lường. Điều này rõ ràng đã gây trở ngại cho những nỗ lực trước sau như một của ĐCSTQ hòng "thống nhất tư tưởng" của người dân.

Tiếp tục với những phân tích này, vẫn còn nhiều nguyên nhân khác nữa. Tuy nhiên, bất cứ cái nào trong số năm nguyên nhân trên cũng đã đủ chí tử cho ĐCSTQ. Trên thực tế, Giang Trạch Dân đàn áp Pháp Luân Công chính là vì những lý do đó. Giang Trạch Dân đã bắt đầu sự nghiệp của mình bằng những dối trá về quá khứ của mình, nên tất nhiên là hắn ta sợ "Chân". Thông qua việc đàn áp nhân dân, hắn nhanh chóng trở nên thành đạt và có quyền hành trong tay, nên tất nhiên hắn ta ghét "Thiện". Hắn duy trì quyền lực của mình thông qua những cuộc đấu tranh chính trị trong Đảng, nên tất nhiên hắn ta không thích nghe "Nhẫn".

Từ một sự việc nhỏ, chúng ta có thể thấy Giang Trạch Dân cực kỳ nhỏ mọn và ghen ghét như thế nào. Viện bảo tàng Tàn Tích Văn Hóa Hà Mỗ Độ [7] ở huyện Dư Diêu (hiện giờ đã được chuyển thành thành phố), tỉnh Triết Giang là một địa danh văn hóa và lịch sử quan trọng được nhà nước bảo tồn. Đầu tiên, Kiều Thạch [8] viết lời đề tựa trên bảng hiệu của viện bảo tàng. Tháng 9/1992, Giang Trạch Dân nhìn thấy chữ của Kiều Thạch khi Giang đến thăm viện bảo tàng, và hắn đã sa sầm nét mặt lại. Những người đi theo rất lo lắng, vì họ biết rằng Giang không thể chấp nhận được Kiều Thạch, rằng Giang thích khoe khoang đến mức hắn đi đến đâu cũng viết lưu niệm, thậm chí ngay cả khi hắn đến thăm phòng cảnh sát giao thông thuộc Sở Công An thành phố Tế Nam và Hội Kỹ sư Hưu trí của thành phố Trịnh Châu. Nhân viên viện bảo tàng không dám coi thường tánh nhỏ mọn của Giang Trạch Dân. Vì vậy, vào tháng 5/1993, với cái cớ là nâng cấp, viện bảo tàng đã thay chữ của Kiều Thạch bằng chữ của Giang trước khi tái khánh thành.

Nghe nói Mao Trạch Đông có "Hùng văn tứ quyển", còn "Đặng Tiểu Bình Văn Tuyển" có "lý thuyết mèo" [9] một tư tưởng chủ nghĩa thực dụng. Giang Trạch Dân vắt kiệt óc mới chỉ có thể ra được ba câu, nhưng hắn còn dám nói rằng đã đưa ra học thuyết "Tam giảng". Nó được xuất bản thành một cuốn sách và được ĐCSTQ quảng bá tại tất cả các cấp chính quyền, nhưng nó chỉ có thể bán được là vì mọi người bắt buộc phải mua nó. Tuy nhiên các đảng viên vẫn không tôn trọng Giang Trạch Dân một chút nào. Họ truyền nhau những lời bàn tán về quan hệ của hắn ta với một cô ca sĩ, các tình tiết đáng xấu hổ về việc hắn hát bài "O Sole Mio" khi đi công tác nước ngoài, và việc hắn chải đầu trước mặt Vua Tây Ban Nha. Khi người sáng lập Pháp Luân Công là Ông Lý Hồng Chí, xuất thân là một người dân bình thường, giảng bài, hội trường chật kín các giáo sư, chuyên gia và các sinh viên Trung Quốc du học ở nước ngoài. Nhiều người có học vị bác học tiến sĩ, thạc sĩ đã bay hàng ngàn dặm đến để nghe các bài giảng của ông. Khi Ông Lý giảng bài thì rất phong phú, rõ ràng trôi chảy trên bục giảng trong nhiều giờ đồng hồ, ông không phải dùng bất cứ một lời ghi chép nào. Sau đó, bài giảng có thể được ghi chép lại trên giấy và xuất bản thành sách. Tất cả những điều này là không thể chịu đựng được đối với một người rỗng tuếch nhưng lại đua đòi, ghen ghét và lòng dạ nhỏ mọn như Giang Trạch Dân.

Giang Trạch Dân sống một cuộc sống cực kỳ lãng phí, đầy dâm dục và thối nát. Hắn ta tiêu 900 triệu đồng yuan (hơn 110 triệu đô la Mỹ) để mua một chiếc máy bay xa xỉ để dùng cho mình. Giang thường rút tiền từ các công quỹ, khoảng hàng chục tỷ, để cho con trai của hắn làm ăn buôn bán. Hắn đưa bà con họ hàng và những kẻ bợ đỡ mình lên làm ở các chức vụ cao cấp trên cả cấp bộ trưởng, và hắn viện đến cả các biện pháp cực đoan và liều lĩnh để che đậy việc tham nhũng và các tội ác của phe cánh tay chân của mình. Với tất cả những lý do này, Giang sợ uy lực đạo đức của

Pháp Luân Công, và hắn ta lại càng sợ rằng các đề tài về thiên đường, địa ngục, và nguyên lý thiện hữu thiện báo, ác hữu ác báo mà Pháp Luân Công đề cập đến là sự thật trên thực tế.

Mặc dù Giang nắm trong tay quyền lực cao nhất trong ĐCSTQ, nhưng bởi vì hắn thiếu thành tích và khả năng chính trị, nên thường xuyên lo lắng rằng hắn sẽ bị đánh bật ra khỏi vị trí quyền lực giữa những cuộc đấu tranh giành quyền lực tàn nhẫn của ĐCSTQ. Giang rất nhạy cảm về địa vị của mình là trung tâm của quyền lực. Để tiêu diệt những người bất đồng với mình, hắn lén lút bày mưu để trừ khử những kẻ thù chính trị của hắn ta là hai anh em Dương Thượng Côn và Dương Bạch Băng. Tại Đại hội lần thứ 15 của Ban chấp hành Trung ương (BCHTƯ) của Đảng cộng sản năm 1997 và Đại hội lần thứ 16 của BCHTƯ năm 2002, Giang đã bắt buộc những đối thủ của hắn phải rời bỏ chức vụ. Nhưng mặt khác hắn đã phớt lờ những quy định liên quan và kiên quyết bám lấy vị trí của mình.

Năm 1989, Tổng bí thư mới của ĐCSTQ Giang Trạch Dân tổ chức một cuộc họp báo cho các phóng viên cả trong và ngoài nước. Một phóng viên người Pháp hỏi về câu chuyện của một nữ sinh viên, người mà có liên quan đến cuộc vận động mùng 4 tháng 6 của sinh viên trên quảng trường Thiên An Môn đã bị đày đi cải tạo tại một nông trại ở tỉnh Tứ Xuyên để vác gạch từ chỗ này sang chỗ khác, và bị những nông dân địa phương hãm hiếp nhiều lần. Giang trả lời, "Tôi không biết điều ông nói có phải là sự thực hay không, nhưng cô ta là một kẻ gây rối bạo loạn. Vì vậy nếu điều đó là sự thực thì cô ta cũng đáng bị như vậy". Trong Đại Cách mạng Văn hóa, Trương Chí Tân [10] cũng bị hãm hiếp tập thể và cổ họng của cô bị cắt khi bị giam trong tù (để lúc bị xử tử cô ta không hô to sự thật). Giang Trạch Dân có thể cũng nghĩ rằng cô cũng đáng bị đối xử như vậy. Chúng ta có thể dễ dàng thấy tính tàn bạo và tâm lý biến thái như một kẻ lưu manh côn đồ của Giang Trạch Dân.

Tóm lại, lòng ham muốn quyền độc tài, sự tàn bạo, và nỗi sợ hãi "Chân Thiện Nhẫn" của Giang Trạch Dân là những nguyên nhân để hắn phát động cuộc đàn áp Pháp Luân Công một cách phi lý. Điều này rất đi sát với tổ chức của Đảng cộng sản.

III. Giang Trạch Dân và Đảng Cộng Sản Trung Quốc lợi dụng lẫn nhau

Giang Trạch Dân được biết đến vì thói khoe khoang và các thủ đoạn chính trị của hắn. Giang nổi tiếng về bất tài, và ngu dốt. Mặc dù toàn tâm hắn có ý định "tiêu diệt" Pháp Luân Công mà xuất ra từ sự phẫn uất cá nhân, nhưng hắn đã không thể làm gì nhiều, bởi vì Pháp Luân Công có nguồn gốc từ văn hóa truyền thống Trung Quốc và đã trở nên phổ biến tới mức được quần chúng trong xã hội chấp nhận trên diện rộng. Tuy nhiên, các cơ chế bạo ngược sử dụng bởi Đảng Cộng Sản Trung Quốc (ĐCSTQ), đã được cải tổ cho hoàn toàn qua nhiều phong trào chính trị, và đang hoạt động toàn bộ, vì ĐCSTQ có ý định nhổ tận gốc Pháp Luân Công. Giang Trạch Dân đã lợi dụng địa vị của hắn là Tổng bí thư của Đảng cộng sản và tự ý phát động chiến dịch đàn áp Pháp Luân Công. Hiệu ứng của việc cấu kết và cộng hưởng giữa Giang Trạch Dân và ĐCSTQ giống như một trận tuyết lở gây ra bởi những tiếng hò hét của người leo núi.

Trước khi Giang chính thức ra lệnh đàn áp Pháp Luân Công, ĐCSTQ đã bắt đầu ngăn cấm, theo dõi, điều tra và bịa đặt với âm mưu nhằm buộc tội Pháp Luân Công. Bởi vì một tổ chức tà giáo tà linh của Đảng Cộng Sản Trung Quốc vốn có bản năng tà ác, đã cảm thấy bị đe dọa bởi sự tồn tại của "Chân Thiện Nhẫn", chưa kể đến sự phổ biến nhanh chóng chưa từng có của pháp môn này. Những nhân viên công an mật của ĐCSTQ đã thâm nhập vào Pháp Luân Công ngay từ năm 1994, nhưng họ không thể tìm được một lỗi nào, và một số thậm chí đã bắt đầu tập luyện Pháp Luân Công một cách nghiêm chỉnh. Năm 1996, tờ Quang Minh Nhật Báo đã vi phạm "Ba Hạn chế", một chính sách của nhà nước đối với khí công (có nghĩa là nhà nước không "ủng hộ, can thiệp hay lên án" các hoạt động khí công), và đăng một bài báo lăng mạ những tư tưởng của Pháp Luân Công. Sau đó, những chính trị gia xuất thân từ ngành công an và với danh hiệu là "khoa học gia" liên tục quấy nhiễu Pháp Luân

Công. Vào đầu năm 1997, La Cán, Bí thư Ban Chính trị và Pháp luật của Ban chấp hành Trung ương ĐCSTQ lợi dụng quyền lực của mình và ra lệnh cho Văn phòng Công an thực hiện một cuộc điều tra trên toàn quốc đối với Pháp Luân Công, mục đích là tìm cho ra những lỗi để bào chữa cho sự việc ngăn cấm Pháp Luân Công. Sau khi được báo cáo lên từ mọi nơi là không tìm được bằng chứng hay vấn đề nào, La Cán đã ra thông tư số 555 – "Thông báo về việc bắt đầu một cuộc điều tra công khai đối với Pháp Luân Công" thông qua Văn phòng thứ nhất của Bộ Công an (còn gọi là Văn phòng An ninh Chính trị). Đầu tiên hắn buộc tội Pháp Luân Công là một "tà giáo" và sau đó ra lệnh cho các Sở Công an trên toàn quốc điều tra một cách có hệ thống đối với Pháp Luân Công, sử dụng các nhân viên mật trà trộn nằm vùng để thu thập chứng cứ. Cuộc điều tra đã không tìm thấy chứng cứ nào để hỗ trợ cho sự buộc tội của hắn ta.

Trước khi ĐCSTQ, một tổ chức của lũ tà ma, muốn bắt đầu đàn áp Pháp Luân Công, nó cần phải có một người then chốt để phát động những cơ chế cho việc đàn áp. Lúc ấy việc người lãnh đạo ĐCSTQ xử lý vấn đề như thế nào sẽ có tác dụng rất quan trọng. Là một cá nhân, người đứng đầu Đảng Cộng Sản có thể có cả Thiện và Ác – hai mặt đối lập của nhân tính. Nếu ông ta chọn đi theo phần Thiện, thì ông ta có thể tạm thời ức chế được sự phát tác của Đảng tính tà ác; nếu không thì 'Đảng tính' tà ác sẽ hiển lộ ra tất cả.

Trong phong trào sinh viên đòi quyền dân chủ năm 1989, Triệu Tử Dương, lúc đó là Tổng bí thư của ĐCSTQ, hoàn toàn không có ý định đàn áp các sinh viên. Mà là tám đảng viên lão thành đang nắm quyền kiểm soát ĐCSTQ kiên quyết đàn áp sinh viên. Đặng Tiểu Bình lúc đó nói rằng, "(Chúng ta sẽ) giết 200 ngàn người để đổi lấy 20 năm ổn định". Cái gọi là "20 năm ổn định" này, thực ra có ý nói là 20 năm nắm quyền của ĐCSTQ. Ý tưởng này phù hợp với mục đích căn bản trong sự độc tài chuyên chính của ĐCSTQ, vì vậy nó đã được ĐCSTQ chấp thuận.

Liên quan đến vấn đề Pháp Luân Công, trong số bảy Ủy viên Ủy ban Thường vụ Bộ Chính trị Ban chấp hành Trung ương ĐCSTQ, Giang Trạch Dân là người duy nhất quyết định đàn áp. Cái cớ mà Giang đưa ra là nó liên quan đến "sự sống còn của Đảng và đất nước". Điều này đã động đến dây thần kinh nhạy cảm nhất của ĐCSTQ và kích thích khuynh hướng đấu tranh của ĐCSTQ. Nỗ lực của Giang Trạch Dân nhằm duy trì quyền lực cá nhân của hắn và nỗ lực của ĐCSTQ nhằm duy trì quyền thống trị độc tài của một Đảng duy nhất là được thống nhất ở điểm này.

Buổi tối ngày 19/07/1999, Giang Trạch Dân chủ tọa một cuộc họp gồm những viên chức cao cấp nhất của ĐCSTQ. Giang với quyền lực chính trị của mình đã bất chấp luật pháp, một mình "thống nhất" nhận định của tất cả các thành viên có mặt, tự mình quyết định phát động một chiến dịch đàn áp đại quy mô đối với Pháp Luân Công. Hắn lấy danh nghĩa chính quyền Trung Quốc để cấm ngặt Pháp Luân Công ở mọi phương diện và lừa dối người đời. Từ ĐCSTQ đến chính quyền và dân Trung Quốc, và những cơ chế bạo lực đã được sử dụng toàn bộ triệt để trong một cuộc đàn áp mà trải đến trời phủ cả đất đối với hàng triệu học viên Pháp Luân Công vô tội.

Nếu Tổng bí thư ĐCSTQ vào lúc đó là một ai khác chứ không phải Giang Trạch Dân, thì cuộc đàn áp Pháp Luân Công sẽ không xảy ra. Ở khía cạnh đó, chúng ta có thể nói rằng Đảng cộng sản đã lợi dụng Giang Trạch Dân.

Mặt khác, nếu Đảng cộng sản đã không gây ra quá nhiều nợ máu do bản tính lưu manh, vô đạo đức, và man rợ của nó, thì nó sẽ không coi Pháp Luân Công như là một hiểm họa. Nếu không có sự khống chế toàn diện và rộng khắp của ĐCSTQ đối với tất cả các bộ phận của xã hội, thì ý định đàn áp Pháp Luân Công của Giang Trạch Dân sẽ không đạt được sự tổ chức, nguồn tài chính, và sự tuyên truyền, hay ủng hộ của những người trong ngành ngoại giao, nhân lực và máy móc, hay sự hỗ trợ của hệ thống nhà tù, cảnh sát, Bộ An ninh Quốc gia, và quân đội, hay cái gọi là "sự ủng hộ" của giới tôn giáo, khoa học và kỹ thuật, các đảng dân chủ, các công đoàn lao động, Đoàn Thanh niên, Hội phụ nữ, v.v…Ở khía cạnh này, chúng ta có thể nói rằng Giang Trạch Dân đã lợi dụng Đảng cộng sản.

IV. Giang Trạch Dân lợi dụng Đảng Cộng Sản Trung Quốc như thế nào để đàn áp Pháp Luân Công

Bằng cách lợi dụng nguyên tắc tổ chức của Đảng Cộng Sản Trung Quốc (ĐCSTQ) là "toàn Đảng phải phục tùng Trung Ương", Giang Trạch Dân đã lợi dụng guồng máy quốc gia do ĐCSTQ khống chế để phục vụ mục đích đàn áp Pháp Luân Công. Các tổ chức do ĐCSTQ khống chế bao gồm quân đội, các cơ quan truyền thông, công an, cảnh sát võ trang, các lực lượng an ninh quốc gia, hệ thống tư pháp, Quốc hội, các nhân viên ngoại giao, cũng như các nhóm ngụy tôn giáo. Quân đội và cảnh sát võ trang, công an tất cả đều thuộc quyền điều khiển của ĐCSTQ, đã trực tiếp tham gia vào việc bắt cóc và bắt giữ các học viên Pháp Luân Công. Các cơ quan truyền thông ở Trung Quốc đã giúp đỡ tập đoàn của Giang truyền bá những lời vu khống dối trá nhằm bôi nhọ Pháp Luân Công. Hệ thống an ninh quốc gia đã bị Giang Trạch Dân lợi dụng trên tư cách cá nhân để thu thập tài liệu và trình báo tin tức, bịa đặt ra những lời giả dối vu khống, và cung cấp các tin tình báo giả. Quốc hội và hệ thống tư pháp đã khoác lên cái vỏ "hợp pháp", và bộ trang phục "cai trị trong vòng luật pháp" để bào chữa cho những tội ác của Giang Trạch Dân và ĐCSTQ, thực sự đã lừa dối được tất cả nhân dân. Họ đã tự biến mình thành một công cụ để phục vụ và bảo vệ Giang Trạch Dân. Đồng thời, hệ thống ngoại giao đã truyền bá những lời vu khống dối trá trong cộng đồng quốc tế và lôi kéo chính phủ ngoại quốc, các viên chức cao cấp và các cơ quan truyền thông quốc tế bằng những món mồi chính trị và kinh tế để họ giữ im lặng về vấn đề đàn áp Pháp Luân Công.

Trong phiên họp của Ban chấp hành Trung ương mà ở đó lệnh đàn áp Pháp Luân Công được đưa ra năm 1999, Giang Trạch Dân đã tuyên bố, "Tôi không tin rằng Đảng cộng sản không thể chiến thắng Pháp Luân Công". Trong việc hoạch định chiến lược đàn áp, có ba phương châm lớn đã được đưa ra thực thi: "bôi nhọ thanh danh [các học viên Pháp Luân Công], vắt kiệt tài chính, và tiêu diệt thân thể". Một chiến dịch đàn áp toàn diện sau đó đã được tiến hành.

1. Lợi dụng các phương tiện truyền thông để ngăn chặn thông tin

Chính sách "bôi nhọ thanh danh [các học viên Pháp Luân Công]" đã và đang được thực hiện bởi những phương tiện truyền thông nằm dưới quyền khống chế tuyệt đối của ĐCSTQ. Bắt đầu từ 22/07/1999, ngày thứ ba của chiến dịch bắt giữ các học viên Pháp Luân Công trên toàn quốc, những phương tiện truyền thông do ĐCSTQ điều khiển bắt đầu một cuộc công kích dữ dội toàn diện, tuyên truyền để chống Pháp Luân Công. Hãy lấy Đài Truyền hình Trung ương Trung Quốc (CCTV) có trụ sở ở Bắc Kinh làm ví dụ. Trong những tháng còn lại của năm 1999, CCTV phát 7 tiếng đồng hồ mỗi ngày những đoạn băng được dàn dựng trước, nhằm truyền bá những lời vu khống bịa đặt về Pháp Luân Công. Những người sản xuất các chương trình này bắt đầu bằng cách bóp méo và làm giả những lời giảng của Ông Lý Hồng Chí là người sáng lập Pháp Luân Công, rồi sau đó xen thêm vào những trường hợp của cái gọi là tự tử, giết người, và tử vong bởi từ chối điều trị y tế. Họ đã làm mọi điều họ có thể làm để bôi nhọ và vu khống về Pháp Luân Công và người sáng lập.

Trường hợp được truyền bá nhiều nhất là bỏ chữ *"không"* ra khỏi điều Ông Lý Hồng Chí đã từng nói trong một lần nói chuyện với mọi người, rằng "Sự kiện về cái gọi là trái đất nổ tung không tồn tại". Chương trình của CCTV đổi câu nói này thành: "Việc trái đất nổ tung là có tồn tại", và vì vậy đặt điều rằng Pháp Luân Công tuyên truyền về ngày tận thế. Những thủ đoạn dối trá cũng được dùng để lường gạt công chúng, ví dụ như trút tội của những phạm nhân bình thường sang các học viên Pháp Luân Công. Một vụ giết người do Phó Di Bân, một người bị loạn thần kinh gây ra ở Bắc Kinh, và một vụ đầu độc chết người do một kẻ ăn xin ở tỉnh Triết Giang đều bị đổ tội cho học viên Pháp Luân Công. ĐCSTQ sau đó dùng các phương tiện truyền thông để kích động sự thù hận trong công chúng là những người đã bị ĐCSTQ lừa gạt, để bào chữa và tìm sự ủng hộ cho cuộc đàn áp đẫm máu mà không được lòng dân này.

Hơn 2000 tờ báo, hơn 1000 quyển tạp chí, và hàng trăm đài phát thanh và truyền hình địa phương dưới quyền khống chế tuyệt đối của ĐCSTQ đã hoạt động quá mức vì chiến dịch tuyên truyền bôi nhọ toàn diện để chống lại Pháp Luân Công. Những chương trình tuyên truyền này còn được truyền bá xa hơn nữa tới tất cả các nước khác thông qua các cơ quan thông tấn của chính phủ Trung Quốc như Tân Hoa Xã, Dịch vụ Tin tức Trung Quốc, Cơ quan thông tấn Trung Quốc Hồng Kông, và các tổ chức truyền tin khác ở hải ngoại do ĐCSTQ điều khiển. Dựa trên thống kê chưa hoàn tất, chỉ trong vòng 6 tháng, hơn 300 ngàn bài báo và chương trình nhắm vào việc bôi nhọ Pháp Luân Công đã được xuất bản hoặc phát đi trên làn sóng phát thanh và truyền hình, đầu độc tâm trí của vô số người mà đã bị ĐCSTQ lường gạt.

Tại các Sứ quán và Lãnh sự quán của Trung Quốc ở hải ngoại, một số lượng lớn các tập truyền đơn, đĩa CD, và bản tin phê bình và giả vờ "vạch trần" Pháp Luân Công đã được trưng bày. Các mục đặc biệt được thiết lập trên trang web của Bộ Ngoại giao Trung Quốc để chỉ trích và "vạch trần" Pháp Luân Công. Hơn nữa, tại hội nghị thượng đỉnh Hợp tác Kinh tế Á Châu-Thái Bình Dương (APEC) vào cuối năm 1999 tổ chức ở New Zealand, Giang Trạch Dân đã hoàn toàn thêu dệt những lời giả dối và phân phát các cuốn sách nhỏ phỉ báng Pháp Luân Công cho tất cả các nguyên thủ quốc gia của hơn 10 nước tham gia hội nghị. Ở Pháp, Giang Trạch Dân trong sự vi phạm Hiến pháp Trung Quốc, đã gọi

Pháp Luân Công là một "tà giáo" khi nói chuyện với các hãng thông tin quốc tế nhằm "bôi nhọ thanh danh [các học viên Pháp Luân Công]".

Đám mây đen của cuộc đàn áp làm nghẹn quốc gia là dấu hiệu cho thấy rằng một cái gì đó khủng khiếp như Cách mạng Văn hóa lại sắp sửa bắt đầu lần nữa .

Sự kiện đê tiện nhất để vu khống Pháp Luân Công là vụ "*tự thiêu*" dàn cảnh vào tháng 01/2001, đã truyền ra trên toàn thế giới với tốc độ chưa từng có thông qua Tân Hoa Xã. Sự kiện đó cho đến nay đã bị nhiều tổ chức quốc tế chỉ trích, gồm có cả Tổ chức Giáo dục và Phát triển Quốc Tế phi chính phủ (NGO) của Liên Hiệp Quốc ở Geneva, như là hành động do chính quyền của ĐCSTQ dàn cảnh, bịa đặt nhằm để lừa gạt người dân. Trong khi thẩm vấn, một nhân viên của nhóm làm chương trình truyền hình đó đã công nhận rằng một số cảnh trên CCTV, trên thực tế, là đã được quay lại sau này. Bản tính lưu manh của những kẻ đàn áp đã quá rõ ràng. Người ta không thể không tự hỏi làm sao mà những "đệ tử Pháp Luân Công không nao núng trước cái chết" này (nói đến những người tự thiêu) lại có thể hợp tác như vậy với các nhà chức trách ĐCSTQ để họ quay lại những cảnh tự thiêu một lần nữa.

Không có lời dối trá nào có thể tồn tại trong ánh sáng ban ngày. Trong khi tuyên truyền, chế tạo những lời giả dối,

ĐCSTQ cũng đã làm tất cả những gì nó có thể làm với quyền lực của nó để phong tỏa tin tức. Nó không ngừng bịt miệng các bản tin ở nước ngoài về các hoạt động của Pháp Luân Công cũng như những lời thanh minh hợp lý của các học viên Pháp Luân Công. Tất cả các quyển sách của Pháp Luân Công và những tài liệu khác đã bị tiêu hủy hết không còn lại gì. Các biện pháp cực đoan đã được sử dụng để ngăn chặn không cho các hãng thông tin nước ngoài phỏng vấn các học viên Pháp Luân Công ở Trung Quốc, bao gồm cả việc trục xuất các ký giả ra khỏi Trung Quốc, tạo áp lực với các hãng thông tin nước ngoài, hay bắt buộc họ phải giữ im lặng bằng cách đe dọa sẽ cấm họ không được hoạt động ở Trung Quốc.

Đối với những học viên Pháp Luân Công ở Trung Quốc cố gắng gửi ra nước ngoài các sự thực về Pháp Luân Công, và những tài liệu ghi lại sự đàn áp vô nhân đạo của chính quyền Trung Quốc, ĐCSTQ cũng áp dụng các biện pháp cực kỳ tàn bạo để ngăn chặn và đàn áp họ. Lý Diễm Hoa, một phụ nữ khoảng 60 tuổi sống ở thành phố Đại Thạch Kiều tỉnh Liêu Ninh. Bà bị cảnh sát bắt cóc khi đang phân phát những tài liệu sự thực về cuộc đàn áp Pháp Luân Công ngày 01/02/2001, và bị cảnh sát đánh đập đến chết. Để che đậy những tội ác của họ, cảnh sát nói rằng bà bị chết là do "si mê Pháp Luân Công".

Riêng ở Trường Đại học Tổng hợp Thanh Hoa, hơn một chục giảng viên và sinh viên bị phạt tù rất nặng vì phân phát tài liệu sự thực về Pháp Luân Công. Sau khi vạch rõ sự thực về việc cô Nguỵ Tình Diễm, một học viên Pháp Luân Công và là sinh viên cao học của Đại học Tổng hợp Trùng Khánh bị hãm hiếp trong khi bị giam giữ, bảy học viên Pháp Luân Công ở Trùng Khánh đã bị kết án hình sự và bị phạt tù rất nhiều năm.

2. Phạt tiền và kiểm kê lục soát nhà bừa bãi tước đoạt quyền lợi sinh tồn

Toàn bộ guồng máy quốc gia của Đảng Cộng Sản Trung Quốc (ĐCSTQ) đã thực hiện chính sách "vắt kiệt tài chính [của các học viên Pháp Luân Công]". Trong hơn 5 năm kể từ khi cuộc đàn áp bắt đầu, hàng trăm ngàn học viên Pháp Luân Công đã bị phạt từ hàng ngàn đồng yuan cho đến hàng chục ngàn đồng yuan để đe dọa họ, và làm cho họ mất mát rất nhiều về mặt tài chính. Không có một lời giải thích nào, các chính quyền địa phương, các cơ quan, các đồn cảnh sát và sở công an đã tùy tiện áp dụng những hình phạt này. Những người bị ép buộc phải nộp phạt không nhận được bất cứ một hóa đơn thu tiền nào và không được giải thích là họ đã vi phạm luật lệ nào. Không có một thủ tục hành chính hợp lệ nào.

Kiểm kê lục soát nhà cửa là một hình thức khác của cướp bóc và dọa nạt các học viên Pháp Luân Công. Những người kiên định với tín ngưỡng của mình đã phải đối mặt với việc bị kiểm kê lục soát nhà cửa mà không có lệnh khám nhà. Cảnh sát có thể khám xét nơi ở của họ bất cứ lúc nào. Tiền mặt và những thứ giá trị khác của họ đã bị tịch thu mà không có một lời giải thích nào. Ở những khu vực nông thôn, ngay cả lúa gạo dự trữ và những sản phẩm lương thực khác cũng không thoát khỏi bị tịch thu. Cũng tương tự, không một thứ gì bị tịch thu từ các học viên Pháp Luân Công là được ghi chép vào sổ sách của chính quyền hay được cấp giấy biên nhận. Thường thường những kẻ tịch thu tài sản của các học viên giữ lại để làm của riêng cho mình.

Đồng thời, các học viên Pháp Luân Công cũng phải đối mặt với hình phạt là bị sa thải . Ở những khu vực nông thôn thì chính quyền đe dọa tịch thu đất đai của các học viên. ĐCSTQ cũng không bỏ qua những người già đã về hưu. Lương hưu trí của họ cũng bị ngưng trả, chính quyền cũng đuổi họ ra khỏi nhà. Một số học viên Pháp Luân Công có doanh nghiệp riêng đã bị tịch thu tài sản, và phong tỏa tài sản ngân hàng.

Khi chấp hành những biện pháp này, ĐCSTQ đã sử dụng lý do 'phạm tội vì liên đới'. Có nghĩa là, nếu họ tìm thấy các học viên Pháp Luân Công ở bất kỳ cơ quan, đơn vị hay công ty quốc doanh nào, thì lãnh đạo và nhân viên của những cơ quan này sẽ không được nhận thưởng và không được thăng chức. Mục đích là để xúi dục sự thù hận đối với các học viên Pháp Luân Công trong xã hội. Họ hàng thân nhân của các học viên Pháp Luân Công cũng phải đối diện với những đe dọa bị đuổi việc, con cái của họ sẽ bị đuổi học, và bị đuổi ra khỏi nhà. Tất cả những biện pháp này đều nhằm cùng một mục đích là cắt đứt tất cả các nguồn thu nhập của những học viên Pháp Luân Công để bắt buộc họ phải từ bỏ tín ngưỡng của mình.

3. Tra tấn tàn bạo và giết người bừa bãi

Chính sách rùng rợn "tiêu diệt thân thể [của các học viên Pháp Luân Công]" đã được thực hiện trước hết bởi cảnh sát, các cơ quan công tố [11] và hệ thống tòa án ở Trung Quốc. Dựa trên thống kê chưa hoàn toàn của website Minh Tuệ, ít nhất 1,143 [12] học viên Pháp Luân Công đã bị đàn áp đến chết trong 5 năm qua kể từ ngày 20-7-1999. Số trường hợp tử vong xảy ra ở trên 30 tỉnh, khu vực tự trị, và các thành thị dưới quyền lãnh đạo trực tiếp của chính quyền trung ương. Khoảng 01/10/2004, tỉnh có số người bị giết chết được thống kê lớn nhất là Hắc Long Giang, theo sau là Cát Lâm, Liêu Ninh, Hà Bắc, Sơn Đông, Tứ Xuyên, và Hồ Bắc. Người trẻ nhất bị giết hại tuổi chỉ mới 10 tháng, người nhiều tuổi nhất bị giết chết là 82 tuổi. Phụ nữ chiếm 51.3%. Những người hơn 50 tuổi chiếm 38.8%. Các viên chức ĐCSTQ đã bí mật công nhận rằng số học viên Pháp Luân Công trên thực tế đã chết vì bị đàn áp còn cao hơn nhiều.

Những thủ đoạn tra tấn cực kỳ tàn bạo đối với các học viên Pháp Luân Công là rất nhiều và đủ kiểu. Đánh đập, quất gậy, roi quất giật điện, bắt đứng ngoài tuyết, trói bằng dây thừng, còng tay và cùm chân trong thời gian dài, dùng lửa đốt, làm bỏng bằng thuốc lá đang cháy hoặc sắt nung đỏ, bị còng và treo lên không trung, bị bắt phải đứng hay quỳ trong thời gian dài, bị đóng tăm tre hoặc dây thép, bị xâm phạm tình dục, bị hãm hiếp... đây chỉ là một vài ví dụ. Vào tháng 10/2000, cai ngục ở Trại lao động cưỡng bách Mã Tam Gia ở tỉnh Liêu Ninh lột hết quần áo của 18 học viên nữ và quẳng họ vào xà-lim nam để tù nhân hãm hiếp và xâm phạm tùy thích. Tất cả những tội ác này đã được ghi lại đầy đủ và nhiều đến mức không thể liệt kê hết được.

Một kiểu phổ thông nữa trong số nhiều thủ đoạn tra tấn vô nhân đạo là việc lạm dụng "điều trị thần kinh". Các học viên Pháp Luân Công bình thường, rất có lý trí và khỏe mạnh đã bị giam giữ bất hợp pháp trong các bệnh viện tâm thần và bị tiêm những loại thuốc không rõ tên, có khả năng hủy hoại hệ thần kinh trung ương của con người. Kết quả là một số học viên đã bị tàn phế một phần hoặc toàn bộ thân thể. Một số đã bị mù cả hai mắt hoặc điếc cả hai tai. Một số bị hủy hoại da thịt hoặc các cơ quan nội tạng. Một số đã bị mất một phần hoặc toàn bộ trí nhớ và bị trì trệ thần kinh. Các cơ quan nội tạng của một số học viên đã bị hủy hoại nghiêm trọng. Một số đã bị hoàn toàn suy sụp thần kinh. Ngay cả có một số bị chết sau khi bị tiêm thuốc không lâu.

Các thống kê cho thấy rằng các trường hợp học viên Pháp Luân Công bị đàn áp bằng thủ đoạn "điều trị thần kinh" đã lan ra đến 23 trong số 33 tỉnh, khu tự trị, và thành phố dưới quyền lãnh đạo trực tiếp của chính quyền trung ương ở Trung Quốc. Ít nhất 100 bệnh viện thần kinh ở các cấp tỉnh, thành phố, quận huyện đã tham gia vào việc đàn áp. Dựa trên con số và sự phân phối của những trường hợp này, rõ ràng là việc lạm dụng thuốc thần kinh đối với các học viên Pháp Luân Công là một chính sách từ trên xuống, có kế hoạch kỹ càng và được thực hiện một cách có hệ thống. Ít nhất có 1000 học viên Pháp Luân Công có thần kinh hoàn toàn khỏe mạnh đã bị cưỡng chế đưa đến các bệnh viện thần kinh hay các trung tâm cai nghiện ma túy. Nhiều người trong số họ đã bị cưỡng chế tiêm hoặc nuốt nhiều loại thuốc có khả năng hủy diệt hệ thần kinh của con người. Các học viên Pháp Luân Công này cũng bị trói bằng dây thừng và bị tra tấn bằng dùi cui điện. Ít nhất 15 người đã bị chết vì bị tra tấn quá dã man riêng theo cách này.

4. Phòng 610 vượt qua cả giới hạn của luật pháp

Ngày 07/06/1999, cá nhân Giang Trạch Dân đã phỉ báng Pháp Luân Công một cách vô căn cứ trong một buổi họp của Bộ chính trị Trung Cộng. Hắn ta coi vấn đề Pháp Luân Công như là một vấn đề "đấu tranh giai cấp" để quyết định đàn áp toàn diện đối với Pháp Luân Công, gọi các học viên Pháp Luân Công là kẻ thù chính trị của Trung Cộng, kích thích thần kinh đấu tranh của Trung Cộng, và ra lệnh thiết lập "Phòng Xử lý Vấn đề Pháp Luân Công" thuộc Ban chấp hành Trung ương. Vì nó được thành lập vào ngày 10 tháng 6 nên nó được gọi là "Phòng 610". Sau đó, các phòng 610 đã được thiết lập trên toàn quốc ở tất cả các cấp chính quyền, từ trên xuống dưới, chuyên phụ trách tất cả các vấn đề liên quan đến việc đàn áp Pháp Luân Công. Ủy ban Chính trị và Luật pháp, các cơ quan truyền thông, các cơ quan công an, các cơ quan công tố, tòa án, các cơ quan an ninh quốc gia, dưới sự lãnh đạo của Đảng Ủy Trung Cộng đều phải làm việc như những tên lưu manh đâm thuê chém mướn cho Phòng 610. Phòng 610 về mặt hình thức là chịu trách nhiệm trực tiếp trước Hội đồng Quốc gia nhưng trên thực tế nó là một tổ chức Đảng được phép tồn tại ngoài khuôn khổ của quốc gia và chính phủ Trung Quốc, không phải chịu bất cứ giới hạn luật pháp, quy định hay chính sách quốc gia nào. Nó là một tổ chức toàn quyền rất giống với Gestapo của Đức Quốc xã có mọi quyền lực vượt trên cả các hệ thống luật pháp và tòa án, sử dụng các nguồn lực tài nguyên của đất nước một cách tùy ý. Ngày 22/07/1999, sau khi Giang Trạch Dân ra lệnh đàn áp Pháp Luân Công, Tân Hoa Xã đã công bố các bài phát biểu của những người phụ trách Ban tổ chức Trung ương ĐCSTQ và Ban Tuyên Truyền Trung ương ĐCSTQ hoàn toàn ủng hộ cuộc đàn áp Pháp Luân Công do Giang Trạch Dân phát động. Tất cả những cơ quan này hợp tác với nhau dưới sự tổ chức chặt chẽ của ĐCSTQ để thực thi mưu đồ độc ác của Giang Trạch Dân.

Đã có quá nhiều trường hợp chứng tỏ rằng các cơ quan công an, các cơ quan công tố, các tòa án nhân dân không có quyền quyết định đối với các trường hợp liên quan đến Pháp Luân Công. Họ phải tuân theo lệnh của Phòng 610. Khi các thân nhân của nhiều học viên Pháp Luân Công bị bắt, bị giam và bị tra tấn đến chết, họ chất vấn và khiếu nại các cơ quan công an, các cơ quan công tố, các tòa án nhân dân, họ được thông báo là Phòng 610 sẽ quyết định tất cả.

Tuy nhiên, sự tồn tại của Phòng 610 không dựa trên cơ sở pháp lý nào cả. Khi nó ra lệnh cho tất cả các cơ quan trong hệ thống của ĐCSTQ, thông thường là không có văn bản chỉ thị hay thông báo gì cả, mà chỉ có thông báo bằng miệng. Hơn nữa, nó quy định rằng tất cả những ai nhận lệnh đều bị cấm ghi âm, ghi hình và ngay cả cả không được ghi chép điều gì lên giấy.

Việc sử dụng loại cơ quan độc tài tạm thời này là một ngón đòn mà ĐCSTQ thường tái diễn, hoàn toàn bất chấp luật pháp. Trong tất cả các phong trào thanh trừ chính trị trước đây, Đảng luôn luôn sử dụng các thủ đoạn bất chính và thiết lập các cơ quan tạm thời bất chính như Đội Cách mạng Văn hóa Trung ương để chỉ huy và truyền rộng chính sách tàn bạo của Đảng Cộng Sản ra toàn bộ đất nước.

Trong quá trình cầm quyền bạo lực lâu dài và thống trị với đè nén mạnh mẽ, Đảng đã tạo ra một hệ thống khủng bố tà ác nhất và tàn bạo nhất của quốc gia, sử dụng bạo lực, chế tạo dối trá và phong tỏa thông tin. Sự vô nhân đạo và cấp độ lừa gạt của nó đã đạt đến mức chuyên nghiệp cao. Trình độ và sự sắp đặt theo qui củ của hệ thống khủng bố này là chưa từng có. Trong tất cả các cuộc vận động chính trị trước đó, Đảng đã tích lũy được các thủ đoạn và kinh nghiệm có hệ thống và có hiệu lực để phạt vạ, làm hại và giết hại người dân theo những thủ đoạn dã man nhất, xảo quyệt nhất và lật lọng nhất không thể tưởng tượng được. Trong một trường hợp được nhắc đến trước đây, người chồng đã không thể chịu đựng được những đe dọa và quấy nhiễu của cảnh sát, nên đã giết chết người vợ tốt bụng của mình. Đây là quả ác của chính sách khủng bố mang tính cách toàn quốc của ĐCSTQ, bao gồm việc lừa gạt dân chúng thông qua các phương tiện thông tin đại chúng, tạo áp lực về mặt chính trị, đàn áp cả những người có liên quan, và đe dọa nhằm mục đích làm biến dị nhân tính và kích động lòng thù hận.

5. Sử dụng quân đội và các nguồn lực tài chính của quốc gia vào việc đàn áp

Đảng Cộng Sản Trung Quốc (ĐCSTQ) khống chế tất cả các lực lượng quân đội của quốc gia, cho phép nó làm mọi thứ mà nó muốn mà không cần sợ sệt điều gì khi nó đàn áp nhân dân. Trong chiến dịch đàn áp Pháp Luân Công, Giang Trạch Dân không chỉ sử dụng cảnh sát và cảnh sát võ trang, mà còn trực tiếp sử dụng cả quân đội vào khoảng tháng bảy và tháng tám năm 1999, khi hàng trăm ngàn và ngay cả hàng triệu dân thường tay không từ khắp nơi trong toàn quốc định đến Bắc Kinh để thỉnh nguyện cho Pháp Luân Công, thì quân đội đã chực sẵn ở các vị trí trong thành phố Bắc Kinh. Tất cả các con đường lớn dẫn đến Bắc Kinh đều có quân lính đứng xếp hàng mang theo súng có đạn. Họ hợp tác với cảnh sát để ngăn chặn và bắt giữ các học viên Pháp Luân Công đến thỉnh nguyện. Sự kiện Giang Trạch Dân trực tiếp điều động quân đội của ĐCSTQ đã mở đường cho chiến dịch đàn áp đẫm máu.

Đảng Cộng Sản Trung Quốc khống chế các nguồn lực tài chính của quốc gia. Điều này đã cung cấp khả năng tài chính cho Giang Trạch Dân đàn áp Pháp Luân Công. Một viên chức cao cấp của Sở Tư pháp Tỉnh Liêu Ninh đã từng nói trong một cuộc họp ở Trại Lao Động Cưỡng Bách Mã Tam Gia ở tỉnh Liêu Ninh rằng, "Các nguồn lực tài chính được dùng để xử lý Pháp Luân Công đã vượt quá chi phí cho một cuộc chiến tranh".

Vẫn chưa rõ là Đảng Cộng Sản Trung Quốc(ĐCSTQ) đã sử dụng bao nhiêu nguồn lực kinh tế quốc gia và kết quả lao động cực nhọc của người dân để đàn áp Pháp Luân Công. Nhưng, cũng không khó để chúng ta có thể thấy rằng nó là một con số khổng lồ. Năm 2001, tin tức từ bên trong Bộ Công An của Đảng Cộng Sản đã cho thấy rằng chỉ riêng ở quảng trường Thiên An Môn, chi phí để bắt giữ các học viên Pháp Luân Công là 1,7 đến 2,5 triệu đồng yuan mỗi ngày, hay 620 đến 910 triệu đồng yuan mỗi năm. Trên toàn quốc, từ thành thị cho đến các vùng nông thôn hẻo lánh, từ cảnh sát ở các đồn cảnh sát và các sở công an cho đến nhân viên của tất cả các chi nhánh của Phòng 610, Giang Trạch Dân đã sử dụng ít nhất một vài triệu người để đàn áp Pháp Luân Công. Chỉ riêng chi phí trả lương cũng đã có thể vượt quá 100 tỷ đồng yuan mỗi năm. Hơn nữa, Giang Trạch Dân đã tiêu một số lượng tiền khổng lồ để mở rộng các trại lao động cưỡng bách để giam giữ các học viên Pháp Luân Công, và xây dựng các trung tâm và cơ sở tẩy não. Ví dụ, vào tháng 12/2001, Giang Trạch Dân đã tiêu 4,2 tỷ đồng yuan chỉ riêng trong một lần chi để xây dựng các trung tâm và cơ sở tẩy não để "cải tạo" các học viên Pháp Luân Công. Giang Trạch Dân cũng sử dụng tiền thưởng để kích động và khuyến khích nhiều người hơn tham gia vào chiến dịch đàn áp Pháp Luân Công. Ở nhiều khu vực, giải thưởng cho việc bắt giữ một học viên Pháp Luân Công là vài ngàn hoặc ngay cả mười ngàn đồng yuan. Trại lao động cưỡng bách Mã Tam Gia ở tỉnh Liêu Ninh là một trong những nơi tà ác nhất trong cuộc đàn áp Pháp Luân Công. ĐCSTQ đã từng thưởng cho giám đốc trại tên là Tô 50 ngàn đồng yuan và phó giám đốc tên là Thiệu 30 ngàn đồng yuan.

Giang Trạch Dân, cựu Tổng bí thư của ĐCSTQ là người đã phát động cuộc đàn áp Pháp Luân Công và cũng là người hoạch định và chỉ huy cuộc đàn áp. Hắn đã lợi dụng các cơ chế của ĐCSTQ để phát động cuộc đàn áp Pháp Luân Công. Hắn ta không thể trốn thoát khỏi trách nhiệm đối với tội ác lịch sử này. Tuy nhiên, nếu không có ĐCSTQ với những cơ chế bạo lực của nó mà được hình thành qua nhiều cuộc vận động chính trị thì Giang Trạch Dân sẽ không có cách nào để phát động và thực hiện cuộc đàn áp tà ác này.

Giang Trạch Dân và ĐCSTQ đã lợi dụng lẫn nhau. Họ đã liều lĩnh thử thời vận trong sự lên án của tất cả mọi người về cuộc đàn áp, vì quyền lợi của một người và một Đảng mà phản đối " Chân Thiện Nhẫn". Sự cấu kết của họ là nguyên nhân thực sự tại sao một trường tội ác đáng ghê tởm và ngu xuẩn như vậy lại có thể xảy ra.

V. Giang Trạch Dân đánh đổ Đảng Cộng sản Trung Quốc từ nội bộ

Vì lợi ích cá nhân thúc đẩy, Giang Trạch Dân đã lợi dụng sự tà ác mà Đảng cộng sản vốn có để phát động một cuộc đàn áp khổng lồ nhắm vào những người tu luyện vô tội tin theo "Chân Thiện Nhẫn". Hắn đã phát động một phong trào trừng phạt một lực lượng mà có lợi nhất và không có hại cho xã hội. Cuộc đàn áp này không những chỉ lôi kéo cả quốc gia và dân chúng vào tội ác và thảm họa, mà cuối cùng còn đánh đổ Đảng Cộng Sản từ nền móng căn bản nhất của nó.

Giang Trạch Dân đã lợi dụng ĐCSTQ để sử dụng không ngừng tất cả các thủ đoạn tà ác nhất trên thế giới để đàn áp Pháp Luân Công. Luật pháp, đạo đức và nhân tính, tất cả đều phải chịu những sự phá hại nặng nề. Điều đó đã hủy hoại từ tận gốc các cơ sở thống trị của chính quyền quốc gia

.

Tập đoàn của Giang đã sử dụng tất cả những nguồn lực tài chính, vật chất và con người để đàn áp Pháp Luân Công, gây ra một gánh nặng khổng lồ cho quốc gia và xã hội với áp lực vô cùng nặng nề lên hệ thống tài chính. ĐCSTQ không có cách nào để duy trì cuộc đàn áp mà chắc chắn là sẽ thất bại trong một thời gian dài. Nó chỉ có thể dùng tiền tiết kiệm của người dân, phát hành công trái, và thu hút đầu tư ngoại quốc để tiếp tục duy trì cuộc đàn áp.

Trong cuộc đàn áp, ĐCSTQ và Giang Trạch Dân đã nghĩ ra đủ các loại thủ đoạn xảo quyệt, lưu manh và tàn bạo, sử dụng hết tất cả những thủ đoạn lừa lọc dối trá và tà ác mà nó vốn có, để đàn áp Pháp Luân Công.

ĐCSTQ và Giang Trạch Dân đã sử dụng tất cả những công cụ tuyên truyền có thể có để bịa đặt vu khống và bôi nhọ Pháp Luân Công, và bào chữa cho cuộc đàn áp và bức hại. Tuy nhiên, không lời dối trá nào có thể kéo dài mãi mãi. Một khi những lời dối trá cuối cùng bị vạch trần, và khi tất cả những bản chất tà ác bộc lộ ra, sau khi cuộc đàn áp thất bại , mọi người đều thấy rõ những điều đó, thì các thủ đoạn tuyên truyền của họ sẽ không còn có thể lường gạt người ta được nữa. Đảng sẽ hoàn toàn mất đi lòng tin tưởng và sự tín nhiệm của người dân.

Vào lúc bắt đầu của cuộc đàn áp Pháp Luân Công năm 1999, Giang Trạch Dân định giải quyết vấn đề Pháp Luân Công trong vòng "ba tháng". Nhưng, ĐCSTQ đã đánh giá quá thấp sức mạnh của Pháp Luân Công, đánh giá quá thấp sức mạnh của truyền thống và lòng tin.

Từ thời cổ xưa tới nay, Tà không áp chế được Chính. Tà ác là không thể "xóa sạch" thiện lương trong tâm của người ta. Năm năm đã trôi qua. Pháp Luân Công vẫn là Pháp Luân Công. Hơn nữa, Pháp Luân Công đã truyền bá rộng rãi trên toàn thế giới. Giang Trạch Dân và Đảng Cộng Sản đã phải chịu một thất bại thảm hại trong cuộc chiến đấu giữa chính và tà này. Và bản tính tà ác, tàn bạo lưu manh và xảo quyệt của chúng đã bị vạch trần toàn bộ. Giang Trạch Dân khét tiếng giờ đây đã bị ngập trong rắc rối tại trong và ngoài nước, và đang phải đối mặt với nhiều vụ kiện và các yêu cầu đưa hắn ra trước công lý.

Đầu tiên Đảng Cộng Sản Trung Quốc định lợi dụng cuộc đàn áp để củng cố chính quyền bạo lực của nó. Tuy nhiên, kết quả là nó không thể "nạp điện" mà lại tiêu hết tất cả năng lượng của bản thân. Giờ đây, Đảng Cộng Sản Trung

Quốc đã đi quá mức mà không còn thuốc cứu. Nó bây giờ chỉ giống như là một cái cây héo tàn, hư hỏng. Tự nó sẽ phải ngã gục trong một cơn gió. Mọi hy vọng viễn vông hòng cứu vớt Đảng Cộng Sản Trung Quốc đều là đi ngược lại trào lưu lịch sử. Nó không chỉ ở trong vô vọng thôi, mà còn hủy diệt cả tương lai của những ai tham dự vào.

Lời kết

Cựu tổng bí thư Đảng Cộng sản Trung Quốc, Giang Trạch Dân là người đã phát động, hoạch định, và chỉ huy cuộc đàn áp tà ác. Giang Trạch Dân đã lợi dụng tất cả quyền lực, địa vị, các thủ đoạn ép người vào kỷ luật, và cơ chế cho các cuộc vận động chính trị của Đảng Cộng Sản Trung Quốc để phát động cuộc đàn áp Pháp Luân Công này. Hắn phải chịu trách nhiệm cho tội ác lịch sử này. Mặt khác, nếu không có Đảng Cộng Sản Trung Quốc thì Giang Trạch Dân sẽ không thể phát động và tiến hành cuộc đàn áp tà ác này. Từ ngày được thành lập, Đảng Cộng Sản Trung Quốc đã chống lại chính nghĩa và thiện lương. Lấy trấn áp làm thủ đoạn và bức hại làm chuyên môn, Đảng Cộng Sản Trung Quốc đã đặt nền tảng thống trị trên việc khống chế chặt chẽ tư tưởng của người dân để họ phải theo một Đảng duy nhất. Với bản tính của Đảng cộng sản, nên nó sợ "Chân Thiện Nhẫn" và coi Pháp Luân Công như là kẻ thù. Do đó, việc nó đàn áp và bức hại Pháp Luân Công là không thể tránh khỏi. Trong khi tấn công "Chân Thiện Nhẫn", Giang Trạch Dân và Đảng Cộng

Sản Trung Quốc đã tạo cơ hội cho sự giả dối, tà ác, bạo lực, đầu độc, tàn bạo và tham nhũng thối nát được phát triển tràn lan. Theo sau đó là sự phổ biến của đạo đức tuột dốc ở Trung Quốc mà ảnh hưởng đến tất cả mọi người.

Sự lợi dụng lẫn nhau giữa Đảng Cộng Sản Trung Quốc và Giang Trạch Dân đã trói số phận của cả hai với nhau. Pháp Luân Công hiện đang kiện Giang Trạch Dân. Ngày mà Giang bị đưa ra trước công lý, thì số phận của Đảng Cộng Sản Trung Quốc sẽ hiển lộ rõ ràng.

Trời Đất không dung tha những kẻ đã tiến hành cuộc đàn áp vô nhân tính, chống lại những người tốt và tu luyện theo "Chân Thiện Nhẫn". Những hành động tà ác của Giang Trạch Dân và Đảng Cộng Sản Trung Quốc cũng sẽ trở thành một bài học sâu sắc và vĩnh cửu cho nhân loại.

Chú Thích

[1] Tin tức chi tiết về trường hợp này có thể tìm thấy lại các địa chỉ sau: http://www.clearwisdom.net/emh/articles/2004/7/23/50560p.html, http://www.clearwisdom.net/emh/articles/2004/6/7/48981p.html

[2] Thông tin chi tiết về trường hợp này có thể tìm thấy lại các địa chỉ sau: http://www.clearwisdom.net/emh/articles/2004/9/25/52796.html.

[3] Thông tin liên quan cũng có tại địa chỉ:
http://search.minghui.org/mh/articles/2004/7/9/79007.html (tiếng Hán)

[4] *Lý Tiên Niệm* (1902 – 1992), cựu chủ tịch Trung Quốc (1983-1988) và chủ tịch Hội nghị Cố vấn Chính trị Nhân dân Trung Quốc (1988-1992). Ông ta là bố vợ của Giang Trạch Dân. Trần Vân (1905-1995), một trong những lãnh đạo có ảnh hưởng nhất của Cộng sản Trung Quốc. Trần Vân là Ủy viên thường trực Bộ Chính trị trong hàng thập kỷ và là chủ tịch của Ban Cố vấn Trung ương từ 1987 đến 1992.

[5] *Khí công* là một tên gọi chung để chỉ việc tu luyện. Có rất nhiều môn khí công, phần lớn bắt nguồn từ các tín ngưỡng tinh thần truyền thống. Pháp Luân Công là một môn khí công.

[6] Năm 1992, Đặng Tiểu Bình bước ra khỏi thời kỳ bán nghỉ hưu, và đi thăm Thẩm Quyến ở miền nam Trung Quốc gần Hồng Kông và có các bài phát biểu để xúc tiến nền kinh tế thị trường xã hội chủ nghĩa ở Trung Quốc. Chuyến đi thăm của Đặng được coi là đã khởi động lại chính sách cải cách kinh tế của Trung Quốc sau khi tạm lắng xuống sau vụ thảm sát trên quảng trường Thiên An Môn năm 1989.

[7] Được phát hiện năm 1973, Tàn tích Văn hóa Hà Mỗ Độ, 7 ngàn năm tuổi, là một tàn tích quan trọng của một ngôi làng ở thời kỳ đồ đá mới ở Trung Quốc.

[8] *Kiều Thạch* là cựu chủ tịch quốc hội Trung Quốc.

[9] Đặng đã từng nói, "Mèo trắng hay mèo đen đều tốt nếu nó bắt được chuột", ý nói rằng mục tiêu của cải cách kinh tế là đem lại sự thịnh vượng cho nhân dân bất kể với hình thức xã hội chủ nghĩa hay tư bản chủ nghĩa.

[10] *Trương Chí Tân* là một nữ trí thức bị ĐCSTQ tra tấn đến chết trong Đại Cách mạng Văn hóa vì dám nói lên sự thực.

[11] Cơ quan nhà nước của Trung Quốc phụ trách việc khởi tố và giám sát luật pháp. Các chức năng của nó bao gồm quyết định bắt và khởi tố các vụ án hình sự nghiêm trọng, thực hiện việc điều tra, khởi đầu và hỗ trợ quá trình công tố, diễn giải luật pháp trong những trường hợp cụ thể, giám sát các quyết định của tòa án, theo dõi các thủ tục pháp lý, và giám sát các hoạt động của hệ thống nhà tù, trại giam và trại lao động cưỡng bức.

[12] Từ ngày 19 tháng 12 năm 2004

Bài bình luận số 6

ĐẢNG CỘNG SẢN TRUNG QUỐC PHÁ HOẠI VĂN HOÁ DÂN TỘC

Bảng hiệu tuyên truyền cho chiến dịch "Phê bình Lâm Bưu và Khổng Tử"

(AFP/Getty Images)

Lời mở đầu

Văn hóa là linh hồn của một dân tộc. Đối với nhân loại yếu tố tinh thần này cũng quan trọng ngang như yếu tố vật chất là giống nòi và đất đai.

Lịch sử nền văn minh của một dân tộc là lịch sử của các sự phát triển văn hóa. Sự phá hủy hoàn toàn văn hóa của một dân tộc dẫn tới sự diệt vong của dân tộc đó. Những dân tộc cổ xưa sáng tạo ra các nền văn minh huy hoàng đã bị xem như biến mất khi văn hóa của chúng biến mất, mặc dù người của các dân tộc đó vẫn tồn tại. Trung Quốc là quốc gia duy nhất trên thế giới có nền văn minh cổ đã liên tục trải qua trên 5000 năm. Sự phá hủy nền văn hóa truyền thống là một tội ác không thể tha thứ.

Nền văn hóa Trung Quốc, được tin là do Trời truyền xuống, đã bắt đầu bởi những thần thoại như sự tạo ra trời và đất của Bàn Cổ [1], sự tạo ra con người của Nữ Oa [2], sự xác định hàng trăm cây thuốc của Thần Nông [3], và sự phát minh ra chữ Trung Quốc của Thương Hiệt [4]. "Người thuận theo Đất, Đất thuận theo trời, Trời thuận theo Đạo, và Đạo thuận theo Tự nhiên"[5]. Sự uyên thâm về sự hòa hợp giữa người và trời của Đạo gia đã chảy trong huyết mạch của nền văn hóa Trung Quốc. "Cái đạo của Đại Học là rõ ràng ở chỗ Đức sáng"[6]. Khổng Tử đã mở một trường để dạy học hơn 2000 năm trước và đã truyền bá ra xã hội tư tưởng Nho gia mà đại biểu gồm năm đức hạnh chính là nhân, nghĩa, lễ, trí, và tín. Trong thế kỷ đầu tiên, Phật pháp của Phật giáo đã truyền sang phương đông tới Trung Quốc với sự nhấn mạnh vào tính Thiện và sự cứu độ tất cả các chúng sinh, đó là "từ bi phổ độ". Nền văn hóa Trung Quốc đã được phong phú thêm. Sau đó, Nho gia, Đạo gia, và Phật gia đã trở thành các niềm tin bổ xung cho nhau trong xã hội Trung Quốc, đưa triều đại nhà Đường (618-907 sau công nguyên) lên đến đỉnh của sự huy hoàng và thịnh vượng, được biết đến trên khắp thế gian.

Mặc dù dân tộc Trung Quốc đã trải qua nhiều lần bị phá hoại và đả kích trong lịch sử, nền văn hóa truyền thống của Trung Quốc đã chứng tỏ là có sức sống, sức dung hợp cực kỳ to lớn, và tinh hoa của nó đã liên tục được truyền xuống. Sự hợp nhất giữa trời và người đại biểu cho quan niệm về vũ trụ của tổ tiên chúng ta. Mọi người đều tin rằng ở hiền gặp lành, và ở ác gặp ác. Một đức hạnh cơ bản là 'đừng làm cho người khác những gì mình không muốn'. Trung, hiếu, tiết, nghĩa là tiêu chuẩn cho cách làm người trong xã hội, và năm đức hạnh chính của Nho gia là nhân, nghĩa, lễ, trí, và tín đã đặt ra nền tảng đạo đức cho từng cá nhân và toàn xã hội. Văn hóa của Trung Hoa thể hiện ra Thành (thành thật), Thiện (lương thiện), Hòa (hòa vi quý), Dung (bao dung) những đặc điểm ưu tú này. Sự tưởng nhớ chung tới những người đã quá cố của người Trung Quốc cho thấy lòng sùng kính tới "trời, đất, vua, cha mẹ và thầy giáo". Đây là sự biểu lộ văn hóa của các truyền thống gốc rễ của Trung Quốc, nó bao gồm sự kính trọng thần thánh, trời và đất (Thiên Địa), sự trung thành với quốc gia (Quân), các giá trị của gia đình cha mẹ (Thân), và sự kính trọng thầy giáo (Sư). Nội hàm vững chắc của văn hóa là "Tôn sư trọng đạo". Văn hóa Trung Quốc truyền thống đã tìm kiếm sự hài hòa giữa con người và vũ trụ, và đã chú trọng vào đạo đức và luân lý của từng cá nhân. Nó đã có cơ sở trên tín ngưỡng tu luyện của Đạo Khổng, Đạo Phật, và Đạo Lão, và đã cung cấp cho người Trung Quốc lòng khoan dung, sự tiến bộ xã hội, sự bảo vệ đạo đức con người, và niềm tin chân chính.

Không giống như pháp luật, mô tả các quy định cứng nhắc, văn hóa hoạt động như một chế ước mềm mại. Pháp luật thi hành trừng phạt sau khi một tội ác bị phạm phải, trong khi văn hóa, bằng cách giáo dục cho có đạo đức, ngăn ngừa các tội ác không cho xảy ra từ trong trứng nước. Giá trị luân lý đạo đức của một xã hội thường phản ảnh cụ thể từ bên trong văn hóa của nó.

Trong lịch sử Trung Quốc, văn hóa truyền thống đã đạt tới đỉnh điểm của nó trong triều đại nhà Đường thịnh vượng, hội tụ tới đỉnh cao quyền lực của quốc gia Trung Quốc. Khoa học cũng tiến bộ và có được danh tiếng độc nhất vô nhị với tất cả các quốc gia khác. Các học giả từ Châu Âu, Trung Đông, và Nhật Bản đã đến để học tập tại Trường An, kinh đô của triều đại nhà Đường. Những đất nước quanh

Trung Quốc đã xem Trung Quốc như là nước tông chủ. "Nhiều quốc gia đã đến để triều cống Trung Quốc, dù rằng phải qua nhiều tầng phiên dịch và phải thông qua nhiều thủ tục." [7]

Sau triều đại nhà Tần (221-207 trước Công Nguyên(CN)), Trung Quốc thường bị chiếm bởi những dân tộc thiểu số. Điều này đã xảy ra trong các triều đại nhà Tùy (581-618 sau CN), Đường (618-907 sau CN), Nguyên (1271-1361 sau CN) và Thanh (1644-1911 sau CN) và trong một số lần khác khi những dân tộc thiểu số thành lập chế độ của riêng họ. Tuy nhiên, hầu như tất cả các dân tộc này đã bị đồng hóa theo các cách của người Trung Quốc. Điều này cho thấy sức mạnh đồng hóa to lớn của văn hóa Trung Quốc truyền thống. Như Khổng Tử đã nói, "(Vì vậy) nếu người phương xa không tuân theo, thì thu phục họ bằng cách tu Văn và Đức (của chúng ta)"[8].

Từ khi nắm quyền lực năm 1949, Đảng Cộng sản Trung Quốc (ĐCSTQ) đã dành các tài nguyên quốc gia vào việc phá hủy nền văn hóa truyền thống của Trung Quốc. Ý định xấu xa này tuyệt đối không đến từ nhiệt tâm công nghiệp hóa của ĐCSTQ, cũng không từ sự ngu dốt đơn giản trong việc tôn thờ văn minh phương Tây. Hơn thế, nó đã đến từ sự đối nghịch ý thức hệ cố hữu của ĐCSTQ đối với văn hóa truyền thống của dân tộc. Vì vậy sự phá hoại văn hóa Trung Quốc của ĐCSTQ đã được lập kế hoạch, tổ chức tốt, và hệ thống hóa, được hỗ trợ bởi sự sử dụng bạo lực của chính quyền. Từ khi được thành lập, ĐCSTQ chưa hề bao giờ ngưng "cách mạng hóa" nền văn hóa của Trung Quốc trong việc cố gắng phá hủy tinh thần của nó một cách triệt để.

Thậm chí còn đáng để tiện hơn cả sự phá hoại văn hóa truyền thống của Trung Quốc là sự lạm dụng và thay đổi lừa lọc có chủ ý của ĐCSTQ đã phát huy những phần đồi bại từ lịch sử của Trung Quốc, những thứ đã xảy ra bất cứ khi nào con người xa rời các giá trị truyền thống, như là sự tranh giành quyền lực nội bộ bên trong hoàng tộc, sự sử dụng các thủ đoạn và âm mưu, và sự áp dụng chế độ độc tài và chuyên chế. Nó đã sử dụng các ví dụ lịch sử để giúp tạo thành một bộ chuẩn mực thiện ác, phương thức tư duy, và hệ thống đàm luận của nó. Bằng cách làm như vậy, khiến cho nhân dân hiểu lầm rằng đó là "văn hóa Đảng", là một sự kế thừa của văn hóa truyền thống Trung Quốc. ĐCSTQ thậm chí đã lợi dụng sự ác cảm của một số người đối với "văn hóa Đảng" để xúi dục hơn nữa sự từ bỏ văn hóa truyền thống Trung Quốc chân chính.

Sự phá hoại văn hóa truyền thống của ĐCSTQ đã mang tới các hậu quả thảm khốc cho Trung Quốc. Không những con người đã mất các gò bó ràng buộc về đạo đức của họ, mà họ cũng bị bắt buộc phải thấm nhuần các lý thuyết tà ác của ĐCSTQ.

I. Tại sao Đảng Cộng Sản muốn phá hoại văn hóa dân tộc?

1. Truyền Thống Lâu Dài của Văn Hóa Trung Hoa—Dựa Trên Tôn Trọng Tín Ngưỡng và Đạo Đức

Văn hóa chân chánh của người Trung Quốc đã bắt đầu khoảng 5000 năm trước được sáng tạo bởi Hoàng Đế, người được cho là ông tổ đầu tiên của nền văn minh Trung Quốc. Trên thực tế Hoàng Đế cũng là người sáng lập nên tư tưởng Đạo gia, cũng được gọi là trường phái tư tưởng Hoàng-Lão. Nho gia chịu sự ảnh hưởng sâu sắc của Đạo gia. Ngài Khổng Tử giảng: "Lập chí ở Đạo, căn cứ ở Đức, noi theo ở Nhân, học rộng ở Nghệ" và "Nếu một người nghe Đạo buổi sáng, người đó có thể chết mà không hối hận vào buổi chiều"[9]. Cuốn *Kinh Dịch*, một ghi chép về trời và đất, âm và dương, các thay đổi của vũ trụ, sự phát triển và suy tàn của xã hội, và các luật về cuộc sống con người, đã được Nho gia coi là "Số một trong số tất cả các tác phẩm kinh điển của Trung Quốc". Sức mạnh tiên tri của cuốn sách đã vượt xa những gì khoa học hiện đại có thể nhận thức. Bên cạnh Đạo gia và Nho gia, tư tưởng Phật gia, đặc biệt tư tưởng phái Thiền tông, đã có một ảnh hưởng âm thầm lặng lẽ nhưng sâu xa đối với những nhà trí thức Trung Quốc.

Tư tưởng Nho gia là phần văn hóa Trung Quốc truyền thống đã đặt trọng tâm vào "nhập thế." Nó chú trọng vào đạo đức luân lý gia đình, ở đó lòng hiếu thảo đóng một vai trò cực kỳ quan trọng, dạy rằng "tất cả lòng tốt bắt đầu từ lòng hiếu thảo" (Bách thiện hiếu vi tiên). Khổng Tử đề cao "nhân, nghĩa, lễ, trí và tín," nhưng cũng nói, "Chẳng phải lòng hiếu thảo và kính trên nhường dưới là gốc rễ của nhân đức?"

Luân thường đạo lý dựa trên nền tảng gia đình có thể được mở rộng một cách tự nhiên để hướng dẫn đạo đức xã hội. Lòng "hiếu thảo" có thể được khuếch trương đến sự "trung thành" của quần thần đối với vua. Người ta nói rằng, "Hiếm khi một người có lòng hiếu đễ, mà lại phạm thượng với bề trên"[10]. "Đễ" là kính nhường bực huynh trưởng, là mối quan hệ giữa anh em, và có thể được mở rộng hơn nữa đến sự "nghĩa khí" và sự công bằng giữa bè bạn. Nho gia dạy rằng trong gia tộc phải là phụ từ, tử hiếu, huynh hữu, đệ cung, một người cha phải từ ái, một người con phải hiếu thảo, anh lớn phải thân thiện, và em nhỏ phải cung kính lễ phép. Ở đây, "từ tâm" của người cha có thể được mở rộng đến sự "nhân từ" của vua với quần thần. Chừng nào mà các truyền thống trong gia tộc có thể được duy trì, luân lý đạo đức xã hội tất nhiên có thể được giữ gìn. "Tu thân, tề gia, trị quốc, bình thiên hạ" [11]

Tư tưởng Phật gia và Đạo gia là bộ phận xuất thế trong văn hóa Trung Quốc truyền thống. Sự ảnh hưởng của Phật gia và Đạo gia có thể thấy trong tất cả các khía cạnh cuộc sống của dân chúng bình thường. Trung y, khí công, phong thủy, và bói toán. Những môn này có nguồn gốc liên qua đến tư tưởng của Đạo Gia rất sâu đậm, cũng như là những khái niệm trong tư tưởng Phật gia về thiên quốc và địa ngục, thiện ác báo ứng, cùng với đạo đức luân thường của tư tưởng Nho gia, đã tạo thành hạch tâm của văn hóa Trung Quốc truyền thống.

Tín ngưỡng Nho, Phật và Đạo đã đem lại cho người Trung Quốc một hệ thống tinh thần đạo đức rất ổn định, không thay đổi chừng nào trời đất còn tồn tại "Thiên bất biến, Đạo cũng bất biến"[12]. Sự bền vững, hòa bình và hài hòa trong xã hội, là dựa vào thế hệ đạo đức mà tồn tại.

Đạo đức thuộc về lãnh vực tinh thần; vì vậy, nó thường thuộc về trừu tượng, mà tác dụng trọng yếu của văn hóa chính là sự diễn đạt thể hệ đạo đức trong ngôn ngữ mà người thông thường có thể hiểu.

Hãy lấy "Bốn Tác Phẩm Cổ Điển Trung Quốc", bốn tác phẩm nổi tiếng nhất trong văn hóa Trung Quốc, làm ví dụ. *Tây Du Ký* [13] là một chuyện thần thoại. *Hồng Lâu Mộng* [14] bắt đầu với hội thoại giữa một hòn đá có linh hồn và Mang Mang đạo sĩ, Diệu Diệu chân nhân cùng Không Không đạo nhân tại đỉnh Vô Kê, núi Đại Hoang, đoạn này đưa ra đầu mối về kịch tính được bộc lộ trong suốt tác phẩm. *Thủy Hử* [15] mở đầu với câu chuyện làm thế nào mà Hồng thái úy, người nắm binh quyền, đã bất cẩn giải phóng 108 yêu ma. Truyền thuyết này giải thích nguồn gốc của "108 vị anh hùng Lương Sơn Bạc". *Tam Quốc Diễn Nghĩa* [16] bắt đầu với một điểm báo của trời về một thảm họa, và kết thúc bằng sự phán xét không thể tránh được của thiên mệnh: "Hợp rồi tan, tan lại hợp, đó cũng là lẽ nhiệm mầu của Trời Đất vậy". Những câu chuyện nổi tiếng khác, như là *Đông Chu Liệt Quốc* [17] và *Thuyết Nhạc Toàn Truyện* (Chuyện đầy đủ về Nhạc Phi) [18], tất cả đều bắt đầu với những truyền thuyết tương tự.

Việc sử dụng thần thoại của những nhà viết tiểu thuyết này không phải là một trùng hợp, mà là sự phản ảnh triết lý cơ bản của người trí thức Trung Quốc với sự tự nhiên và con người. Những tiểu thuyết này có một ảnh hưởng sâu sắc lên tâm trí người Trung Quốc. Khi nói về "nghĩa", mọi người nghĩ đến Quan Vũ (160-219 sau CN) trong Tam Quốc Diễn Nghĩa hơn chỉ là về khái niệm khô cứng của từ ngữ, 'nghĩa' của ông ta đối với bạn của mình đã vượt lên mây tới trời xanh như thế nào; lòng trung thành không thể lay chuyển của ông ta với bề trên của ông mà cũng là anh em kết nghĩa (Lưu Bị) đã đem lại cho ông sự kính trọng thậm chí từ kẻ thù của ông ta như thế nào; sự dũng cảm của ông ta trong chiến trận đã chiến thắng trong các tình huống thảm khốc nhất, sự thất bại cuối cùng của ông trong trận chiến tại Mạch Thành, và, cuối cùng là, sự gặp gỡ của ông ta với tư cách một vị thần với con trai của ông như thế nào. Khi nói tới chữ "trung" người Trung Quốc tự nhiên nghĩ tới Nhạc Vũ Mục (1103-1141 sau CN), một vị tướng nhà Tống người đã phục vụ đất nước của mình với tính chính trực và lòng trung thành hoàn toàn, và Khổng Minh (181-234 sau CN), thừa tướng của nước Thục trong thời Tam Quốc, người "hiến dâng cả đời cho đến tận khi trái tim ngừng đập."

Sự ca ngợi lòng trung và nghĩa trong văn hóa Trung Quốc truyền thống đã được miêu tả đầy đủ trong những câu truyện đầy mầu sắc của các tác giả này. Những nguyên tắc tinh thần trừu tượng họ tán thành đã được làm rõ ràng và biểu hiện trong những thành ngữ văn hóa.

Đạo gia giảng Chân. Phật gia giảng Thiện, và Nho gia giảng Trung, Thứ (vị tha), Nhân, Nghĩa. "Mặc dù hình thức của chúng khác nhau, mục đích của chúng là như nhau... tất cả chúng đều truyền cảm hứng cho con người trở về với Thiện"[19]. Đây là những khía cạnh giá trị nhất của văn hóa truyền thống Trung Quốc dựa trên niềm tin vào Nho, Phật và Đạo.

Văn hóa truyền thống Trung Quốc đầy những khái niệm và nguyên tắc như là Thiên, Đạo, Thần, Phật, mệnh, duyên, nhân, nghĩa, lễ, trí, tín, liêm, sĩ, trung, hiếu, tiết và nhiều nữa như vậy. Nhiều người Trung Quốc có thể mù chữ, nhưng họ vẫn quen với hí kịch truyền thống. Những hình thức văn hóa này đã là những cách quan trọng đối với người thường để học các đức hạnh truyền thống. Do đó, sự phá hoại của ĐCSTQ đối với văn hóa Trung Quốc truyền thống là một sự tấn công trực tiếp vào đạo đức của người Trung Quốc và làm suy yếu nền tảng an định và hài hòa trong xã hội.

Sự đối lập giữa Tà Thuyết Cộng Sản và Văn Hóa Truyền Thống

"Triết học" của Đảng Cộng Sản hoàn toàn mâu thuẫn với văn hóa truyền thống chân chánh của Trung Quốc. Văn hóa truyền thống là kính úy thiên mệnh, như Khổng Tử đã từng nói, "Tử sanh hữu mệnh, phú quý tại thiên."[20]. Cả Phật gia và Đạo gia đều là hữu Thần, và tin vào sự luân hồi, và thuyết nhân quả nghiệp lực về cái thiện và ác. Đảng Cộng Sản, thì trái lại, không những chỉ tin vào thuyết vô Thần, mà còn "vô pháp vô thiên". Nho gia coi trọng gia đình, nhưng *Bản Tuyên Ngôn Cộng Sản* rõ ràng công bố sự thủ tiêu gia đình. Văn hóa Trung Quốc phân biệt người Trung Quốc với người nước ngoài, nhưng *Bản Tuyên Ngôn Cộng Sản* chủ trương không có quốc gia. Văn hóa Nho gia đề cao lòng tốt với người khác, nhưng Đảng Cộng Sản cổ võ đấu tranh giai cấp. Nho gia khuyến khích lòng trung thành với bề trên và tình yêu đất nước, còn *Bản Tuyên Ngôn Cộng Sản* đề xướng sự loại bỏ các quốc gia.

Để đạt được và duy trì quyền lực ở Trung Quốc, Đảng Cộng Sản đầu tiên đã gieo trồng những tư tưởng trái đạo đức trên mảnh đất Trung Quốc. Mao Trạch Đông đã tuyên bố, "Nếu chúng ta muốn lật đổ một quyền lực, trước tiên chúng ta phải tạo ra sự tuyên truyền, và làm việc trong lãnh vực hệ tư tưởng"[21]. ĐCSTQ đã nhận ra rằng lý thuyết cộng sản bạo lực, mà được tồn tại với võ trang, đã bị tư tưởng phương Tây từ chối và không thể đứng vững trước lịch sử văn hóa 5000 năm sâu sắc của Trung Quốc. "Đã chót thì phải chét". Vì vậy ĐCSTQ đã hoàn toàn hủy hoại văn hóa truyền thống Trung Quốc, và chỉ như vậy chủ nghĩa Mác-xít Lênin-nít mới có thể chiếm lấy chính trường Trung Quốc.

Văn hóa truyền thống là một chướng ngại đối với nền độc tài của ĐCSTQ

Mao Trạch Đông đã từng nói là ông ta không theo Đạo cũng không theo Trời [22]. Văn hóa Trung Quốc truyền thống không nghi ngờ gì nữa đã là một chướng ngại to lớn nên ĐCSTQ thách thức Đạo và chiến đấu với trời.

Lòng trung thành trong văn hóa Trung Quốc truyền thống không có nghĩa là sự trung thành một cách ngu muội. Trong con mắt của mọi người, Hoàng đế là "con của Trời": có Trời ở bên trên ông ta. Hoàng đế không thể lúc nào cũng đúng. Do đó có nhu cầu cần những giám quan để chỉ ra những lỗi của hoàng đế vào mọi lúc. Hệ thống biên niên sử của Trung Quốc có những sử gia ghi chép lại mọi lời nói và hành động của hoàng đế. Các viên quan về giáo dục có thể trở thành thầy giáo vì lợi ích của vua, và hành vi của hoàng đế được phán quyết bởi các học giả Nho gia. Nếu hoàng đế trái đạo đức, không ngộ theo Đạo, mọi người có thể vùng lên để lật đổ ông ta, như là trường hợp khi Thành Thang phạt Kiệt, hoặc Vũ Vương phạt Trụ [23]. Những cuộc vùng lên đó, được phán quyết từ văn hóa truyền thống, không được coi là sự vi phạm lòng trung thành hoặc Đạo. Thay vào đó, chúng được xem như là thay Trời hành Đạo. Khi Văn Thiên Tường (1236-1283 sau CN) [24], một tướng lãnh nổi tiếng thời nhà Tống, bị bắt làm tù nhân, ông ta đã từ chối đầu hàng kẻ xâm lược Mông Cổ, ngay cả khi Hoàng Đế cố gắng thuyết phục ông ta đầu hàng. Điều này là bởi vì, là một người theo Nho gia, ông ta tin rằng "Dân là quan trọng bậc nhất; tiếp theo là quốc gia; cuối cùng mới là người cai trị." (dân vi quý, xã tắc thứ chi, quân vi khinh) [25].

ĐCSTQ độc tài không cách nào có thể chấp nhận những niềm tin truyền thống như thế. ĐCSTQ đã muốn phong thánh những lãnh tụ của chính nó và đề cao sự sùng bái cá nhân, và như thế sẽ không theo những khái niệm lâu đời như là Trời, Đạo, Thần cai quản phía trên. ĐCSTQ nhận thấy rằng, nếu theo những tiêu chuẩn của văn hóa truyền thống thì những gì nó đã làm bị coi là tội ác to lớn và ghê tởm nhất chống lại Trời và Đạo. Họ cũng nhận thấy rằng chừng nào văn hóa truyền thống còn tồn tại, nhân dân sẽ không ca ngợi ĐCSTQ là "Đảng ta vĩ đại, quang vinh, và chính xác." Các học giả sẽ tiếp tục truyền thống "hy sinh cuộc sống của họ để thủ nghĩa," "duy trì sự công bằng với sinh mạng của họ"[26], và đặt dân lên trên những người cai trị. Vì vậy, **nhân** dân sẽ không trở thành những con múa rối của ĐCSTQ, và ĐCSTQ sẽ không thể bắt buộc người dân suy nghĩ theo ý mình.

Sự phản ảnh của văn hóa truyền thống đối với trời, đất và tự nhiên đã trở thành một chướng ngại vật ngăn cản "cuộc chiến với thiên nhiên" của ĐCSTQ trong một nỗ lực "thay thế Trời và Đất." Văn hóa truyền thống trân trọng sinh mệnh con người, dạy rằng "bất kỳ tình huống nào liên quan đến sinh mệnh con người phải được xem xét với sự quan tâm lớn nhất". Sự nhận thức như vậy là trở lực đối với tội diệt tuyệt quần thể và thống trị bằng khủng bố của ĐCSTQ. Trong văn hóa truyền thống, "Đạo Trời" mới là tiêu chuẩn tột cùng của Thiện Ác trong đạo đức. Điều này cũng bằng như tước đoạt quyền giải thích về đạo đức của ĐCSTQ. Do đó, ĐCSTQ đã xem văn hóa truyền thống là một kẻ thù lớn trong nỗ lực duy trì quyền lực của nó.

Văn Hóa Truyền Thống Thách Thức Tính Hợp Pháp của Sự Cầm Quyền của Đảng Cộng SảnTrung Quốc

Văn hóa truyền thống Trung Quốc bao gồm " hữu Thần luận" và "thiên mệnh luận". Thừa nhận thiên mệnh là phải chứng minh được chính mình là "minh quân có Đạo", "phụng thiên thừa vận". Việc chấp nhận niềm tin vào Thần nghĩa là chấp nhận rằng quyền lực đối với dân tùy thuộc vào trời.

Tuy nhiên lý luận để nắm quyền của ĐCSTQ đã được tóm tắt là, "Dây xích truyền thống sẽ không bao giờ trói buộc chúng ta nữa, vùng lên các bạn những người lao động cần cù không bao giờ là nô lệ nữa. Trái đất sẽ phát triển trên các nền tảng mới; chúng ta không phải là không; chúng ta sẽ là tất cả." [27]

ĐCSTQ tuyên truyền chủ nghĩa duy vật lịch sử, tuyên bố rằng chủ nghĩa cộng sản là một thiên đường nhân gian, con đường tới đó được lãnh đạo bởi giai cấp vô sản tiên phong, hoặc là Đảng Cộng Sản. Niềm tin vào Thần do đó đã trực tiếp thách thức tính hợp pháp trong sự cầm quyền của ĐCSTQ.

II. Đảng Cộng Sản Phá Hoại Văn Hóa Truyền Thống Như Thế Nào?

Mọi việc Đảng Cộng Sản Trung Quốc (ĐCSTQ) làm, là để phục vụ một mục đích chính trị. Để nắm giữ, duy trì và củng cố sự chuyên chế bạo lực của nó, ĐCSTQ cần thay thế nhân tính bằng Đảng tính tà ác của nó, và thay thế văn hóa truyền thống Trung Quốc bằng văn hóa Đảng của nó là "giả dối, tà ác và đấu tranh". Sự phá hoại và thay thế này không chỉ bao gồm các di tích văn hóa, di tích lịch sử và các cuốn sách cổ, chúng là hữu hình, và những thứ vô hình như là quan điểm truyền thống về đạo đức, cuộc sống và thế giới, mà tất cả các khía cạnh đời sống nhân dân đều dính líu tới, bao gồm các hành động, suy nghĩ và lối sống của dân. Cùng lúc, ĐCSTQ coi các biểu hiện văn hóa bề mặt, tầm thường như là "tinh hoa", mà giữ lại chúng, và sau đó đặt thứ "tinh hoa" này lên như mặt chính. Đảng giữ vẻ bề ngoài của truyền thống trong khi thay thế truyền thống thực sự bằng văn hóa Đảng. Sau đó nó lừa dối dân chúng và xã hội quốc tế đằng sau bề ngoài "kế thừa và phát triển" văn hóa truyền thống Trung Quốc.

Cùng Một Lúc Tiêu Diệt 'Tam Giáo'

Bởi vì trên thực tế, văn hóa truyền thống có gốc rễ dựa vào tư tưởng Khổng, Phật và Đạo, nên bước đầu tiên của ĐCSTQ trong việc phá hủy văn hóa truyền thống là tiêu diệt các thể hiện cụ thể của tôn giáo trong thế giới con người, tức là phải nhổ rễ tam giáo.

'Tam giáo' chính, Đạo Khổng, Đạo Phật và Đạo Lão, đã gặp phải sự phá hủy trong các thời kỳ khác nhau của lịch sử. Lấy Đạo Phật làm ví dụ. Họ đã chịu bốn lần đại nạn chính trong lịch sử, lịch sử gọi là "Tam Vũ Nhất Tông" diệt Đạo Phật bởi bốn vị hoàng đế Trung Quốc. Hoàng Đế Thái Vũ[28] của triều đại Bắc Ngụy (386-534 sau CN) và Hoàng Đế Vũ Tông [29] của triều đại Đường (618-907 sau CN) cả hai đều đã cố gắng làm tiêu tan Đạo Phật để thay bằng Đạo Lão. Hoàng Đế Vũ [30] của triều đại Bắc Chu (557-581 sau

CN) đã cố gắng làm tiêu tan cả Đạo Phật và Đạo Lão, để sùng kính Đạo Nho. Hoàng Đế Chu Thế Tông [31] của triều đại Hậu Chu (951-960 sau CN) đã cố gắng làm tiêu tan Đạo Phật chỉ để sử dụng các tượng Phật để đúc tiền, và đã không đụng chạm đến Đạo Lão hay Đạo Khổng.

Duy có Đảng Cộng Sản Trung Quốc là tiêu diệt cả tam giáo cùng một lúc.

Ngay sau khi ĐCSTQ thành lập chính phủ, nó đã bắt đầu phá hủy các đền chùa, đốt kinh thư và bắt các tu sĩ và ni cô Phật giáo phải hoàn tục. Nó cũng không nhẹ tay hơn chút nào trong việc phá hủy các địa điểm của tôn giáo khác. Đến thập niên 1960, hầu như không còn lại bất cứ địa điểm tôn giáo nào ở Trung Quốc. Cuộc vận động Đại Cách Mạng Văn Hóa đã mang đến những tai ương cho văn hóa và tôn giáo thậm chí lớn hơn trong chiến dịch gọi là "Phá Tứ Cựu" [32] - nghĩa là: phá bỏ quan niệm cũ, văn hóa cũ, phong tục cũ, và thói quen cũ.

Ví dụ, ngôi chùa Phật giáo đầu tiên ở Trung Quốc là Chùa Bạch Mã [33] được xây dựng trong triều đại nhà Đông Hán (25-220 sau CN) ở ngoại thành Lạc Dương, tỉnh Hồ Nam. Nó có vinh dự là "Cái nôi của Phật giáo Trung Quốc" và "Nhà của Người Sáng Lập". Trong "Phá Tứ Cựu", Đền Bạch Mã tất nhiên không thể thoát khỏi sự cướp phá.

Có một đội sản xuất của Chùa Bạch Mã ở gần ngôi chùa. Bí thư chi bộ Đảng đã dẫn nông dân tới đập tan ngôi chùa dưới danh nghĩa "cách mạng". Những bức tượng Mười Tám Vị La Hán bằng đất sét 1000 năm tuổi được xây dựng dưới triều đại Liêu (916-1126 sau CN) đã bị phá hủy. Kinh Bối Diệp [34] mà một cao tăng Ấn độ mang tới đền 2000 năm trước đã bị đốt. Một vật quý hiếm, Ngựa Ngọc Bích, đã bị đập tan ra từng mảnh. Nhiều năm sau đó, vua Cămpuchia Norodom Sihanouk lưu vong đã có một yêu cầu đặc biệt muốn bày tỏ lòng kính trọng với Chùa Bạch Mã. Chu Ân Lai, thủ tướng Trung Quốc lúc bấy giờ, đã vội vã ra lệnh chuyển tới Lạc Dương kinh văn Bối Diệp mà được lưu trữ trong Hoàng Thành ở Bắc Kinh, và các bức tượng Mười Tám Vị La Hán được làm từ triều nhà Thanh từ Chùa Bích Vân ở vườn Hương Sơn[35] thuộc ngoại ô Bắc Kinh. Với sự thay thế giả này, một khó khăn ngoại giao đã được "giải quyết." [36]

Cuộc Cách Mạng Văn Hóa bắt đầu vào tháng 5, năm 1966. Nó thực sự là "cách mạng hóa" văn hóa Trung Quốc trong chiều hướng phá hủy. Bắt đầu từ tháng 8 năm 1966, ngọn lửa điên cuồng của "Phá Tứ Cựu" đã cháy trên toàn bộ vùng đất Trung Quốc. Những thứ bị xem là thuộc "chế độ phong kiến, chủ nghĩa tư bản, chủ nghĩa xét lại", các đền chùa Phật giáo, Đạo giáo, các tượng Phật, danh thắng cổ tích, tranh thư pháp, hội họa và các tác phẩm mỹ thuật cổ đã trở thành những cái đích chính để phá hủy của Hồng quân [37]. Lấy các tượng Phật làm ví dụ. Có 1000 tượng Phật được chạm khắc ngọc lưu ly trên đỉnh của Núi Vạn Thọ trong Cung Điện Mùa Hè (Di Hòa Viên) [38] ở Bắc Kinh. Sau "Phá Tứ Cựu", tất cả chúng đã bị phá hủy, không có tượng nào còn nguyên ngũ quan nữa.

Thủ đô của đất nước là như thế, và trên toàn bộ các vùng còn lại của quốc gia cũng như vậy. Thậm chí cả những địa hạt ở xa cũng không thoát.

Có ngôi chùa Thiên Thai ở huyện Đại tỉnh Sơn Tây. Nó được xây dựng trong thời Thái Duyên của triều đại Bắc Ngụy 1600 năm trước, và có những bức tượng và bích họa rất quý giá. Mặc dù nó nằm ở một sườn đồi khá xa dân cư của địa hạt, những người dân tham gia vào "Phá Tứ Cựu" cũng không ngại gian nan hiểm trở mà đến dọn sạch các bức tượng và bích họa ở đó đi... Chùa Lạng Thiên [39], nơi mà Lão Tử đã giảng bài và để lại tác phẩm nổi tiếng 'Đạo Đức Kinh' 2500 năm trước, nằm ở huyện Chu Chí tỉnh Thiểm Tây. Xung quanh nơi mà Lão Tử giảng bài, trong vòng bán kính 10 dặm [40], có hơn 50 di tích lịch sử, bao gồm chùa Tông Thánh Cung (Tôn Kính Hiền Nhân) mà Hoàng Đế Đường Cao Tổ Lý Uyên Vi [41] đã xây dựng để bày tỏ lòng kính trọng Lão Tử 1300 năm trước. Bây giờ chùa Lạng Thiên và các di tích lịch sử khác đã bị phá hủy, và tất cả các đạo sĩ Đạo Lão đã bị bắt phải rời đi. Theo tiêu chuẩn của các Đạo sĩ, một khi một người trở thành Đạo sĩ, anh ta không bao giờ cạo râu hay cắt tóc. Tuy nhiên, bây giờ các Đạo sĩ bị bắt phải cắt tóc, bỏ áo choàng, và trở thành xã viên của công xã nhân dân [42]. Một số trong họ đã lấy con gái của các nông dân địa phương và trở thành con rể... Tại các thánh địa của Đạo Lão trong núi Lao Sơn ở tỉnh Sơn Đông, Thái Bình Cung, Thượng Thanh Cung, Hạ Thanh Cung, Đấu Mỗ Cung, Hoa Nghiêm Am, Ngưng Chân Quan, Quan Đế Miếu, 'tượng thánh, bình cúng tế, các cuộn kinh điển Phật Giáo, di vật văn hóa, và miếu bia tất cả đều bị đập tan và đốt'... Văn Miếu ở Cát Lâm là một trong bốn miếu lớn nhất của Đạo Khổng tại Trung Quốc. Trong chiến dịch "Phá Tứ Cựu", nó đã phải chịu thiệt hại nặng nề. [43]

Một Lối Đặc Biệt Phá Hủy Tôn Giáo

Lenin đã từng nói, "Cách dễ nhất để chiếm một thành lũy là công phá từ nội bộ." Là một nhóm con cháu của chủ nghĩa Mácxít-Lêninnít, ĐCSTQ hiểu điều này một cách tự nhiên và ngấm ngầm.

Trong "Kinh Đại Bát Niết Bàn," của Đại Thừa [44], đức Phật Thích Ca Mâu Ni đã tiên đoán rằng sau khi Ngài nhập Niết Bàn, ma quỷ sẽ chuyển sinh làm hòa thượng, ni cô, và nam nữ cư sĩ phá hoại làm loạn Phật Pháp. Tất nhiên, chúng ta không thể xác nhận đức Phật Thích Ca Mâu Ni có ngụ ý gì một cách chính xác. Tuy nhiên, sự phá hoại Đạo Phật của ĐCSTQ thực sự đã bắt đầu bằng cách thành lập một "mặt trận thống nhất" với một số tín đồ đạo Phật. Thậm chí họ đã gửi một số thành viên Đảng cộng sản bí mật tới xâm nhập tôn giáo trực tiếp và phá hoại nội bộ. Trong một cuộc họp phê bình trong Cách Mạng Văn Hóa, ai đó đã hỏi Triệu Phác Sơ, phó chủ tịch Hiệp Hội Phật Giáo Trung Quốc lúc đó, "Ông là một Đảng viên, tại sao ông lại tin vào Phật Giáo?"

Đức Phật Thích Ca Mâu Ni đã đạt Ngộ trọn vẹn và cao nhất qua "Giới, Định, và Tuệ." Vì thế trước khi Ngài nhập Niết Bàn, ngài đã hướng dẫn đồ đệ của ngài "giữ gìn và duy trì giới cấm, chớ để giảm bớt hay vi phạm". Ngài cũng đã cảnh cáo, "Những người vi phạm Giáo Huấn bị trời, rồng, ma quỷ và thần ghê tởm. Tiếng xấu của họ sẽ lan xa và rộng... Khi cuộc sống của họ kết thúc, họ sẽ phải chịu đau khổ trong địa ngục để trả nghiệp, và gặp phải sự phán quyết cuối cùng không lay chuyển được. Sau đó họ sẽ xuất hiện. Họ sẽ tiếp tục chịu đau khổ bằng cách mang thân của ma đói và thú vật. Họ sẽ chịu đau khổ vô tận trong luân hồi như thế này mà không được giải thoát." [45]

Các thầy tu Phật giáo chính trị vểnh những cái tai điếc trước những lời cảnh cáo của đức Phật. Năm 1952, ĐCSTQ gửi đại diện tới tham dự lễ ra mắt Hội Phật Giáo Trung Quốc. Tại buổi lễ này, nhiều tín đồ đạo Phật trong hội đề nghị bãi bỏ những giới luật của Phật giáo. Họ tuyên bố rằng những nguyên tắc này đã làm cho nhiều nam nữ thanh niên chết. Một số người thậm chí lại còn ủng hộ rằng "con người nên tự do tin vào bất kỳ tôn giáo nào. Nên cũng có tự do cho các thầy tu và nữ tu sĩ lập gia đình, uống rượu, và ăn thịt. Không ai nên can nhiễu vào những việc này." Vào lúc đó, Sư Phụ Hư Vân có mặt tại buổi lễ và đã thấy rằng Phật giáo đang đối diện với nguy hiểm bị biến mất ở Trung Quốc. Ông ta đã bước ra chống đối lại những đề xuất này và kêu gọi gìn giữ những giáo huấn và hình thức của đạo Phật. Sư phụ Hư Vân sau đó đã bị vu khống, và bị gán nhãn hiệu là "phản cách mạng." Ông bị giam giữ trong phòng trụ trì, và đã từ chối thức ăn và nước uống. Thậm chí ông không được ra khỏi phòng để sử dụng nhà vệ sinh. Ông cũng bị ra lệnh phải trao vàng, bạc và súng ngắn của ông. Khi Hư Vân trả lời rằng ông không có gì, ông đã bị đánh quá trầm trọng đến nỗi sọ của ông bị rạn và chảy máu, xương sườn của ông cũng bị gẫy. Hư Vân lúc đó đã 112 tuổi. Quân cảnh đã đẩy ông từ trên giường xuống đất. Khi họ quay trở lại ngày hôm sau và thấy rằng Hư Vân vẫn sống, họ lại đánh ông tàn nhẫn một lần nữa.

Hội Phật Giáo Trung Quốc được thành lập năm 1952 và Hội Đạo Sĩ Trung Quốc được thành lập vào năm 1957, cả hai đều rõ ràng công bố trong bản tuyên bố thành lập của mình rằng họ sẽ ở "dưới sự lãnh đạo của chính phủ Nhân Dân." Trong thực tế, họ ở dưới sự lãnh đạo của ĐCSTQ vô Thần. Cả hai hội đều cho thấy rằng họ sẽ chủ động tham gia vào các hoạt động xây dựng và sản xuất, và thực thi các chính sách của chính quyền. Họ đã bị chuyển hóa thành các tổ chức thế tục hoàn toàn. Tuy vậy những tín đồ Đạo Phật và Đạo Lão, những người mà đã dành hết cho, và tuân theo các giáo huấn đã bị gán nhãn hiệu là 'phản cách mạng', hoặc là thành viên của những môn phái mê tín và các bang hội bí mật. Dưới khẩu hiệu cách mạng "làm trong sạch các tín đồ Đạo Phật và Đạo Lão", họ đã bị bỏ tù, bắt phải "cải tạo qua lao động," hoặc ngay cả bị xử tử. Thậm chí những tôn giáo truyền bá từ phương Tây, như là Cơ Đốc Giáo và Thiên Chúa Giáo cũng không được tha.

Dựa trên thống kê được đưa ra trong cuốn sách *Đảng Cộng Sản Trung Quốc Đã Khủng Bố Tín Đồ Thiên Chúa Giáo Thế Nào* được xuất bản năm 1958, ngay cả chỉ trong con số giới hạn các tài liệu đã được xuất bản, đã vạch ra cho thấy rằng trong số những mục sư mà bị gán là "địa chủ" hoặc "ác bá", thì một con số gây sửng sốt, có 8.840 người bị giết và 39.200 người bị bắt vào các trại lao động. Trong số những mục sư bị gán là "phản cách mạng" có 2.450 người bị giết, và 24.800 người bị bắt vào những trại lao động. [46]

Các tôn giáo đều là các pháp môn mà con người rời bỏ ràng buộc của thế giới trần tục để tu luyện chính mình. Họ nhấn mạnh vào "bờ bên kia" (bờ của giác ngộ hoàn toàn) và "thiên đàng". Đức Phật Thích Ca Mâu Ni đã từng là một vị hoàng tử Ấn Độ. Để tìm kiếm giải thoát [47], một trạng thái mà trong đó người tu luyện đạt được thanh tịnh trong tâm, trí tuệ cao hơn, giác ngộ hoàn toàn, và Niết Bàn, [48] Ngài đã từ bỏ ngai vàng và đi vào một ngọn núi có nhiều cây để tu luyện bằng cách trải qua kinh nghiệm những gian khổ và cực nhọc. Trước khi đức Chúa Giê su giác ngộ, ma quỷ mang ngài tới tột đỉnh của một ngọn núi, cho ngài thấy tất cả các vương quốc trên thế giới trong tất cả sự tráng lệ của nó. Ma quỷ nói, "Nếu ông cúi xuống và tôn thờ tôi, tôi sẽ cho ông tất cả những thứ này." Nhưng đức Chúa Giê su đã không bị dụ dỗ. Tuy vậy những thầy tu và mục sư chính trị, những người đã thành lập mặt trận thống nhất với ĐCSTQ, đã tạo ra hàng loạt những lừa đảo và dối trá như là "Nhân gian Phật giáo", và "tôn giáo là chân thật, và chủ nghĩa xã hội cũng như vậy". Họ tuyên bố rằng "không có sự mâu thuẫn giữa bờ bên này và bờ bên kia." Họ khuyến khích các tín đồ Đạo Phật và Đạo Lão theo đuổi hạnh phúc, danh tiếng, sự tráng lệ, sự giàu có và địa vị trong cuộc đời này, và đã thay đổi các học thuyết tôn giáo và ý nghĩa của chúng.

Đạo Phật nghiêm cấm sát sinh. ĐCSTQ giết người như ruồi trong sự "ngăn chặn phản cách mạng."[49]. Các thầy tu chính trị ngay sau đó đã giả mạo phán quyết rằng "giết những kẻ phản cách mạng là một việc thiện còn lớn hơn nữa". Trong *"Cuộc Chiến Chống Lại Sự Xâm Lược Của Mỹ và Giúp Đỡ Triều Tiên"* (1950-1953)[50], ngay cả các thầy tu còn bị gửi trực tiếp tới chiến tuyến để chém giết.

Lấy Cơ Đốc giáo làm một ví dụ khác. Năm 1950, Ngô Diệu Tông[51] thành lập một giáo hội "Tam Tự", nó theo nguyên tắc tự trị (quản), tự dưỡng và tự truyền. Ông ta tuyên bố rằng họ sẽ đập tan "chủ nghĩa đế quốc", và chủ động tham gia *"Cuộc Chiến Chống Lại Sự Xâm Lược Của Mỹ và Giúp Đỡ Triều Tiên"*. Một người bạn tốt của ông ta đã bị tù hơn 20 năm vì từ chối tham gia Tam Tự và đã chịu đựng đủ loại tra tấn và làm nhục. Khi anh ta hỏi Ngô Diệu Tông, "Anh nghĩ thế nào về những sự mầu nhiệm mà đức Chúa Giêsu đã thực hiện?" Ngô đã trả lời, "Tôi vứt bỏ tất cả chúng".

Không công nhận các sự mầu nhiệm của đức Chúa Giêsu là đồng nghĩa với không công nhận thiên đường của đức Chúa Giêsu. Làm thế nào mà một người có thể được coi là một tín đồ đạo Cơ Đốc khi người đó thậm chí không công nhận thiên đường mà đức Chúa Giêsu ngự trị? Tuy nhiên, là người sáng lập của giáo hội "Tam Tự", Ngô Diệu Tông đã trở thành một thành viên của Ban Cố Vấn Chính Trị đương nhiệm. Khi ông ta đứng trước Đại Hội Trường Nhân Dân [52], ông ta chắc chắn đã hoàn toàn quên những lời của đức Chúa Giêsu: "Các con phải yêu kính Thượng Đế với tất cả trái tim của con, với tất cả linh hồn của con, và với tất cả ý chí của con. Đây là điều răn đầu tiên và vĩ đại nhất." (Matthew, 22:37-38) "Trả lại Caesar những gì của Caesar; và trả lại Thượng Đế những gì là của Thượng Đế" (Matthew, 22:21)

ĐCSTQ đã sung công các tài sản của chùa, bắt các thầy tu và nữ tu nghiên cứu chủ nghĩa Mácxít-Lêninnít để tẩy não họ, và thậm chí bắt họ phải lao động. Ví dụ, có một "công trường Phật Giáo" ở thành phố Ninh Ba, tỉnh Chiết Giang.

Hơn 25000 thầy tu và nữ tu đã từng bị bắt phải làm việc ở đó. Còn lố bịch hơn nữa là ĐCSTQ khuyến khích các thầy tu và nữ tu lập gia đình để làm tan rã Phật giáo. Ví dụ, ngay trước Ngày Phụ Nữ 8/3 năm 1951, Hội Phụ Nữ ở thành phố Tràng Sa, tỉnh Hồ Nam đã ra lệnh cho tất cả các nữ tu trong tỉnh phải quyết định lập gia đình trong một vài ngày. Thêm vào đó, các thầy tu trẻ và khỏe bị bắt tham gia quân ngũ và bị gửi tới chiến trường để phục vụ như là bia đỡ đạn!

Nhiều môn phái ở Trung Quốc đã bị tan rã dưới sự đàn áp bạo lực của ĐCSTQ. Những người ưu tú chân chính trong Đạo Phật và Đạo Lão cũng bị đàn áp. Trong số những người còn lại, nhiều người đã trở lại cuộc sống thế tục, và nhiều người khác đã là những Đảng viên bí mật chuyên mặc áo cà sa, [54] áo thụng của các Đạo sỹ, hoặc áo dòng của các linh mục để bóp méo kinh Phật, tiêu chuẩn Đạo Lão và Kinh Thánh, và để kiếm cách biện minh cho các chiến dịch của ĐCSTQ từ những lý luận căn cứ của nó.

Phá Hoại Văn Vật

Sự hủy hoại các di tích văn hóa là một phần quan trọng trong sự phá hoại văn hóa truyền thống của ĐCSTQ. Trong chiến dịch "Phá Tứ Cựu", nhiều cuốn sách độc nhất, tranh thư pháp, và bức họa được sưu tập bởi những người trí thức đã bị đốt trong lửa hoặc cắt vụn thành bột giấy. Chương Bá Quân [55] có một bộ sưu tập gia đình trên 10,000 cuốn sách.

Những người cầm đầu Hồng Vệ Binh đã dùng chúng để đốt lửa sưởi ấm cho họ. Những gì còn lại bị gửi tới nhà máy giấy, và bị xay vụn thành bột giấy.

Chuyên gia phục chế hội họa và tranh thư pháp, Hồng Thu Thanh, là một lão nhân được biết đến như là "thần y" đối với những bức tranh và bức thư pháp cổ. Ông đã phục chế vô số các kiệt tác nổi tiếng thế giới, như là tranh phong cảnh đời Tống Huy Tông [56], tranh tre của Tô Đông Pha [57], và các bức tranh của Văn Trưng Minh [58] và Đường Bá Hổ [59]. Qua nhiều thập niên, hầu hết hàng trăm bức tranh và bức thư pháp cổ mà ông đã cứu được, đã trở thành một bộ sưu tập đứng hàng đầu của quốc gia. Các bức tranh và bức thư pháp mà ông cứu chữa được trong lúc sưu tập đã bị gán nhãn là "Tứ Cựu", và đã bị đốt trong lửa. Sau đó, ông Hồng đã khóc trong nước mắt, "Hơn 100 cân [60] (50 kg) tranh và bức thư pháp, phải mất lâu lắm mới đốt hết được!" [61]

"Việc đời thay thế nhau,
Luân chuyển thành kim cổ;
Non sông lưu danh tích,
Đời đời ta ngưỡng xem" [62]

Nếu nhân dân Trung Quốc ngày nay vẫn nhớ một số việc trong lịch sử của mình, họ sẽ có thể cảm thấy khác khi họ ngâm bài thơ này của Mạnh Hạo Nhiên. Các danh sơn thắng tích —địa điểm lịch sử bên các ngọn núi và dòng sông nổi

tiếng nhất đã bị tàn phá, và đã biến mất trong cơn bão "Phá
Tứ Cựu." Không chỉ là Lan Đình, ở đó Vương Hy Chi [63]
đã viết tác phẩm nổi tiếng *Lan Đình Tập Tự* [64] đã bị phá
hủy, phần mộ của chính Vương Hy Chi cũng đã bị tàn phá.
Nơi ở của tổ tiên của Ngô Thừa Ân [65] ở tỉnh Giang Tô
cũng bị phá hủy. Nơi ở của tổ tiên của Ngô Kính Tử [66] ở
tỉnh An huy cũng bị phá tan, bia đá mà Tô Đông Pha đã viết
bài *Túy Ông Đình Ký* [67] cũng đã bị đẩy đi bởi "những nhà
cách mạng trẻ" [68], và những chữ trên bia đá cũng bị cạo
sạch.

Tinh hoa của văn hóa Trung Quốc đã được thừa kế và tích
lũy qua nhiều ngàn năm. Một khi đã bị phá hủy, nó không
thể được phục hồi lại. Nhưng ĐCSTQ đã man rợ phá hủy nó
dưới danh nghĩa của "cách mạng" mà không có đau khổ hay
xấu hổ gì. Khi chúng ta luyến tiếc vì Cung Điện Mùa Hè Cổ,
được biết tới như là "cung điện của các cung điện", bị đốt
bởi Các Lực Lượng Đồng Minh Anh-Pháp, khi chúng ta
luyến tiếc vì tác phẩm vĩ đại 'Vĩnh Lạc Đại Từ Điển' [69] bị
phá hủy bởi ngọn lửa chiến tranh của những kẻ xâm lược, thì
thử hỏi chúng ta lại có thể suy nghĩ được sự phá hủy của
ĐCSTQ sẽ lan rộng nhiều hơn thế nữa, kéo dài hơn và triệt
để hơn những sự phá hủy gây ra bởi bất cứ kẻ xâm lược nào
khác, như thế nào không?

Sự Phá Hủy Các Niềm Tin Tinh Thần

Bên cạnh sự phá hủy các hình thức vật chất của tôn giáo và văn hóa, ĐCSTQ cũng sử dụng khả năng lớn nhất của nó để phá hủy các đặc tính tinh thần của người ta mà đã được tạo ra bởi tín ngưỡng và văn hóa.

Hãy lấy cách xử sự của ĐCSTQ đối với một số tín ngưỡng làm ví dụ. ĐCSTQ xem các truyền thống của những người theo đạo Hồi là một trong "Tứ Cựu" - tư tưởng, văn hóa, truyền thống và thói quen cũ. Do đó, nó đã bắt những người theo đạo Hồi phải ăn thịt. Những nông dân theo đạo Hồi và những nhà thờ Hồi giáo bị bắt phải nuôi heo, và mỗi gia đình phải cung cấp hai con heo cho nhà nước mỗi năm. Hồng vệ binh ngay cả còn bắt Đức Đệ Nhị Đại Hoạt Phật, Lạt Ma Ban Thiền, phải ăn phân người. Họ đã bắt ba thầy tu từ chùa Cấp Lạc ở thành phố Cáp Nhĩ Tân, tỉnh Hắc long giang, là ngôi chùa Phật giáo lớn nhất được xây dựng trong thời hiện đại (1921), phải dương một tấm bảng biểu ngữ viết, "Địa ngục với kinh - chỉ toàn là đồ bỏ đi".

Vào năm 1971, Lâm Bưu [70], Phó Chủ tịch Ban Trung Ương của ĐCSTQ, đã cố gắng thoát khỏi Trung Quốc, nhưng đã bị giết khi máy bay của ông bị rơi ở Undurkhan, Mông Cổ. Sau đó, nơi ở của Lâm ở Bắc Kinh tại Mao Gia Loan, có một số đoạn trích văn của Khổng Tử được tìm thấy. Sau đó ĐCSTQ đã bắt đầu hành động điên rồ "Phê bình Khổng Tử". Một nhà văn có bút danh Lương Hiệu[71] đã đăng một bài báo trên tạp chí Hồng Kỳ, là tạp chí mang tính biểu ngữ của ĐCSTQ, nhan đề "Khổng Tử là ai?" Bài báo mô tả Khổng Tử như là một "người điên muốn quay ngược lịch sử lại", và là một "kẻ mị dân khôn ngoan và lừa đảo". Một chuỗi các tranh vẽ châm biếm và bài hát theo sau đó, làm xấu xa danh tiếng Khổng Tử.

Theo cách này, sự cảm nhận thần thánh trang nghiêm của tôn giáo và văn hóa đã bị phá hủy tận cùng.

Sự phá hủy không có hồi kết thúc

Ở Trung Quốc xưa, chính quyền trung ương chỉ mở rộng các luật lệ của nó ở cấp tỉnh, ở cấp dưới là các thị tộc duy trì sự kiểm soát tự trị. Như vậy trong lịch sử Trung Quốc, sự phá hủy, như là "đốt sách và chôn các môn sinh Khổng giáo" của Hoàng Đế Tần Thủy Hoàng[72] trong triều đại nhà Tần (221-207 trước CN), và bốn chiến dịch để loại bỏ đạo Phật giữa thế kỷ thứ năm và thứ mười của "Tam Vũ Nhất Tông", tất cả đều được đánh từ trên xuống, và đã không thể nhổ tận rễ văn hóa. Các tư tưởng và tác phẩm kinh điển của đạo Phật và đạo Khổng đã tiếp tục tồn tại trong những không gian rộng lớn của xã hội. Đối ngược lại, chiến dịch "Phá Tứ Cựu" của những nam nữ sinh thanh thiếu niên được khuyến khích bởi ĐCSTQ là một hành động nhổ tận rễ trên toàn quốc với "sự hăng hái tự phát". Sự mở rộng của ĐCSTQ tới mọi làng qua các chi bộ Đảng tại làng xã đã điều khiển xã hội chặt chẽ tới mức mà hành động "cách mạng" của ĐCSTQ đã mở rộng không có giới hạn và đã ảnh hưởng mọi người trên mọi tấc đất của Trung Quốc.

Không bao giờ trong lịch sử có bất cứ vị hoàng đế nào nhổ tận rễ khỏi đầu óc dân chúng những gì họ coi là tuyệt vời nhất và thần thánh nhất, sử dụng sự tuyên truyền sỉ nhục và vu khống cùng với bạo lực, như là ĐCSTQ đã làm. Sự tiêu diệt trên hình thái ý thức, có nhiều khi còn hữu hiệu hơn và kéo dài hơn sự tiêu diệt về vật chất.

Cải tạo trí thức

Chữ viết của người Trung Quốc là hiện thân của tinh hoa 5000 năm văn minh. Hình thức và phát âm của mỗi chữ, và các thành ngữ và ý nghĩa văn chương tạo thành từ sự kết hợp của các chữ, tất cả đều diễn đạt các ý nghĩa văn hóa sâu sắc. ĐCSTQ đã không những chỉ đơn giản hóa chữ viết Trung Quốc, mà còn cố gắng thay thế chúng bằng hệ thống "phiên âm" La tinh, là những thứ sẽ loại bỏ tất cả truyền thống văn hóa từ các chữ viết và ngôn ngữ Trung Quốc. Mặc dù kế hoạch đã bị thất bại, tuy thế tàn dư của nó đã gây thiệt hại cho ngôn ngữ Trung Quốc. Tuy nhiên, những người trí thức Trung Quốc thừa kế một văn hóa truyền thống đó đã không may mắn như vậy.

Trước năm 1949, Trung Quốc có khoảng hai triệu người trí thức. Mặc dù một số đã học tập ở những nước phương Tây, họ vẫn thừa kế một số tư tưởng Khổng giáo. Chắc chắn là

ĐCSTQ không thể buông lơi việc kiểm soát họ, bởi vì là các thành viên của tầng lớp "học sĩ quý tộc" truyền thống, tư tưởng của họ đóng các vai trò quan trọng trong việc định hình ý thức của dân chúng.

Vào tháng 9 năm 1951, ĐCSTQ khởi xướng cuộc "vận động cải tạo tư tưởng" trên diện rộng bắt đầu với những phần tử trí thức tại trường Đại Học Tổng Hợp Bắc Kinh , và yêu cầu "tổ chức một phong trào (giữa các giáo viên trong các trường đại học, trung học và tiểu học, và giữa các sinh viên đại học) thú nhận lịch sử của họ một cách trung thành và thành thực, để thanh lý các phần tử phản cách mạng"[73].

Mao Trạch Đông không bao giờ thích những người trí thức. Ông ta nói, "Họ [những người trí thức] sẽ phải biết sự thực rằng trên thực tế nhiều người được gọi là trí thức, nói một cách tương đối, khá ngu dốt và những người công nhân và nông dân đôi khi biết nhiều hơn họ." [74] "So sánh với những người công nhân và nông dân, những người trí thức chưa được cải tạo là không sạch sẽ, và phân tích đến cùng, thì những người công nhân và nông dân là những người sạch nhất, mặc dù tay của họ bẩn và chân của họ vấy phân bò…"[75]

Cuộc khủng bố những người trí thức của ĐCSTQ đã bắt đầu dưới nhiều hình thức kết tội, trải từ sự phê bình năm 1951 của Vũ Huấn [76] "làm trường học hoạt động bằng tiền xin được" (hành khất biện học) tới cuộc tấn công cá nhân của Mao Trạch Đông, năm 1955, kết tội nhà văn Hồ Phong phản cách mạng [77]. Ban đầu, giới trí thức không bị phân loại trong tầng lớp phản động, nhưng đến năm 1957, sau khi vài tôn giáo truyền thống chủ yếu đã đầu hàng qua cuộc vận động "mặt trận thống nhất", ĐCSTQ đã có thể tập trung sức mạnh của nó vào giới trí thức. Hành động "đấu tranh chống cánh Hữu" sau đó đã được bắt đầu.

Cuối tháng hai năm 1957, với tuyên bố *"trăm hoa đua nở, trăm phái tranh hót"*, ĐCSTQ đã kêu gọi những người trí thức nói lên các đề xuất và phê bình của họ với Đảng Cộng Sản, hứa sẽ không có sự trả thù. Những người trí thức mà đã không hài lòng với ĐCSTQ trong một thời gian dài vì sự tàn phá của nó trên mọi lãnh vực, cho dù nó không phải là chuyên gia trên những lãnh vực đó, và vì sự giết hại thường dân vô tội của nó trong hành động "tiêu diệt phản cách mạng" thời kỳ 1950-1953 và để "loại bỏ phản cách mạng" thời kỳ 1955-1957. Họ đã nghĩ rằng ĐCSTQ cuối cùng đã trở nên cởi mở. Vì vậy họ đã bắt đầu nói ra cảm nghĩ thực sự của họ và sự phê bình của họ ngày càng lớn mạnh.

Nhiều năm sau đó, vẫn có nhiều người tin rằng Mao Trạch Đông chỉ bắt đầu tấn công những người trí thức sau khi đã trở nên thiếu kiên nhẫn với những lời phê bình quá gay gắt của họ. Tuy nhiên, sự thực là khác hẳn.

Ngày 15 tháng 5 năm 1957, Mao Trạch Đông đã viết một bài
báo nhan đề *"Sự Tình Đang Bắt Đầu Thay Đổi"* và lưu hành
nó giữa những viên chức cao cấp của ĐCSTQ. Bài báo viết:
"Trong những ngày gần đây những người cánh Hữu... đã tự
biểu lộ mình rõ ràng nhất và hung dữ nhất. Những người
cánh Hữu, là những người chống cộng sản, đang thực hiện
sự cố gắng chia rẽ để khuấy động một cơn bão trên lực lượng
thứ bảy ở Trung Quốc... và có khuynh hướng phá hủy Đảng
Cộng Sản như vậy"[78]. Sau đó, những quan chức này mà
đã thờ ơ với chiến dịch "trăm hoa đua nở, trăm phái tranh
hót" đột ngột trở nên hăng hái và "nghiêm chỉnh". Trong hồi
ký của mình *"Quá khứ không biến mất như làn khói"*, con
gái của Chương Bá Quân đã kể lại:

"Lý Duy Hán, Bộ trưởng của Bộ Mặt Trận Thống Nhất, gọi
cá nhân Chương Bá Quân để mời ông ta tham dự một cuộc
họp về chỉnh phong để đưa ra ý kiến của ông ta về ĐCSTQ.
Chương đã được sắp xếp để ngồi trên hàng ghế tràng kỷ đầu.
Không biết đó là một cái bẫy, Chương nói rõ ràng các phê
bình của ông về ĐCSTQ. Trong suốt buổi họp, "Lý Duy Hán
có vẻ thư giãn. Chương có thể nghĩ Lý đồng ý với những gì
ông ta nói. Ông ta không biết rằng Lý hài lòng khi thấy nạn
nhân của mình rơi vào bẫy." Sau cuộc họp, Chương được
xếp vào loại cánh Hữu số một ở Trung Quốc."

Chúng ta có thể dẫn ra một chuỗi các ngày tháng trong năm
1957 đã đánh dấu các đề nghị hay diễn văn của những người

trí thức đưa ra các phê bình và đề nghị như "Viện Thiết Kế Chính Trị" của Chương Bá Quân vào ngày 21 tháng năm; "Các Quan Điểm Chống Sai Lầm Của Sô Viết" của Long Vân vào ngày 22 tháng năm; "Bình phản ủy viên hội" của La Long Cơ ngày 22 tháng năm; diễn văn của Lâm Hy Linh về "Phê Bình Chủ Nghĩa Xã Hội Phong Kiến của ĐCSTQ" tại trường đại học Bắc Kinh vào ngày 30 tháng năm; "Đảng Nên Ngừng Lãnh Đạo Nghệ Thuật" của Ngô Tổ Quan vào ngày 31 tháng năm; "Sự Thống Trị Của Đảng Trên Thế Giới" của Chư An Bình vào ngày mùng một tháng sáu. Tất cả những đề xuất và diễn văn này đã được mời, và đã được đem ra hiến tế sau khi Mao Trạch Đông đã mài sắc con dao đồ tể của mình.

Tất cả những trí thức này, có thể đoán được, sau đó đã bị gán nhãn cánh Hữu. Có hơn 550.000 những người "cánh Hữu" như vậy trên toàn quốc.

Truyền thống Trung Quốc có "Học sĩ thà chết chứ không chịu nhục". ĐCSTQ lại có khả năng làm nhục những người trí thức bằng cách phủ nhận quyền sống của họ và thậm chí đổ trách nhiệm cho gia đình của họ nếu họ không chấp nhận sự nhục nhã. Nhiều trí thức đã đầu hàng. Trong suốt quá trình, một số họ tiếp tục nói những thứ [nhục nhã] khác để cứu chính mình, những thứ đã làm tan vỡ trái tim của nhiều người. Những người không chấp nhận sự nhục nhã đã bị giết, bị đem sử dụng như là ví dụ để hăm dọa các phần tử trí thức khác.

Tầng lớp "học sĩ" truyền thống, gương mẫu của đạo đức trong xã hội, đã bị tiêu mất như vậy. Mao Trạch Đông đã nói, "Tần Thủy Hoàng đáng kể gì? Ông ta chỉ giết 460 nho sinh, nhưng chúng ta đã giết 46.000 tên trí thức. Trong cuộc đàn áp phản cách mạng của chúng ta, chẳng phải chúng ta cũng đã giết một số phần tử trí thức phản cách mạng sao? Tôi đã tranh luận với những người phái dân chủ mà đã kết tội chúng ta hành động giống như Hoàng Đế Tần Thủy Hoàng. Tôi đã nói họ đã sai. Chúng ta đã vượt hơn ông ta hàng trăm lần." [79]

Kỳ thực, Mao đã làm còn hơn là giết các phần tử trí thức. Nói nghiêm trọng hơn, là ông ta đã hủy diệt cả tín ngưỡng và tâm linh của họ.

Tạo ra diện mạo của văn hóa bằng cách giữ lại vẻ bề ngoài truyền thống nhưng thay đổi nội dung

Sau khi Đảng cộng sản Trung Quốc (ĐCSTQ) thực hiện cải cách kinh tế và chính sách mở cửa, nó hồi phục lại nhiều nhà thờ cũng như là chùa Phật giáo và Đạo giáo. Nó cũng tổ chức một số hội lễ chùa ở Trung Quốc, cũng như là hội văn hóa ở hải ngoại. Điều này là nỗ lực cuối cùng của ĐCSTQ để tận dụng và phá hủy văn hóa truyền thống còn sót lại. Có hai lý do để ĐCSTQ làm như vậy. Một mặt, thiện lương trong nhân tính, mà Đảng Cộng Sản không có cách gì để trừ sạch, sẽ dẫn tới sự phá hủy "văn hóa Đảng". Mặt khác, ĐCSTQ đã có ý định sử dụng văn hóa truyền thống để bôi mỹ phẩm trang điểm bộ mặt thật của chúng để che đậy bản tính tà của "giả dối, tà ác và đấu tranh" của chúng.

Căn bản của văn hóa là các hàm nghĩa bên trong về đạo đức, còn các hình thức bề mặt chỉ có giá trị giải trí. ĐCSTQ đã hồi phục lại những yếu tố bề mặt của văn hóa, phục vụ giải trí, để che đậy mục đích phá hủy đạo đức. Cho dù có bao nhiêu cuộc triển lãm tranh thư pháp và nghệ thuật mà ĐCSTQ đã tổ chức, bao nhiêu lễ hội văn hóa với rồng hổ nhảy múa trên sân khấu, Đảng chỉ đơn giản hồi phục lại vẻ bề ngoài, mà không phải là phần tinh hoa của văn hóa. Trong khi đó, ĐCSTQ cũng lợi dụng các phần trình diễn văn hóa của nó cả trong và ngoài Trung Quốc, thực chất còn vì một mục đích để duy trì quyền lực chính trị.

Một lần nữa, lấy các chùa làm ví dụ. Các chùa có ý nghĩa là các địa điểm để con người tu hành, nghe chuông chùa buổi sáng và tiếng gõ mõ lúc hoàng hôn, lễ bái đức Phật dưới ngọn đèn dầu. Người ta trong xã hội người thường cũng có thể sám hối tội lỗi và lễ bái ở đó. Tu hành đòi hỏi một tâm thanh tịnh, không theo đuổi bất cứ điều gì. Sám hối tội lỗi và lễ bái cũng đòi hỏi một hoàn cảnh kính cẩn và nghiêm trang. Tuy nhiên, các chùa đã bị biến thành các nơi du lịch vì mục đích lợi nhuận kinh tế. Trong số những người thực sự thăm viếng các chùa ở Trung Quốc ngày nay, bao nhiêu người đến để suy nghĩ về những lỗi lầm của mình với một trái tim thành thật và kính cẩn trước Phật ngay sau khi tắm gội và thay quần áo?

Phục hồi lại vẻ bề ngoài nhưng phá hủy hàm nghĩa bên trong của văn hóa truyền thống là một thủ đoạn mà ĐCSTQ đã thực hiện để làm mê hoặc người đời. Dù đó là Phật giáo, các tôn giáo khác, hoặc các hình thức văn hóa xuất phát từ chúng, ĐCSTQ cố tình nhận chìm giá trị của văn hóa truyền thống trong cách này.

III. Văn hóa Đảng

Trong khi Đảng cộng sản Trung Quốc (ĐCSTQ) đang phá hủy văn hóa nửa-Thần truyền thống, nó cũng thầm lặng thiết lập "văn hóa Đảng" của chính nó thông qua các cuộc vận động chính trị liên tục. Văn hóa Đảng đã cải tạo thế hệ già, đầu độc thế hệ trẻ và cũng có ảnh hưởng lên trẻ con. Ảnh hưởng của nó là cực kỳ thâm sâu và rộng khắp . Ngay cả khi nhiều người cố gắng phơi bày sự tà ác của ĐCSTQ, họ không thể không sử dụng tiêu chuẩn tốt hay xấu, cách phân tích, và từ vựng đã được phát triển bởi ĐCSTQ, những thứ chắc chắn mang dấu ấn của văn hóa Đảng.

Văn hóa Đảng không chỉ thừa kế cái 'tà' trong tà thuyết Mácxít-Lêninnít sinh ra ở ngoại quốc, mà còn phối hợp một cách khéo léo tất cả các nhân tố của phương diện Âm từ hàng ngàn năm văn hóa Trung Quốc với cách mạng bạo lực và triết lý đấu tranh từ sự tuyên truyền của Đảng Cộng Sản. Những thành phần mặt âm này bao gồm đấu tranh nội bộ để dành quyền lực bên trong các gia đình hoàng tộc, hình thành các phường hội để theo đuổi các lợi ích cá nhân, thủ đoạn gian trá chính trị để làm những người khác phải đau khổ, các mánh khóe và âm mưu bẩn thỉu. Trong suốt sự đấu tranh để sinh tồn của Đảng Cộng Sản trong các thập niên qua, đặc tính "giả dối, tà ác và tranh đấu" của nó đã được làm giàu thêm, nuôi dưỡng và chuyển sang trang mới.

Chuyên chế và độc tài là tính chất của văn hóa Đảng. Văn hóa này phục vụ Đảng trong các cuộc đấu tranh giai cấp và chính trị. Người ta có thể hiểu môi trường "nhân văn" khủng bố và chuyên chế của Đảng đã được nó lập ra như thế nào từ bốn khía cạnh:

Khía cạnh thống trị

A. Văn hoá bưng bít

Văn hóa của Đảng cộng sản là một độc quyền riêng rẽ mà không có tự do tư tưởng, ngôn luận, hiệp hội hay tín ngưỡng. Cơ chế thống trị của Đảng là tương tự như một hệ thống ống dẫn nước, dựa trên áp lực cao và sự cách ly để duy trì tình trạng kiểm soát của nó. Thậm chí một lỗ rò nhỏ xíu có thể dẫn tới sự sụp đổ của toàn hệ thống. Ví dụ, Đảng từ chối đối thoại với sinh viên trong biến động sinh viên ngày mồng 4 tháng sáu [80], sợ rằng nếu lỗ rò này phun ra, công nhân, nông dân, trí thức và quân đội cũng có thể đòi đối thoại, và rồi, Trung Quốc sẽ thực sự tiến tới dân chủ và nền chuyên chính một Đảng sẽ bị thay đổi. Do đó, họ đã chọn giết người hơn là thừa nhận đề nghị của sinh viên. Ngày nay ĐCSTQ sử dụng hàng chục ngàn "cảnh sát mạng lưới" để theo dõi mạng Internet và trực tiếp ngăn chặn bất kỳ mạng lưới điện tử ngoại quốc nào mà ĐCSTQ không thích.

B. Văn hóa khủng bố

Trong 55 năm qua, ĐCSTQ đã sử dụng khủng bố để đàn áp tâm trí của người dân Trung Quốc. Họ đã cầm và sử dụng roi da và dao đồ tể - người dân không bao giờ biết khi nào những thảm họa không thấy trước được, sẽ xảy ra với họ - để bắt nhân dân tuân theo. Người dân, sống trong sợ hãi, trở nên ngoan ngoãn. Những người chủ trương dân chủ, những nhà tư tưởng độc lập, những người hoài nghi trong hệ thống (của ĐCSTQ) và những thành viên của những nhóm tinh thần khác nhau đã trở thành những mục tiêu để giết như là một cách để răn đe công chúng. Đảng muốn đập tan bất kỳ sự đối lập nào từ trong trứng nước.

C. Một văn hóa theo mạng lưới khống chế

Sự khống chế xã hội của ĐCSTQ là bao gồm tất cả. Có hệ thống hộ khẩu hộ tịch, hệ thống ủy ban dân phố, và đủ loại uỷ ban của Đảng với tầng cấp cấu trúc khác nhau. "Các chi bộ Đảng được thiết lập tại tầng mức công ty". "Mỗi một làng có chi bộ Đảng của mình". Các thành viên của Đảng và Đội Thanh Niên Cộng Sản có những hoạt động đều đặn. ĐCSTQ cũng cổ võ một chuỗi các khẩu hiệu tương ứng. Một vài ví dụ: "Canh cửa nhà mình và theo dõi người của mình". "Ngăn chặn người của mình không bị lôi cuốn". "Kiên quyết thực thi chế độ để bắt nhận trách nhiệm, bảo đảm hoàn thành các trách nhiệm, và chắc chắn trách nhiệm chỗ nào. Canh gác và khống chế chặt chẽ. Nghiêm túc với kỷ luật và quy tắc và bảo đảm các biện pháp kiểm soát để duy trì và ngăn ngừa 24 giờ". "Văn phòng 610[81] sẽ thành lập một ủy ban giám sát để kiểm tra và theo dõi các hoạt động trong mỗi vùng và đơn vị công tác vào những khoảng thời gian thất thường".

D. Văn hóa vạ lây

ĐCSTQ đã hoàn toàn lờ đi các nguyên tắc cai trị theo luật pháp trong xã hội hiện đại và thúc đẩy mạnh mẽ các chính sách "liên luỵ". Nó đã sử dụng quyền lực tuyệt đối của mình để trừng phạt họ hàng của những người bị gán nhãn là "địa chủ", "giàu có", "phản động", "phần tử xấu" và "cánh Hữu" (địa, phú, phản, hoại, hữu). Nó đã đề xuất ra lý luận "xuất thân". [82]

Ngày nay, ĐCSTQ sẽ "gắn liền tránh nhiệm của những nhà lãnh đạo hàng đầu và công khai khiển trách họ, nếu họ thất

bại trong vai trò lãnh đạo của họ đối với việc có những biện
pháp thích hợp để ngăn chặn các học viên Pháp Luân Công
đi tới Bắc Kinh khuấy động rắc rối. Đối với những trường
hợp nghiêm trọng, hành động kỷ luật sẽ được thực hiện".
"Nếu một người luyện tập Pháp Luân Công, mọi người trong
gia đình sẽ bị sa thải". "Nếu một nhân viên luyện tập Pháp
Luân Công, tiền thưởng của mọi người trong toàn bộ công ty
sẽ bị giữ lại." ĐCSTQ cũng ban hành những chính sách rõ
ràng phân loại trẻ em thành "có thể được giáo dục và chuyển
hóa" hoặc "năm giai cấp đen" (địa chủ, phú nông, phản cách
mạng, phần tử xấu và cánh hữu). Đảng thúc đẩy việc tuân
theo Đảng và "đặt đại nghĩa lên trên người thân thuộc."
Những hệ thống, như là hệ thống lưu trữ cá nhân và tổ chức,
và hệ thống tạm trú, đã được thiết lập để bảo đảm sự thực thi
các chính sách của nó. Người dân được khuyến khích tố cáo
và vạch trần những người khác, và được thưởng cho những
đóng góp với Đảng.

Khía cạnh tuyên truyền

A. Văn hóa tuyên truyền một chiều

Trong Cách mạng Văn Hóa, Trung Quốc đầy những khẩu
hiệu như: "chỉ thị tối cao," "Một câu (của Mao) nặng bằng
mười ngàn câu, mỗi câu là một chân lý." Tất cả các phương
tiện truyền thông đều được khơi lên để phát những lời ca
ngợi và tập thể ủng hộ Đảng. Khi cần, những lãnh đạo từ mọi

tầng cấp của Đảng, chính phủ, quân đội, công nhân, đội thanh niên và các tổ chức phụ nữ sẽ được mang ra để bày tỏ sự ủng hộ của họ với Đảng. Mọi người đã phải đi qua thử thách đó.

B. Văn hóa khuyến khích bạo lực

Mao Trạch Đông đã nói, "Với 800 triệu dân, không đấu tranh thì làm sao có thể hoạt động được?" Trong sự khủng bố Pháp Luân Công, Giang Trạch Dân đã nói, "Dẫu đánh những người luyện tập Pháp Luân Công tới chết thì cũng không bị trừng phạt." ĐCSTQ chủ trương "chiến tranh toàn diện," và "quả bom nguyên tử đơn giản chỉ là một con hổ giấy... thậm chí nếu một nửa dân số chết, nửa còn lại vẫn có thể xây dựng tổ quốc chúng ta từ đống đổ nát."

C. Văn hóa kích động lòng căm thù

"Không quên sự đau khổ của giai cấp người nghèo, và nhất định nhớ sự thù hằn trong nước mắt và máu" đã trở thành một chính sách quốc gia cơ bản. Sự tàn bạo đối với các kẻ thù giai cấp đã được ngợi ca như một đức hạnh. ĐCSTQ đã dạy "Cắn vào lòng căm thù của bạn, nhai nó và nuốt nó xuống. Gieo căm thù trong lòng để nó nảy mầm." [83]

D. Văn hóa lừa gạt và dối trá

Đây là một vài ví dụ về những lời dối trá của ĐCSTQ. "Thu hoạch trên mỗi mẫu [84] là quá mười ngàn cân" trong *Đại Nhảy Vọt* (1958). "Không một người nào bị giết trên quảng trường Thiên An Môn" trong cuộc tàn sát ngày 4 tháng 6 năm 1989. "Chúng ta đã khống chế vi trùng SARS" năm 2003, "Hiện tại là thời gian tốt nhất cho nhân quyền ở Trung Quốc", và cái gọi là "Tam đại biểu" [85]

E. Văn hóa tẩy não

Đây là một số khẩu hiệu mà ĐCSTQ đã chế tạo để tẩy não nhân dân: "Không có Đảng Cộng Sản, thì không có một Trung Quốc mới." "Lực lượng nòng cốt dẫn dắt niềm tin của chúng ta tiến lên là ĐCSTQ và cơ sở lý thuyết dẫn đường tư tưởng chúng ta là Mácxít - Lêninnít"[86], "Duy trì sự liên kết tối đa với Ban Trung Ương Đảng." "Thực hiện lệnh của Đảng nếu hiểu nó. Ngay cả khi không hiểu, cứ thực hiện nó và sự hiểu biết sẽ sâu sắc trong khi thực hiện các mệnh lệnh."

F. Văn hóa nịnh hót

"Thiên đường và trái đất là vĩ đại nhưng vĩ đại hơn vẫn là lòng tốt của Đảng;" "Chúng ta nợ Đảng tất cả những gì chúng ta đạt được;" "Tôi coi Đảng như mẹ của tôi;" "Dùng sinh mệnh mình để bảo vệ Ban Trung Ương Đảng." "Đảng vĩ đại, vinh quang và chính xác." "Đảng không thể thất bại", và v. v.

G. Văn hóa giả dối để "qua cầu"

Đảng đã nắm lấy các mẫu người điển hình, và dựng nên tấm gương này tiếp đến gương mẫu khác, để nâng cao các phong trào "kiến thiết văn minh tinh thần của xã hội chủ nghĩa" và "giáo dục tư tưởng". Kết quả, mọi người vẫn tiếp tục làm những gì họ đã làm trước khi có mỗi cuộc vận động. Tất cả các bài giảng công chúng, buổi học tập, và chia sẻ kinh nghiệm đều trở thành những việc giả vờ "nhận là thật để thông qua", và tiêu chuẩn đạo đức xã hội tiếp tục có những bước nhảy lùi lớn.

Khía cạnh giữa cá nhân với nhau

A. Văn hóa ganh ghét

Đảng đã đẩy mạnh "chủ nghĩa quân bình tuyệt đối" để mà "bất cứ ai khác thường sẽ trở thành mục tiêu bị đả kích." Người ta ghen tị với những ai có khả năng lớn hơn và những ai giàu có hơn - cái được gọi là "bệnh mắt Đỏ." [87]

B. Văn hóa mọi người dẫm đạp lên nhau

ĐCSTQ đã khuyến khích "mặt đối mặt đấu tranh và lưng tựa lưng báo cáo". Chỉ điểm những đồng nghiệp, viết những tài liệu để vu khống họ, bịa đặt ra các sự kiện và thổi phồng các lỗi lầm của họ - những hành vi lệch lạc này đã được sử dụng để đo lường sự gần gũi với Đảng và mong muốn tiến bộ.

Những ảnh hưởng vô hình lên tinh thần bên trong và hành vi bên ngoài

A. Một văn hóa chuyển con người thành máy móc

Đảng muốn nngười dân là "những con ốc không bao giờ hoen rỉ trong guồng máy cách mạng," là "công cụ được thuần hóa cho Đảng," hoặc để "Tấn công vào bất cứ hướng gì mà Đảng chỉ chúng ta." "Những người lính của chủ tịch Mao nghe theo Đảng nhất, họ đi bất cứ chỗ nào cần họ và làm ổn định bất cứ chỗ nào có thử thách gay go".

B. Một văn hóa điên đảo thị phi

Trong Cách Mạng Văn Hóa, ĐCSTQ muốn "có cỏ dại của chủ nghĩa xã hội hơn là vụ mùa của chủ nghĩa tư bản". Quân đội bị ra lệnh bắn và giết trong cuộc tàn sát ngày 4 tháng 6 để "đổi lấy 20 năm ổn định". ĐCSTQ cũng "Làm cho người khác những gì một người không muốn làm cho chính mình"

C. Một văn hóa tự mình tẩy não và tuyệt đối phục tùng

"Cấp dưới tuân lệnh cấp trên và toàn bộ Đảng tuân theo Ban Trung Ương Đảng." "Đánh không thương xót để nhổ rễ bất kỳ tư tưởng ích kỷ nào nổi lên trong tâm trí bạn." "Nổ ra một cuộc cách mạng tận sâu trong tâm hồn bạn." "Duy trì liên kết tối đa với Ban Trung Ương Đảng." "Thống nhất tư tưởng, thống nhất bước chân, thống nhất mệnh lệnh, và thống nhất chỉ huy."

D. Một văn hóa bảo vệ vị trí của kẻ nô tài

"Trung Quốc sẽ bị hỗn loạn nếu không có Đảng Cộng Sản"; "Trung Quốc lớn như vậy. Ai có thể lãnh đạo Trung Quốc ngoại trừ Đảng Cộng Sản?" "Nếu Trung Quốc sụp đổ, nó sẽ là một thảm họa trên toàn thế giới, vì vậy chúng ta phải giúp Đảng Cộng Sản duy trì sự lãnh đạo của nó". Do từ sợ hãi và tự bảo vệ, những nhóm người liên tục bị đàn áp bởi ĐCSTQ thường thường có vẻ khuynh Tả hơn là ĐCSTQ.

Những ví dụ quanh vấn đề này còn có rất nhiều. Mọi độc giả có thể tìm thấy những yếu tố khác nhau của văn hóa Đảng qua các kinh nghiệm cá nhân của mình.

Những người đã trải qua Cách Mạng Văn Hóa có thể vẫn nhớ một cách sống động "Vở Kịch Mẫu" của nhạc kịch hiện đại, các bài hát có lời của Mao, và *Điệu Nhảy Trung Thành*. Nhiều người vẫn nhắc lại các lời từ các cuộc hội thoại trong *Bạch Mao Nữ* [88], *Chiến Tranh Địa Đạo* [89], và *Chiến Tranh Địa Lôi* [90]. Qua những tác phẩm văn chương này, ĐCSTQ đã tẩy não người dân, nhồi nhét một cách bắt buộc vào tâm trí họ những thông điệp như Đảng "anh minh vĩ đại"; Đảng đã đấu tranh chống kẻ thù "gian khổ và dũng cảm" thế nào; những người lính của Đảng đã "hiến dâng tất cả cho Đảng" thế nào; họ đã vui sướng được hi sinh chính mình cho Đảng thế nào; và kẻ thù xấu xa và ngu ngốc thế nào. Ngày này qua ngày khác, sự tuyên truyền của bộ máy ĐCSTQ tiêm một cách bắt buộc vào mọi cá nhân sự tin tưởng mà Đảng Cộng Sản cần. Ngày nay, nếu người ta trở lại để xem bài thơ phổ nhạc thành màn khiêu vũ ca nhạc - "Phương Đông Màu Đỏ", anh ta sẽ nhận ra rằng toàn bộ chủ đề và phong cách của màn trình diễn là về "giết, giết, và giết hơn nữa."

Đồng thời, ĐCSTQ đã tạo ra hệ thống diễn văn và thuyết trình của nó, như là ngôn ngữ sỉ nhục trong sự phê bình số đông, những lời tâng bốc để hát những lời ca ngợi Đảng, và những quy phạm chính thức sáo rỗng tương tự như là "tiểu luận tám đoạn."[91]. Nhân dân bị làm cho nói một cách không ý thức theo các mô hình suy nghĩ mà khuyến khích khái niệm "đấu tranh giai cấp", và để "ca tụng Đảng", và sử dụng ngôn ngữ độc đoán thay vì lập luận bình tĩnh và lý trí.

Một bước tiến trước chân lý là sai lầm. Văn hóa Đảng cũng lạm dụng đạo đức truyền thống tới một mức độ nhất định. Ví dụ, văn hóa truyền thống coi trọng "tín", Đảng Cộng Sản cũng vậy. Tuy nhiên những gì nó đề xướng là "trung thành và trung thực với Đảng". Văn hóa truyền thống nhấn mạnh "hiếu". ĐCSTQ có thể bỏ người ta vào nhà tù nếu họ không chu cấp cho cha mẹ của họ, nhưng lý do thực sự là nếu không những người cha mẹ này sẽ trở thành "gánh nặng" cho chính quyền. Tuy nhiên, khi phù hợp với nhu cầu của

Đảng, thì con cái đòi hỏi phải vạch ranh giới ngăn chia họ với cha mẹ của họ. Văn hóa truyền thống nhấn mạnh vào "trung". Hơn nữa, "dân là quan trọng bậc nhất, quốc gia theo sau, cuối cùng mới là những người cai trị" (quân khinh dân quý, xã tắc vi trọng). "Trung" mà ĐCSTQ ưa thích là "sự hiến dâng mù quáng" - hoàn toàn mù quáng tới mức dân bị đòi hỏi phải tin vào ĐCSTQ vô điều kiện và tuân theo nó mà không có một thắc mắc gì.

Những lời thường được sử dụng bởi ĐCSTQ là rất mê lạc. Ví dụ, nó đã gọi nội chiến giữa Quốc Dân Đảng và Cộng Sản là "Chiến Tranh Giải Phóng", như thể là người dân đã được giải phóng khỏi sự áp bức. ĐCSTQ đã gọi thời kỳ sau 1949 là "sau khi thành lập quốc gia", khi mà, trong thực tế, Trung Quốc đã tồn tại lâu trước đó. ĐCSTQ đơn giản chỉ là kẻ đảo chính thành lập một chế độ chính trị mới. Ba năm *Đại Đói Kém* [92] được gọi là "ba năm thảm họa thiên nhiên," trong khi, thực tế là, nó không phải thảm họa thiên nhiên chút nào, mà hoàn toàn là tai họa do con người gây ra. Tuy nhiên, nghe những lời này mà được sử dụng trong cuộc sống thường ngày, và bị chúng ảnh hưởng một cách vô hình, người dân vô tình chấp nhận những khái niệm mà ĐCSTQ đã có ý định truyền cho họ.

Trong văn hóa truyền thống, nhạc được xem là một phương thức để kiềm nén dục vọng. Trong Lạc Thư (Nhạc Thư), Tập 24 của *Sử Ký*, Tư Mã Thiên (145-85 trước CN) [93] đã nói rằng bản tính của con người là hòa bình; cảm giác với những vật chất bên ngoài ảnh hưởng cảm xúc của người ta, và khuấy động tình cảm yêu và ghét dựa trên đặc tính và trí tuệ của con người. Nếu những tình cảm này không bị kiềm nén, một người sẽ bị cám dỗ bởi vô vàn các cám dỗ bên ngoài, và sẽ bị đồng hóa bởi những nội tâm xấu và phạm vào nhiều hành động xấu. Vì vậy Tư Mã Thiên đã nói, các hoàng đế trong quá khứ sử dụng sách dạy lễ nghi và nhạc để tiết chế dân. Các bài hát nên "vui vẻ nhưng không tục tĩu, buồn nhưng không quá đau thương". Người ta nên bày tỏ cảm giác và mong muốn, mà vẫn khống chế được những tình cảm này. Khổng Tử đã nói trong Luận Ngữ, "Ba trăm câu thơ của Kinh Thi (một trong sáu tác phẩm kinh điển được thu thập và diễn giải bởi Khổng Tử) có thể tóm tắt trong một câu, 'không nghĩ tà'.

Một thứ đẹp như là nhạc, tuy nhiên, đã bị ĐCSTQ sử dụng như là một thủ đoạn để tẩy não người dân. Những bài hát như là "Chủ nghĩa xã hội là tốt," "Sẽ không có Trung Quốc mới nếu không có Đảng Cộng Sản," và nhiều bài khác, đã được hát từ lớp mẫu giáo cho đến đại học. Khi hát lên những bài hát này, người dân đã vô tình chấp nhận những ý nghĩa bên trong của lời hát. Hơn nữa, ĐCSTQ đã ăn trộm giai điệu của những bài dân ca du dương nhất và thay thế chúng bằng lời ca ngợi Đảng. Điều này đã phục vụ cả việc phá hủy văn hóa truyền thống và đề cao Đảng.

Một trong những tài liệu kinh điển của ĐCSTQ, "Diễn văn tại tọa đàm Duyên An về Văn học và Nghệ thuật" [94] đã đặt các nỗ lực văn hóa và quân đội như là "hai chiến tuyến". Nó đã tuyên bố rằng chỉ có quân đội võ trang thì chưa đủ; còn phải có "quân đội văn hoá" nữa. Nó đã quy định rằng " văn học nghệ thuật nên phục vụ chính trị" và " văn học nghệ thuật của lớp giai cấp vô sản… là "các bánh xe và đinh ốc" của cỗ máy cách mạng." Một hệ thống hoàn thiện "văn hóa Đảng" đã được phát triển từ điều này, với "thuyết vô Thần" và "đấu tranh giai cấp" là tinh hoa của nó. Hệ thống này hoàn toàn đi ngược lại văn hóa truyền thống.

"Văn hóa Đảng" thực chất đã phục vụ xuất sắc trong việc giúp đỡ ĐCSTQ đạt được quyền lực và khống chế xã hội. Giống như quân đội, nhà tù và lực lượng cảnh sát của nó, văn hóa Đảng cũng là một bộ máy bạo lực, nó cung cấp một loại bạo lực khác - "bạo lực văn hóa". Sự bạo lực văn hóa này, bằng cách phá hủy 5000 năm văn hóa truyền thống, đã làm thui chột ý chí của người dân, và phá hoại ngầm sự liên kết của quốc gia Trung Quốc.

Ngày nay, nhiều người Trung Quốc hoàn toàn không biết tinh hoa của văn hóa truyền thống. Một số thậm chí còn đặt ngang hàng 50 năm "văn hóa Đảng" với 5000 năm văn hóa truyền thống Trung Quốc. Đây là một điều đau buồn cho người Trung Quốc. Nhiều người không nhận ra rằng khi đối chọi với cái gọi là văn hóa truyền thống thực tế họ đang đối lập với "văn hóa Đảng" của ĐCSTQ, không phải là văn hóa truyền thống thực sự của Trung Quốc.

Nhiều người hy vọng thay thế hệ thống của người Trung Quốc hiện tại bằng hệ thống dân chủ phương Tây. Thực tế, dân chủ phương Tây cũng đã được thành lập trên cơ sở văn hóa, đáng kể là Cơ Đốc giáo, cái mà, giữ quan điểm rằng "mọi người đều bình đẳng trong con mắt của Chúa", tôn trọng nhân tính và các sự chọn lựa của con người. Làm sao mà một "văn hóa Đảng" vô nhân tính, bạo ngược của ĐCSTQ lại có thể được sử dụng như là nền tảng của một hệ thống dân chủ theo kiểu Phương Tây?

Lời Kết

Trung Quốc đã bắt đầu đi lệch khỏi văn hóa truyền thống của nó trong triều đại nhà Tống (960-1279 sau CN), và văn hóa đó đã trải qua sự phá phách không ngớt kể từ đó. Sau Biến Động 4 tháng Năm năm 1919 [95], một số trí thức háo hức muốn có thành công nhanh và ích lợi ngay đã cố gắng tìm một con đường cho Trung Quốc bằng cách quay lưng lại với văn hóa truyền thống mà hướng về văn minh phương Tây. Tuy nhiên, các xung đột và thay đổi trong lãnh vực văn hóa vẫn còn là một tiêu điểm của tranh cãi học thuật mà không có sự tham gia của các lực lượng mang tính quốc gia. Nhưng, khi ĐCSTQ xuất hiện, nó đã nâng cao các xung đột văn hóa thành vấn đề đấu tranh sống và chết của Đảng. Vì vậy ĐCSTQ đã bắt đầu thực hiện một cuộc tấn công trực tiếp vào văn hóa truyền thống, sử dụng các phương tiện phá hủy cũng như là sự lạm dụng gián tiếp trong hình thức "chấp nhận cặn bã và loại bỏ tinh hoa".

Sự phá hủy văn hóa quốc gia cũng là quá trình thành lập "văn hóa Đảng". ĐCSTQ đã phá vỡ phán quyết đạo đức và lương tâm con người, vì vậy dẫn nhân dân quay lưng lại với văn hóa truyền thống. Nếu văn hóa quốc gia bị phá hủy hoàn toàn, tinh hoa của quốc gia sẽ biến mất cùng với nó, dẫn đến chỉ còn có cái tên của quốc gia. Đây không phải là một cảnh cáo phóng đại.

Cùng lúc, sự phá hủy văn hóa truyền thống đã đem đến cho chúng ta những thiệt hại vật chất không ngờ.

Văn hóa truyền thống coi trọng sự hợp nhất giữa người và trời, và sự đồng tồn tại hài hòa giữa người và tự nhiên. ĐCSTQ đã tuyên bố niềm vui vô tận từ "đấu với trời và đất." Văn hóa này của ĐCSTQ đã dẫn trực tiếp tới sự giảm giá trị trầm trọng của môi trường tự nhiên mà gây bệnh dịch cho Trung Quốc ngày nay. Lấy các nguồn nước làm ví dụ. Người dân Trung Quốc, đã từ bỏ giá trị truyền thống "một người quý tộc quý trọng sự giàu có, nhưng anh ta làm giầu một cách đúng khuôn phép," đã cố tình tàn phá và làm ô nhiễm môi trường tự nhiên. Hiện tại, hơn 75 % của 50.000 kilômét (khoảng 30.000 dặm) sông của Trung Quốc là không phù hợp cho cá sinh sống. Hơn một phần ba nước ngầm đã bị ô nhiễm thậm chí là từ một thập niên trước, và bây giờ tình hình tiếp tục xấu hơn. Một "kỳ quan" thuộc loại lạ đã xảy ra ở dòng sông Hoài: Một trẻ em nhỏ đang chơi bên dòng sông phủ đầy dầu tạo một tia lửa mà, sau khi chạm bề mặt của dòng sông, đã cháy thành một ngọn lửa cao 5 mét. Khi ngọn lửa dâng lên không khí, hơn mười cây liễu trong vùng lân cận đã bị đốt khô [96]. Người ta có thể dễ dàng thấy rằng ai uống nước đó không thể không phát triển bệnh ung thư hay các bệnh tật lạ. Các vấn đề môi sinh khác, như là sự tạo thành sa mạc và muối hóa ở vùng Tây Bắc Trung Quốc, và ô nhiễm công nghiệp ở những vùng phát triển, tất cả có quan hệ tới việc xã hội mất sự tôn trọng với thiên nhiên.

Văn hóa truyền thống phản ảnh cuộc sống. ĐCSTQ đề xuất rằng "nổi loạn là có thể bào chữa được," và "đấu tranh chống con người là đầy thích thú." Dưới danh nghĩa cách mạng, Đảng có thể giết người và bỏ đói tới chết hàng chục triệu người. Điều này đã dẫn người dân tới chỗ giảm giá trị cuộc sống, mà sau đó khuyến khích sự gia tăng các sản phẩm giả và độc hại trên thị trường. Ví dụ, ở thành phố Phụ Dương của tỉnh An huy, nhiều trẻ sơ sinh khỏe mạnh đã phát triển thành có chân tay ngắn, thân thể yếu và gầy, và có cái đầu to trong thời kỳ bú sữa mẹ của chúng. Tám trẻ sơ sinh đã chết bởi vì căn bệnh lạ này. Sau khi nghiên cứu, người ta đã phát hiện ra rằng căn bệnh này gây ra bởi sữa bột có chất độc được sản xuất bởi một nhà sản xuất tham lam và có trái tim đen tối. Một số người nuôi cua, rắn và rùa mà cho ăn kích thích tố và thuốc kháng sinh, trộn cồn công nghiệp vào rượu vang để uống, đánh bóng gạo bằng cách sử dụng dầu công nghiệp, và làm trắng bột mì bằng tác nhân làm sáng của công nghiệp. Trong tám năm, một nhà sản xuất ở tỉnh Hà Nam đã sản xuất hàng ngàn tấn dầu ăn mỗi tháng sử dụng các chất liệu chứa chất gây ung thư như là dầu bị thải đi, dầu trích từ các bữa ăn bị bỏ lại, hoặc đất sét bị thải ra mà chứa dầu còn dư sau khi nó đã được sử dụng. Sản xuất thức ăn độc hại không phải là một hiện tượng giới hạn hay cục bộ, mà đã là phổ biến trên toàn Trung Quốc. Điều này tương quan với hậu quả của sự phá hoại văn hóa, nhân tâm không còn đạo đức ước thúc, chỉ còn sự truy cầu hưởng lạc vật chất.

Không giống như tính độc quyền tuyệt đối và độc nhất của văn hóa Đảng, văn hóa truyền thống có một khả năng bao dung rất lớn. Trong triều đại thịnh vượng nhà Đường, tư tưởng Phật gia, Cơ Đốc giáo, và các tôn giáo phương Tây khác đồng tồn tại một cách hài hòa với tư tưởng Nho gia, Đạo gia. Văn hóa truyền thống Trung Quốc đích thực sẽ giữ một thái độ khoan dung và rộng mở với văn minh phương Tây hiện đại. Bốn "con rồng" của Châu Á (Singapore, Đài Loan, Nam Hàn và Hồng Kông) đã tạo ra một đặc tính văn hóa "Tân Nho gia". Nền kinh tế đang vút lên của họ đã chứng minh rằng văn hóa truyền thống không là một cản trở với sự phát triển xã hội.

Cùng lúc, văn hóa truyền thống đích thực đo lường chất lượng cuộc sống con người dựa trên cơ sở của sự hạnh phúc từ bên trong hơn là sự thoải mái vật chất từ bên ngoài. "Tôi mong không có ai khiển trách sau lưng tôi, hơn là có ai đó ca tụng tôi trước mặt; tôi mong có bình yên trong tâm trí, hơn là có sự thoải mái nơi thân thể." [97] Đào Uyên Minh (365-427 sau CN) [98] đã sống trong cảnh nghèo nàn, nhưng ông đã giữ một tinh thần vui sướng và đã hưởng thời gian thư nhàn "hái hoa cúc tây ở hàng rào phía đông, lặng ngắm núi Phương Nam ở đằng xa".

Văn hóa không đưa ra những câu trả lời cho các câu hỏi như là làm thế nào để mở rộng sản xuất công nghiệp hoặc đi theo hệ thống xã hội gì. Đúng hơn, nó đóng một vai trò quan trọng trong việc cung cấp các chỉ dẫn và ước thúc đạo đức. Sự hồi phục thực sự của văn hóa truyền thống sẽ là sự khôi phục của khiêm nhường với Trời, Đất và Tự nhiên, tôn trọng cuộc sống, và kính úy thần linh của con người. Nó sẽ cho phép nhân loại với Trời, Đất, và Tự Nhiên ở cùng trong một xứ sở hài hòa, và bảo dưỡng những năm trời cho.

Chú Thích

[1] *Bàn Cổ* (Bành Tổ) là sinh mệnh sống đầu tiên và là người sáng tạo ra tất cả trong thần thoại Trung Quốc.

[2] *Nữ Oa* là nữ thần mẹ người đã tạo ra nhân loại trong thần thoại Trung Quốc.

[3] *Thần Nông* là một nhân vật truyền thuyết trong thần thoại Trung Quốc người đã sống 5000 năm trước. Ông đã dạy dân làm nông. Ông cũng được công nhận là dành cuộc đời mình để tìm hàng trăm cây thuốc (và độc) và nhiều thực vật tự nhiên, những cây quan trọng cho sự phát triển y học Trung Quốc truyền thống.

[4] *Thương Hiệt* là một nhân vật truyền thuyết từ Trung Quốc cổ, là người sáng tạo ra chữ viết, công nghệ Trung Quốc. Phương pháp Thương Hiệt để đưa dữ liệu vào tính toán ký hiệu Trung Quốc được đặt tên theo tên ông.

[5] Từ *Đạo Đức Kinh*, một trong những văn bản quan trọng nhất của Đạo Lão, được viết bởi *Lão Tử*.

[6] Các lời bình ngỏ từ sách *Đại Học* của *Khổng Tử*.

[7] Từ *Sử Ký* của *Tư Mã Thiên* (145-85 sau CN), người là nhà sử học lớn đầu tiên của Trung Quốc. Nó ghi chép lịch sử của Trung Quốc và các quốc gia lân cận từ thời kỳ cổ đại tới thời gian của ông. Hình mẫu việc chép sử của Tư Mã Thiên là độc nhất vô nhị và được dùng như là một mô hình lịch sử chuẩn chính thức của các triều đại hoàng đế trong 2000 năm tiếp theo.

[8] Từ tác phẩm *Luận Ngữ* của *Khổng Tử*.

[9] Từ tác phẩm *Luận Ngữ* của *Khổng Tử*.

[10] Từ tác phẩm *Luận Ngữ* của *Khổng Tử*.

[11] Khổng Tử đã nói trong sách Đại Học ông đã viết, "Tu thân - Tề gia - Trị quốc - Bình thiên hạ".

[12] *Đổng Chung Chu* (ca. 179-104 trước CN), một nhà tư tưởng Khổng giáo trong thời nhà Hán, đã nói trong một chuyên luận Ba cách để hài hoà người với trời (Thiên Nhân Tam Sách) "trời còn tồn tại, Đạo không đổi."

[13] *Tây Du Ký*, viết bởi *Ngô Thừa Ân*, là một trong những tiểu thuyết Trung Quốc kinh điển nổi tiếng nhất. Nó dựa trên một câu chuyện có thật về một nhà sư Trung Quốc nổi tiếng triều đại nhà Đường, *Huyền Trang* (602-664), người đã đi bộ tới vùng đất thuộc Ấn Độ ngày nay, là nơi sinh ra Phật Giáo, để tìm kinh. Trong tiểu thuyết, Ngộ Không, Bát Giới và Sa Tăng đã được Phật sắp xếp để trở thành các đệ tử của Huyền Trang và hộ tống ông tới Tây Trúc để lấy kinh. Họ đã trải qua 81 nạn trước khi tới được Tây Trúc và đắc Chính Quả.

[14] *Hồng Lâu Mộng*, viết bởi *Tào Tuyết Cần* (1715?-1763) vào triều đại nhà Thanh. Đó là một bộ truyện tình yêu buồn trên nền tảng sự suy tàn của một gia đình quý tộc. Lấy đó làm chủ đề trung tâm, tiểu thuyết đã mở ra một bức tranh toàn cảnh sống động và rộng lớn về lịch sử xã hội. Nó cũng mô tả các nhân vật chói lọi và đáng ghi nhớ mà trung tâm là Giả

Bảo Ngọc và Lâm Bảo Thoa. Cấu trúc tỉ mỉ và trải rộng của nó cùng với giá trị văn chương của nó trong hình thức ngôn ngữ trang nhã đã làm cho nó được phổ biến rộng khắp như là hình ảnh thu nhỏ của nghệ thuật tiểu thuyết cổ điển của Trung Quốc.

[15] *Thủy Hử*, một trong những tiểu thuyết cổ điển lớn của Trung Quốc, được viết vào thế kỷ 14 bởi *Thi Nại Am*. Một trăm lẻ tám nam nữ đã tụ họp với nhau sống ngoài vòng pháp luật trên một đầm lầy. Mưu đồ, mạo hiểm, tàn sát, chiến tranh, và những câu chuyện lãng mạn được kể một cách hồi hộp bởi người kể chuyện truyền thống.

[16] *Tam Quốc Diễn Nghĩa*, một trong những tiểu thuyết cổ điển Trung Quốc nổi tiếng nhất viết bởi *La Quán Trung* (1330?-1400?) dựa trên lịch sử thời Tam Quốc (220-280 trước CN). Nó mô tả các cuộc đấu tranh rắc rối và phức tạp để giành ngai vàng giữa ba lực lượng chính trị hùng mạnh: Lưu Bị, Tào Tháo, và Tôn Quyền, và tập trung vào nhiều nhân tài lớn và những chiến lược sâu đậm trong thời kỳ đó.

[17] *Đông Chu Liệt Quốc*, một tiểu thuyết ban đầu được viết bởi *Yu Shaoyu* vào triều đại nhà Minh, được hiệu đính và viết lại bởi *Feng Menglong* vào cuối triều đại nhà Minh, và sau đó được tiếp tục hiệu đính bởi Cai Yuanfang vào triều đại nhà Thanh. Nó bao phủ một lịch sử hơn 500 năm trong thời Xuân Thu (770-476 trước CN) và thời Chiến Quốc (475-221 trước CN).

[18] *Thuyết Nhạc Toàn Truyện*, được viết bởi *Qian Cai* vào triều đại nhà Thanh. Nó mô tả cuộc đời của *Nhạc Phi* (1103-1142) sống ở triều đại Bắc Tống, một trong những vị tướng và anh hùng yêu nước nổi tiếng

nhất trong lịch sử Trung Quốc. Tướng Nhạc Phi xuất sắc trong những trận chiến chống quân xâm lược miền bắc từ nước Yên. Ông đã bị đổ tội oan, tống vào tù và xử tử khi mà thừa tướng Tần Cối cố gắng loại bỏ phe chủ chiến. Sau đó Nhạc Phi giải oan và một ngôi đền đã được xây để tưởng nhớ ông. Bốn bức tượng bằng gang đã được đúc cho mộ của ông. Với những bộ ngực trần và tay bị trói sau lưng và quỳ trước nó [ngôi mộ], chúng đại diện cho những người chịu trách nhiệm cho cái chết của Nhạc Phi. Nhạc Phi đã trở thành một mẫu hình trong văn hóa Trung Quốc về lòng trung với nước.

[19] Đoạn trích này lấy từ Toát yếu của các kinh văn Đạo Giáo chọn lọc được biên soạn vào thời nhà Thanh.

[20] Xem [8].

[21] Từ diễn văn của Mao tại phiên họp thứ tám của Đại hội lần thứ 10 của ĐCSTQ.

[22] Những lời nguyên gốc của Mao trong tiếng Trung Hoa sử dụng một sự chơi chữ: Tôi thích một thày tu cầm một cái ô - không Đạo (hoặc Pháp, chơi chữ với "tóc") hay trời (chơi chữ với "bầu trời")

[23] *Kiệt* là tên của vua cuối cùng triều đại nhà Hạ (thế kỷ 21-16 trước CN), và *Trụ* là vua cuối cùng đời Thương (thế kỷ 16-11 trước CN). Cả hai đều là những bạo chúa.

[24] *Văn Thiên Tường* (1236-1283 sau CN), một tướng lĩnh chống lại quân Mông Cổ để bảo vệ lãnh thổ triều đại nhà Nam Tống. Sau khi bị

nhốt trong tù, ông đã bị giết vào ngày 9 tháng giêng năm 1283 sau khi đã từ chối không đầu hàng quân Mông Cổ.

[25] Từ *Mạnh Tử*.

[26] Từ một câu rất nổi tiếng trong Mạnh Tử, "Cuộc sống, ước muốn của tôi; công bằng, cũng là ước muốn của tôi. Khi tôi không thể có cả hai cùng một lúc, tôi sẽ duy trì công bằng với cái giá cuộc đời tôi."

[27] Từ Cộng Sản Quốc Tế Ca. Dịch sang tiếng Trung Quốc thì nghĩa đen của nó là: "Không bao giờ có một đấng cứu rỗi, và chúng ta cũng không dựa vào Chúa; để tạo ra hạnh phúc cho con người, chúng ta dựa hoàn toàn vào chính chúng ta."

[28] Hoàng Đế *Thái Vũ* đời Bắc Ngụy, (424-452 sau CN).

[29] Hoàng Đế *Vũ Tông* đời Đường, (840-846 sau CN).

[30] Hoàng Đế *Vũ* của triều đại Bắc Chu, (561-579 sau CN).

[31] Hoàng Đế *Chu Thế Tông* của triều đại Hậu Chu, (954-959 sau CN).

[32] Một biểu ngữ được sử dụng giữa những năm 1960 trong Cách Mạng Văn Hóa ở Trung Quốc.

[33] Chùa *Bạch Mã*, chùa Phật giáo đầu tiên ở Trung Quốc, được xây dựng vào năm 68 sau CN, năm thứ 7 của Yong Ping của triều đại Đông Hán (25-220 sau CN).

[34] Bối Diệp trong tiếng Dai gọi là Talan. Bối Diệp là loại thực vật nhiệt đới thuộc họ cây cọ. Nó là một loại cây cao có lá mỏng, không bị con nhậy cắn và rất chậm bị khô hoàn toàn. Thời cổ khi giấy chưa được phát minh, người Dai cổ đã in thư hay các bài viết trên lá cây đó. Các bức thư được khắc trên lá cũng được gọi là Bối Diệp thư, và kinh trên đó, là Tanlan (Bối Diệp kinh).

[35] Xiangshan Park, cũng được gọi là Fragrant Hills Park, nằm cách Bắc Kinh 28 km về phía tây nam. Được khởi công vào năm 1186 dưới triều Jin, nó trở thành nơi nghỉ mùa hè của hoàng gia vào các triều Nguyên, Minh và Thanh.

[36] Từ Các di vật văn hóa đã bị đốt thế nào của Ding Shu.

[37] Hồng Quân là nói đến những người dân tiên phong của Đại Cách Mạng. Hầu hết là những người trẻ tuổi ở giữa tuổi thanh thiếu niên (13 đến 19 tuổi).

[38] Cung điện Mùa Hè, nằm cách Bắc Kinh 15 km, là vườn hoàng gia lớn nhất và được giữ gìn tốt nhất ở ở Trung Quốc, có lịch sử hơn 800 năm…

[39] Chùa Lạng Thiên là một điện thờ nổi tiếng ở Trung Quốc. Nó được tôn kính như là "vùng đất đầu tiên được ban phước dưới trời" Chùa ở bên sườn đồi phía bắc của nói Zhongnan, cách huyện Zhouzhi 15 km về phía đông bắc, và cáhc thành phố Tây An 70 km.

[40] dặm là một đơn vị đo chiều dài của Trung Quốc (1 dặm bằng 0.5 km).

[41] Hoàng Đế *Cao Tổ* của triều đại nhà Đường, tên hiệu là Lý Uyên, (khoảng 618-626 sau CN), vị hoàng đế đầu tiên của nhà Đường.

[42] Các công xã Nhân Dân, trước đây là cao nhất trong ba cấp quản trị ở các khu vực nông thôn từ năm 1958 tới khoảng 1982 ở Cộng hòa nhân dân Trung Quốc. Các công xã có các chức năng quản lý, chính trị và kinh tế. Chúng là các đơn vị tập thể lớn nhất và được chia nhỏ hơn thành các đội sản xuất và đoàn sản xuất. Sau năm 1982, chúng đã được thay bằng các thành phố nhỏ.

[43] Xem [36].

[44] Nội dung của Đại Thừa Niết Bàn Kinh là kinh Đại thừa cuối cùng của Phật, được giảng trong những ngày cuối cùng của ông trên trái đất. Nó cho là cấu thành tinh túy của tất cả các kinh Đại Thừa.

[45] Từ Taisho Tripitaka tập. T01, số 7, Đại Thừa Đại Niết Bàn kinh. Dịch tạm thời sẽ được cải tiến.

[46] Từ Lý Thuyết và Thực Hành Đàn Áp Tôn Giáo của Đảng Cộng Sản Trung Quốc của Bai Zhi. Website: http://www.dajiyuan.com/gb/3/4/15/n300731.htm (tiếng Trung).

[47] Giải thoát biểu thị Niết bàn và cũng là tự do đạt được nhờ Định, nó cũng nhằm thoát khỏi sự luân hồi.

[48] Niết bàn, trong Đạo Phật hoặc Ấn độ giáo, là một trạng thái an lạc và hài hòa vượt khỏi đau khổ và tình; một trạng thái duy nhất linh hồn bất diệt.

[49] Một chiến dịch Đàn Áp Phản Cách Mạng đã xử lý các thành viên của xã hội tâm linh, hội tôn giáo, và Quốc Dân Đảng một cách bạo lực vào đầu năm 1951.

[50] "Cuộc chiến chống Mỹ bành chướng và giúp đỡ Triều Tiên", như ĐCSTQ gọi nó, nổ ra vào năm 1950.

[51] *Ngô Diệu Tông* (1893-1975 sau CN) và những người khác đã xuất bản cái gọi là "Các phương tiện cho Cơ Đốc giáo Trung Quốc sử dụng các nỗ lực để xây dựng Trung Quốc mới" cũng được gọi là "Bản tuyên ngôn sáng tạo của Tam tự" vào năm 1950 và đã thành lập giáo hội "Tam Tự" sau đó.

[52] Đại Hội Trường Nhân Dân, xây vào năm 1959, tại phía tây của quảng trường Thiên An Môn. Là nơi hội họp của Quốc hội Trung Quốc.

[53] Xem [46].

[54] Áo cà sa, là áo choàng của thày tu.

[55] *Chương Bá Quân* (1895-1969 sau CN) là một trong những người sáng lập "Liên đoàn dân chủ Trung Quốc" một đảng dân chủ ở Trung Quốc. Ông đã bị Mao Trạch Đông liệt vào "cánh hữu số một" vào năm

1957, và là một trong những "người cánh hữu" đã không được khôi phục thanh danh sau Cách Mạng Văn Hóa.

[56] Hoàng Đế Huy Tông đời Tống, hiệu Zhao Ji (khoảng 1100-1126 sau CN).

[57] Tô Đông Pha, (1036-1101 sau CN), một nhà thơ, văn Trung Quốc nổi tiếng đời Tống. Một trong "Tám đại sư phụ văn xuôi đời Đường và Tống".

[58] Văn Trưng Minh, (1470-1559 sau CN) họa sĩ Trung Quốc đời Minh.

[59] Đường Bá Hổ, (1470-1523) là một học giả, họa sĩ, nhà thơ nổi tiếng đời Minh.

[60] *cân* là một đơn vị trọng lượng sử dụng ở Trung Quốc.Một cân bằng 0.5 kg.
[61] Xem [36].

[62] Từ một bài thơ của *Mạnh Hạo Nhiên* (689 – 740 sau CN) là một nhà thơ nổi tiếng đời Đường.

[63] *Vương Hi Chi* (321-379 sau CN), là nhà thư pháp nổi tiếng nhất trong lịch sử đời Đường.

[64] *Lan Đình Tập Tự* nguyên thủy, được cho là viết bởi Vương Hi Chi tại thời kỳ đầu sự nghiệp thư pháp của ông (51 tuổi, 353 sau CN), được

công nhận chung như là phần quan trọng nhất trong lịch sử thư pháp Trung Quốc.

[65] *Ngô Thừa Ân* (1506?-1582? sau CN), Nhà thơ, nhà tiểu thuyết Trung Quốc đời Minh, tác giả của Tây Du Ký, một trong bốn tiểu thuyết nổi tiếng nhất Trung Quốc.

[66] *Ngô Kính Tử* (1701-1754 sau CN), một nhà văn đời Thanh, tác giả của Học giả (Rulin Waishi, cũng được biết như là Lịch sử không chính thức của giới học giả).

[67] Văn xuôi viết bởi Ouyang Xiu (1007-1072 sau CN), một trong "Tám đại sư phụ văn xuôi đời Đường và Tống" Ouyang Xiu tự gọi mình là "túy ông".

[68] Tên khác của Hồng Quân.

[69] The Yongle Encyclopedia or Yongle Dadian được ủy thác bởi Hoàng đế đời Minh Trung Quốc Yongle vào năm 1403. Nó được coi là cuốn bách khoa lớn nhất và sớm nhất thế. Hai ngàn học giả đã làm việc trong dự án, tích hợp 8000 văn bản từ thời cổ đại tới thời nhà Minh. Cuốn Bách khoa, hoàn thành vào năm 1408, bao gồm trên 22000 tập viết tay chiếm 40 mét khối.

[70] *Lâm Bưu* (1907-1971), một lãnh tụ cao cấp trong Đảng Cộng sản, dưới thời Mao Trạch Đông, đã là uỷ viên Bộ Chính trị, là Phó Chủ tịch nước (1958), và Bộ trưởng Bộ Quốc phòng (1959). Lâm Bưu được coi là kiến trúc sư của Cách mạng Văn hoá. Lâm Bưu từng được chọn là người

kế nhiệm Mao Trạch Đông năm 1966 nhưng sau đó bị thất sủng vào năm 1970. Thấy bị xuống dốc, Lâm Bưu (theo một số báo cáo) đã định làm một vụ tẩy đình và định đào tẩu sang Liên Xô sau khi âm mưu bại lộ. Khi chạy trốn khỏi trừng phạt, máy bay đã nổ tại Mông Cổ, kết thúc cuộc đời Lâm Bưu.

[71] "Lương Hiệu" đại biểu cho một nhóm cây bút đã được chỉ định.

[72] Hoàng Đế *Tần Thủy Hoàng* (259-210 trước CN), hiệu *Doanh Chính*, là vị hoàng đế đầu tiên trong lịch sử nước Trung Quốc thống nhất. Ông đã chuẩn hóa luật pháp, ngôn ngữ viết, tiền tệ, trọng lượng và đo lường, và đã cho xây Vạn Lý Tường Thành. Tất cả đều những thứ này ảnh hưởng sâu và lớn lên lịch sử và văn hóa Trung Quốc. Ông đã ra lệnh đốt sách của nhiều trường phái bao gồm cả Nho gia và Đạo gia, và một lần đã r a lệnh chôn sống 460 nhà Nho. Những sự kiện lịch sử này được gọi là "đốt sách và chôn Nho sĩ" Ông đã xây một lăng tẩm khổng lồ cho chính mình và Đội quân canh mồ bằng đất nung của Hoàng Đế Tần được biết đến như là kỳ quan thứ 8 của thế giới.

[73] Từ Các tác phẩm của Mao Trạch Đông 1949-1976 (tập 2)

[74] "Chỉnh lại phong cách làm việc của Đảng" (1942) của Mao.

[75] "Nói chuyện tại diễn đàn Diên An về văn học và nghệ thuật" (1942) của Mao.

[76] *Vũ Huấn* (1838-1896 sau CN), tên gốc là Wu Qi, sinh tại Tangyi thuộc tỉnh Sơn Đông. Mất cha từ thủa nhỏ, gia đình ông rất nghèo. Ông

phải xin thức ăn để nuôi mẹ và được biết đến như là người ăn mày hiếu thảo. Sau khi mẹ ông mất, ăn xin trở thành phương tiện kiếm sống duy nhất của ông. Ông mở các trường học miễn phí bằng tiền tích lũy xin được.

[77] *Hồ Phong* (1902-1985), nhà phê bình văn chương và học giả, chống lại chính sách văn chương giáo điều của ĐCSTQ. Ông đã bị khai trừ khỏi Đảng năm 1955 và kết án 14 năm tù.

[78] Từ Các Tác phẩm chọn lọc của Mao Trạch Đông (Tập. 5), "Sự tình đang thay đổi" (1957)

[79] Qian Bocheng, Văn hóa phương Đông, ấn bản thứ tư (2000).

[80] Cuộc vận động Ngày mồng 4 tháng 6 của sinh viên được khởi xướng bởi các sinh viên đại học tán thành cải tạo dân chủ ở Trung Quốc giữa 15 tháng 4 và ngày 4 tháng 6 năm 1989. Sau đó nó đã bị đàn áp bởi Quân đội giải phóng nhân dân, và được cộng đồng thế giới gọi là cuộc tàn sát ngày mùng 4 tháng 6.

[81] "Phòng 610": một tổ chức được tạo ra chuyên khủng bố Pháp Luân Công, có quyền lực tuyệt đối tại mỗi cấp quản lý trong đảng và tất cả các hệ thống pháp luật và chính trị khác.

[82] "Xuất thân luận" (or bloodline or pedigree) là một lý thuyết tuyên bố rằng bản tính của một người là do tầng lớp của gia đình mà anh ta sinh ra quyết định.

[83] Từ bài hát của nhạc kịch hiện đại "Huyền thoại đèn lồng đỏ", một "Vở kịch mẫu" chính thức phổ biến được phát triển trong thời "Đại cách mạng văn hóa" (1966-76).

[84] *Mẫu* là một đơn vị đo diện tích ở Trung Quốc.

[85] Học thuyết *tam đại biểu* của Giang Trạch Dân được nhắc đến lần đầu trong bài phát biểu của Giang tháng 2 năm 2000, đại ý là Đảng cộng sản Trung Quốc phải luôn luôn (1) đại biểu cho quyền lợi dân tộc Trung Hoa, (2) đại biểu cho sự phát triển hiện đại, (3) đại biểu cho nền văn hoá tiên tiến của Trung Quốc.

[86] Diễn văn mở đầu Phiên họp thứ nhất của Quốc hội nhân dân toàn quốc lần thứ nhất của Cộng hòa nhân dân Trung Hoa (Tháng 9 năm 1954).

[87] "Bệnh mắt đỏ" được sử dụng ở đây để mô tả một người mà khi thấy người khác làm tốt hơn mình, anh ta liền cảm thấy bất bình và khó chịu, và nghĩ rằng anh ta đáng lẽ phải là người đang làm tốt hơn.

[88] Một "Vở kịch mẫu" chính thức phổ biến được phát triển trong thời "Đại cách mạng văn hóa" (1966-76). Trong huyền thoại dân gian Trung Quốc, *Bạch Mao Nữ* là một câu chuyện về một tiên nữ sống trong một hang động có các khả năng siêu thường có thể thưởng cho những người làm việc tốt và phạt những kẻ làm điều ác, ủng hộ chính nghĩa và trấn áp tà ác. Tuy nhiên, trong các vở kịch, opera và ba-lê ở Trung Quốc hiện đại cô bị mô tả như một cô gái buộc phải chạy trốn đến một cái hang sau khi bố cô bị đánh đến chết vì từ chối không gả cô cho một người địa chủ già.

Cô bị bạc tóc vì thiếu dinh dưỡng. Dưới ngòi bút của các nhà văn theo ĐCSTQ, huyền thoại này đã bị biến thành một trong những vở kịch "hiện đại" nổi tiếng nhất ở Trung Quốc nhằm để kích động lòng hận thù giai cấp đối với những người chủ sở hữu đất đai.

[89] *Địa Đạo Chiến*, một phim đen trắng làm năm 1965 trong phim ĐCSTQ tuyên bố rằng quân du kích của mình ở Nội địa Trung Quốc đã đánh quân xâm lược Nhật qua nhiều đường hầm dưới lòng đất trong những năm 1940.

[90] *Địa Lôi Chiến*, một bộ phim đen trắng làm năm 1962 trong phim ĐCSTQ tuyên bố rằng quân du kích của mình ở tỉnh Hà Bắc đã đánh quân xâm lược Nhật Bản bằng mìn tự làm lấy trong những năm 1940.

[91] Một cách hành văn quy định trong các bài kiểm tra tuyển dụng công chức nhà nước. được biết là cứng nhắc về hình thức và nghèo nàn về nội dung.

[92] Đại Đói Kém 1959-1961 ở Trung Quốc là nạn đói lớn nhất trong lịch sử con người. Con số ước tính "người chết bất thường" trong nạn đói trải từ 18 tới 43 triệu.

[93] Xem [7].

[94] Của Mao Trạch Đông (1942).

[95] Biến Động 4 tháng Năm là biến động lớn đầu tiên trong lịch sử Trung Quốc hiện đại, bắt đầu từ mùng 4 tháng 5 năm 1919.

[96] Chen Guili, *Cảnh báo của sông Hoài* (1995).

[97] Từ "Mở đầu xem xét Li Yuan trở về Bàn Cổ" của Han Yu (768-824 sau CN), một trong "Tám đại sư phụ văn xuôi đời Đường và Tống".

[98] *Đào Uyên Minh* (365-427 sau CN), cũng được biết là Tao Qian, một nhà thơ lớn trong văn hóa Trung Quốc

Bài bình luận số 7

LỊCH SỬ GIẾT NGƯỜI CỦA ĐẢNG CỘNG SẢN TRUNG QUỐC

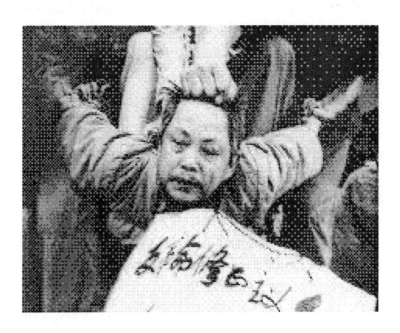

Ảnh tài liệu cho thấy bọn tay sai của Đảng Cộng Sản Trung Quốc đang

đánh đập và si nhục một "phần tử phản Cách Mạng" (AFP/Getty

Images)

Lời Mở Đầu

Lịch sử 55 năm của Đảng Cộng Sản Trung Quốc (ĐCSTQ) được viết bằng máu và những lời dối trá. Những câu chuyện đằng sau lịch sử đầy máu này vừa cực kỳ bi đát vừa ít được biết đến. Dưới chế độ thống trị của ĐCSTQ khoảng 60 đến 80 triệu người dân Trung Quốc vô tội đã bị giết hại, để lại đằng sau những gia đình tan nát của họ. Nhiều người không hiểu tại sao ĐCSTQ lại giết người. Trong khi ĐCSTQ đang tiếp tục sự đàn áp tàn bạo của nó đối với các học viên Pháp Luân Công và gần đây áp bức các đám người biểu tình ở Hán Nguyên bằng súng đạn, nhiều người tự hỏi liệu họ có thể sẽ thấy một ngày mà ĐCSTQ sẽ học cách nói bằng lời thay vì bằng súng đạn.

Mao Trạch Đông tóm tắt mục tiêu của Cách Mạng Văn Hóa, "…sau khi thiên hạ đại loạn, thế giới sẽ tiến đến hòa bình, nhưng cứ khoảng 7 hoặc 8 năm, sự hỗn loạn lại cần phải xảy ra một lần"[1]. Nói cách khác, nên có một cuộc cách mạng về chính trị cứ 7 hoặc 8 năm một lần và một đám người cần bị giết chết trong khoảng 7 hoặc 8 năm một lần.

Đảng Cộng Sản giết người là có những lý luận để căn cứ vào, và có các nhu cầu hiện thực.

Theo lý luận mà nói, thì Đảng Cộng Sản tin vào "chính quyền chuyên chế của giai cấp vô sản" và cần phải "cách mạng liên tục dưới sự chuyên chính của giai cấp vô sản". Do đó sau khi ĐCSTQ lên nắm quyền tại Trung Quốc, nó đã giết chết những người địa chủ để giải quyết vấn đề quan hệ sản xuất ở các khu vực nông thôn. Nó đã giết hại các nhà tư bản để đạt mục đích cải cách công thương và giải quyết các mối quan hệ sản xuất ở khu vực thành thị. Sau khi hai giai cấp này bị loại trừ, các vấn đề liên quan đến nền tảng kinh tế đã được giải quyết trên căn bản. Tương tự vậy, để giải quyết các vấn đề liên quan đến kiến trúc thượng tầng cũng cần phải giết người. Việc đàn áp 'Nhóm Hồ Phong chống Đảng' và cuộc 'Vận động chống cánh Hữu' đã tiêu diệt các thành phần trí thức. Việc giết hại những tín đồ đạo Cơ đốc, những người theo Đạo giáo, những người theo đạo Phật và các bang hội được dân ưa chuộng là để giải quyết vấn đề tôn giáo. Các cuộc tàn sát trên diện rộng trong thời kỳ Cách mạng Văn hóa đã giải quyết vấn đề quyền lãnh đạo tuyệt đối của Đảng về chính trị và văn hóa. Vụ thảm sát trên quảng trường Thiên An Môn năm 1989 được dùng để ngăn chặn nguy cơ về chính trị và giải quyết các vấn đề đòi hỏi dân chủ. Chiến dịch đàn áp Pháp Luân Công nhằm để giải quyết các vấn đề về tín ngưỡng và phương pháp truyền thống để làm thân khỏe mạnh. Tất cả những hành động này đều cần thiết để Đảng Cộng Sản củng cố quyền lực và duy trì sự thống trị, khi liên tục phải đối mặt với các nguy cơ về tài chính (giá cả các mặt hàng tiêu dùng tăng vọt sau khi ĐCSTQ lên nắm quyền và nền kinh tế Trung Quốc gần như đã sụp đổ sau Cách mạng Văn hóa), nguy cơ chính trị (một số người không nghe theo lệnh của Đảng hoặc một số người muốn chia sẻ quyền lực chính trị với Đảng) hoặc nguy cơ về niềm tin tưởng (sự tan rã của cựu Liên Bang Sô Viết, các biến động chính trị ở Đông Âu, và vấn đề Pháp Luân Công). Trừ vấn đề Pháp Luân Công ra, gần như tất cả các phong trào chính trị trước đó đều được dùng để làm sống lại bóng ma tà linh của Đảng Cộng Sản và kích động tham vọng cách mạng của nó. Đảng cũng sử dụng những phong trào chính trị này để thử các đảng viên ĐCSTQ, tiêu diệt những người không đạt đủ các đòi hỏi của Đảng.

Đồng thời việc giết người của Đảng Cộng Sản cũng do từ các nhu cầu hiện thực mà ra. Bởi vì Đảng Cộng sản xây dựng cơ nghiệp bởi những tên lưu manh vô lại mà đi giết người để chiếm đoạt quyền lực. Một khi tiền lệ này đã được đặt ra thì không có đường lui. Khủng bố liên miên đã được dùng để dọa nạt người dân và bắt buộc họ vì sợ hãi mà chấp nhận quyền thống trị tuyệt đối của Đảng Cộng Sản.

Nhìn bề ngoài, tưởng như là Đảng cộng sản "bị động phải giết người" và tưởng chừng như những sự kiện 'ngẫu nhiên' trong xã hội là "ngẫu nhiên" kích động tà linh Đảng cộng sản, và tình cờ châm ngòi cho cơ chế tổ chức giết người của Đảng cộng sản. Trên thực tế những sự kiện này được dùng để ngụy trang nhu cầu sát nhân của Đảng, và ĐCSTQ cần phải giết chóc định kỳ. Nếu không có những bài học đau đớn này, người ta có thể bắt đầu nghĩ rằng Đảng Cộng Sản đang tiến bộ, và sẽ bắt đầu đòi hỏi dân chủ như những sinh viên lý tưởng hóa trong cuộc vận động dân chủ năm 1989 đã làm. Việc giết người cứ 7 hay 8 năm một lần là để gợi lại sự khủng bố trong tâm trí người dân, và có thể cảnh cáo thế hệ trẻ: bất cứ ai chống lại ĐCSTQ, muốn thách thức quyền lãnh đạo tuyệt đối của ĐCSTQ, hoặc cố nói ra sự thực về lịch sử Trung Quốc, sẽ phải nếm mùi "năm tay sắt của chính quyền chuyên chế của giai cấp vô sản".

Giết người đã trở thành một trong những thủ đoạn cần thiết nhất để Đảng Cộng Sản duy trì sự thống trị. Với sự leo thang nợ máu của ĐCSTQ, thì việc buông lưỡi dao đồ tể của nó xuống sẽ khuyến khích người dân báo thù cho những tội ác đã làm. Do đó, ĐCSTQ không những chỉ giết hại nhiều người mà còn sử dụng thủ đoạn tàn nhẫn nhất để đe dọa người dân một cách hiệu lực, đặc biệt là vào thời kỳ đầu khi ĐCSTQ đang thiết lập sự thống trị của nó.

Bởi vì mục đích giết người là để chế tạo khủng bố tối đa, ĐCSTQ đã lựa chọn thành phần bị tiêu diệt một cách rất vô lý. Trong lịch sử của mỗi lần vận động chính trị, ĐCSTQ đều sử dụng chính sách diệt tuyệt. Hãy lấy việc "Đàn áp các phần tử phản Cách mạng" làm ví dụ. ĐCSTQ đã không thực sự đàn áp những "hành vi" phản Cách mạng mà chỉ đàn áp những "phần tử" mà họ gọi là phản Cách mạng. Nếu ai đã đầu quân và phục vụ vài ngày trong quân đội của Quốc Dân Đảng nhưng tuyệt đối không làm gì liên quan đến chính trị sau khi Đảng Cộng Sản chiếm được quyền lực, người này vẫn phải bị giết chết vì "lịch sử phản Cách Mạng" của mình. Trong quá trình cải cách ruộng đất, để gỡ bỏ "gốc rễ của vấn đề", ĐCSTQ thường giết cả gia đình của người địa chủ.

Từ năm 1949 khi nắm chính quyền đến nay, ĐCSTQ đã bức hại hơn một nửa nhân dân Trung Quốc. Ước tính khoảng 60 đến 80 triệu người đã chết vì các nguyên nhân không chính đáng. Con số này vượt trên cả tổng số người chết trong cả hai cuộc Chiến tranh Thế Giới cộng lại.

Giống như những nước Cộng Sản khác trên thế giới, việc giết người tùy tiện của ĐCSTQ cũng bao gồm thủ đoạn giết hại cực kỳ tàn bạo những đảng viên của chính nó để tiêu diệt những người bất đồng ý kiến, coi trọng ý thức về 'nhân tính' hơn 'Đảng tính'. Sự thống trị bằng khủng bố của ĐCSTQ nhắm đều vào dân chúng và các đảng viên của nó để duy trì một "pháo đài chiến đấu không thể thất bại".

Trong một xã hội của chính đảng, mọi người bày tỏ sự quan tâm và tình cảm với nhau, sống trong sự tôn kính và biết ơn Thượng Đế hay Thần linh. Ở phương Đông, mọi người nói, "Đừng bao giờ gây ra cho người khác điều gì mà chính bản thân mình không muốn nhận nó [2]." Ở phương Tây, mọi người nói, "Hãy yêu quý hàng xóm láng giềng như yêu chính bản thân mình" [3]. Ngược lại, Đảng Cộng Sản cho rằng "Lịch sử của tất cả xã hội cho đến ngày nay là lịch sử của các cuộc đấu tranh giai cấp" [4]. Để các cuộc "đấu tranh" được tồn tại trong xã hội thì phải sinh ra sự thù hận. Đảng Cộng Sản Trung Quốc(ĐCSTQ) không những chính nó phải giết người mà nó còn phải khuyến khích dân chúng giết hại lẫn nhau. Nó cố làm cho người ta trở nên thờ ơ lãnh đạm với nỗi đau khổ của người khác bằng cách bao vây người ta trong giết chóc liên miên. Nó muốn mọi người trở nên tê liệt do thường xuyên phải đối mặt với những hành động tàn nhẫn vô nhân đạo, và hình thành một tâm lý rằng "điều tốt nhất ta có thể hy vọng là tránh khỏi bị đàn áp". Tất cả những bài học về sự đàn áp dã man này khiến cho ĐCSTQ duy trì được quyền thống trị của nó.

Cùng với việc hủy diệt vô số nhân mạng, ĐCSTQ cũng hủy diệt tinh thần của người dân Trung Hoa. Có rất nhiều người, ở trong cuộc đấu tranh tàn khốc, đã hình thành một loại *phản xạ có điều kiện*. Chỉ cần ĐCSTQ dơ con dao đồ tể lên, là họ hoàn toàn vứt bỏ tất cả nguyên tắc, vứt bỏ tất cả khả năng phán đoán. Về một khía cạnh ý nghĩa nào đó, tinh thần của những người này đã chết, đó là một điều còn đáng sợ hơn cả cái chết của thể xác.

I. Những cuộc thảm sát khủng khiếp

Trước khi Đảng Cộng Sản Trung Quốc (ĐCSTQ) lên năm quyền, Mao Trạch Đông đã viết, "Chúng ta tuyệt đối không áp dụng chính sách nhân từ đối với các phần tử phản động và đối với các hành vi phản động của giai cấp phản động [5]."

Nói cách khác, thậm chí trước khi ĐCSTQ chiếm được Bắc Kinh, nó đã quyết tâm thực hành "chính quyền bạo lực" dưới cách nói tránh của "Chính quyền chuyên chế Nhân dân Dân chủ" (People's Democratic Dictatorship). Sau đây là một vài ví dụ.

1. Đàn áp những phần tử Phản động và Cải cách ruộng đất

Vào tháng 3 năm 1950, Đảng Cộng Sản Trung Quốc (ĐCSTQ) công bố "Lệnh đàn áp nghiêm khắc các phần tử phản động", được biết đến trong lịch sử như một phong trào "đàn áp các phần tử phản động".

Không như các hoàng đế trong lịch sử thường ân xá cho thiên hạ sau khi họ lên ngôi, ĐCSTQ bắt đầu giết người ngay giây phút nó lên nắm quyền. Mao Trạch Đông nói trong một tài liệu, "Còn có rất nhiều nơi mà nhân dân bị đe dọa và không dám giết các phần tử phản Cách Mạng một cách công khai trên diện rộng [6]." Vào tháng 2/1951, Trung Ương Đảng của ĐCSTQ nói rằng ngoại trừ tỉnh Triết Giang và phía nam tỉnh An Huy, "các khu vực nào mà vẫn chưa giết đủ người, đặc biệt là ở các thành phố lớn và trung bình, thì nên tiếp tục bắt giữ và giết người với một số lượng lớn và không nên dừng sớm quá." Mao thậm chí khuyến nghị rằng "ở các khu vực nông thôn, để giết các phần tử phản động, nên giết hơn một phần ngàn tổng số dân... ở các thành phố, nên giết ít hơn một phần ngàn. [7]" Dân số Trung Quốc vào thời gian đó là khoảng 600 triệu người; " mệnh lệnh hoàng gia" này của Mao sẽ giết chết ít nhất 600 ngàn người. Không một ai biết tỉ lệ một phần ngàn này là ở đâu ra. Có thể là Mao chợt nảy ra ý nghĩ mà quyết định rằng 600 ngàn nhân mạng là đủ để đặt một nền tảng mà tạo nỗi sợ hãi trong dân chúng, nên đã ra lệnh thực hiện như thế.

Những người bị giết có thực sự đáng phải chết hay không, đó không phải là mối quan tâm của Đảng Cộng Sản Trung Quốc (ĐCSTQ). Theo *Quy định của Nước Cộng hòa Nhân dân Trung hoa về việc trừng phạt các phần tử phản động* công bố năm 1951 nói rằng những người "phao tin đồn" có thể bị "tử hình ngay lập tức".

Trong khi việc 'Đàn áp các phần tử phản động' đang được thực hiện mãnh liệt, thì cải cách ruộng đất cũng đang diễn ra trên diện rộng. Trên thực tế, ĐCSTQ đã bắt đầu cải cách ruộng đất trong các khu vực do nó chiếm đóng vào cuối thập niên 1920. Trên bề mặt, cải cách ruộng đất, trông có vẻ như ủng hộ một lý tưởng tương tự như ở Thái Bình Thiên Quốc [8], gọi là 'tất cả mọi người đều sẽ có đất để trồng trọt' nhưng thực ra nó chỉ là một cái cớ để giết người. Đào Chú, đứng thứ tư trong hàng lãnh đạo của ĐCSTQ, sau đó có một khẩu hiệu cho cải cách ruộng đất là: "Làng nào cũng đổ máu, nhà nào cũng đánh nhau," cho thấy rằng trong làng nào cũng có những người địa chủ phải chết.

'Cải cách ruộng đất' đã có thể được thực hiện mà không cần phải giết người. Nó đã có thể được thực hiện đúng theo đường lối mà chính phủ Đài Loan đã thực hiện chính sách cải cách ruộng đất của mình, bằng cách mua lại đất từ các địa chủ. Tuy nhiên, bởi vì Đảng cộng sản bắt nguồn từ một nhóm những kẻ lưu manh côn đồ vô sản, nó chỉ biết cướp bóc. Sợ rằng nó có thể bị trả thù do cướp bóc, Đảng cộng sản đã giết các nạn nhân, để loại trừ nguồn gốc của các rắc rối có thể có sau này.

Cách giết người phổ biến nhất trong thời kỳ cải cách ruộng đất được biết đến là "đấu tố". ĐCSTQ đưa ra các tội danh giả tạo, rồi quy tội cho các địa chủ hoặc những phú nông. Sau đó dân làng được hỏi xem những người này nên bị trừng phạt như thế nào. Một số đảng viên hoặc những tên tay sai cho ĐCSTQ đã được gài trước vào trong những đám đông để la to "Chúng ta nên giết họ!", rồi các địa chủ hoặc những phú nông sau đó bị xử tử ngay tại chỗ. Vào thời gian đó, bất cứ ai làm chủ đất đai trong làng đều bị coi là "bá hộ". Những người thường lợi dụng nông dân bị gọi là "cường hào ác bá"; những người thường giúp sửa chữa các tiện nghi công cộng và tặng tiền cho các trường học và cho các cuộc cứu trợ nạn nhân thiên tai thì gọi là " thiện bá hộ"; những người không làm gì cả thì gọi là " bất bá hộ". Việc phân loại như thế này không có ý nghĩa gì cả, bởi vì tất cả các "bá hộ" cuối cùng đều bị xử tử ngay lập tức bất kể là họ thuộc vào loại "bá hộ" nào.

Vào khoảng cuối năm 1952, số "phần tử phản cách mạng" bị xử tử do ĐCSTQ công bố là khoảng 2,4 triệu người. Thực ra, tổng số người chết bao gồm các cựu viên chức của chính phủ Quốc Dân Đảng dưới cấp huyện và các địa chủ, là ít nhất 5 triệu người.

Việc "Đàn áp các phần tử phản động" và "Cải cách ruộng đất" có ba kết quả trực tiếp. Thứ nhất là, các cựu quan chức địa phương mà đã được lựa chọn thông qua sự tự trị dựa trên cơ sở thị tộc đã bị tiêu diệt. Thông qua việc đàn áp các phần tử phản cách mạng và cải cách ruộng đất, ĐCSTQ đã giết hại tất cả những nhân viên quản lý trong chế độ trước và thực hiện được sự khống chế toàn bộ đối với các khu vực nông thôn bằng cách thiết lập các chi bộ Đảng trong từng làng xã. Thứ hai là, chiếm được số lượng của cải khổng lồ bằng con đường trộm cướp trong việc đàn áp các phần tử phản cách mạng và cải cách ruộng đất. Thứ ba là, sự đàn áp tàn khốc các địa chủ và phú nông đã khủng bố tinh thần của người dân.

2. "Chiến dịch Ba chống" và "Chiến dịch Năm chống"

Việc 'Đàn áp các phần tử phản cách mạng và Cải cách ruộng đất' chủ yếu nhắm vào các khu vực nông thôn, còn "Chiến dịch Ba chống" và "Chiến dịch Năm chống" theo sau đó có thể được coi là sự diệt tuyệt gốc tương ứng ở thành thị.

"Chiến dịch Ba chống" bắt đầu vào tháng 12/1951 và nhắm vào nạn tham nhũng, phí phạm và quan liêu trong nội bộ của những cán bộ Đảng Cộng Sản Trung Quốc (ĐCSTQ). Một số viên chức tham nhũng của ĐCSTQ đã bị tử hình. Sau đó không lâu, ĐCSTQ cho rằng sự việc thối nát, tham nhũng của các viên chức chính quyền của nó là do sự cám dỗ của các nhà tư bản. Vì vậy "Chiến dịch Năm chống" nhằm để chống hối lộ, trốn thuế, trộm cắp tài sản quốc gia, xây cất dối trá cầu thả bằng vật liệu xấu, và làm gián điệp thu thập các tin tức kinh tế quốc gia, được phát động vào tháng 1 năm 1952.

"Chiến dịch Năm chống" trên thực tế, chính là để ăn cắp tài sản của các nhà tư bản hay đúng hơn là giết hại các nhà tư bản để lấy tiền của họ. Trần Nghị, thị trưởng Thượng Hải lúc bấy giờ, được báo cáo vắn tắt tình hình trên ghế sô-fa với một cốc trà trong tay mỗi đêm. Ông ta hỏi một cách nhàn nhã, "Có bao nhiêu người nhảy dù hôm nay?", có nghĩa là "Có bao nhiêu thương gia nhảy lầu tự tử hôm nay?" Không một nhà tư bản nào có thể trốn thoát "Chiến dịch Năm chống". Họ bị đòi hỏi phải đóng thuế mà "đã trốn nợ" kể từ thời vua Quang Tự (1875-1908) của triều đại nhà Thanh (1644-1911), là khi thị trường thương mại Thượng Hải bắt đầu được thành lập. Các nhà tư bản đã không thể có cách nào để trả những thứ "thuế" như vậy, ngay cả với tất cả tài sản của họ. Họ không còn cách nào khác ngoài việc tự kết liễu cuộc đời của mình, nhưng họ không dám nhảy xuống sông Hoàng Phố tự tử. Nếu xác của họ không được tìm thấy, ĐCSTQ sẽ buộc tội họ là chạy sang Hồng Kông, và người nhà của họ vẫn phải chịu trách nhiệm trả những khoản thuế đó. Các nhà tư bản đành phải nhảy lầu và để lại xác cho ĐCSTQ thấy bằng chứng cái chết của họ. Người ta nói rằng mọi người không dám đi bộ bên cạnh các tòa nhà cao tầng ở Thượng Hải thời bấy giờ vì sợ bị những người nhảy từ trên xuống sẽ rơi vào mình.

Theo tài liệu "*Sự thực của các vận động chính trị sau khi thành lập Nước Cộng hòa Nhân dân Trung hoa*" được đồng biên soạn bởi bốn cơ quan chính phủ bao gồm cả Trung tâm Nghiên cứu Lịch sử của ĐCSTQ thì vào năm 1996, trong thời kỳ "Chiến dịch Ba chống" và "Chiến dịch Năm chống", hơn 323.100 người đã bị bắt giữ và hơn 280 người đã tự tử hay mất tích. Trong "Chiến dịch chống Hồ Phong" năm 1955, hơn 5.000 người đã bị buộc tội, hơn 500 người đã bị bắt, hơn 60 người đã tự tử, và 12 người đã chết vì các nguyên nhân mờ ám. Trong cuộc 'đàn áp các phần tử phản cách mạng' theo sau đó, hơn 21.300 người đã bị tử hình, và hơn 4.300 người đã tự tử hoặc mất tích [9].

3. Đại mất mùa (Nạn đói khủng khiếp)

Số người chết cao nhất được ghi lại trong *Nạn đói khủng khiếp* (hoặc gọi là *Đại mất mùa*) của Trung Quốc ngay sau chiến dịch *Đại Nhảy Vọt*. Bài "Nạn đói khủng khiếp" trong quyển sách *Hồ sơ lịch sử của Nước Cộng hòa Nhân dân Trung hoa* báo cáo rằng "Số lượng người chết do những nguyên nhân không chính đáng và số lượng trẻ em sơ sinh bị giảm đi từ năm 1959 đến năm 1961 được ước tính là khoảng

40 triệu… sự giảm thiểu 40 triệu người của Trung Quốc rất có thể là nạn đói khủng khiếp nhất trên thế giới trong thế kỷ này." [10]

"Nạn đói khủng khiếp" đã bị Đảng Cộng Sản Trung Quốc (ĐCSTQ) dán một cái nhãn hiệu sai lạc là " 3 năm tai họa tự nhiên". Trên thực tế, 3 năm đó có thời tiết tốt mà không có bất cứ một tai họa tự nhiên lớn lao nào như lũ lụt, hạn hán, bão, sóng thần, động đất, sương giá, mưa đá, hay dịch châu chấu. "Tai họa" đó hoàn toàn do con người gây nên. Chiến dịch *Đại Nhảy vọt* đòi hỏi mọi người ở Trung Quốc phải tham gia vào việc luyện thép, bắt buộc nông dân phải bỏ hoa màu thối rữa ở ngoài đồng. Không kể điều này, các viên chức khu vực lại còn báo cáo giả tạo để làm tăng số thu hoạch của sản lượng. Hạ Diệc Nhiên, Bí thư thứ nhất của Đảng bộ quận Liễu châu tự bịa đặt lượng sản xuất là "65.000 cân thóc trên một mẫu ruộng [11]" ở huyện Hoàn Giang. Đây là ngay sau 'Hội nghị toàn thể Lư sơn' khi phong trào chống cánh Hữu của ĐCSTQ lan ra toàn quốc. Để chứng tỏ rằng ĐCSTQ luôn luôn đúng, lúa gạo bị chính quyền sung công trong một hình thức đánh thuế theo sản lượng được thổi phồng lên này. Hậu quả là, khẩu phần lúa gạo, hạt giống và lương thực chủ yếu của nông dân tất cả đều bị sung công. Khi đòi hỏi vẫn chưa được đáp ứng đủ, thì nông dân bị buộc tội là đã giấu lúa gạo của mình.

Hạ Diệc Nhiên đã từng nói rằng họ phải tranh đấu giành giải nhất trong cuộc thi đua sản xuất số lượng cao nhất, không kể

bao nhiêu người ở Liễu Châu sẽ phải chết. Một số nông dân
đã bị cướp đi tất cả, chỉ còn lại một chút gạo được giấu ở
trong chậu nước tiểu. Đảng bộ quận Thuần Lạc, huyện Hoàn
Giang thậm chí còn ra lệnh cấm nấu cơm, để ngăn nông dân
không được ăn lúa gạo. Việc tuần tra được thực hiện bởi dân
quân vào ban đêm. Nếu họ thấy ánh lửa họ sẽ tiến hành lục
soát và vây bắt. Nhiều nông dân thậm chí không dám nấu thảo
mộc dại hoặc vỏ cây ăn được, và bị chết đói.

Trong quá khứ, vào những lúc có nạn đói kém, quan phủ sẽ
phát chẩn cháo và lúa gạo, và cho phép các nạn nhân di tản
khỏi những khu vực có nạn đói. Còn ĐCSTQ coi việc chạy
khỏi nơi có nạn đói là một điều ô nhục cho uy tín của Đảng,
và ra lệnh cho dân quân chặn đường không cho các nạn nhân
chạy thoát khỏi khu vực của nạn đói. Khi các nông dân bị đói
quá phải cướp ngũ cốc ở các kho lương thực, ĐCSTQ ra lệnh
bắn vào đám đông để đàn áp việc cướp bóc và dán cái nhãn
cho những người bị chết là các 'phần tử phản cách mạng'. Một
số lớn nông dân bị chết đói ở nhiều tỉnh bao gồm Cam Túc,
Sơn Đông, Hà Nam, An Huy, Hồ Bắc, Hồ Nam, Tứ Xuyên,
và Quảng Tây. Nông dân bị đói nhưng vẫn bị bắt buộc tham
gia làm các việc tưới nước ruộng, xây đập và luyện thép.
Nhiều người bị ngã xuống đất trong khi làm việc và không
bao giờ đứng lên được nữa. Cuối cùng thì những người sống
sót không còn sức để chôn những người đã chết. Nhiều làng
bị chết toàn bộ khi từng gia đình lần lượt bị chết đói.

Trong các nạn đói nghiêm trọng nhất trong lịch sử Trung Quốc trước thời ĐCSTQ, có những trường hợp các gia đình phải trao đổi con cho nhau để ăn thịt nhưng không ai từng ăn thịt chính con của mình. Tuy nhiên dưới thời ĐCSTQ, mọi người buộc phải ăn thịt những người bị chết, ăn những người chạy trốn đến từ những khu vực khác, và thậm chí phải giết chết và ăn thịt con của chính mình. Nhà văn Sa Thanh đã mô tả cảnh này trong quyển sách của ông *Y Hy Đại Địa Loan* (Một vùng đất hoang vu nơi đầm lầy)[12] rằng: Trong một gia đình nông dân, người cha chỉ còn lại một người con trai và một người con gái trong vụ 'Nạn đói khủng khiếp'. Một hôm, người cha đuổi người con gái ra khỏi nhà. Khi cô trở về, cô không thể tìm thấy người em trai mà chỉ nhìn thấy mỡ trắng nổi ở trong chảo và một đống xương ở cạnh bếp. Vài ngày sau, người cha thêm nước vào chảo, và gọi người con gái đến gần. Cô gái sợ quá, và van xin cha cô từ ngoài cửa, "Xin ba đừng ăn thịt con. Con có thể nhặt củi và nấu cơm cho ba. Nếu ba ăn thịt con, thì sẽ không còn ai làm việc này cho ba nữa."

Mức độ lan tràn cuối cùng và số lượng thảm kịch như thế này thì không được biết đến. Thế nhưng Đảng Cộng Sản Trung Quốc (ĐCSTQ) vẫn xuyên tạc nó như là một vinh dự cao quý và tự cho rằng ĐCSTQ đã lãnh đạo nhân dân một cách dũng cảm chống lại "tai họa tự nhiên" và tiếp tục tự khen mình là "vĩ đại, quang vinh và chính xác".

Sau Hội nghị toàn thể Lư Sơn năm 1959, tướng Bành Đức Hoài đã bị tước quyền vì lên tiếng bênh vực nhân dân. Một nhóm viên chức và cán bộ chính quyền dám nói sự thực đã bị bãi chức, bị tống giam hoặc bị điều tra. Sau đó, không còn ai dám nói lên sự thực nữa. Vào thời gian của vụ 'Nạn đói khủng khiếp', thay vì báo cáo sự thực, người ta lại che dấu sự kiện về số người chết đói để bảo vệ chức vụ của họ. Tỉnh Cam Túc thậm chí còn từ chối viện trợ lương thực của tỉnh Sơn Tây, nói rằng Cam Túc đã có dư lương thực rất nhiều.

"Nạn đói khủng khiếp" này cũng là một cuộc thi về khả năng cho các cán bộ mới gia nhập của ĐCSTQ. Theo tiêu chuẩn của ĐCSTQ, những cán bộ mà không nói lên sự thực về sự kiện hàng chục triệu người chết đói chắc chắn là "đạt tiêu chuẩn". Với cuộc trắc nghiệm này, ĐCSTQ sau đó sẽ tin rằng không có gì như tình người hay đạo Trời mà có thể trở thành một gánh nặng tâm lý ngăn cản những cán bộ này đi theo Đảng. Sau "Nạn đói khủng khiếp", các viên chức chịu trách nhiệm cấp tỉnh chỉ phải tham gia vào thủ tục hình thức tự kiểm thảo. Lý Tỉnh Tuyền, Bí thư tỉnh ủy của ĐCSTQ ở Tứ xuyên nơi mà hàng triệu người bị chết đói, đã được thăng chức lên làm Bí thư thứ nhất Văn phòng khu vực tây nam của ĐCSTQ.

4. Từ Cách mạng văn hóa và Vụ thảm sát tại Thiên An Môn cho đến Pháp Luân Công

Cách mạng văn hóa chính thức bắt đầu ngày 16/05/1966 và kéo dài cho đến tận năm 1976. Thậm chí chính bản thân Đảng Cộng Sản Trung Quốc (ĐCSTQ) cũng gọi thời kỳ này là "Thảm họa 10 năm". Sau này trong một cuộc phỏng vấn với một phóng viên Nam-tư, Hồ Diệu Bang nguyên tổng bí thư ĐCSTQ đã nói rằng, "Vào thời gian đó, gần 100 triệu người bị liên can, tức là một phần mười dân số Trung Quốc."

Tài liệu *"Sự thực của các vận động chính trị sau khi thành lập Nước Cộng hòa Nhân dân Trung hoa"* báo cáo rằng, "Vào tháng 5/1984, sau 31 tháng tập trung điều tra, thẩm tra và tính toán lại bởi Ủy ban Trung Ương của ĐCSTQ, các con số liên quan đến Cách mạng Văn hóa là: hơn 4.2 triệu người bị giam giữ và điều tra; hơn 1.73 triệu người chết mờ ám; hơn 135.000 người bị dán nhãn 'phản cách mạng' và bị tử hình; hơn 237.000 người bị giết và hơn 7.03 triệu người bị tàn phế trong các cuộc tấn công vũ trang; và 71.200 gia đình bị tiêu diệt." Thống kê tổng hợp từ các ghi chép lịch sử của các huyện cho thấy rằng 7.73 triệu người chết vì những nguyên nhân không chính đáng trong Cách mạng Văn hóa.

Bên cạnh việc đánh đập người ta đến chết, sự khởi đầu Cách mạng Văn hóa cũng gây ra một làn sóng tự tử. Nhiều nhà trí thức nổi tiếng, bao gồm Lão Xả, Phó Lôi, Tiễn Bá Tán, Vũ Hán và Trữ An Bình tất cả đều tự kết liễu cuộc đời của mình trong thời kỳ đầu của Cách mạng Văn hóa.

Cách mạng Văn hóa là thời kỳ cực Tả điên cuồng nhất ở Trung Quốc. Giết người đã trở thành một lối cạnh tranh để bày tỏ lập trường của cá nhân trong cuộc cách mạng, cho nên việc tàn sát các "kẻ thù giai cấp" là cực kỳ tàn bạo và độc ác.

Chính sách "cải cách và mở cửa" đã làm cho sự trao đổi thông tin được tiến triển khá nhiều, với nhiều phóng viên ngoại quốc đã có thể chứng kiến vụ thảm sát trên quảng trường Thiên An Môn năm 1989 và được chiếu trên các chương trình truyền hình cho thấy xe tăng đuổi theo và cán chết các sinh viên.

Mười năm sau, vào ngày 20 tháng 7 năm 1999, Giang Trạch Dân bắt đầu chiến dịch đàn áp Pháp Luân Công của hắn. Khoảng cuối năm 2002, tin tức nội bộ từ các nguồn tin chính phủ ở Trung Quốc Đại lục đã xác nhận việc che dấu sự thật của hơn 7.000 người bị chết trong các trại giam, các trại lao động cưỡng bách, các nhà tù và các bệnh viện thần kinh, với trung bình khoảng 7 người bị giết mỗi ngày.

Ngày nay ĐCSTQ có khuynh hướng giết người rất ít hơn so với trong quá khứ khi mà hàng triệu hay hàng chục triệu người đã bị giết hại. Điều này có hai nguyên nhân quan trọng. Một mặt, Đảng đã làm biến dị đầu óc tư tưởng của nhân dân Trung Quốc bằng văn hóa Đảng để họ giờ đây dễ phục tùng hơn. Mặt khác, do các viên chức ĐCSTQ cực kỳ thối nát và tham nhũng, nền kinh tế Trung Quốc đã trở thành một nền kinh tế "theo kiểu truyền máu" và hầu hết dựa vào vốn đầu tư ngoại quốc để duy trì tăng trưởng kinh tế và ổn định xã hội. ĐCSTQ nhớ như in sự trừng phạt kinh tế sau 'Vụ thảm sát tại Thiên An Môn', biết rõ rằng việc giết người công khai sẽ dẫn đến hậu quả là vốn đầu tư ngoại quốc sẽ bị rút ra khỏi Trung Quốc, mà sẽ gây nguy hiểm cho sự thống trị độc tài của nó.

Tuy nhiên, ĐCSTQ chưa hề từ bỏ việc giết người ở đằng sau. Có khác chăng là ĐCSTQ ngày nay cực lực che giấu các hành vi dơ bẩn đẫm máu của nó.

II. Các thủ đoạn giết người cực kỳ tàn nhẫn

Tất cả mọi việc mà Đảng Cộng Sản Trung Quốc (ĐCSTQ) làm chỉ nhắm một mục đích: chiếm đoạt quyền lực và duy trì quyền lực. Mà giết người đã thành một thủ đoạn rất quan trọng để ĐCSTQ duy trì quyền lực của nó. Phương pháp càng độc ác tàn nhẫn, số người bị giết trong dân chúng càng nhiều, thì mới có thể tạo sự khủng bố trong nhân dân càng lớn. Mà sự khủng bố như thế đã bắt đầu từ trước thời kỳ chiến tranh kháng Nhật.

1. Thảm sát ở miền Bắc Trung Quốc trong chiến tranh Trung-Nhật

Khi giới thiệu cuốn sách *Kẻ Nội Thù* của Linh Mục Raymond J. De Jaegher [13], cựu tổng thống Mỹ Hoover bình luận rằng cuốn sách đã vạch trần bản chất khủng bố của các cuộc vận động cho chủ nghĩa Cộng Sản. Ông giới thiệu nó cho bất kỳ ai muốn hiểu rõ lực lượng tà ác đó trên thế giới này.

Trong quyển sách này, De Jaegher kể lại các câu chuyện về việc ĐCSTQ sử dụng bạo lực để khủng bố và khuất phục nhân dân như thế nào. Ví dụ như, một hôm ĐCSTQ yêu cầu tất cả mọi người đi ra một khu đất rộng trong làng. Các giáo viên dẫn các em nhỏ đi từ trường ra khu đất rộng. Mục đích của việc tập trung là để chứng kiến việc giết chết 13 thanh niên yêu nước. Sau khi đọc các tội danh giả tạo của các nạn nhân, ĐCSTQ ra lệnh cho một giáo viên đang khiếp sợ đánh nhịp cho các em nhỏ hát các bài hát yêu nước. Đứng trên sân khấu giữa các bài hát không phải là các vũ công, mà là một tên đao phủ đang cầm lăm lăm chiếc mã tấu sắc bén trong tay. Đao phủ là một tên lính cộng sản trẻ tuổi khỏe mạnh và hung tợn với đôi tay chắc nịch khỏe mạnh. Tên lính đi đến đằng sau nạn nhân đầu tiên, nhanh chóng giơ cao thanh mã tấu sắc bén và chém xuống, và cái đầu thứ nhất rơi xuống đất. Máu phun ra như một cái vòi phun nước trong khi cái đầu lăn lông lốc trên mặt đất. Các em nhỏ đang ca hát một cách kích động liền gào khóc hoảng loạn. Người giáo viên vẫn giữ nhịp và cố giữ cho các em tiếp tục hát; cái chuông của cô vẫn tiếp tục rung lên trong hoảng loạn.

Tên đao phủ chém 13 lần và 13 cái đầu rơi xuống đất. Sau đó, nhiều tên lính cộng sản đi đến, mổ tung lồng ngực của các nạn nhân và moi tim họ ra để làm một bữa tiệc. Tất cả những cảnh dã man đó diễn ra trước mắt của các em nhỏ. Các em bị khủng bố tái xanh cả mặt và một số bắt đầu nôn ọe. Cô giáo la hét học trò và bảo các em xếp thành hàng trở về trường.

Sau đó, Linh Mục De Jaegher thường thấy các em nhỏ bị bắt buộc phải xem cảnh chém giết. Các trẻ em đã trở nên quen thuộc với các cảnh đổ máu và rồi không phản ứng với việc giết người; một số thậm chí còn bắt đầu cảm thấy thích thú.

Khi ĐCSTQ cảm thấy rằng việc giết người đơn giản là chưa đủ rùng rợn và kích động, chúng bắt đầu phát minh ra các kiểu tra tấn tàn bạo. Ví dụ như, bắt người ta nuốt một lượng muối lớn mà không cho họ uống một chút nước nào -- nạn nhân sẽ phải chịu đựng cho đến khi bị chết vì khát; hoặc lột trần truồng người ta và bắt họ phải lăn trên thủy tinh vỡ; hoặc là đào một lỗ trên mặt sông đóng băng trong mùa đông, rồi ném nạn nhân vào trong lỗ-- nạn nhân sẽ bị chết cóng hoặc bị chết đuối.

Linh Mục De Jaegher viết rằng, một đảng viên Cộng Sản ở tỉnh Sơn Tây phát minh ra một kiểu tra tấn khủng khiếp. Một hôm, khi hắn đang đi lang thang trong thành phố, hắn dừng lại trước cửa một nhà hàng và nhìn chằm chặp vào một thùng nước sôi lớn. Sau đó, hắn mua nhiều thùng lớn, và ngay lập tức bắt một số người chống lại Đảng cộng sản. Trong phiên tòa vội vã, các thùng được đổ đầy nước và đun sôi. Ba nạn nhân bị lột trần truồng và bị quăng vào thùng nước sôi, rồi bị đun sôi cho đến chết sau phiên tòa. Ở Bình Sơn, ông De Jaegher đã chứng kiến một người cha bị lột da khi vẫn còn sống. Các đảng viên bắt người con trai của nạn nhân xem và tham gia vào cảnh tra tấn vô nhân đạo đó, chứng kiến cha mình chết trong đau đớn tột cùng và phải nghe những tiếng gào thét của cha mình. Các đảng viên ĐCSTQ đổ giấm và át-xít lên thân thể người cha và sau đó toàn bộ da trên thân thể nạn nhân bị nhanh chóng lột ra. Chúng bắt đầu từ lưng rồi lên hai vai và chẳng mấy chốc da trên toàn thân thể của ông bị lột ra, chỉ còn lại da đầu là còn nguyên vẹn. Người cha đã chết trong vài phút.

2. Khủng bố Đỏ trong "Tháng Tám Đỏ" và ăn thịt người ở Quảng Tây

Sau khi chiếm được quyền thống trị tuyệt đối trên toàn bộ đất nước, Đảng Cộng Sản Trung Quốc (ĐCSTQ) vẫn không chấm dứt bạo lực. Trong thời Cách mạng Văn hóa, hành động bạo ngược như vậy còn trở nên tồi tệ hơn.

Ngày 18/8/1966, Mao Trạch Đông gặp các đại diện "Hồng vệ binh" trên vọng lâu của cổng thành Thiên An Môn. Tống Bân Bân, con gái của lãnh tụ Cộng Sản Tống Nhiệm Cùng, cài cho Mao một huy hiệu "Hồng vệ binh" trên tay áo. Khi Mao biết tên của Tống Bân Bân, cái tên có nghĩa là nho nhã lễ phép, Mao nói rằng "Chúng ta cần nhiều bạo lực hơn nữa." Do đó cô Tống đổi tên của cô ta thành Tống Yếu Vũ (có nghĩa là "muốn bạo lực".)

Các cuộc tấn công võ trang một cách bạo lực không lâu sau đó đã nhanh chóng lan ra toàn bộ đất nước. Thế hệ trẻ bị sự giáo dục theo tư tưởng vô Thần của chủ nghĩa Cộng Sản không còn nể sợ hay quan tâm đến điều gì. Dưới sự lãnh đạo trực tiếp của Đảng Cộng Sản và hướng dẫn bởi các chỉ thị của Mao, "Hồng vệ binh" ngông cuồng và điên loạn tự đặt mình lên trên cả luật pháp, bắt đầu đánh đập nhân dân và lục soát nhà cửa trên toàn quốc. Ở nhiều khu vực, tất cả "năm giai cấp đen" (địa chủ, phú nông, phần tử phản Cách mạng, các phần tử xấu, và những người thuộc cánh Hữu) và các thành viên gia đình của họ đều bị tiêu diệt theo chính sách diệt tuyệt. Một ví dụ điển hình là Huyện Đại Hưng gần Bắc Kinh, nơi mà từ 27/8 đến 1/9 năm 1966, tổng số có 325 người bị giết trong 48 nhóm của 13 Công Xã. Người già nhất bị giết là 80 tuổi, và người trẻ nhất bị giết chỉ mới được 38 ngày. Hai mươi hai gia đình bị giết không còn ai sống sót.

"Đánh đập một người đến chết là một cảnh thường thấy. Trên đường phố Sa Than, một nhóm đàn ông thuộc lực lượng "Hồng vệ binh" tra tấn một bà già bằng xích sắt và thắt lưng da cho đến khi bà không thể cử động được nữa, nhưng một cô "Hồng vệ binh" vẫn nhảy lên người bà và dẫm đạp lên bụng bà ta. Bà già chết ngay tại chỗ... Gần Sùng Vân Môn, khi "Hồng vệ binh" lục soát nhà của vợ một địa chủ (một góa

phụ sống một mình), chúng bắt buộc mỗi nhà hàng xóm phải mang một nồi nước sôi đến nơi và chúng đổ nước sôi lên người bà từ cổ trở xuống cho đến khi thân thể bà ta bị nấu chín. Nhiều ngày sau, người ta tìm thấy bà ta bị chết ở trong phòng, thân người bà ta bị giòi bâu kín... Lúc đó có nhiều phương pháp giết người khác nhau, bao gồm dùng gậy đánh đến chết, dùng liềm cắt và dùng dây thừng thắt cổ đến chết... Cách giết trẻ sơ sinh là tàn nhẫn nhất: kẻ giết người giẫm lên một chân của đứa bé và giật chân kia, xé thân thể ra làm đôi". ("Điều tra về Thảm sát Đại Hưng" của Ngộ La Văn) [14]*

Ăn thịt người ở Quảng Tây thậm chí còn vô nhân đạo hơn cả Vụ thảm sát ở Đại Hưng. Nhà văn Trịnh Nghĩa, tác giả của cuốn sách *Kỷ niệm Đỏ* mô tả việc ăn thịt người diễn ra trong ba giai đoạn [15].

Thứ nhất-- *giai đoạn mở đầu:* giai đoạn bắt đầu khi khủng bố vẫn còn diễn ra bí mật trong bóng tối. Biên niên sử của huyện ghi lại một cảnh điển hình: vào lúc nửa đêm, những tên giết người rón rén đi tìm nạn nhân của chúng và mổ bụng moi tim và gan. Bởi vì chúng chưa có kinh nghiệm và vẫn còn sợ, chúng cắt nhầm phải phổi, sau đó chúng phải quay lại. Một khi chúng nấu chín tim và gan rồi, một số mang rượu từ nhà đến, một số đem gia vị, rồi sau đó tất cả bọn giết người cùng ăn các cơ quan nội tạng của người ta một cách   lặng lẽ trong ánh lửa từ trong lò hắt ra.

311

Thứ hai-- *giai đoạn cao trào*: giai đoạn hai là đỉnh điểm, khi khủng bố trở nên công khai. Trong giai đoạn này, những tên giết người lâu năm đã có kinh nghiệm làm sao moi tim gan khi nạn nhân vẫn còn sống, và chúng dạy lại cho những người khác, làm kỹ thuật của chúng được khéo léo hơn. Ví dụ, khi mổ bụng một người sống, bọn giết người chỉ cần cắt chéo trên bụng nạn nhân, dẫm lên người (nếu nạn nhân bị trói vào cây, bọn giết người sẽ lên gối vào bụng dưới nạn nhân) và tim và các cơ quan nội tạng khác sẽ tự động rơi ra. Tên trùm giết người sẽ được lấy tim, gan và các cơ quan sinh dục và những tên khác sẽ lấy các phần còn lại. Những cảnh tượng khủng khiếp này được trang hoàng bởi cờ bay và khẩu hiệu.

Thứ ba-- *giai đoạn quần chúng với tánh điên cuồng*: ăn thịt người đã trở thành một cuộc vận động quần chúng. Ở huyện Vũ Tuyên, như những con chó hoang ăn thịt những xác chết trong một bệnh dịch, người ta ăn thịt người khác một cách điên cuồng. Đầu tiên, các nạn nhân thường bị "phê bình công khai", theo sau đó luôn luôn là bị giết, rồi bị ăn thịt. Ngay khi nạn nhân ngã xuống đất, bất kể là còn sống hay đã chết, mọi người lấy ra những con dao họ đã chuẩn bị trước và vây quanh nạn nhân, cắt bất cứ bộ phận thân thể nào mà họ có thể túm lấy được. Ở giai đoạn này, những công dân bình thường đều tham gia vào việc ăn thịt người. Cơn bão lốc của "đấu tranh giai cấp" đã thổi khỏi đầu óc của người ta tất cả những ý thức về tội lỗi và nhân tính. Ăn thịt người lan ra như một bệnh dịch và người ta còn thích thú các buổi tiệc ăn thịt người. Bộ phận nào trong thân người cũng có thể ăn được, bao gồm cả tim, thịt, gan, thận, khuỷu tay, bàn chân, và gân. Cơ thể người được nấu chín bằng các cách khác nhau, bao gồm luộc, hấp, xào, nướng, chiên rán, và nướng trên lửa... Người ta uống rượu và chơi các trò chơi trong khi ăn thịt người. Trong đỉnh cao của phong trào này, thậm chí nhà ăn của cơ quan chính quyền cấp cao nhất, Ủy ban Cách mạng Huyện Vũ Tuyên cũng bán các món ăn làm từ thịt người.

Độc giả không nên nhầm lẫn mà nghĩ rằng những buổi tiệc hội họp ăn thịt người đó chỉ đơn thuần là hành vi tự phát sinh giữa dân chúng. Đảng Cộng Sản Trung Quốc (ĐCSTQ) là một tổ chức cực kỳ độc tài, khống chế từng mỗi tế bào của xã hội. Nếu không có sự khuyến khích và thao túng của ĐCSTQ thì phong trào ăn thịt người đã hoàn toàn không thể xảy ra.

Một bài hát biên soạn bởi ĐCSTQ để tự ca ngợi bọn chúng có đoạn, "xã hội cũ [16] đã biến người thành quỷ, xã hội mới biến quỷ thành người." Tuy nhiên, những vụ giết người và các buổi tiệc ăn thịt người này cho chúng ta thấy rằng ĐCSTQ có thể khiến cho con người biến thành quỷ hoặc quái vật, bởi vì bản thân ĐCSTQ là tàn bạo hơn bất cứ con quỷ nào hay con quái vật nào.

3. Cuộc đàn áp Pháp Luân Công

Khi nhân dân Trung Quốc bước vào thời đại của máy điện toán và du hành không gian, và có thể nói chuyện riêng với nhau về nhân quyền, tự do và dân chủ, rất nhiều người còn mê ngủ nghĩ rằng những hành động bạo ngược với mức độ cực kỳ ác tâm và rùng rợn khủng khiếp đều đã trở thành quá khứ. Đảng Cộng Sản Trung Quốc (ĐCSTQ) đã khoác lên mình một bộ quần áo văn minh và sẵn sàng kết giao với thế giới.

Nhưng điều đó là quá xa với sự thật. Khi ĐCSTQ phát hiện ra rằng có một tập thể không sợ những hành động tra tấn và giết người tàn bạo như vậy của bọn chúng, thì bọn chúng càng trở nên điên cuồng hơn nữa, mà tập thể đang bị đàn áp này chính là những học viên Pháp Luân Công.

Nếu nói rằng những hành động bạo lực của "Hồng vệ binh" và phong trào ăn thịt người ở tỉnh Quảng Tây là nhắm tiêu diệt thân thể của đối phương, thì việc giết người chỉ kéo dài trong vài phút hoặc vài giờ. Tuy nhiên, việc đàn áp các học viên Pháp Luân Công là để bắt buộc họ từ bỏ tín ngưỡng của mình vào "Chân, Thiện, Nhẫn". Hơn nữa, sự tra tấn tàn nhẫn thường kéo dài nhiều ngày, nhiều tháng hay thậm chí nhiều năm. Ước tính khoảng hơn 10.000 học viên Pháp Luân Công đã chết vì bị tra tấn.

Những học viên Pháp Luân Công mà phải chịu đựng đủ loại tra tấn và đã thoát khỏi lưỡi hái của tử thần đã ghi lại hơn 100 thủ đoạn tra tấn tàn bạo; sau đây chỉ là vài ví dụ.

Đánh đập tàn nhẫn là thủ đoạn tra tấn được thường dùng nhất để làm hại các học viên Pháp Luân Công. Cảnh sát và các đầu sỏ trong tù trực tiếp đánh đập các học viên và cũng xúi giục những tù nhân khác đánh đập các học viên. Nhiều học viên đã trở nên điếc do bị đánh đập, tai của họ bị gãy rời ra, con ngươi mắt của họ bị vỡ, răng cũng bị gãy, và xương sọ, xương sống, xương sườn, xương cổ, xương hông, tay và chân của họ bị gãy rời; chân và tay họ đã bị cắt bỏ do bị đánh đập. Một số những tên tra tấn đã tàn nhẫn bóp nát tinh hoàn của các học viên nam và đá vào chỗ sinh dục của các học viên nữ. Nếu các học viên không chịu khuất phục, những kẻ tra tấn sẽ tiếp tục đánh đập cho đến khi các học viên bị rách da hở thịt.

Giật điện là một thủ đoạn khác mà thường được dùng ở các trại lao động cưỡng bách tại Trung Quốc để tra tấn các học viên Pháp Luân Công. Cảnh sát dùng dùi cui điện để cho điện giật các chỗ nhậy cảm trên thân thể, bao gồm miệng, đỉnh đầu, ngực, cơ quan sinh dục, mông, đùi, gan bàn chân, nhũ hoa của các học viên nữ, và dương vật của các học viên nam. Một số cảnh sát còn dùng nhiều dùi cui điện cùng một lúc để cho điện giật các học viên cho đến khi có thể ngửi thấy mùi thịt cháy và các chỗ bị thương bị thâm tím. Có khi đầu và hậu môn cũng bị giật điện cùng một lúc. Cảnh sát thường dùng 10 hoặc hơn dùi cui điện cùng một lúc để đánh đập các học viên trong thời gian dài. Thông thường mỗi dùi cui điện có điện áp khoảng hàng chục ngàn volt. Khi nó phát điện, nó phát ra ánh sáng xanh và tiếng kêu như tĩnh điện. Khi dòng điện đi qua cơ thể người, cảm giác như là bị bỏng hoặc bị rắn cắn. Mỗi lần giật rất là đau đớn. Da nạn nhân trở nên đỏ, nứt ra và bị cháy và vết thương bị rữa ra. Thậm chí còn có những dùi cui điện mạnh hơn có điện áp cao hơn làm cho nạn nhân cảm thấy như đầu bị búa bổ vào. Cơ thể của các học viên đã bị hoàn toàn dị dạng do bị tra tấn và dính be bét máu, vậy mà bọn cai ngục vẫn còn đổ nước muối lên người họ và tiếp tục dùng dùi cui điện để tra tấn họ. Mùi máu và thịt cháy trộn lẫn vào nhau và tiếng gào thét đau đớn nghe rất thương tâm. Trong khi đó, những kẻ tra tấn cũng dùng túi ny-lông trùm đầu các học viên để làm cho họ khuất phục vì sợ bị ngạt thở.

Cảnh sát cũng dùng thuốc lá đang cháy để đốt tay, mặt, gan bàn chân, ngực, lưng, núm vú của các học viên v.v… Chúng dùng bật lửa để đốt tay và cơ quan sinh dục của các học viên. Các thanh sắt chế tạo đặc biệt được nung nóng trong lò điện cho đến khi chúng trở nên nóng đỏ. Sau đó chúng được dùng để đốt cháy chân của các học viên. Cảnh sát cũng dùng than nóng đỏ để đốt cháy mặt của các học viên. Cảnh sát đã đốt cháy đến chết một học viên sau khi học viên này đã phải chịu đựng các thủ đoạn tra tấn tàn khốc và vẫn còn thoi thóp thở và tim vẫn còn đập yếu ớt. Cảnh sát sau đó nói rằng cái chết của anh ta là do "tự thiêu".

Cảnh sát đánh các học viên nữ vào ngực và khu vực cơ quan sinh dục. Chúng đã hãm hiếp và hãm hiếp tập thể các học viên nữ. Hơn nữa, cảnh sát còn lột trần truồng các học viên nữ và quẳng họ vào các xà-lim đầy các nam tù nhân để chúng sau đó hãm hiếp họ. Chúng dùng dùi cui điện để cho điện giật nhũ hoa và cơ quan sinh dục của họ. Chúng dùng bật lửa để đốt cháy núm vú của họ, và chọc dùi cui điện vào âm đạo của các nữ học viên để cho điện giật họ. Chúng còn buộc 4 cái bàn chải đánh răng lại và sau đó chọc vào âm đạo của các học viên nữ, rồi chà xát và ngoáy các bàn chải. Chúng dùng các móc sắt để móc các chỗ kín của các học viên nữ. Tay của các học viên nữ bị còng ở đằng sau lưng, và núm vú của họ bị móc vào dây điện và cho dòng điện chạy qua.

Chúng bắt các học viên Pháp Luân Công mặc "áo vét thẳng [17]", và sau đó trói chéo hai tay họ ra đằng sau lưng. Chúng kéo cánh tay của họ lên qua vai đến trước ngực, trói hai chân họ lại và treo họ ra ngoài cửa sổ. Cùng lúc đó, chúng nhét rẻ vào miệng các học viên, đặt đồ nghe vào tai họ và liên tục bật các đoạn băng phỉ báng Pháp Luân Công. Theo mô tả của các nhân chứng, những người bị tra tấn theo cách này bị gãy tay, dây chằng, vai, cổ và khuỷu tay một cách nhanh chóng. Những người bị tra tấn lâu dài theo cách này đã bị gãy xương sống hoàn toàn và chết trong đau đớn tột cùng.

Chúng cũng quẳng các học viên vào các hầm chứa đầy nước thải. Chúng dùng búa đóng que tre vào dưới móng tay của các học viên và bắt họ ở trong các phòng ẩm thấp đầy mốc meo xanh, đỏ, trắng, vàng, đủ loại ở trên trần, sàn và tường mà làm cho các vết thương của họ bị thối rữa. Chúng cũng cho chó, rắn và bò cạp cắn các học viên và chích vào người các học viên với các thuốc hủy hoại thần kinh. Trên đây chỉ là một vài trong số rất nhiều thủ đoạn tra tấn mà các học viên phải chịu trong các trại lao động.

III. Đấu tranh tàn khốc trong nội bộ Đảng

Vì Đảng Cộng Sản hợp nhất các đảng viên của nó dựa trên cơ sở của 'Đảng tính' thay vì dựa trên đạo đức và công lý, nên câu hỏi quan trọng là sự trung thành của các đảng viên, đặc biệt là các viên chức cao cấp, đối với người lãnh đạo cao nhất. Đảng cần tạo ra một bầu không khí khủng bố bằng cách giết chết các đảng viên của chính nó. Những người sống sót sau đó thấy rằng khi kẻ độc tài cấp cao nhất muốn ai phải chết, thì người đó sẽ chết một cách bi thảm.

Việc tranh đấu trong nội bộ các Đảng cộng sản là điều nổi tiếng. Tất cả các ủy viên của Bộ chính trị Đảng Cộng sản Nga trong hai nhiệm kỳ đầu, ngoại trừ Lê-nin đã chết và bản thân Stalin, đều đã bị tử hình hoặc tự sát. Ba trong số năm nguyên soái đã bị tử hình, ba trong số năm Tổng tư lệnh đã bị tử hình, tất cả 10 Phó Tổng tư lệnh quân đội đã bị tử hình, 57 trong số 85 tư lệnh quân đoàn đã bị tử hình, và 110 trong số 195 tư lệnh sư đoàn đã bị tử hình.

Đảng Cộng Sản Trung Quốc (ĐCSTQ) luôn luôn chủ trương "đấu tranh tàn bạo và tấn công không nương tay". Những chiến thuật như thế không chỉ nhắm vào những người ở ngoài Đảng mà thôi. Ngay từ thời kỳ Cách mạng ở tỉnh Giang Tây, ĐCSTQ đã giết rất nhiều người trong Đoàn chống

Bôn-sê-vích (Anti-Bolshvik Corps) đến mức chỉ còn lại một số rất ít người sống sót để chiến đấu trong cuộc chiến tranh. Ở thành phố Diên An, Đảng đã thực hành một chiến dịch "Chỉnh đốn". Sau này khi đã trở nên vững chắc về mặt chính trị, nó đã diệt trừ Cao Cương, Nhiêu Thấu Thạch, Hồ Phong, và Bành Đức Hoài. Vào thời kỳ Cách mạng Văn hóa, hầu hết tất cả các đảng viên cao cấp trong Đảng đã bị tiêu diệt. Không một cựu Tổng bí thư nào của ĐCSTQ gặp kết thúc tốt đẹp.

Lưu Thiếu Kỳ[18], một cựu chủ tịch nhà nước của Trung Quốc, người đã từng là nhân vật số 2 của quốc gia đã chết bi thảm. Vào ngày sinh nhật lần thứ 70 của ông ta, Mao Trạch Đông và Chu Ân Lai đặc biệt căn dặn Uông Đông Hưng (vệ sỹ trưởng của Mao) đem cho Lưu Thiếu Kỳ một món quà sinh nhật, một cái radio, để cho ông ta nghe bản báo cáo chính thức của 'Phiên họp Toàn thể lần thứ 8' của Ủy ban Trung ương khóa 12 nói rằng, "vĩnh viễn khai trừ tên phản bội, gián điệp và nổi loạn Lưu Thiếu Kỳ ra khỏi Đảng, rồi tiếp tục vạch trần và chỉ trích Lưu Thiếu Kỳ và các tội phản bội, mưu phản của những tay sai của hắn."

Lưu Thiếu Kỳ bị suy sụp về mặt tinh thần và bệnh tình của ông ta càng tệ hại một cách nhanh chóng. Bởi vì ông ta đã phải nằm liệt giường trong một thời gian dài và không thể cử động, cho nên các dấu nằm trên cổ, lưng, mông, và gót chân của ông ta bị rữa ra đau đớn. Khi ông ta cảm thấy đau quá, ông ta phải nắm lấy chăn đệm, đồ vật hoặc tay người khác, mà không chịu buông ra, nên mọi người phải để các chai nhựa cứng vào tay ông ta. Khi ông ta chết, hai chai nhựa cứng đã có hình thù của chai 'đồng hồ cát' do ông ta nắm tay lại mà thành.

Khoảng tháng 10/1969, thân thể của Lưu Thiếu Kỳ đã bắt đầu thối rữa mọi chỗ và mủ nhiễm trùng có mùi rất mạnh. Ông ta gầy như một cái que và ở bên bờ cái chết. Nhưng một thanh tra đặc biệt của Ủy ban Trung ương Đảng không cho phép ông ta được tắm hay lật người để thay quần áo. Thay vào đó, chúng lột bỏ tất cả quần áo của ông ta, quấn ông ta trong một cái chăn, và đưa ông ta bằng máy bay từ Bắc Kinh đi thành phố Khai Phong, và khóa trái ông ta trong một tầng hầm của một lô-cốt kiên cố. Khi ông ta bị sốt cao, chúng không những không cho ông ta thuốc mà còn chuyển các nhân viên y tế đi chỗ khác. Khi Lưu Thiếu Kỳ chết, thân thể ông ta đã hoàn toàn bị huỷ hoại và mái tóc bạc của ông ta xõa ra dài 60 phân. Hai ngày sau, vào lúc nửa đêm, ông ta bị hỏa thiêu như một người bị bệnh truyền nhiễm nguy hiểm. Bộ giường nệm, gối và các thứ còn lại khác của ông ta đều bị đốt hết. Trên tấm phiếu khai tử của ông ta đọc là, 'Tên: Lưu Vệ Hoàng; Nghề nhiệp: thất nghiệp; Nguyên nhân bị chết: bị bệnh chết'. Đảng đã bức hại một vị chủ tịch nhà nước đến chết như vậy mà còn không đưa ra một lý do rõ ràng.

IV. Xuất cảng Cách Mạng---Giết người ở các nước khác

Ngoài việc hứng thú giết người bằng nhiều cách ở Trung Quốc và trong nội bộ Đảng, Đảng Cộng Sản Trung Quốc (ĐCSTQ) cũng tham dự vào việc giết người ở các nước khác, bao gồm cả các Hoa kiều hải ngoại, bằng cách xuất cảng "cách mạng". Khờ-me Đỏ là một ví dụ điển hình.

Khờ-me Đỏ do Pôn-Pốt cầm đầu chỉ tồn tại trong 4 năm ở Cam-pu-chia. Tuy vậy, từ 1975 đến 1978, có hơn hai triệu người, bao gồm cả hơn 200.000 người Hoa, đã bị giết chết ở đất nước nhỏ bé này với dân số chỉ có 8 triệu dân.

Các tội ác của Khờ-me Đỏ là không đếm xuể, nhưng chúng tôi sẽ không bàn luận về vấn đề đó ở đây. Tuy nhiên chúng tôi phải nói về quan hệ của nó với ĐCSTQ.

Pôn-Pốt đã tôn thờ Mao Trạch Đông. Đầu năm 1965, hắn viếng thăm Trung Quốc 4 lần để đích thân nghe lời chỉ dẫn của Mao Trạch Đông. Ngay từ tháng 11/1965, Pôn-Pốt đã ở lại Trung Quốc 3 tháng. Trần Bá Đạt và Trương Xuân Kiều[19] đã đàm luận với hắn về các lý thuyết như "quyền lực chính trị lớn lên từ nòng súng", "đấu tranh giai cấp", "chuyên chính vô sản" v.v... Sau đó, những điều này đã trở thành cơ sở cho cách thức hắn thống trị Cam-pu-chia. Sau khi quay trở về Cam-pu-chia, Pôn-Pốt đổi tên Đảng của hắn thành Đảng Cộng sản Cam-pu-chia, và dựng lên các căn cứ cách mạng theo khuôn thức vây tròn thành phố từ các vùng nông thôn của ĐCSTQ.

Năm 1968, Đảng Cộng sản Cam-pu-chia chính thức thành lập quân đội. Đến cuối năm 1969, nó có khoảng hơn 3.000 người một chút. Nhưng năm 1975, trước khi tấn công và chiếm đóng thành phố Nam Vang, nó đã trở thành một lực lượng được trang bị tốt và sẵn sàng chiến đấu với 80.000 lính. Đây hoàn toàn là nhờ vào sự ủng hộ và tiếp tay của ĐCSTQ. Cuốn sách *Tài liệu về việc hỗ trợ Việt nam và chiến đấu với Mỹ* của Vương Hiền Căn [20] nói rằng: trong năm 1970 Trung Quốc cho Pôn-Pốt các vũ khí trang bị cho 30 ngàn lính. Tháng 4/1975, Pôn-Pốt chiếm được thủ đô của Cam-pu-chia, và 2 tháng sau, hắn đến Bắc Kinh để thăm ĐCSTQ và nghe chỉ thị. Rõ ràng rằng, nếu tội ác diệt chủng của Khờ-me Đỏ mà không dựa vào các lý thuyết và hỗ trợ vật chất của ĐCSTQ, thì nó đã không thể thực hiện được.

Ví dụ, sau khi hai người con trai của Thái tử Sihanouk bị Đảng Cộng sản Cam-pu-chia giết chết, Đảng Cộng sản Cam-pu-chia đã ngoan ngoãn đưa Sihanouk đến Bắc Kinh theo lệnh của Chu Ân Lai. Ai cũng biết rằng, khi Đảng Cộng sản Cam-pu-chia giết hại nhân dân, chúng sẽ "thậm chí giết cả bào thai" để ngăn chặn những rắc rối có thể xảy ra trong tương lai. Nhưng theo yêu cầu của Chu Ân Lai, Pôn-Pốt đã tuân lệnh mà không hề phản đối.

Chu Ân Lai có thể cứu Sihanouk chỉ bằng một lời nói, nhưng ĐCSTQ đã không phản đối việc hơn 200 ngàn Hoa kiều bị Đảng Cộng sản Cam-pu-chia giết hại. Vào lúc đó, những người Cam-pu-chia gốc Hoa đã đến Sứ quán Trung Quốc để cầu cứu nhưng Sứ quán đã phớt lờ những tiếng cầu cứu của họ.

Tháng 5/1998, khi việc giết hại và cướp bóc, hãm hiếp người Hoa thiểu số diễn ra trên diện rộng ở Nam Dương, ĐCSTQ đã không nói một lời nào. Nó đã không giúp đỡ bất cứ điều gì, mà thậm chí còn bưng bít tin tức ở bên trong Trung Quốc. Dường như chính quyền Trung Quốc không quan tâm về số phận của những người Hoa hải ngoại; thậm chí nó còn không giúp đỡ một chút gì về phương diện nhân đạo.

V. Hủy diệt gia đình

Chúng ta không có cách nào để đếm xem bao nhiêu người đã bị giết chết trong các cuộc vận động chính trị của Đảng Cộng Sản Trung Quốc (ĐCSTQ). Giữa dân chúng, không có cách nào để làm một cuộc điều tra thống kê bởi vì những trở ngại và rào cản thông tin giữa các khu vực, các dân tộc và các thổ ngữ địa phương khác nhau. Chính quyền của ĐCSTQ sẽ không bao giờ thực hiện cuộc điều tra loại này bởi vì nó sẽ giống như là đào mồ chôn chính nó. ĐCSTQ thích bỏ quên những chi tiết này khi viết lại lịch sử của bản thân nó.

Ngay cả số lượng các gia đình bị ĐCSTQ hủy hoại còn khó biết hơn. Trong vài trường hợp, một người chết và gia đình của người đó bị tan vỡ. Trong những trường hợp khác, cả gia đình bị chết hết. Ngay cả khi không có ai bị chết, thì nhiều người cũng bị buộc phải ly dị. Cha con, mẹ con bắt buộc phải từ bỏ các mối quan hệ giữa họ. Một số người đã bị tàn phế, một số phát điên, và một số đã chết sớm vì bệnh nặng sinh ra bởi tra tấn. Hồ sơ của tất cả các thảm kịch gia đình này là rất không đầy đủ.

Báo *Yomiuri News* của Nhật bản đã từng tường thuật rằng hơn một nửa dân số Trung Quốc đã bị ĐCSTQ đàn áp. Nếu đó là sự thật, thì số lượng các gia đình bị ĐCSTQ hủy diệt ước tính khoảng hơn 100 triệu.

Trương Chí Tân đã trở thành một cái tên quen thuộc với mọi người vì mức độ tin tức tường thuật về câu chuyện của bà. Nhiều người biết rằng bà bị tra tấn về mặt thể xác, bị hãm hiếp tập thể, và tra tấn về mặt tinh thần. Cuối cùng, bà ta bị phát điên và bị bắn chết sau khi cổ của bà ta bị rạch ra. Nhưng nhiều người có thể không biết rằng có một câu chuyện thảm khốc nữa đằng sau bi kịch này--ngay cả người nhà của bà ta đã phải tham dự một "buổi học tập cho các gia đình của những người tử tù".

Lâm Lâm, con gái của Trương Chí Tân nhớ lại rằng vào đầu xuân 1975:

"Một người ở Tòa án Thẩm Dương nói lớn rằng, "Mẹ của ngươi là một tên phản cách mạng thực sự ngoan cố. Bà ta từ chối không chấp nhận cải tạo, và rất ngang bướng không dễ bị lung lạc. Bà ta chống lại Mao Chủ tịch, lãnh tụ vĩ đại của chúng ta, chống lại Tư tưởng 'chiến đấu không thể bại' của Mao Trạch Đông, và chống lại đường lối cách mạng vô sản của Mao Chủ tịch. Với tội ác chồng chất, chính quyền của chúng ta đang cân nhắc việc tăng hình phạt. Nếu bà ta bị tử hình, thái độ của ngươi là gì?" Tôi bị ngạc nhiên và không biết trả lời như thế nào. Trái tim tôi tan vỡ. Nhưng tôi đã giả vờ bình tĩnh, cố giữ cho khỏi bị rơi nước mắt. Cha tôi đã nói với tôi rằng chúng tôi không thể khóc trước mặt người khác, nếu không chúng tôi sẽ không có cách nào để từ bỏ mối quan hệ của chúng tôi với mẹ tôi. Bố đã trả lời thay cho tôi, "Nếu đây là sự thật, chính quyền cứ tự do làm những gì mà thấy cần thiết".

Người đó lại hỏi, "Ngươi sẽ nhận xác bà ta nếu như bà ta bị tử hình chứ? Ngươi sẽ nhận tư trang của bà ta trong tù chứ?" Tôi cúi đầu và không nói gì cả. Bố lại trả lời thay cho tôi, "Chúng tôi không cần gì cả"… Bố nắm lấy tay tôi và em tôi rồi chúng tôi bước ra khỏi nhà nghỉ của huyện. Cùng bị choáng váng, chúng tôi đi bộ trở về nhà trong cơn bão tuyết đang gào thét. Chúng tôi không nấu cơm; bố bẻ đôi chiếc bánh ngô tồi tàn duy nhất còn lại trong nhà và đưa cho em tôi và tôi. Ông nói, "Ăn đi rồi đi ngủ sớm." Tôi nằm im trên chiếc giường đất. Bố ngồi trên chiếc ghế đầu và nhìn chằm chặp vào ánh lửa một cách thẫn thờ. Sau một lúc, ông nhìn vào giường và tưởng rằng chúng tôi đã ngủ. Ông đứng lên, nhẹ nhàng mở chiếc va-li chúng tôi mang từ nhà cũ ở Thẩm Dương, và lấy ra một bức ảnh của mẹ. Ông nhìn nó và không thể cầm được nước mắt.

Tôi ngồi dậy, dựa đầu vào cánh tay bố và bắt đầu khóc to lên. Bố vỗ về tôi và nói, "Đừng làm thế, chúng ta không thể để hàng xóm nghe thấy được." Em tôi tỉnh dậy sau khi nghe thấy tôi khóc. Bố ôm chặt em tôi và tôi trong vòng tay. Đêm nay, chúng tôi không biết chúng tôi sẽ rơi bao nhiêu nước mắt, nhưng chúng tôi không thể khóc một cách tự do." [21]

Một giảng viên đại học có một gia đình hạnh phúc, nhưng gia đình ông đã phải đối mặt với một tai họa trong quá trình khôi phục cho những người khuynh Hữu. Vào thời gian của phong trào chống cánh Hữu, vợ ông yêu một người bị cho là thuộc cánh Hữu. Người yêu của bà sau đó bị đưa đến một vùng xa xôi và đã phải chịu đựng rất thống khổ. Bởi vì bà, là một cô gái trẻ, không thể đi cùng, nên đành phải bỏ người yêu và lấy người giảng viên. Khi người yêu cũ của bà cuối cùng đã quay trở lại quê hương họ, bà, giờ đã là mẹ của mấy đứa con, đã không có cách nào khác chuộc lại sự phản bội của mình trước kia. Bà kiên quyết ly dị chồng để chuộc lại lương tâm cắn rứt của mình. Vào lúc này, người giảng viên đã hơn 50 tuổi; ông không thể chấp nhận sự thay đổi bất ngờ và bị điên lên. Ông cởi hết quần áo và chạy khắp nơi để tìm một chỗ bắt đầu một cuộc sống mới. Cuối cùng, vợ ông đã bỏ ông và các con của họ. Sự ngăn cách đau khổ do Đảng ra lệnh là một vấn đề không thể giải quyết và là một căn bệnh không thể chữa được của xã hội, mà chỉ có thể thay sự chia tay này bằng sự chia tay khác.

Gia đình là kết cấu cơ bản khởi đầu của xã hội Trung Quốc. Nó cũng là hàng rào phòng thủ cuối cùng của văn hóa truyền thống chống lại văn hóa Đảng. Bởi đó mà tại sao phá hoại gia đình lại là vết xấu tàn bạo nhất trong lịch sử giết người của ĐCSTQ.

Bởi vì ĐCSTQ độc quyền kiểm soát tất cả nguồn tài nguyên xã hội, khi một người bị coi là đứng ở phe chống đối sự độc tài của Đảng, người đó sẽ phải đối mặt ngay lập tức với nguy cơ trong cuộc đời, và bị tất cả mọi người trong xã hội buộc tội, và bị tước đi phẩm giá con người. Bởi vì họ bị đối xử không công bằng, nên gia đình là nơi ẩn náu an toàn duy nhất để an ủi những con người vô tội này. Nhưng chính sách liên lụy của ĐCSTQ không cho phép những người trong gia đình an ủi lẫn nhau; nếu không họ cũng sẽ phải chịu rủi ro bị dán cái nhãn là chống đối sự độc tài của Đảng. Ví dụ như Trương Chí Tân bị bắt buộc phải ly dị. Đối với nhiều người, sự phản bội của thân nhân —tố cáo, đấu tố, công khai phê bình, hay lên án— là cọng rơm cuối cùng đè xuống làm cho tinh thần mong manh của họ xụp đổ. Nhiều người vì thế đã phải tự tử.

VI. Các kiểu mẫu giết người và hậu quả của nó

1. Lý luận chỉ đạo cho sự giết người của Đảng Cộng Sản

Đảng Cộng Sản luôn luôn tự khen mình là tài tình và sáng tạo trong việc phát triển chủ nghĩa Marxism-Leninism, nhưng trên thực tế chúng đã phát triển với tính cách sáng tạo một thứ tà linh chưa từng thấy trong lịch sử và trên khắp thế giới. Nó sử dụng tư tưởng đại đồng của chủ nghĩa Cộng Sản để lừa gạt dân chúng và những người trí thức. Nó lợi dụng niềm tin của mọi người vào khoa học và kỹ thuật để quảng bá tư tưởng vô Thần. Nó sử dụng chủ nghĩa Cộng Sản để cấm tư hữu cá nhân, lại dùng lý luận và sự thực hành cách mạng bạo lực của Lê-nin để thống trị quốc gia. Đồng thời, nó kết hợp và củng cố mạnh hơn phần tà ác nhất của văn hóa Trung Quốc mà đã sai lệch khỏi các truyền thống chính của dân tộc Trung Hoa.

Đảng Cộng Sản Trung Quốc (ĐCSTQ) đã phát minh ra một bộ các lý luận và kiểu mẫu hoàn chỉnh về "cách mạng" và "liên tục cách mạng" dưới sự chuyên chính của giai cấp vô sản; nó đã sử dụng hệ thống này để thay đổi xã hội và bảo đảm sự độc tài của Đảng. Lý luận của nó có hai phần: cơ sở kinh tế và kiến trúc thượng tầng dưới chế độ chuyên chính vô sản, trong đó cơ sở kinh tế quyết định kiến trúc thượng tầng, trong khi kiến trúc thượng tầng đến lượt mình lại hoạt động trên cơ sở kinh tế.

Để củng cố kiến trúc thượng tầng, đặc biệt là chính quyền của Đảng, đầu tiên nó phải bắt đầu từ nền tảng kinh tế để tiến hành cách mạng, bao gồm:

(1) Giết hại địa chủ để giải quyết các quan hệ sản xuất [22] ở nông thôn, và

(2) Giết chết các nhà tư bản để giải quyết các quan hệ sản xuất ở thành thị.

Về mặt kiến trúc thượng tầng, việc giết người cũng được thực hiện lặp đi lặp lại để bảo đảm sự lũng đoạn tuyệt đối của Đảng trên hình thái ý thức. Điều này bao gồm:

a. Giải quyết vấn đề về thái độ chính trị của các nhà trí thức đối với Đảng

Qua một thời gian dài, Đảng Cộng Sản Trung Quốc (ĐCSTQ) đã khởi xướng nhiều lần "vận động nhằm cải tạo tư tưởng của các phần tử trí thức". ĐCSTQ buộc tội các nhà trí thức là theo chủ nghĩa cá nhân giai cấp tư sản, có tư tưởng của giai cấp tư sản, có quan điểm vượt khỏi chính trị, có tư tưởng vượt khỏi giai cấp, theo chủ nghĩa tự do, v.v… ĐCSTQ tước đi nhân phẩm của các nhà trí thức thông qua việc tẩy não và hủy diệt lương tâm của họ. ĐCSTQ đã gần như hủy diệt hoàn toàn những tư tưởng độc lập và nhiều phẩm chất tốt khác của các nhà trí thức, bao gồm truyền thống bênh vực công lý và cống hiến cả cuộc đời để bảo vệ công lý. Truyền thống đó dạy rằng: "Không được sống buông thả khi giàu có và vinh quang hay mất phương hướng khi nghèo khó, và không được cúi đầu trước cường quyền [23]"; "Phải là người đầu tiên lo cho đất nước và là người cuối cùng đòi hỏi hạnh phúc cho cá nhân mình. [24]"; "Mỗi người dân bình thường đều phải có trách nhiệm đối với sự thành bại của đất nước. [25]"; và "Khi vô danh đấng trượng phu tự hoàn thiện mình, còn khi thành danh thì đấng trượng phu làm hoàn thiện cả đất nước." [26]

b. Phát động cuộc Cách Mạng Văn Hóa giết người để chiếm quyền lãnh đạo tuyệt đối về văn hóa và chính trị cho Đảng Cộng Sản Trung Quốc

Đảng Cộng Sản Trung Quốc(ĐCSTQ) phát động các cuộc vận động quần chúng từ bên trong Đảng đến bên ngoài Đảng, bắt đầu giết người trong các lãnh vực văn học, nghệ thuật, kịch nghệ, lịch sử và giáo dục. ĐCSTQ nhắm những cuộc tấn công đầu tiên vào những người nổi tiếng như: "Làng ba người" [27], Lưu Thiếu Kỳ, Vũ Hán, Lão Xả, và Tiễn Bá Tán[28]. Sau đó, số người bị giết hại đã tăng đến "một nhóm nhỏ trong Đảng", rồi "một nhóm nhỏ trong quân đội", và cuối cùng thì sự tàn sát lẫn nhau đã lan tràn tới toàn bộ Đảng, và toàn quân đội cho đến tất cả mọi người trên toàn bộ đất nước. Tranh đấu bằng võ khí thì tiêu diệt thân thể con người; còn các cuộc đấu tranh về văn hóa thì tiêu hủy linh hồn của người ta. Đó là một thời kỳ hỗn loạn và cực độ bạo ngược dưới sự khống chế của Đảng. Phương diện tà ác trong nhân tính cần phải được phóng đại lên đến mức tối đa bởi vì nguy cơ của Đảng. Ai cũng có thể tùy ý giết người khác nhân danh "cách mạng" và "bảo vệ đường lối cách mạng của Mao chủ tịch".

Đó là một lần thao luyện không tiền khoáng hậu của giai cấp vô sản để diệt tuyệt nhân tính của toàn dân.

c. Đảng Cộng Sản Trung Quốc bắn vào những sinh viên trên quảng trường Thiên An Môn ngày 4/6/1989 để giải quyết những đòi hỏi dân chủ sau Cách mạng Văn hóa

Đây là lần đầu tiên quân đội của Đảng Cộng Sản Trung Quốc (ĐCSTQ) công khai giết hại thường dân để đàn áp sự phản đối của nhân dân đối với các tệ nạn biển thủ, tham nhũng và thông đồng giữa các viên chức chính quyền và các nhà doanh nghiệp, và đàn áp những đòi hỏi của họ đối với quyền tự do báo chí, tự do ngôn luận và tự do hội họp. Trong vụ thảm sát tại Thiên An Môn, để gây thù hận giữa quân đội và dân thường, ĐCSTQ thậm chí còn dàn cảnh thường dân đốt xe quân đội và giết quân nhân, và còn đạo diễn thảm kịch Quân đội Nhân dân thảm sát người dân của nước mình.

d. Tàn sát những người không cùng tín ngưỡng

Lãnh vực tín ngưỡng chính là vận mệnh của Đảng Cộng Sản Trung Quốc (ĐCSTQ). Để cho các tà thuyết với lý luận sai lệch của nó có thể lường gạt mọi người trong một thời, ĐCSTQ bắt đầu tiêu diệt tất cả các tôn giáo và các hệ thống tín ngưỡng vào lúc khởi đầu sự thống trị của nó. Nhưng đối diện với một tín ngưỡng tinh thần trong thời đại mới —Pháp Luân Công trong quần chúng— ĐCSTQ lại một lần nữa rút lưỡi dao đồ tể của nó ra. Chiến lược của ĐCSTQ là lợi dụng những nguyên tắc "Chân, Thiện và Nhẫn" của Pháp Luân Công và sự kiện mà các học viên Pháp Luân Công không nói dối, không sử dụng bạo lực, và sẽ không làm gì gây bất ổn định xã hội. Sau khi có kinh nghiệm trong việc đàn áp Pháp Luân Công, ĐCSTQ sẽ khéo léo hơn trong sự tiêu diệt tất cả các tín ngưỡng khác. Lần này, chính Giang Trạch Dân và Đảng Cộng Sản đã đi ra trước sân khấu để giết người thay vì sử dụng người khác hay nhóm khác.

e. Giết người để che dấu tin tức

Quyền được biết của con người là một chỗ yếu khác của Đảng Cộng Sản Trung Quốc (ĐCSTQ); ĐCSTQ cũng vì phong tỏa tin tức mà giết người. Quá khứ, "nghe đài phát thanh của kẻ thù"" là một trọng tội bị bỏ tù. Hiện nay đối với các loại đột nhập vào hệ thống truyền hình của nhà nước để giải thích sự thật về cuộc đàn áp Pháp Luân Công, Giang Trạch Dân đã bí mật ra mệnh lệnh "giết ngay không tha"[29]. Lưu Thành Quân, người đã thực hiện một cuộc xâm nhập vào sự truyền bá tin tức như vậy, đã bị tra tấn đến chết. ĐCSTQ đã huy động 'Phòng 610' (một tổ chức tương tự như Gestapo của Đức Quốc Xã được lập ra chuyên để đàn áp Pháp Luân Công), cảnh sát, các công tố viên, hệ thống tòa án, và một hệ thống cảnh sát trên mạng lưới điện tử Internet khổng lồ để theo dõi từng hoạt động của quần chúng.

f. Cướp đoạt quyền sinh tồn của nhân dân chỉ vì tư lợi của Đảng

Lý luận 'cách mạng liên tục' của Đảng Cộng Sản, kỳ thực là vấn đề không thể buông bỏ quyền lãnh đạo của nó. Trong giai đoạn hiện tại, nạn biển thủ và tham nhũng trong nội bộ Đảng Cộng Sản Trung Quốc (ĐCSTQ) đã phát triển thành các xung đột giữa một bên là quyền lãnh đạo tuyệt đối của Đảng và một bên là quyền sinh tồn của người dân. Khi dân chúng đứng lên để bảo vệ các quyền này trong phạm vi của pháp luật, thì lại thấy Đảng Cộng Sản động dụng bạo lực, không ngừng vung lưỡi dao đồ tể của nó lên về phía những người mà nó gọi là "kẻ cầm đầu" của những phong trào này. ĐCSTQ đã chuẩn bị sẵn hơn một triệu cảnh sát có võ trang cho mục đích này. Ngày nay, ĐCSTQ được chuẩn bị khá hơn để sẵn sàng chém giết rất nhiều so với thời kỳ thảm sát trên quảng trường Thiên An Môn năm 1989, là khi nó phải tạm thời huy động quân đội để đàn áp. Tuy nhiên, khi bắt buộc dân chúng phải ở trên con đường cùng, đồng thời ĐCSTQ cũng đã buộc mình đi trên con đường không có lối thoát. ĐCSTQ đã đi đến một giai đoạn cực kỳ nguy hiểm đến nỗi nó thậm chí " khi gió thổi còn xem cả cỏ cây như kẻ thù", như một câu nói của người Trung Quốc.

Trên đây chúng ta có thể thấy rằng Đảng Cộng Sản trên bản chất là một tà linh, bởi vì quyền khống chế tuyệt đối của nó, dẫu biểu hiện của nó vào từng lúc hay từng nơi có biến hóa là gì đi nữa, thì lịch sử của Đảng Cộng Sản với quá khứ giết người, hiện tại đang giết người, và tương lai còn sẽ giết người, lịch sử đó vẫn không hề thay đổi.

2. Tình huống khác nhau thì kiểu giết người khác nhau

a. Đi đầu bằng tuyên truyền

Đảng Cộng Sản Trung Quốc (ĐCSTQ) sử dụng các loại các kiểu phương pháp khác nhau để giết người tùy theo thời kỳ. Trong phần lớn các trường hợp giết người, chúng đều sử dụng tuyên truyền trước tiên. Một câu mà Đảng Cộng Sản thường nói là "không giết thì không làm yên cơn phẫn nộ của dân chúng", cứ như thể là Đảng Cộng Sản phải theo yêu cầu của dân chúng mà giết người như vậy. Trên thực tế, "sự phẫn nộ của dân chúng" tức là sự kích động quần chúng nổi dậy do ĐCSTQ làm.

Lấy ví dụ, vở kịch *"Bạch mao nữ"* hoàn toàn là một sự xuyên tạc đối với truyền tụng dân gian khi nói về chuyện xưa tích cũ, và câu chuyện bịa đặt chỗ cho thuê mướn và hầm nước được kể trong vở kịch "Lưu Văn Thải", cả hai đều được sử dụng như các công cụ "giáo dục" nhân dân để họ thù ghét những người địa chủ. ĐCSTQ thường nói về những kẻ thù như là ma quỷ, như trong trường hợp của cựu Chủ Tịch Nhà Nước của Trung Quốc Lưu Thiếu Kỳ. Đối với Pháp Luân Công thì càng sử dụng ngụy tạo hơn nữa, ĐCSTQ đã dàn cảnh tự thiêu trên quảng trường Thiên An Môn vào tháng

01/2001 để làm cho dân chúng thù ghét Pháp Luân Công, và sau đó tăng gấp đôi chiến dịch diệt tuyệt khổng lồ của chúng chống lại Pháp Luân Công. Loại kiểu mẫu giết người này, Đảng Cộng Sản không những đã không thay đổi mà còn phát triển càng ngày càng khéo léo hơn qua việc sử dụng các kỹ thuật thông tin mới. Trong quá khứ ĐCSTQ lường gạt dân Trung Quốc, nhưng bây giờ nó cũng lường gạt dân chúng của các quốc gia khác.

b. *Phát động quần chúng giết người*

Đảng Cộng Sản không chỉ giết hại nhân dân thông qua bộ máy chính quyền độc tài của nó mà còn tích cực phát động quần chúng chém giết lẫn nhau. Nếu như nói rằng lúc đầu nó có những câu về điều lệ quy tắc của pháp luật, nhưng đến lúc nó đã kích động dân chúng tham gia vào việc giết người thì không gì có thể làm dừng lại sự tàn sát. Ví dụ, khi ĐCSTQ đang thực hiện chính sách cải cách ruộng đất của nó, thì Ủy ban Cải cách ruộng đất có thể quyết định sự sống chết của các địa chủ

c. *Giết linh hồn của người ta trước, rồi giết thân xác của họ sau*

Một cách giết người khác là giết chết người ta về mặt tinh thần trước, rồi giết chết thân xác của họ sau. Trong lịch sử Trung Quốc, ngay cả vua Tần tàn bạo nhất (221 – 207 BC) cũng không tàn sát tinh thần của dân chúng. Đảng Cộng Sản

Trung Quốc (ĐCSTQ) chưa bao giờ cho người ta có cơ hội mà khẳng khái dõng dạc chết một cách có ý nghĩa. Chúng ban hành các chính sách như "khoan dung những người nhận tội và trừng phạt nặng nề những kẻ chống đối", và "cúi đầu nhận tội là lối thoát duy nhất". ĐCSTQ bắt buộc người dân phải từ bỏ những tư tưởng và tín ngưỡng của chính mình, làm cho họ chết nhục nhã như những con chó; bởi vì một cái chết khẳng khái dõng dạc sẽ có tác dụng khích lệ những người theo sau. Chỉ khi người ta không thể chết trong sự tôn quý nghiêm trang thì ĐCSTQ mới có thể đạt được mục đích của nó là "giáo dục" những người ngưỡng mộ nạn nhân đó. Nguyên nhân mà ĐCSTQ đàn áp Pháp Luân Công một cách cực kỳ tàn bạo là vì các học viên Pháp Luân Công coi trọng tín ngưỡng của họ hơn cả mạng sống của chính mình. Khi ĐCSTQ không thể hủy hoại sự tôn nghiêm của họ, nó đã làm tất cả những gì nó có thể làm để tra tấn thân xác của họ.

d. Giết người bằng cách gây chia rẽ và tạo bè phái

Khi giết người, Đảng Cộng Sản Trung Quốc (ĐCSTQ) sử dụng cả hai thủ đoạn dụ dỗ và đe dọa, làm ra vẻ thân thiện với một số người và làm cho người ta xa lánh những người khác. ĐCSTQ luôn luôn cố tấn công một phần nhỏ của toàn bộ dân số, với tỷ lệ là 5%. "Phần đa số" của toàn bộ dân số là luôn luôn tốt, luôn luôn là đối tượng của "giáo dục". Loại giáo dục này bao gồm khủng bố và chăm sóc. "Khủng bố" là khiến cho người ta thấy là những người chống đối Đảng Cộng Sản sẽ không có kết cục tốt đẹp, làm cho họ tránh xa những ai đã từng bị Đảng tấn công trước kia. "Chăm sóc" là khiến cho người ta thấy rằng nếu họ có thể có được sự tin cậy của Đảng và đứng về phía Đảng, họ sẽ không những được an toàn mà còn được trọng dụng hoặc có được các lợi ích khác. Lâm Bưu đã từng nói, "Một bộ phận nhỏ [bị đàn áp] hôm nay và một phần nhỏ ngày mai, không bao lâu sẽ tổng cộng thành một phần lớn." Những người sung sướng sống sót qua một cuộc vận động thường trở thành những nạn nhân của cuộc vận động khác.

e. Tiêu diệt những hiểm họa tiềm tàng từ trong trứng nước và bí mật giết người một cách bất hợp pháp

Gần đây Đảng Cộng Sản Trung Quốc (ĐCSTQ) đã phát triển một kiểu giết người là diệt trừ các vấn đề từ trong trứng nước và giết người một cách bí mật ở ngoài vòng luật pháp. Ví dụ như, khi những cuộc đình công của công nhân hoặc các cuộc biểu tình phản đối của nông dân trở nên phổ biến hơn ở nhiều nơi, ĐCSTQ vốn có nguyên tắc 'tiêu diệt các phong trào trước khi các phong trào có thể phát triển' bằng cách bắt giữ những người được gọi là "kẻ cầm đầu" và trừng phạt họ rất nặng. Trong một ví dụ khác, khi tự do và nhân quyền càng ngày càng trở nên một trào lưu được công nhận rộng rãi trên toàn thế giới, ĐCSTQ không xử tử hình bất kỳ một học viên Pháp Luân Công nào, nhưng dưới sự xúi dục của Giang Trạch Dân là "không ai phải chịu trách nhiệm về việc giết chết các học viên Pháp Luân Công", thì các học viên Pháp Luân Công thông thường bị tra tấn đến chết rất thảm thương ở khắp nơi trên toàn bộ Trung Quốc. Mặc dù Hiến pháp Trung Quốc qui định rằng các công dân có quyền kháng cáo nếu phải chịu đựng sự bất công. Tuy nhiên, ĐCSTQ sử dụng cảnh sát mặc thường phục hoặc thuê các kẻ lưu manh ở địa phương để ngăn chặn, bắt giữ, và đưa những người dân đi kháng cáo về nhà, và ngay cả nhốt họ lại ở trong những trại lao động.

f. Giết người để cảnh cáo những người khác

Việc bức hại Trương Chí Tân, Ngộ La Khắc và Lâm Chiêu [30] là tất cả những ví dụ như thế.

g. Dùng đàn áp để che đậy việc giết người

Những người nổi tiếng mà có ảnh hưởng trên quốc tế thường hay bị Đảng Cộng Sản Trung Quốc (ĐCSTQ) đàn áp nhưng không bị giết chết. Mục đích của việc này là để che dấu việc giết hại những người mà cái chết của họ không bị dân chúng để ý đến. Ví dụ, trong chiến dịch "Đàn áp các phần tử phản cách mạng", ĐCSTQ đã không giết các tướng lãnh cao cấp của Quốc Dân Đảng như Long Vân, Phó Tác Nghĩa và Đỗ Duật Minh, mà thay vào đó là giết chết các viên chức cấp thấp và các binh sĩ của Quốc Dân Đảng.

Việc giết người qua một thời gian dài đã biến tâm hồn của người ta thành quái dị. Hiện nay ở Trung Quốc, nhiều người có khuynh hướng giết người. Khi bọn khủng bố tấn công nước Mỹ ngày 11 tháng 9 năm 2001, nhiều người Trung Quốc đã ăn mừng vụ khủng bố trên các diễn đàn của Internet ở Trung Quốc Đại lục. Những người kêu gọi "chiến tranh không hạn chế" đã lên tiếng ở khắp nơi làm cho mọi người run lên vì sợ.

Lời Kết

Do sự bưng bít tin tức của Đảng Cộng Sản Trung Quốc (ĐCSTQ), chúng tôi không có cách nào để biết chính xác bao nhiêu người đã chết trong những cuộc đàn áp khác nhau đã xảy ra trong thời kỳ ĐCSTQ cầm quyền. Ít nhất 60 triệu người đã chết trong các cuộc vận động mà chúng tôi đã đề cập đến trên đây. Hơn nữa ĐCSTQ cũng đã giết hại các dân tộc thiểu số ở Tân Cương, Tây Tạng, Nội Mông Cổ, Vân Nam và các nơi khác; rất khó tìm được tin tức về những việc này. Báo Washington Post đã từng ước tính rằng số người đã bị ĐCSTQ đàn áp đến chết lên tới 80 triệu [31]

Bên cạnh số người chết, chúng tôi không có cách nào để biết được bao nhiêu người đã bị tàn phế, bị rối loạn tinh thần, phát điên, trầm uất, hay sợ chết khiếp sau khi họ bị đàn áp. Mỗi một cái chết là một thảm kịch cay đắng để lại những đau đớn khôn nguôi cho thân nhân của các nạn nhân.

Như hãng thông tấn *Yomiuri News* của Nhật đã từng tường thuật [32], chính quyền Trung ương Trung Quốc đã mở một cuộc điều tra về thương vong trong Cách mạng Văn hóa ở 29 tỉnh và quận lỵ trực thuộc chính quyền trung ương. Kết quả cho thấy rằng gần 600 triệu người đã bị đàn áp hoặc bị tội liên can trong Cách mạng Văn hóa mà tổng số thành khoảng một nửa số dân Trung Quốc.

Stalin đã từng nói rằng "Cái chết của một người là một bi kịch, nhưng cái chết của một triệu người thì chỉ đơn giản là một con số thống kê". Khi được thông báo rằng nhiều người dân đã bị chết đói ở tỉnh Tứ Xuyên, Lý Tỉnh Tuyền, nguyên Bí thư Đảng ủy tỉnh Tứ Xuyên nhận xét "Triều đại nào mà không có người chết?". Mao Trạch Đông nói, "Thương vong là không thể tránh khỏi trong bất kỳ cuộc đấu tranh nào. Chết chóc thường xảy ra." Đấy là thái độ về sinh mạng của bọn Cộng sản vô Thần. Đấy là lý do tại sao 20 triệu người đã chết do bị đàn áp trong thời gian Stalin nắm quyền, chiếm 10% tổng số dân của Liên Bang Sô Viết trước kia. ĐCSTQ đã giết hại ít nhất 80 triệu người hay cũng vào khoảng 10% tổng số dân Trung Quốc [tính cho đến lúc kết thúc Cách mạng Văn hóa]. Khờ-me Đỏ đã giết chết 2 triệu người, hay 1 phần tư của tổng số dân Cam-pu-chia lúc bấy giờ. Ở Bắc Triều Tiên, số người bị chết vì đói kém ước tính khoảng hơn 1 triệu. Đây là tất cả món nợ máu của các Đảng Cộng Sản.

Các tà giáo dùng máu của kẻ bị giết chết để cúng tế tà linh. Ngay từ đầu Đảng Cộng sản đã liên tục giết người--khi nó không thể giết những người ngoài Đảng, nó thậm chí sẽ giết

340

cả những người ở trong Đảng-- tất cả để tế lễ các tà thuyết "đấu tranh giai cấp", "đấu tranh về đường lối" của nó. Nó thậm chí đặt các tổng bí thư Đảng, các tướng lãnh, các bộ trưởng, và những đảng viên khác của chính nó lên bàn cúng tế của tà giáo.

Nhiều người nghĩ rằng nên để cho Đảng Cộng Sản Trung Quốc (ĐCSTQ) có thời gian để tự biến đổi thành tốt hơn; nói rằng hiện giờ nó đã rất kiềm chế trong việc giết người rồi. Tuy nhiên, giết một người vẫn làm cho người đó trở thành kẻ giết người, nên từ bình diện to lớn hơn mà nói, thì bởi vì giết người là một trong những thủ đoạn mà ĐCSTQ dùng để thống trị với chế độ khủng bố của nó, như vậy ĐCSTQ sẽ tăng giảm việc giết người tùy theo nhu cầu của nó. Việc giết người của ĐCSTQ nói chung, khó đoán trước. Khi biểu hiện của người dân là ít sợ hãi, thì ĐCSTQ có thể giết nhiều người hơn để tăng cảm giác sợ hãi của họ lên; khi mọi người đã sợ rồi, thì giết một vài người cũng có thể nâng cao sự khủng bố; khi mọi người đã quá sợ rồi, nó chỉ cần tuyên bố ý định giết người chứ chưa cần giết thật thì cũng có thể duy trì tình trạng khủng bố. Sau khi trải qua vô số các chiến dịch giết người cho chính trị, người dân đã hình thành một 'phản xạ có điều kiện' đối với sự khủng bố của ĐCSTQ. Do đó, ĐCSTQ thậm chí không cần phải nhắc đến việc giết người, chỉ cần luận điệu phê phán gay gắt của bộ máy tuyên truyền thì cũng đủ để gợi lại ký ức sự khủng bố cho mọi người.

ĐCSTQ sẽ điều chỉnh mức độ giết người của nó một khi cảm giác sợ hãi của người dân thay đổi. Do đó giết người nhiều hay ít, tự nó không phải là mục đích của ĐCSTQ; mà chủ yếu là thói quen giết người của nó. ĐCSTQ chưa bao giờ trở nên ôn hòa. Nó cũng sẽ không bao giờ buông lưỡi dao đồ tể của nó xuống. Ngược lại, người dân đã trở nên phục tùng hơn. Một khi nhân dân đứng lên yêu cầu điều gì vượt quá sức chịu đựng của ĐCSTQ, thì ĐCSTQ sẽ không ngần ngại mà giết người.

Cũng bởi vì muốn duy trì bầu không khí khủng bố, nên việc giết người tùy tiện chính là cách làm có hiệu quả tối đa để duy trì sự khủng bố. Trong những chiến dịch giết chóc trên bình diện rộng lớn diễn ra trước đây, ĐCSTQ có chủ ý mập mờ về nhân dạng, tội danh và tiêu chuẩn buộc tội đối với các mục tiêu của nó. Để tránh bị trở thành mục tiêu tàn sát, mọi người thường tự giới hạn mình trong một "khu vực an toàn" dựa trên sự đánh giá của chính họ. Một "khu vực an toàn" như vậy, nhiều khi thậm chí còn hẹp hơn cả giới hạn mà Đảng Cộng Sản định đặt ra. Đó là lý do tại sao trong mỗi một phong trào, mọi người có khuynh hướng hành động như "một người khuynh Tả hơn là khuynh Hữu". Kết quả là, một phong trào thường được "mở rộng" hơn so với phạm vi chủ định ban đầu, bởi vì người dân ở các cấp tự đặt ra những giới hạn cho mình để đảm bảo cho sự an toàn của họ. Cấp càng thấp, thì phong trào càng trở nên tàn bạo hơn. Sự khủng bố tự động phóng đại trong toàn xã hội như vậy là xuất phát từ việc giết người tùy tiện của Đảng Cộng Sản.

Trong lịch sử sát nhân lâu dài của nó, ĐCSTQ đã tự biến mình thành một kẻ cuồng điên giết người hàng loạt. Thông qua việc giết người, nó đã thỏa mãn cảm giác biến thái của nó là nắm được quyền sinh sát trong tay. Thông qua việc giết người, nó làm nguôi đi sự sợ hãi sâu thẳm trong thâm tâm của nó. Thông qua việc giết người, nó trấn áp sự không ổn định trong xã hội và bất mãn do những giết chóc trước kia của nó gây ra. Ngày nay, những món nợ máu chồng chất của ĐCSTQ đã khiến cho các giải pháp thiện lành là không thể áp dụng được nữa. Nó chỉ có thể dựa trên áp lực lớn và chế độ độc tài để duy trì sự tồn tại của nó cho đến thời khắc cuối cùng. Cho dù có những lúc nó sử dụng kiểu mẫu "giết người rồi sau đó sửa sai", bồi thường cho các nạn nhân đã bị chính nó giết hại, làm mê hoặc người ta, thì bản chất khát máu của ĐCSTQ vẫn chưa bao giờ biến đổi, thậm chí lại càng không thể thay đổi trong tương lai.

Chú thích:

[1] Thư của Mao Trạch Đông gửi cho vợ là Giang Thanh (1966).

[2] *Luận Ngữ* của Khổng tử.

[3] Leviticus 19:18. (quyển giáo sĩ thứ 3 của Kinh Cựu Ước/chú thích của người dịch sang tiếng Việt)

[4] Karl Marx and Frederick Engels, *Bản tuyên ngôn Cộng sản* (1848).

[5] Mao Trạch Đông, *Chế độ Độc Tài Dân chủ Nhân dân* (1949).

[6] Mao Trạch Đông, "Chúng ta phải tận tình khuyến khích [việc đàn áp các phần tử phản cách mạng] để mọi gia đình đều được biết đến." (30/03/1951).

[7] Mao Trạch Đông, "Chúng ta phải tấn công những phần tử phản cách mạng thật mạnh mẽ và chính xác." (1951)

[8] *Thái Bình Thiên Quốc* (1851-1864), còn gọi là Cuộc nổi dậy Thái Bình, là một trong những cuộc xung đột đẫm máu nhất trong lịch sử Trung Quốc. Nó là cuộc chạm trán giữa các lực lượng của Triều Đình Trung Quốc (nhà Thanh) và những người do Hồng Tú Toàn, một người thần bí tự xưng của nhóm văn hóa Hakka, lãnh đạo. Hồng Tú Toàn cũng là một người đã chuyển sang theo đạo Cơ Đốc. Người ta tin rằng ít nhất đã có 30 triệu người đã chết trong cuộc xung đột này.

[9] Những dữ liệu lấy từ phần trích của cuốn sách do tạp chí Chengming ở Hồng Kông xuất bản (www.chengmingmag.com), số ra tháng 10, 1996.

[10] Tài Liệu Lịch Sử về Cộng Hòa Nhân Dân Trung Quốc (Nhà xuất bản Cờ Đỏ, 1994).

[11] Đơn vị đo lường đất đai của Trung Quốc. 1 mẫu Trung Quốc = 0.165 mẫu Anh.

[12] Sa Thanh, *Y Hy Đại Địa Loan (Vùng Đất Hoang Vu Nơi Đầm Lầy)* (1988)

[13] De Jaegher, Raymond J., *Kẻ Thù Bên Trong*. Guild Books, Catholic Polls, Incorporated (1968).

[14] *Thảm sát Đại Hưng* xảy ra vào tháng 8/1966 trong khi thay đổi nhân sự cho vị trí Bí thư Thành ủy Bắc Kinh. Vào thời gian đó, Bộ trưởng Bộ Công an Xie Fuzhi có một bài phát biểu trong một cuộc họp với Nha Công an Bắc Kinh về việc không can thiệp vào các hoạt động của "hồng vệ binh" chống lại "năm giai cấp đen". Bài phát biểu đó sớm được chuyển đến cuộc họp của Ban thường trực của Phòng Công an huyện Đại Hưng. Sau buổi họp, Phòng Công an huyện Đại Hưng ngay lập tức hành động và lập một kế hoạch kích động quần chúng nhân dân ở huyện Đại Hưng giết chết những người thuộc "năm giai cấp đen".

[15] Trịnh Nghĩa, *Kỷ Niệm Đỏ* (Đài Bắc: Nhà xuất bản Truyền hình Trung Quốc, 1993). Cuốn sách này cũng đã được xuất bản bằng tiếng Anh: *Kỷ Niệm Đỏ*: Các câu chuyện ăn thịt người ở Trung Quốc hiện đại, của tác giả Yi Zheng, dịch và biên soạn bởi T. P. Sym (Boulder, Colorado: Westview Press, 1998.)

[16] "Xã hội cũ" theo cách nói của ĐCSTQ, dùng để chỉ thời kỳ trước năm 1949 và "xã hội mới" dùng để chỉ thời kỳ sau năm 1949 khi ĐCSTQ lên nắm quyền ở Trung Quốc.

[17] Áo bó là một dụng cụ tra tấn hình chiếc áo bó chặt. Hai tay của nạn nhân bị vặn chéo vào nhau và bị trói lại bằng dây thừng ở đằng sau lưng rồi sau đó bị giật qua đầu ra phía đằng trước; thủ đoạn tra tấn này có thể ngay lập tức làm què hai tay nạn nhân. Sau đó, nạn nhân bị đặt vào trong áo bó và bị treo hai tay lên. Hậu quả trực tiếp nhất của thủ đoạn tra tấn tàn bạo này là nạn nhân bị gẫy xương vai, xương khuỷu tay, xương cổ tay và lưng, làm cho nạn nhân bị chết trong đau đớn tột cùng. Rất nhiều học viên Pháp Luân Công đã chết vì bị tra tấn như thế này. Hãy đến các địa chỉ trên Internet sau đây để biết thêm thông tin:

Tiếng Hán: http://minghui.org/mh/articles/2004/9/30/85430.html

Tiếng Anh: http://clearwisdom.net/emh/articles/2004/9/10/52274.html

[18] Lưu Thiếu Kỳ, Chủ Tịch Nhà Nước của Cộng Hòa Nhân Dân Trung Quốc từ 1959 đến 1968, đã từng được xem là người kế vị của Mao Trạch Đông. Trong cuộc Cách Mạng Văn Hóa (1966-1976), ông ta bị chính ĐCSTQ kết tội là phản bội, gián điệp, và phản động. Ông ta chết năm 1868 sau khi bị hành hạ cực kỳ tàn nhẫn trong lao tù của ĐCSTQ.

[19] Trần Bá Đạt (1904-1989) đã từng là Thư Ký Chính Trị của Mao Trạch Đông và là Chủ Biên của báo Cờ Đỏ của ĐCSTQ. Họ Trần là người cầm đầu của nhóm Cách Mạng Văn Hóa và đã viết trên Nhật Báo Nhân Dân bài xã thuyết "Quét Sạch Bọn Quái Vật và Ác Quỷ" năm 1966. Bài này được đánh dấu là bắt đầu của một trong những cuộc thanh trừng lớn nhất trong thời kỳ Cách Mạng Văn Hóa. Trương Xuân Kiều (1917) đã từng là Đệ Nhị Phó Thủ Tướng năm 1975. Họ Trương là một trong Băng Đảng Bốn Người, nhóm lãnh đạo trong thời kỳ Cách Mạng Văn Hóa. Bài

viết nổi tiếng nhất của họ Trương là " Hãy Sử Dụng Độc Tài Toàn Diện đối với Bọn Phản Động".

[20] Vương Hiền Căn, *Tài liệu về ủng hộ Việt nam và Đánh Mỹ*. (Bắc Kinh: Công ty Xuất bản Văn hóa Quốc tế, 1990)

[21] Từ Báo cáo ngày 12/10/2004 của Viện nghiên cứu Laogai: *Trẻ Em Trong Những Nạn Nhân của Cuộc Đàn Áp Pháp Luân Công.*

http://www.laogai.org/news2/newsdetail.php?id=391 (tiếng Hán).

[22] Một trong ba công cụ (phương tiện sản xuất, phương thức sản xuất và quan hệ sản xuất) do Mác dùng để phân tích giai cấp xã hội. Quan hệ sản xuất dùng để chỉ mối quan hệ giữa những người sở hữu công cụ sản xuất và những người không sở hữu công cụ sản xuất, ví dụ, mối quan hệ giữa những người chủ sở hữu đất đai và dân cày hoặc mối quan hệ giữa nhà tư bản và công nhân.

[23] Từ Mạnh Tử, Quyển 3. Bộ Kinh điển Penguin, do D.C. Lau biên dịch.

[24] Tác giả Fan Zhongyan (989-1052), một nhà giáo dục, nhà văn và là một vị quan xuất chúng của Trung Quốc dưới Triều đại Bắc Tống. Đoạn trích này được lấy từ bài văn nổi tiếng của ông với nhan đề "Trèo lên tháp Nhạc Dương."

[25] Tác giả Gu Yanwu (1613-1682), một học giả xuất sắc vào đầu Triều đại Thanh.

[26] Từ Mạnh Tử, Quyển 7. Bộ Kinh điển Penguin, do D.C. Lau biên dịch.

[27] Làng Ba Nhà là bút danh của ba nhà văn trong những năm 1960 là Deng Kuo, Wu Han và Liao Mosha. Wu là tác giả của vở kịch, "Hai Rui từ chức" mà Mao coi là một sự châm biếm chính trị về mối quan hệ của ông ta với tướng Bành Đức Hoài.

[28] Lão Xả (1899-1966) là một nhà văn Trung Quốc được nổi tiếng qua việc mô tả cuộc đời của người dân Trung Quốc trong những năm chiến tranh. Nhiều tác phẩm của ông ta được diễn trên những tuồng TV và các phim điện ảnh. Ông ta bị hành hạ dã mang trong thời kỳ Cách Mạng Văn Hóa và đã tự tử bằng cách nhảy xuống hồ năm 1966. Jian Bozan (1898-1968) đã từng là Phó Viện Trưởng Viện Đại Học Bắc Kinh và là một giáo sư sử học. Mao đã đặc biệt ra lệnh là phải dùng ông ta như một thí dụ xấu của thành phần trí thức phản cách mạng. Ông ta và vợ cùng tự tử bằng cách uống thuốc ngủ quá liều vào tháng 12 năm 1968.

[29] Theo như Clearwisdom.net, mạng lưới chính thức của Pháp Luân Công, Giang Trạch Dân đã hạ lệnh rằng những người tập Pháp Luân Công thì phải bị giết chết không nhân nhượng và những cái chết này được tính là tự tử. Xin xem "Thụy Điển: Lá thư của hội Pháp Luân Đại Pháp gởi cho Tổng Trưởng Ngoại Giao trong Hội Nghị Nhân Quyền Liên Hiệp Quốc ở Geneva".

http://www.clearwisdom.net/emh/articles/2003/3/18/33461.html.

[30] Ngộ La Khắc là một nhà tư tưởng và đấu tranh vì nhân quyền bị ĐCSTQ giết chết trong Cách mạng Văn hóa. Bài tiểu luận bất hủ của ông "Về lịch sử gia đình" viết ngày 18/01/1967 được lưu truyền rộng rãi nhất và có ảnh hưởng lâu dài nhất trong tất cả các bài tiểu luận phản ánh các tư tưởng không tuân theo đường lối của ĐCSTQ trong thời kỳ Cách mạng Văn hóa. Lâm Chiêu, một sinh viên khoa báo chí trường Đại học Tổng hợp Bắc Kinh bị coi là một người hữu khuynh năm 1957 vì cô đã có những tư tưởng độc lập và phê phán thẳng thắn đối với phong trào cộng sản đó. Cô bị buộc tội là có âm mưu lật đổ chế độ chuyên chính dân chủ nhân dân và bị bắt năm 1960. Năm 1962, cô bị kết án 20 năm tù. Cô bị ĐCSTQ giết hại ngày 29/04/1968 với tội danh là phản cách mạng.

[31] Dữ liệu dựa trên http://www.laojiao.org/64/article0211.html (tiếng Hán).

[32] Từ "Một bức thư ngỏ của Song Meiling gửi Liao Chengzhi" (17/08/1982).

Nguồn tin: http://www.blog.edu.cn/more.asp?name=fainter&id=16445 (tiếng Hán).

Bài bình luận số 8

BẢN CHẤT TÀ GIÁO CỦA ĐẢNG CỘNG SẢN TRUNG QUỐC

Cách Mạng Văn Hóa là thời kỳ mà "Mặt Trời đỏ nhất" trong khi "Thế giới tối tăm nhất". Mọi người đều phải học các tác phẩm của Mao Trạch Đông (Getty Images)

Lời Mở Đầu

Sự sụp đổ của khối Cộng Sản do Liên Bang Sô Viết dẫn đầu vào đầu thập niên 90 đã đánh dấu sự thất bại cho các cuộc vận động của Cộng Sản quốc tế sau gần một thế kỷ. Tuy nhiên, Đảng Cộng Sản Trung Quốc (ĐCSTQ) không ngờ đã sống sót và vẫn khống chế Trung Quốc, một quốc gia với 1/5 dân số thế giới. Một vấn đề không thể né tránh được chính là: ' Đảng Cộng Sản ngày nay có còn là Đảng Cộng Sản thật sự hay không?'

Không ai ở Trung Quốc ngày nay, bao gồm cả các đảng viên, còn tin vào chủ nghĩa Cộng Sản. Sau 50 năm đi theo chủ nghĩa Xã Hội, ĐCSTQ bây giờ đã chấp nhận quyền tư hữu và ngay cả còn có thị trường cổ phiếu. ĐCSTQ còn tìm kiếm đầu tư của ngoại quốc để thành lập các doanh nghiệp mới, trong khi vẫn bóc lột công nhân và nông dân đến mức độ tối đa. Điều này hoàn toàn trái ngược với lý tưởng của chủ nghĩa cộng sản. Mặc dù thỏa hiệp với chủ nghĩa tư bản, ĐCSTQ vẫn duy trì quyền lãnh đạo tuyệt đối với người dân Trung Quốc. Hiến pháp sửa đổi năm 2004 vẫn cứng ngắc quy định rằng "Nhân dân Trung Quốc gồm các giống dân khác nhau sẽ tiếp tục kiên trì theo chế độ chuyên chính Dân chủ Nhân dân và đường lối Xã hội chủ nghĩa dưới sự lãnh đạo của Đảng Cộng sản Trung Quốc và sự dẫn lối của chủ nghĩa Mácxít-Lêninít, tư tưởng của Mao Trạch Đông, lý luận của Đặng Tiểu Bình và tư tưởng chủ yếu trong 'Tam đại biểu'…"

"Con báo đã chết, vẫn còn lưu lại bộ da" [1]. Đảng Cộng Sản Trung Quốc (ĐCSTQ) ngày nay chỉ còn lại "bộ da" của Đảng Cộng Sản. ĐCSTQ kế thừa bộ da này và dùng nó để duy trì quyền thống trị của Đảng Cộng Sản.

Như vậy, 'bộ da' của Đảng Cộng Sản, tức là tổ chức của Đảng Cộng Sản mà Đảng Cộng Sản Trung Quốc kế thừa, bản chất của nó là gì đây?

I. Các đặc trưng của Tà giáo Đảng Cộng Sản

Bản chất của Đảng Cộng Sản, kỳ thực là một tà giáo làm hại nhân loại

Mặc dù Đảng Cộng Sản chưa bao giờ tự gọi mình là một tôn giáo nhưng nó có tất cả các sắc thái của một tôn giáo.(Xem Bảng 1). Khi mới bắt đầu thành lập, nó coi chủ nghĩa Mác-xít là chân lý tuyệt đối trên thế giới. Nó sùng bái tôn thờ Marx như vị thánh tinh thần của mình, và hô hào nhân dân tham gia vào cuộc đấu tranh suốt đời với mục đích để xây dựng một "thiên đường nhân gian" của chủ nghĩa cộng sản.

Bảng 1. Các sắc thái tôn giáo của Đảng Cộng Sản Trung Quốc:

Các hình thức cơ bản của một tôn giáo	Các hình thức tương ứng của Đảng Cộng Sản Trung Quốc
1. Nhà thờ hay giảng-đàn.	Tất cả các cấp Đảng ủy; các diễn thuyết gồm từ các buổi họp Đảng cho đến các phương tiện thông tin đều bị khống chế bởi Đảng Cộng Sản.
2. Giáo nghĩa.	Chủ nghĩa Mácxít-Lêninnít, tư tưởng Mao Trạch Đông, lý luận của Đặng Tiểu Bình và tư tưởng 'Tam Đại biểu' của Giang Trạch Dân và Hiến chương của Đảng.
3. Nghi thức nhập giáo.	Buổi lễ tuyên thệ trung thành vĩnh viễn với Đảng Cộng Sản
4. Chuyên nhất với một tôn giáo.	Đảng viên phải tuyệt đối tin theo Đảng Cộng Sản.
5. Giáo sĩ, linh mục thượng toạ, …	Các bí thư và nhân viên phụ trách các công tác Đảng ở các cấp.
6. Thờ Thần, Phật, Thượng đế…	Chửi rủa tất cả chư Thần và sau đó tự tôn mình làm một vị "Thần" vô danh.
7. Chết được gọi là "lên thiên đường hoặc	Chết được gọi là "đi gặp Karl Marx".

	xuống địa ngục'	
8.	Kinh sách.	Lý thuyết và các bài viết của các lãnh tụ Đảng.
9.	Giảng đạo.	Các thể loại họp hành và phát biểu của lãnh đạo.
10.	Đọc kinh; học và trau dồi kinh sách.	Học chính trị, họp nhóm thường kỳ hoặc các hoạt động của các đảng viên.
11.	Thánh ca.	Các bài hát ca ngợi Đảng.
12.	Tự nguyện Đóng chi phí.	Đảng phí bắt buộc; phân bổ ngân sách nhà nước bắt buộc phải cho Đảng là tiền từ mồ hôi và máu của dân.
13.	Giới luật, kỷ luật.	Kỷ luật Đảng bao gồm "quản thúc tại nhà", điều tra, và "khai trừ khỏi Đảng" cho đến các thủ đoạn tra tấn chết người ngay cả trừng phạt người thân và bạn bè

Đảng Cộng Sản rất khác biệt với bất cứ chính giáo nào. Bởi vì các tôn giáo chính thống đều tin vào Thần, tin vào từ bi, và lấy sự giáo hóa đạo đức con người và cứu rỗi linh hồn người ta làm mục đích. Tuy nhiên Đảng Cộng Sản không tin vào thần linh, mà còn đi ngược lại đạo đức truyền thống.

Những việc Đảng Cộng Sản làm, đã chứng minh rằng nó là một tà giáo. Trung tâm cho các giáo điều của Đảng Cộng Sản là đấu tranh giai cấp, cách mạng bạo lực và sự chuyên chính của giai cấp vô sản, đã tạo ra cái gọi là "Cách mạng của Cộng Sản" đầy tàn sát và bạo lực đẫm máu. Khủng bố nhuộm Đỏ dưới chính quyền của Đảng Cộng sản đã kéo dài khoảng một thế kỷ, đem đến thảm họa cho hàng chục quốc gia trên thế giới và cướp đi hàng chục triệu sinh mạng con người. Tín ngưỡng của Đảng cộng sản mà đã tạo ra địa ngục nhân gian như thế thì thực ra là một tà giáo to lớn số một của thế gian con người.

Từ các đặc trưng của tà giáo Đảng Cộng Sản, chúng ta có thể tóm tắt chúng dưới sáu mục như sau:

1. Sự bịa đặt giáo điều -- tiêu diệt những người không giống mình

Đảng Cộng Sản lấy chủ nghĩa Karl Marx làm giáo điều và khoe trương nó như là "chân lý không thể phá vỡ." Giáo điều của Đảng Cộng Sản thiếu nhân ái và khoan dung. Thay vào đó, nó chứa đầy cuồng vọng tự cao tự đại. Chủ nghĩa Mác-xít là một sản phẩm thời ban đầu của chủ nghĩa tư bản khi sự sản xuất thấp và khoa học vẫn còn kém phát triển. Nó không có nhận thức chính đáng về mối quan hệ căn bản giữa con người và xã hội, giữa con người và tự nhiên. Rủi thay, một tà thuyết dị đoan như thế đã phát triển thành một phong trào cộng sản quốc tế và đã làm hại thế gian con người hơn một thế kỷ, cho mãi đến khi bị chứng minh là hoàn toàn sai lầm trong thực tiễn, rồi bị thế nhân ruồng bỏ.

Các lãnh tụ Đảng từ thời Lê-nin đã liên tục thêm vào nội dung mới trong giáo điều của tà giáo cộng sản. Từ lý luận cách mạng bạo lực của Lê-nin cho đến lý luận về cách mạng liên tục dưới chế độ chuyên chính của giai cấp vô sản của Mao Trạch Đông, đến "Tam đại biểu" của Giang Trạch Dân, lịch sử của Đảng Cộng Sản đầy rẫy những loại tà thuyết mà có lý luận sai lệch như thế. Mặc dù những tà thuyết này đã liên tục gây ra những thảm họa trong thực tiễn và tự mâu thuẫn với nhau, Đảng Cộng Sản vẫn tự cho rằng nó giải thích đúng và bắt buộc nhân dân phải học tà thuyết của nó.

Tiêu diệt những người mà khác với mình là thủ đoạn truyền giáo hữu hiệu nhất của tà giáo cộng sản. Bởi vì giáo điều và hành vi của tà giáo cộng sản này cực kỳ sai lầm, cho nên Đảng Cộng Sản chỉ dựa vào bạo lực để tiêu diệt những người khác với mình thì mới có thể cưỡng ép người dân chấp nhận nó. Sau khi Đảng Cộng Sản Trung Quốc (ĐCSTQ) chiếm đoạt chính quyền ở Trung Quốc, nó bắt đầu việc thực hiện "cải cách ruộng đất" để tiêu diệt giai cấp địa chủ, "cải tạo chủ nghĩa xã hội" trong công nghiệp và thương nghiệp để tiêu diệt các nhà tư bản, "phong trào tiêu diệt phản động" để tiêu diệt những tôn giáo truyền thống và những nhân sĩ trong chính quyền trước , "phong trào chống cánh Hữu" để bịt miệng những người trí thức và "Đại Cách mạng Văn hóa" để tiêu diệt văn hóa truyền thống của Trung Quốc. ĐCSTQ đã có thể thống nhất Trung Quốc dưới tà giáo cộng sản và đạt được một tình thế mà tất cả mọi người phải đọc Sách Đỏ, nhảy "điệu trung thành"[2] và "xin chỉ thị của Đảng buổi sáng và báo cáo lên Đảng vào buổi tối." Vào thời kỳ sau chế độ của Mao Trạch Đông và của Đặng Tiểu Bình, ĐCSTQ đánh giá rằng Pháp Luân Công, một phương pháp tu luyện truyền thống tin vào "Chân, Thiện, và Nhẫn" sẽ cạnh tranh với nó để thu hút quần chúng, và do đó có ý định tiêu diệt Pháp Luân Công, vì vậy nó bắt đầu một cuộc đàn áp mang tính cách diệt tuyệt đối với Pháp Luân Công cho đến tận bây giờ.

2. Sùng bái Giáo chủ --- Chỉ có ta là nhất

Từ Karl Marx đến Giang Trạch Dân, bức hình của các lãnh tụ Đảng cộng sản được treo lên rõ ràng để cho người ta quỳ lạy. Quyền lực tuyệt đối của các lãnh tụ Đảng cộng sản là không dung tha kẻ khiêu chiến. Mao Trạch Đông được dựng lên làm "mặt trời đỏ" và là người "đại cứu tinh". Đảng cộng sản tán dương một cách thái quá những câu nói của Mao rằng là "một câu nêu cao bằng 10 ngàn câu bình thường". Với tư cách là một "đảng viên phổ thông", Đặng Tiểu Bình đã từng làm chúa tể nền chính trị Trung Quốc dưới hình thức 'thái thượng hoàng'. Lý thuyết "Tam đại biểu" của Giang Trạch Dân chỉ dài có hơn 40 chữ một chút bao gồm cả dấu chấm, nhưng Đại hội kỳ 4 của Đảng cộng sản Trung Quốc (ĐCSTQ) đã thổi phồng lên là "đem đến câu trả lời sáng tạo cho những vấn đề như chủ nghĩa xã hội là gì, làm thế nào để xây dựng chủ nghĩa xã hội, chúng ta xây dựng loại Đảng nào và xây dựng Đảng như thế nào." ĐCSTQ cũng tán dương thái quá về tư tưởng của "Tam đại biểu", mặc dù khi nói rằng nó là sự tiếp nối và phát triển của chủ nghĩa Marxít-Leninnít, tư tưởng Mao Trạch Đông và lý luận Đặng Tiểu Bình thì thực ra là chế nhạo nó.

Việc giết người vô tội một cách vô nhân đạo của Stalin, tai kiếp từ phong trào "Đại Cách mạng Văn hóa" của Mao Trạch Đông, lệnh thảm sát Thiên An Môn của Đặng Tiểu Bình và cuộc đàn áp Pháp Luân Công vẫn đang tiếp diễn của Giang Trạch Dân là những kết quả tàn ác của loại giáo chủ độc tài này.

Một mặt, Đảng cộng sản Trung Quốc (ĐCSTQ) trong Hiến Pháp quy định rằng, "Tất cả quyền lực trong Nước Cộng hòa Nhân dân Trung hoa thuộc về nhân dân. Các cơ quan mà nhân dân thi hành quyền lực quốc gia là Quốc hội đại diện nhân dân và các Hội đồng địa phương các cấp". "Không một tổ chức hay cá nhân nào có đặc quyền vượt trên Hiến pháp và pháp luật"[3]. Nhưng mặt khác, trong "Đảng chương" của ĐCSTQ quy định rằng ĐCSTQ là "trung tâm lãnh đạo cho sự nghiệp của chủ nghĩa xã hội đặc sắc Trung Quốc", làm cho Đảng vượt trên cả quốc gia và nhân dân. Chủ tịch Ủy ban thường vụ Quốc hội có "những bài phát biểu quan trọng" trên khắp cả nước nói rằng Quốc hội, cơ quan quyền lực cao nhất của quốc gia, phải tuân theo "sự kiên trì lãnh đạo của Đảng". Theo nguyên tắc của "chế độ tập trung dân chủ" của ĐCSTQ, thì toàn Đảng phải phục tùng Ban chấp hành Trung ương

Đảng. Nói thực ra, điều mà Quốc hội thực sự nhấn mạnh là "sự độc tài của Tổng bí thư", mà dùng hình thức luật pháp để bảo vệ "sự độc tài của Tổng bí thư".

3. Tẩy não bằng bạo lực, khống chế tinh thần, tổ chức nghiêm ngặt, và có thể vào Đảng nhưng không thể ra khỏi Đảng

Tổ chức của Đảng cộng sản rất là nghiêm ngặt: người ta phải có giới thiệu của 2 đảng viên trước khi được nhận vào Đảng; vào Đảng phải thề trung thành vĩnh viễn với Đảng ; đảng viên phải đóng đảng phí, phải tham dự các hoạt động của tổ chức, và tham gia học chính trị tập thể. Các tổ chức của Đảng thâm nhập tất cả các cấp chính quyền. Tổ chức cơ tầng của Đảng có mặt ở mỗi một làng, thị trấn, chỗ láng giềng… Đảng cộng sản khống chế không chỉ các đảng viên và các công tác của Đảng mà cả những dân chúng không phải là đảng viên bởi vì toàn bộ chính quyền phải "kiên trì theo sự lãnh đạo của Đảng". Tuy nhiên trong những năm, khi các chiến dịch đấu tranh giai cấp đang diễn ra, các *"thần giao"*(người giảng bài) của giáo hội Đảng cộng sản, gọi là các *"bí thư Đảng"* trong tổ chức ở mọi cấp, thường là không biết làm gì khác hơn ngoài việc ép người ta theo kỷ luật.

"Phê bình và tự phê bình mình" trong các buổi sinh hoạt của Đảng là một loại thủ đoạn phổ biến và trường kỳ để khống chế tinh thần của đảng viên. Trong lịch sử, Đảng Cộng Sản đã phát động nhiều lần các phong trào chính trị để "thanh lọc đảng viên", "chỉnh đốn không khí trong Đảng", "bắt kẻ phản bội", "giết 'tập đoàn chống Bolshevik' (AB Đoàn) và "chỉnh đốn Đảng", thỉnh thoảng lợi dụng khủng bố bằng bạo lực để bồi dưỡng "Đảng tính" của các đảng viên, khiến cho họ phải trung thành mãi mãi với Đảng.

Gia nhập Đảng cộng sản như là ký một hợp đồng bán thân xác và linh hồn mà không thể hủy bỏ. Gia pháp của Đảng luôn luôn ở trên luật pháp của quốc gia, Đảng có thể khai trừ cá nhân đảng viên, trong khi các đảng viên không thể thoát ly khỏi Đảng cộng sản mà không bị trừng phạt nghiêm trọng. Nếu như thoái Đảng thì bị coi là kẻ phản bội và sẽ đưa đến những hậu quả tệ hại. Trong thời kỳ Cách Mạng dưới sự thống trị tuyệt đối của tà giáo Đảng cộng sản, nếu Đảng muốn người nào chết thì người đó không thể sống, nếu Đảng muốn người nào sống thì người đó không thể chết. Nếu như tự sát thì người đó sẽ bị dán cái nhãn hiệu là "sợ bị nhân dân trừng phạt vì tội lỗi của mình" và người nhà của họ cũng sẽ bị liên lụy và bị trừng phạt.

Quyết định sách lược bên trong Đảng hoạt động như một cái hộp đen và đấu tranh trong nội bộ Đảng phải tuyệt đối giữ bí mật. Tất cả các tài liệu của Đảng đều là văn kiện cơ mật. Làm chuyện xấu thì sợ nhất bị vạch trần, cho nên Đảng cộng sản thường xuyên xử lý những người khác với mình bằng cách gán cho họ tội danh "tiết lộ cơ mật quốc gia".

4. Xúi giục bạo lực, tôn sùng máu tanh, và khích lệ hy sinh cho tà giáo Cộng Sản

Mao Trạch Đông nói: "Cách mạng không phải là một bữa tiệc buổi tối, hoặc viết một bài văn, hoặc vẽ một bức tranh, hoặc là làm công việc thêu thùa; nó không thể tao nhã như vậy, nhẹ nhàng và nhàn hạ như vậy, ôn hòa, tử tế, lịch thiệp, cần kiệm và nhượng bộ như vậy. Cách mạng là bạo lực, là hành động bạo lực mãnh liệt của một giai cấp dùng để lật đổ một giai cấp khác."[4]

Đặng Tiểu Bình nói: "Giết chết 200 ngàn người để đổi lấy 20 năm ổn định".

Giang Trạch Dân ra lệnh: "Tiêu diệt thân xác (các học viên Pháp Luân Công), bôi nhọ thanh danh, vắt kiệt tài chính."

Đảng cộng sản xúi giục bạo lực và đã giết vô số người trong lịch sử các lần vận động chính trị trước kia của nó. Nó giáo dục người dân đối xử "với kẻ thù phải lạnh lẽo vô tình". Lá cờ đỏ được hiểu là màu đỏ tượng trưng cho "máu tươi của những liệt sĩ." Đảng cộng sản sùng bái màu đỏ, trên thực tế là nó sùng bái máu tươi.

Đảng cộng sản trưng bày những ví dụ "anh hùng" để khuyến khích người ta hy sinh cho Đảng. Khi Trương Tư Đức chết trong lúc đang làm việc tại lò sản xuất thuốc phiện, Mao Trạch Đông đã ca ngợi cái chết của anh ta là "nặng như Núi

Thái sơn [5]." Trong những năm điên cuồng đó, những lời như "Một *không* sợ khổ, hai *không* sợ chết" và "Vì có hy sinh mạnh mẽ quyết tâm bao nhiêu, nên chúng ta dám làm mặt trời và mặt trăng chiếu sáng những khung trời mới" đều chứa đầy cuồng vọng, và thiếu thốn trầm trọng về vật chất.

Vào cuối thập niên 70, Việt Cộng mang quân đi lật đổ chính quyền Khờ me Đỏ mà Đảng cộng sản Trung Quốc (ĐCSTQ) ủng hộ, gây ra các tội ác tầy trời. Mặc dù ĐCSTQ rất tức giận nhưng không thể đưa quân đến hỗ trợ Khờ me Đỏ bởi vì Trung Quốc và Cam-pu-chia không có chung đường biên giới. Thay vào đó, ĐCSTQ bắt đầu một cuộc chiến tranh xâm lược Việt Nam dọc theo biên giới Trung-Việt để trừng phạt Cộng Sản Việt Nam dưới chiêu bài "tự vệ". Hàng chục ngàn lính Trung Quốc vì đó đã hy sinh cả máu và mạng sống cho cuộc chiến tranh giữa các Đảng cộng sản. Cái chết của họ thực ra không liên quan gì đến lãnh thổ và chủ quyền quốc gia. Tuy vậy vài năm sau, ĐCSTQ trâng tráo gợi nhớ lại sự hy sinh vô nghĩa của bao nhiêu sanh mạng trẻ tươi sáng khờ dại mà làm thành "tinh thần anh hùng cách mạng", mượn từ bài hát "cử chỉ đẹp đẽ nhuộm máu". Mặc dù 154 binh sĩ Trung Hoa đã chết năm 1981 trong khi chiếm lại núi Pháp Ca ở tỉnh Quảng Tây, ĐCSTQ đã tùy tiện trả nó lại cho Việt Nam sau khi hai bên phân chia lại biên giới.

Khi sự lan rộng hoành hành của bệnh dịch SARS đã đe dọa tánh mạng người dân vào đầu năm 2003, ĐCSTQ sẵn sàng nhận vào các nữ y tá trẻ. Sau đó những phụ nữ này nhanh chóng bị ép ở trong bệnh viện để chăm sóc các bệnh nhân SARS. ĐCSTQ đã đẩy những người trẻ tuổi vào nơi tiền tuyến nguy hiểm nhất để tạo dựng "hình ảnh vinh quang" trong khẩu hiệu "không sợ gian khổ , không sợ cái chết" của Đảng cộng sản. Tuy nhiên những người còn lại trong số 65 triệu đảng viên hiện có thì đang ở đâu và đã đem lại hình ảnh như thế nào cho Đảng, thì ĐCSTQ không có lời giải thích.

5. Phủ nhận đức tin vào thần thánh và bóp chết nhân tính

Đảng cộng sản tuyên truyền lý luận vô Thần, nói rằng tôn giáo là "thuốc phiện tinh thần" có thể đầu độc người dân. Nó dùng quyền lực của nó để tiêu diệt hoặc đè bẹp tất cả các tôn giáo ở Trung Quốc, và sau đó thần thánh hóa chính mình, thực hiện sự thống trị tuyệt đối của tà giáo Cộng Sản.

Cùng lúc với việc Đảng cộng sản đàn áp tôn giáo, nó cũng phá hoại văn hóa truyền thống. Nó nói rằng truyền thống, đạo đức và luân lý là phong kiến, mê tín và phản động, rồi dùng danh nghĩa cách mạng để diệt trừ tất cả. Trong thời kỳ Đại Cách mạng Văn hóa, xuất hiện các hiện tượng xấu tràn lan đi ngược lại truyền thống Trung Quốc, như vợ chồng tố cáo lẫn nhau, học trò đánh đập thầy cô, cha con thành thù địch với nhau, Hồng vệ binh giết bừa bãi những người vô tội, và quân nổi loạn đánh đập, đập phá và cướp bóc. Đây chính là kết quả sự việc bóp chết nhân tính của ĐCSTQ.

Sau khi thành lập chế độ, ĐCSTQ đã cưỡng bức các dân tộc thiểu số phải theo sự lãnh đạo của cộng sản, làm tổn hại đến nền văn hóa dân tộc mà họ đã tạo dựng rất phong phú và đầy màu sắc.

Ngày 4/6/1989, cái gọi là "Quân đội Giải phóng của Nhân dân" đã thảm sát rất nhiều sinh viên ở Bắc Kinh. Việc này đã làm cho người dân Trung Quốc hoàn toàn mất hy vọng vào tương lai chính trị của Trung Quốc. Từ đó trở đi, toàn thể dân chúng tập trung vào việc kiếm tiền. Từ năm 1999 cho đến nay, ĐCSTQ đã đàn áp tàn khốc Pháp Luân Công, và đi ngược lại với "Chân, Thiện và Nhẫn" , vì vậy tăng thêm sự suy đồi nhanh chóng về chuẩn mực đạo đức.

Từ đầu thế kỷ này, một chiến dịch chia đất[6], chiếm giữ tiền bạc và tài nguyên vật chất một cách bất hợp pháp của các viên chức chính quyền tham nhũng mà thông đồng với kẻ kiếm lợi đã làm cho rất nhiều người dân trở thành bần cùng và vô gia cư. Số người kháng cáo lên chính quyền để đòi hỏi giải quyết bất công, đã tăng lên rất cao, và mâu thuẫn xã hội cũng phát triển mạnh mẽ. Các cuộc phản kháng trên diện rộng diễn ra thường xuyên, và đã bị cảnh sát và quân đội đàn áp dã man. Bản chất phát-xít của "nước Cộng hòa" đã trở nên rõ rệt, và xã hội lại càng mất đi chuẩn mực đạo đức.

Trước kia, một kẻ ác không bao giờ làm hại hàng xóm láng giềng, hoặc như câu nói "cáo chỉ săn mồi xa nhà". Bây giờ, khi người ta muốn lừa gạt người nào, họ càng muốn nhắm vào họ hàng và bạn bè của chính mình và gọi đó là "giết người quen thuộc".

Trong quá khứ, người dân Trung Quốc quý trọng chữ trinh tiết lên hàng đầu, còn ngày nay người ta khinh người nghèo, chứ không khinh kẻ bán dâm. Lịch sử phá hoại nhân tính và đạo đức của dân tộc Trung Hoa được mô tả sống động trong các câu sau:

"Trong thập niên 50 người ta giúp đỡ nhau,

Trong thập niên 60 người ta chỉnh lý nhau,

Trong thập niên 70 người ta lừa đảo lẫn nhau,

Trong thập niên 80 người ta chỉ lo cho chính mình,

Trong thập niên 90 người ta lợi dụng bất kể ai mà họ gặp".

6. Dùng quân đội để chiếm quyền lực, độc quyền hóa nền kinh tế và các tham vọng điên cuồng về chính trị và kinh tế

Tôn chỉ thành lập của Đảng cộng sản là cướp chính quyền bằng bạo lực và sau đó tạo ra một hệ thống quốc doanh trong đó nhà nước nắm giữ độc quyền nền kinh tế thiết kế. Tham vọng điên cuồng của Đảng cộng sản vượt xa các tà giáo thông thường khác là họ chỉ có mục đích gom tiền.

Trong một quốc gia với chế độ công hữu xã hội chủ nghĩa do Đảng cộng sản thống trị, các tổ chức của Đảng mà quyền lực rất lớn (có nghĩa là các Đảng ủy và các chi bộ Đảng ở mọi cấp) nắm quyền hoặc sở hữu các cơ cấu thông thường của quốc gia. Các tổ chức "phụ thể Đảng" khống chế bộ máy quốc gia, và rút tiền trực tiếp từ ngân sách chính phủ ở các cấp khác nhau. Đảng cộng sản như một con quỷ hút máu, không hiểu đã hút biết bao nhiêu của cải xã hội của quốc gia.

II. Những nguy hại mà tà giáo Đảng Cộng Sản gây ra

Khi những sự việc như giết người bằng khí độc hủy hoại thần kinh 'sarin' của giáo phái Aum Shinri Kyo, tự sát để lên thiên đường của giáo phái " Thái Dương", hoặc vụ tự sát tập thể của hơn 900 người theo giáo phái "Nhân dân" do Jim Jones lập ra được nhắc đến, tất cả mọi người run lên vì sợ và căm phẫn. Nhưng Đảng cộng sản là một tà giáo với tội ác rùng rợn hơn hàng ngàn lần, làm hại tính mạng của không biết bao nhiêu người. Điều này là bởi vì Đảng cộng sản có những chỗ độc đáo sau đây mà một tà giáo bình thường không có:

Tà giáo Đảng Cộng Sản được quốc giáo hóa

Trong một quốc gia bình thường, nếu quý vị không tin theo một tôn giáo nào đó thì quý vị vẫn có thể sống vui vẻ mà không phải đọc sách hay nghe những lý luận của tôn giáo đó. Tuy nhiên sinh sống ở Trung Hoa Đại Lục, quý vị không thể không học tập thường xuyên những giáo điều của tà giáo Đảng cộng sản, không thể không nghe tà giáo tuyên truyền, bởi vì chính quyền cướp đoạt của Đảng cộng sản đã biến tà giáo Cộng Sản thành quốc giáo rồi.

Đảng cộng sản nhồi nhét những thuyết giáo chính trị của nó vào đầu ngay từ khi bắt đầu mẫu giáo và trường tiểu học. Người ta không được học cao hơn hay được thăng chức mà không thi đậu kỳ thi chính trị. Không một câu hỏi nào trong kỳ thi chính trị cho phép học sinh được suy nghĩ độc lập. Thí sinh ép buộc phải ghi nhớ câu trả lời mẫu của Đảng cộng sản thì mới có thể thi đậu. Những người dân Trung Quốc đáng thương kia bị bắt buộc phải nhắc lại những thuyết giáo của Đảng cộng sản từ khi còn nhỏ, phải tự tẩy não chính mình lần này tới lần khác. Khi một cán bộ được thăng chức trong chính quyền, bất kể người đó là đảng viên Cộng sản Trung Quốc hay không, họ bắt buộc phải theo học trường Đảng. Người đó sẽ không được thăng chức nếu không hội đủ điều kiện tốt nghiệp của trường Đảng.

Ở Trung Quốc, nơi Đảng cộng sản là quốc giáo, các đoàn thể khác ý kiến không được dung tha. Ngay cả các "đảng phái dân chủ" được dựng lên bởi Đảng cộng sản để làm bình phong chính trị, và giáo hội bị cải tạo "TamTự" (có nghĩa là tự quản, tự lực và tự phát triển) cũng phải chính thức tiếp nhận sự lãnh đạo của Đảng cộng sản. Trung thành với Đảng cộng sản là điều kiện đầu tiên trước khi muốn theo bất cứ tín ngưỡng nào, đây là lối suy nghĩ của tà giáo Đảng cộng sản.

Khống chế xã hội một cách cực đoan

Cơ sở tà giáo này có thể trở thành quốc giáo là vì Đảng cộng sản khống chế nhân dân và cướp đi quyền tự do của con người. Loại khống chế này là vô tiền khoáng hậu, bởi vì Đảng cộng sản đã cướp đoạt quyền tư hữu tài sản của người dân, mà quyền tư hữu tài sản là nền tảng của tự do. Trước thập niên 80, người dân thành thị chỉ có thể kiếm sống bằng cách làm việc trong các doanh nghiệp Đảng cộng sản khống chế. Nông dân ở nông thôn phải sống dựa vào đất ruộng thuộc công xã nông nghiệp của Đảng. Không ai có thể thoát khỏi sự khống chế của Đảng cộng sản. Trong một quốc gia theo chủ nghĩa xã hội như Trung Quốc, các tổ chức của Đảng cộng sản có mặt ở khắp nơi – từ chính quyền trung ương cho đến các đơn vị xã hội nhỏ nhất bao gồm cả làng, xã và láng giềng. Thông qua các Đảng uỷ, các chi bộ, các tổ chức của Đảng ở mọi cấp, Đảng cộng sản khống chế xã hội thật vững chắc. Kết quả của sự khống chế nghiêm ngặt như vậy đã hoàn toàn bóp nghẹt quyền tự do cá nhân – quyền tự do đi lại (hệ thống đăng ký hộ tịch), quyền tự do ngôn luận (500 ngàn người thuộc cánh Hữu bị đàn áp bởi ĐCSTQ vì họ thực thi quyền tự do ngôn luận), quyền tự do tư tưởng (Lâm Chiêu[7] và Trương Chí Tân[8] bị tử hình vì nghi ngờ ĐCSTQ) và quyền tự do về thông tin (đọc sách cấm hoặc nghe đài "địch" là bất hợp pháp; xem Internet cũng bị theo dõi).

Người ta có thể nói rằng hiện nay Đảng cộng sản Trung Quốc (ĐCSTQ) đã cho phép chế độ tư hữu nhưng chúng ta không nên quên rằng chính sách cải cách khai phóng này chỉ được đưa ra khi chủ nghĩa xã hội đi đến mức mà người dân đã không còn đủ ăn và nền kinh tế của quốc gia đang bên bờ sụp đổ. Đảng cộng sản phải lùi một bước để tự cứu mình khỏi bị diệt vong. Tuy nhiên, ngay cả sau khi cải cách và khai phóng, ĐCSTQ chưa bao giờ nới lỏng việc khống chế người dân. Cuộc đàn áp tàn khốc đối với các học viên Pháp Luân Công đang diễn ra chỉ có thể xảy ra ở một quốc gia bị thống trị bởi Đảng cộng sản. Nếu như ĐCSTQ thực sự trở thành một thế lực kinh tế to lớn như ý nguyện của nó, điều có thể chắc chắn là sự khống chế nhân dân của Đảng cộng sản chỉ có tăng gia càng ngày càng mạnh.

Tôn sùng bạo lực và coi thường mạng sống

Gần như tất cả các tà giáo khống chế tín đồ hoặc chống lại áp lực bên ngoài, đều dùng bạo lực. Tuy nhiên, rất ít tà giáo đã từng sử dụng đến những thủ đoạn bạo lực tới mức độ như Đảng cộng sản đã từng làm một cách không hối hận. Ngay cả tổng số người chết vì tất cả các tà giáo khác trên thế giới cũng không thể so sánh được với số người bị tà giáo Đảng cộng sản giết hại. Theo cái nhìn của tà giáo Đảng cộng sản, thì con người chỉ là phương tiện để thực hiện mục đích, và giết người cũng chỉ là một thủ đoạn. Do đó, Đảng cộng sản không đắn đo ngần ngại gì trong việc đàn áp người dân. Bất cứ người nào, kể cả những người ủng hộ, đảng viên và người lãnh đạo của Đảng đều có thể trở thành đối tượng của sự đàn áp.

Đảng cộng sản Trung Quốc(ĐCSTQ) ủng hộ Khờ me Đỏ, một trường hợp điển hình cho sự tàn bạo và coi rẻ nhân mạng của tà giáo cộng sản. Trong vòng 3 năm 8 tháng cầm quyền, Đảng Cộng sản Campuchia do Pol Pot cầm đầu, cảm hứng bởi tư tưởng của Mao Trạch Đông, đã giết chết 2 triệu người – khoảng một phần tư dân số của quốc gia nhỏ bé này – nhằm "tiêu diệt chế độ tư hữu". Trong tổng số người chết, hơn 200 ngàn người thuộc gốc Hoa.

Để ghi lại những tội ác của Đảng Cộng sản và tưởng niệm các nạn nhân, Cam-pu-chia đã thành lập một viện bảo tàng để ghi lại và trưng bày sự tàn bạo của Khờ me Đỏ. Viện bảo tàng này được đặt tại một nhà tù cũ của Khờ me Đỏ. Đầu tiên đó là một trường học do Pol Pot dùng làm Nhà tù S-21 để đối phó đặc biệt với các tù nhân bất khuất. Rất nhiều người trí thức đã bị giam cầm ở đó và bị tra tấn đến chết. Trưng bày dọc theo các bức tường nhà tù và các loại dụng cụ tra tấn là các bức ảnh đen trắng của những nạn nhân trước khi họ bị giết chết. Có rất nhiều cách tra tấn tàn khốc đã được ghi lại như cắt cổ, khoan sọ, trẻ em bị ném xuống đất và bị giết chết v.v… Được biết là tất cả các lối tra tấn này đều được các "chuyên gia và kỹ thuật viên chuyên nghiệp" do ĐCSTQ gửi đến để hỗ trợ Khờ me Đỏ truyền dạy. ĐCSTQ ngay cả còn đào tạo những người chụp hình để chuyên chụp hình các tù nhân trước khi họ bị giết chết để lưu lại làm tài liệu hoặc là để giải trí.

Chính tại nhà tù S-21 này, một chiếc máy khoan đầu người đã được đặc chế để lấy óc người làm thức ăn bổ dưỡng cho các người lãnh đạo Đảng Cộng sản Campuchia. Những tù nhân bất khuất bị trói vào một chiếc ghế đặt trước máy khoan đầu người. Nạn nhân sẽ phải chịu nỗi sợ hãi cùng cực khi chiếc mũi khoan quay nhanh chọc thủng đầu từ phía đằng sau và lấy óc ra một cách mau lẹ và hiệu lực trước khi nạn nhân chết.

III. Bản chất tà giáo của Đảng Cộng sản

Điều gì đã khiến cho Đảng Cộng sản tàn bạo như vậy, và tà ác như vậy? Khi âm hồn của Đảng Cộng sản đến thế giới này, nó mang theo một sứ mạng đáng sợ. Bản *Tuyên ngôn của Đảng Cộng sản* phần cuối cùng có một đoạn rất nổi tiếng là:

" Người Cộng sản chẳng thèm che đậy quan điểm và ý đồ của bọn họ. Họ công khai tuyên bố rằng các mục đích của bọn họ chỉ có thể đạt được bằng cách dùng bạo lực để lật đổ toàn bộ chế độ xã hội hiện tại. Hãy để cho giai cấp thống trị run sợ vì cách mạng của chủ nghĩa cộng sản. Trong cách mạng này, những người vô sản không có gì để mất ngoài xiềng xích của mình. Họ có cả thế giới để chinh phục."

Sứ mạng của âm hồn này là dùng bạo lực để công khai khiêu chiến xã hội loài người, để đập nát thế giới cũ, để "tiêu diệt chế độ tư hữu", "tiêu diệt cá tính, tính độc lập và tự do của các nhà tư bản", tiêu diệt sự bóc lột, tiêu diệt gia đình, và để những người vô sản thống trị thế giới.

Đảng phái chính trị này, mà công khai tuyên bố ước muốn "đánh đập, đập phá và cướp bóc"của nó, không những không thừa nhận quan điểm tà ác của chính mình mà còn tự tuyên cáo trong Bản *Tuyên ngôn của Đảng Cộng sản* rằng "Cách mạng của chủ nghĩa cộng sản là cùng phá tan sự thực hành mối quan hệ truyền thống một cách triệt để nhất; không ngạc nhiên rằng trong tiến trình phát triển của chính nó phải cùng dứt bỏ khỏi sự thực hành quan niệm truyền thống một cách triệt để nhất."

Các quan niệm truyền thống của xã hội là từ đâu đến? Chiếu theo luật tự nhiên của lý luận vô Thần mà nói, các quan niệm truyền thống là điều tất nhiên giữa qui luật tự nhiên với qui luật xã hội. Chúng là kết quả của qui luật vận động của vũ trụ. Tuy nhiên, chiếu theo quan điểm hữu Thần mà nói, truyền thống và luân lý đạo đức của nhân loại là do thần thánh truyền cho con người. Bất kể là đến như thế nào, luân lý đạo đức căn bản nhất của con người, khuôn mẫu quy định hành vi, và tiêu chuẩn Thiện Ác đều tương đối có tính chất không biến đổi ; là nền tảng cho cách cư xử của loài người và để duy trì trật tự xã hội trong hàng ngàn năm qua. Nếu nhân loại không có các khuôn mẫu quy định đạo đức và chuẩn mực Thiện và Ác, thì chẳng phải con người sẽ thoái hóa trở thành con vật hay sao?

Khi bản *Tuyên ngôn của Đảng Cộng sản* tuyên bố rằng nó sẽ "dứt bỏ tận gốc sự thực hành các quan niệm truyền thống", nó đã đe dọa đến nền tảng của sự tồn tại bình thường trong xã hội nhân loại, Đảng cộng sản chủ định là một tà giáo phá hoại nhân loại.

Toàn bộ văn kiện của bản *Tuyên ngôn của Đảng Cộng sản,* mà đặt ra các nguyên tắc chỉ đạo cho Đảng cộng sản, tràn đầy những tuyên bố cực đoan, không một chút nhân ái và khoan dung nào cả. Marx và Engels nghĩ rằng họ đã tìm ra quy luật phát triển xã hội thông qua chủ nghĩa duy vật. Do đó, với "chân lý" trong tay, họ đặt câu hỏi cho tất cả và phủ nhận tất cả. Họ khăng khăng áp đặt ảo tưởng chủ nghĩa Cộng sản lên con người và không ngần ngại chủ trương dùng bạo lực để huỷ diệt các cấu trúc xã hội và nền tảng văn hóa hiện có. Bản *Tuyên ngôn của Đảng Cộng sản* có hiệu quả là tiêm nhiễm vào Đảng Cộng sản mới sinh, một *tà linh* mà phản lại Trời Đất, hủy diệt nhân tính, cuồng vọng tự cao tự đại, cực kỳ ích kỷ và hoàn toàn hành động theo dục vọng.

IV. Lý thuyết về ngày tận thế của Đảng Cộng Sản – Nỗi lo sợ về ngày "Đảng bị diệt mất"

Marx và Engels đã tiêm nhiễm một *tà linh* vào Đảng Cộng sản. Lenin thành lập Đảng Cộng sản ở Nga, và thông qua bạo lực của những kẻ vô lại, ông ta đã lật đổ chính phủ chuyển tiếp được thành lập sau Cách mạng tháng Hai[9], rồi bóp chết cách mạng giai cấp tư sản ở Nga, cướp đoạt chính quyền, và chiếm được một chỗ đứng cho tà giáo Cộng sản ở thế gới con người. Tuy nhiên, sự thành công cách mạng của Lê-nin đã không giúp được những người vô sản chinh phục thế giới. Mà trái lại, như trong đoạn đầu của bản *Tuyên ngôn của Đảng Cộng sản* nói, "Tất cả mọi quyền lực của cựu Âu châu đã vào tay một liên minh thần thánh để xua đuổi âm hồn này..." Sau khi sinh ra, Đảng Cộng sản đã lập tức phải đối mặt với nguy cơ về sự sinh tồn của nó và lo sợ bị diệt trừ bất cứ lúc nào.

Sau Cách mạng tháng Mười[10], bọn Cộng sản Nga hay còn gọi là bọn Bôn-sê-vích, đã không đem lại hòa bình hay bánh mì cho người dân, mà chỉ có giết người bừa bãi. Tiền tuyến thì đang thua trận còn sự khó khăn của kinh tế hậu phương thì càng vì cuộc cách mạng mà trở nên tồi tệ thêm. Do đó, dân chúng bắt đầu nổi dậy. Nội chiến lan nhanh ra toàn bộ đất nước và nông dân từ chối cung cấp lương thực cho các thành phố. Bạo loạn xảy ra ở khắp nơi, khởi đầu giữa những người Cossacks ở gần sông Don; cuộc chiến của họ với Hồng quân đã gây ra đổ máu tàn khốc. Bản chất man rợ và tàn khốc của cuộc tàn sát xảy ra trong cuộc chiến này có thể được nhìn thấy qua các tác phẩm văn học như "Sông Đông êm đềm" của Sholokhov và các tuyển tập truyện Sông Don khác của ông. Đội quân do nguyên đô đốc của Bạch quân Aleksandr Vailiyevich Kolchak và tướng Anton Denikin cầm đầu có lúc gần như đã lật đổ Đảng Cộng sản Nga. Ngay cả khi còn là một chính quyền sơ sinh, Đảng Cộng sản đã kích động sự phản đối của hầu hết toàn bộ dân chúng, có thể bởi vì tà giáo cộng sản quá tà ác nên không thể đạt được lòng dân.

Cảnh ngộ của Đảng Cộng sản Trung Quốc(ĐCSTQ) cũng tương tự như Đảng Cộng sản Nga. Từ "Sự kiện Mari" và "Vụ thảm sát ngày 12 tháng Tư"[11], cho đến việc bị trấn áp năm lần ở những khu vực do cộng sản Trung Quốc kiểm soát, và cuối cùng là việc bị bắt buộc phải thực hiện một cuộc "trường chinh" dài 25 ngàn cây số - ĐCSTQ đã luôn luôn phải đối mặt với nguy cơ bị tiêu diệt.

Đảng Cộng sản được thành lập với một quyết tâm phá hủy thế giới cũ bằng tất cả mọi thủ đoạn. Sau đó chính nó đã phải đối mặt với một vấn đề hiện thực: làm sao tiếp tục sinh tồn mà không bị tiêu diệt. Như vậy Đảng Cộng sản phải sống trong một hoàn cảnh luôn luôn lo sợ bị tiêu diệt. Sinh tồn đã trở thành mối lo ngại hàng đầu, luôn luôn ám ảnh tà giáo Đảng cộng sản. Dưới tình huống mà Liên minh Cộng sản Quốc tế toàn bộ tan rã, nguy cơ sống còn của Đảng cộng sản Trung Quốc càng thêm nghiêm trọng. Từ năm 1989, lý luận về kiếp nạn "Đảng bị diệt vong" càng ngày càng trở nên hiện thực .

V. Vũ khí bửu bối cho sự sống còn của Tà giáo Cộng sản – Đấu tranh tàn bạo

Đảng Cộng sản luôn luôn nhấn mạnh kỷ luật sắt thép, trung thành tuyệt đối và các nguyên tắc của tổ chức. Đảng viên của Đảng cộng sản Trung Quốc (ĐCSTQ) khi gia nhập Đảng bắt buộc phải tuyên thệ:

"Tôi muốn gia nhập Đảng Cộng sản Trung Quốc, ủng hộ cương lĩnh của Đảng, tuân theo điều lệ của Đảng, hoàn thành các nghĩa vụ của đảng viên, thi hành các quyết định của Đảng, nghiêm chỉnh tuân theo các kỷ luật của Đảng, giữ gìn các bí mật của Đảng, trung thành với Đảng, làm việc chăm chỉ, cống hiến toàn bộ cuộc đời mình cho chủ nghĩa Cộng sản, sẵn sàng hy sinh tất cả cho Đảng và nhân dân, và không bao giờ phản bội Đảng."[12]

Đảng cộng sản gọi loại tinh thần hiến thân này khi gia nhập giáo phái là "Đảng tính". Nó yêu cầu một đảng viên cộng sản phải sẵn sàng vứt bỏ tất cả niềm tin và nguyên tắc cá nhân bất cứ lúc nào để tuyệt đối phục tùng ý muốn của Đảng và ý muốn của người lãnh đạo. Nếu Đảng muốn quý vị làm người tốt thì quý vị làm người tốt; nếu muốn làm chuyện ác thì quý vị làm chuyện ác. Nếu không làm thì không đạt tiêu chuẩn của đảng viên, và không biểu hiện Đảng tính được mạnh mẽ.

Mao Trạch Đông nói, "Triết học của chủ nghĩa Marx là triết học đấu tranh". Để nuôi dưỡng và duy trì Đảng tính, Đảng cộng sản Trung Quốc(ĐCSTQ) dựa vào cơ chế đấu tranh có tính cách chu kỳ bên trong Đảng. Thông qua việc phát động liên tục các cuộc đấu tranh tàn khốc ở trong và ngoài Đảng, một mặt Đảng cộng sản tiêu diệt những người không giống nó, tạo ra sự khủng bố đầy màu đỏ, mặt khác Đảng liên tục khai trừ đảng viên, làm cho các nội quy luật lệ của tà giáo cộng sản chặt chẽ hơn, và bồi dưỡng Đảng tính của đảng viên, để tăng cường sức lực chiến đấu cho các tổ chức Đảng. Điều này trở thành một vũ khí bửu bối mà Đảng cộng sản dùng để bảo trì sự sống còn của nó.

Trong số các lãnh tụ của ĐCSTQ, Mao Trạch Đông là người lão luyện nhất trong việc dùng thứ vũ khí bửu bối này cho các cuộc đấu tranh tàn bạo trong Đảng. Thủ đoạn tàn bạo của cuộc đấu tranh như thế và sự độc ác của các phương thức nó dùng đã bắt đầu từ những năm 1930 trong những khu vực do Cộng sản Trung Quốc khống chế, gọi là "Khu vực Sô-viết".

Năm 1930, Mao Trạch Đông khởi xướng một cuộc khủng bố cách mạng toàn diện trong Khu vực Sô viết ở tỉnh Giang Tây, được biết đến như một cuộc truy quét những người thuộc đoàn thể chống Bôn-sê-vích (Anti-Bolshevik Corps, gọi là đoàn AB). Hàng ngàn lính Hồng quân, Đảng viên và Đoàn viên và thường dân ở trong những căn cứ Cộng sản đã bị giết chết một cách dã man. Sự kiện đó xảy ra là do sự khống chế độc tài của Mao. Sau khi Mao thành lập Khu vực Sô viết ở Giang Tây, không lâu sau đó ông ta đã bị thách thức bởi các tổ chức Đảng và Hồng quân địa phương ở khu vực tây nam tỉnh Giang Tây do Lý Văn Lâm cầm đầu. Mao không thể chấp nhận bất cứ một lực lượng đối lập có tổ chức nào ở ngay trước mũi, nên ông ta đã dùng các thủ đoạn cực đoan nhất để đàn áp các đồng chí trong Đảng mà thuộc lực lượng đối lập. Để tạo ra một bầu không khí cứng rắn cho cuộc tiêu diệt, Mao không ngần ngại khởi đầu đội quân dưới quyền chỉ huy trực tiếp của ông ta. Từ cuối tháng 11 cho đến giữa tháng 12, Hồng quân tiền tuyến đã đi qua một cuộc "chỉnh đốn quân đội nhanh chóng". Các tổ chức chuyên diệt trừ những người phản cách mạng được thành lập tại mỗi một cấp trong quân đội bao gồm sư đoàn, trung đoàn, tiểu đoàn, đại đội, và trung đội, bắt bớ và giết chết những đảng viên xuất thân từ những gia đình địa chủ hay phú nông và những người dám phàn nàn. Trong vòng chưa đầy một tháng, trong số hơn 40 ngàn lính Hồng quân, có 4400 người bị cho là các phần tử của đoàn AB bao gồm cả hơn 10 đoàn trưởng (đoàn trưởng của đoàn AB); tất cả đã bị tử hình.

Trong thời kỳ tiếp theo, Mao bắt đầu trừng phạt những người khác ý kiến đó ở Khu vực Sô-viết. Vào tháng 12/1930, ông ta ra lệnh cho Lý Thiều Cửu, Tổng bí thư của Tổng cục Chính trị của Hồng quân tiền tuyến và Chủ tịch của Ủy ban Thanh trừng đại diện cho Tổng Ủy Biên giới và đi đến thị trấn Phú Điền ở tỉnh Giang Tây nơi chính quyền cộng sản đặt trụ sở. Lý Thiều Cửu bắt giữ các thành viên của Ủy ban Hành động tỉnh và 8 chỉ huy trưởng của Hồng quân thuộc đoàn 20, bao gồm Đoàn Lương Bật và Lý Bạch phương. Ông ta dùng nhiều thủ đoạn tra tấn dã man như đánh đập và đốt thân thể - những người bị tra tấn như vậy có thương tích khắp thân thể, các ngón tay bị rạn nứt, bị bỏng toàn thân và không thể di chuyển. Theo các chứng cớ tài liệu, thì lúc đó các nạn nhân gào khóc to như xé trời; các thủ đoạn tra tấn tàn khốc cực kỳ vô nhân đạo.

Ngày 8/12, các bà vợ của Bạch Phương, Mã Minh và Chu Miện đến thăm các ông chồng bị giam giữ, nhưng họ cũng bị bắt như các thành viên của đoàn AB và bị tra tấn tàn bạo. Họ bị đánh đập nghiêm trọng, thân thể và âm hộ của họ bị đốt và phần vú bị cắt bằng dao. Trong khi bị tra tấn dã man, Đoàn Lương Bật đã thú nhận rằng Lý Văn Lâm, Kim Vạn Bang, Lưu Địch, Chu Miện, Mã Minh và những người khác là lãnh đạo của đoàn AB và rằng có nhiều thành viên của đoàn AB trong các trường học của Hồng quân.

Từ 7/12 cho đến tối 12/12, chỉ trong 5 ngày, Lý Thiều Cửu và những người khác đã bắt giữ hơn 120 người bị cho là các thành viên của đoàn AB và hàng chục người chủ chốt chống cách mạng trong cuộc càn quét tận cùng đoàn AB ở Phú Điền; hơn 40 người đã bị tử hình. Hành động tàn bạo của Lý Thiều Cửu cuối cùng đã kích động thành "Sự kiện Phú Điền" [13] ngày 12/12/1930 làm kinh hoàng Khu vực Sô-viết.

Từ Khu vực Sô-viết cho đến Diên An, Mao dựa vào học thuyết của ông ta và thực hành đấu tranh , dần dần tìm kiếm và thiết lập địa vị lãnh đạo tuyệt đối của mình ở trong Đảng.

Sau khi Đảng cộng sản Trung Quốc (ĐCSTQ) đoạt được chính quyền năm 1949, Mao tiếp tục dựa vào hình thức đấu tranh trong nội bộ Đảng này. Ví dụ, trong cuộc họp hội nghị toàn thể lần thứ 8 của Ủy ban Trung ương Đảng cộng sản, tổ chức ở Lư sơn năm 1959, Mao Trạch Đông bất ngờ tấn công tướng Bành Đức Hoài và bãi chức ông ta [14]. Tất cả các lãnh đạo trung ương tham dự cuộc họp được yêu cầu phải bày tỏ quan điểm của mình; một vài người dám bày tỏ những quan điểm khác biệt đều bị dán một nhãn hiệu là thuộc nhóm 'Bành Đức Hoài chống Đảng'. Trong Cách mạng Văn hóa, các cán bộ lâu năm trong Ủy ban Trung ương ĐCSTQ lần lượt bị trừng phạt, nhưng tất cả họ đều nhượng bộ mà không tranh đấu gì cả. Có ai dám nói một chữ chống lại Mao Trạch Đông? Đảng cộng sản luôn luôn nhấn mạnh trung thành với Đảng, nhấn mạnh tính cách tổ chức và kỷ luật sắt thép, nhấn mạnh phải tuyệt đối phục tùng giáo chủ lãnh tụ . Loại Đảng tính này đã được khắc sâu vào đầu óc qua các cuộc đấu tranh chính trị không ngừng nghỉ.

Lý Lập Tam, đã từng là một lãnh tụ của Đảng cộng sản Trung Quốc (ĐCSTQ),trong thời Cách mạng Văn hóa đã bị dồn vào chân tường. Ở tuổi 68, ông bị hỏi cung trung bình 7 lần một tháng. Vợ ông, Lý Sa bị coi là một gián điệp của "nhóm Sô viết xét lại", cũng bị bỏ tù và bị mất tích. Không còn lựa chọn nào khác, trong nỗi tuyệt vọng tột cùng ông Lý đã tự tử bằng cách uống một lượng lớn thuốc ngủ. Trước khi chết, Lý Lập Tam viết một lá thư cho Mao Trạch Đông, thật sự phản ảnh

Đảng tính, có nghĩa là một đảng viên cộng sản không dám đầu hàng ngay cả khi gần kề cái chết:

Chủ tịch,

Tôi đang bước vào con đường phản bội Đảng bằng cách tự sát và không có cách nào để bào chữa cho tội lỗi của mình. Chỉ có một điều, rằng toàn thể gia đình tôi và tôi chưa bao giờ hợp tác với các quốc gia thù địch. Chỉ riêng về vấn đề này, tôi đề nghị chính quyền trung ương cho điều tra và nghiên cứu thực tế và kết luận dựa trên sự thực...

Lý Lập Tam

22/06/1967 [15]

Trong khi triết lý đấu tranh của Mao Trạch Đông cuối cùng đã kéo Trung Quốc vào một đại tai kiếp chưa từng có, loại vận động chính trị "cứ 7 hay 8 năm một lần" và cuộc đấu tranh trong Đảng diễn ra tràn lan đã bảo đảm sự sống còn của Đảng cộng sản. Mỗi lần có cuộc vận động, một thiểu số 5% sẽ bị đàn áp, và đa số còn lại 95% sẽ phải ngoan ngoãn thống nhất theo đường lối của Đảng, bởi đó tăng cường sức tập trung và sức chiến đấu của tổ chức Đảng. Những cuộc đấu tranh này cũng tiêu diệt những phần tử "không kiên định" mà không sẵn lòng từ bỏ lương tri của họ, và tấn công bất cứ lực lượng nào dám chống lại. Thông qua cơ chế đấu tranh như vậy, những người có nhiều tinh thần đấu tranh nhất và giỏi nhất trong việc sử dụng các thủ đoạn lưu manh bên trong Đảng cộng sản thì mới chiếm được sự khống chế. Nói một cách khác, các giáo chủ của tà giáo Đảng cộng sản bảo đảm đều là những phần tử không biết sợ, đầy kinh nghiệm đấu tranh và đầy Đảng tính. Loại đấu tranh tàn khốc này cũng đem lại cho những người từng trải qua một "bài học bằng xương máu", và tẩy não bằng bạo lực. Đồng thời, đấu tranh liên tục đem đến sức sống cho Đảng cộng sản, làm mạnh mẽ thêm tinh thần đấu tranh của Đảng, bảo đảm Đảng không bị tiêu diệt, và ngăn không cho Đảng trở thành một tập thể ôn hòa mà buông bỏ đấu tranh.

Loại Đảng tính mà Đảng cộng sản đòi hỏi chính là từ bản chất tà giáo của Đảng cộng sản diễn biến mà ra . Để thực hiện mục đích của chính mình, Đảng cộng sản quyết tâm vứt bỏ tất cả các nguyên tắc truyền thống, quyết tâm sử dụng tất cả các thủ đoạn để chiến đấu không do dự với bất cứ lực lượng nào cản trở nó. Do đó, nó cần phải đào tạo và nô lệ hóa các đảng viên để họ trở thành công cụ vô tình vô nghĩa vô tín ngưỡng của Đảng. Bản chất này của Đảng cộng sản bắt nguồn từ sự thù hận của nó đối với xã hội và truyền thống loài người, từ cái ảo tưởng tự hào của nó, và tính cực kỳ ích kỷ và coi thường mạng sống người khác của nó. Để đạt được cái gọi là lý tưởng của chính mình, Đảng cộng sản đã sử dụng bạo lực bằng mọi giá để đập tan thế giới và tiêu diệt tất cả những người khác ý kiến. Một tà giáo độc ác như vậy sẽ phải đối diện với sự phản đối của những người có lương tri, nên nó phải tiêu diệt lương tri và ý niệm thiện lành của mọi người thì mới có thể làm cho người ta tin vào tà thuyết của nó. Do đó, để bảo đảm cho sự sống còn của nó, Đảng cộng sản trước hết phải tiêu diệt lương tri, ý niệm thiện lành và tiêu chuẩn đạo đức của con người, biến người ta thành công cụ và nô lệ thuần phục. Theo lý luận của Đảng cộng sản, sinh mạng của Đảng và lợi ích của Đảng vượt lên trên tất cả mọi thứ khác; ngay cả vượt lên trên lợi ích tập thể của tất cả các đảng viên, do đó bất cứ đảng viên nào cũng phải sẵn sàng hy sinh cho Đảng.

Nhìn vào lịch sử của Đảng cộng sản Trung Quốc, những người vẫn còn giữ được lối nghĩ của những nhà trí thức truyền thống như Trần Độc Tú và Cù Thu bạch, hoặc những người vẫn còn quan tâm đến quyền lợi của nhân dân như Hồ Diệu Bang và Triệu Tử Dương, hoặc những người kiên quyết làm cán bộ trong sạch và thực sự phục vụ nhân dân như Chu Dung Cơ – cho dù họ đã đóng góp cho Đảng cộng sản nhiều như thế nào, và cho dù họ không quan tâm đến tham vọng cá nhân như thế nào, họ cũng không tránh khỏi bị khai trừ, bị ném sang một bên, hoặc bị giới hạn bởi lợi ích và kỷ luật của Đảng.

Qua nhiều năm đấu tranh, Đảng tính đã được bồi dưỡng ăn sâu vào xương tủy của họ, làm cho họ thường thường thỏa hiệp và đầu hàng vào những giây phút nguy kịch, bởi vì trong tiềm thức của họ, sự sống còn của Đảng là lợi ích lớn nhất. Họ chẳng thà hy sinh chính mình và nhìn lực lượng tà ác trong Đảng giết người, họ cũng không dám vì lương tri và ý niệm thiện lành mà ảnh hưởng đến sự sống còn của Đảng. Đây chính là kết quả cơ chế đấu tranh của Đảng cộng sản: nó biến người tốt thành công cụ để sử dụng, và dùng Đảng tính để giới hạn và ngay cả tiêu diệt lương tri con người đến mức độ tối đa. Hàng chục cuộc "đấu tranh đường lối" của Đảng cộng sản Trung Quốc đã đánh hạ hơn 10 lãnh tụ cao cấp nhất của Đảng hoặc là những người được chỉ định làm người kế nhiệm; không một lãnh tụ cao nhất nào của Đảng cộng sản có một kết cục tốt đẹp. Mặc dù Mao Trạch Đông đã làm vua 43 năm, ngay sau khi ông ta chết, vợ và cháu trai của ông ta đã bị bỏ tù, và điều này được toàn bộ Đảng ăn mừng như là một thắng lợi vĩ đại của chủ nghĩa Mao. Đây có phải là trò hề chăng? Là hài kịch chăng?

Sau khi Đảng cộng sản cướp đoạt chính quyền, các cuộc vận động chính trị diễn ra liên tục, từ đấu tranh trong Đảng đến đấu tranh ngoài Đảng. Giống như dưới thời Mao Trạch Đông, và giống hệt như trong thời "cải cách và khai phóng" sau đó. Trong thập niên 80, khi người dân vừa mới bắt đầu được tự do suy nghĩ một chút thì Đảng cộng sản khởi xướng một chiến dịch "phản đối sự tự do hóa của giai cấp tư sản", và đề xuất "Bốn nguyên tắc cơ bản"[16], bởi vì Đảng cộng sản cần giữ quyền lãnh đạo tuyệt đối. Năm 1989, những sinh viên yêu cầu dân chủ một cách hòa bình đã bị đàn áp đẫm máu bởi vì Đảng cộng sản không dung tha các trào lưu tư tưởng về dân chủ. Thập niên 90 chứng kiến một sự tăng nhanh về số lượng các học viên Pháp Luân Công tin vào Chân, Thiện, Nhẫn, và họ đã phải chịu một cuộc bức hại có tính cách diệt tuyệt bắt đầu năm 1999, bởi vì Đảng cộng sản không thể chấp nhận nhân tính và ý niệm thiện lành, mà nhất định dùng bạo lực để hủy diệt lương tri trong tâm của người ta thì mới có thể bảo đảm quyền lực của chính nó. Từ khi bước vào thế kỷ 21, Internet đã nối liền thế giới với nhau nhưng Đảng cộng sản Trung Quốc đã tiêu một số tiền khổng lồ để dựng nên những trạm kiểm soát trên mạng điện toán để đánh bẫy những nhân sĩ tự do trên mạng lưới, bởi vì Đảng cộng sản rất sợ sự việc người dân được tự do thông tin .

VI. Sự biến đổi thành ác của tà giáo Đảng Cộng Sản

Tà giáo Đảng cộng sản trên bản chất là phủ nhận đạo lý của Trời, và bóp chết nhân tính. Bản tính của Đảng cộng sản là cuồng vọng, tự cao tự đại, cực kỳ ích kỷ, và có các hành động dã man, không còn kiêng nể gì nữa. Tuy rằng trên thực tế, Đảng cộng sản không ngừng phạm tội ác đem lại tai họa cho quốc gia và dân chúng, nhưng nó vĩnh viễn không thừa nhận những tội ác của chính mình, cũng vĩnh viễn không dám để cho người dân nhìn thấy rõ bản chất của chính nó . Mặt khác Đảng cộng sản từ trước đến nay cũng không ngần ngại thay đổi khẩu hiệu và chiêu bài của nó, bởi vì theo Đảng cộng sản nhìn thì tất cả những sự việc này đều là thủ đoạn để duy trì quyền lực; chỉ cần có lợi cho sự sinh tồn của Đảng cộng sản, thì nó sẽ làm bất cứ việc gì mà không màng đến nguyên tắc đạo nghĩa, công lý và nhân mạng.

Một tà giáo mà chế độ hóa và xã hội hóa như vậy, theo phương hướng phát triển, thì chỉ có hướng đến sụp đổ hoàn toàn. Bởi vì sự tập trung cao độ về quyền lực, và vì các cơ chế có thể giám sát và đốc thúc dư luận xã hội đã bị bóp chết, nên không có bất cứ lực lượng nào để ngăn chặn Đảng cộng sản đi vào sa đọa và thối nát.

Đảng cộng sản Trung Quốc(ĐCSTQ) ngày nay đã sa đọa đến trở thành "Đảng tham ô" và "Đảng thối nát" lớn nhất trên thế giới. Theo thống kê chính thức ở Trung Quốc, trong số 20 triệu viên chức, hoặc cán bộ trong chính quyền thuộc ĐCSTQ suốt 20 năm qua, có 8 triệu người đã phạm tội tham nhũng, thối nát và bị trừng phạt hoặc khai trừ theo kỷ luật của Đảng hoặc luật pháp chính quyền. Nếu những phần tử thối nát tham nhũng chưa bị phát hiện cũng được tính đến thì các quan viên thối nát trong chính quyền của Đảng ước khoảng hơn 2 phần 3, nhưng chỉ có một phần nhỏ trong số đó đã bị điều tra và phanh phui.

Tham ô thối nát, vì mình mà tống tiền kẻ khác, vơ vét chỗ tốt, loại vật chất này chính là lực tập trung lớn nhất của một đoàn thể mà Đảng cộng sản Trung Quốc ngày nay ôm giữ. Bọn tham nhũng biết rằng, không có Đảng cộng sản, thì không có cơ hội cho bọn họ làm chuyện thối nát, và nếu như Đảng cộng sản sụp đổ, bọn họ không những chỉ mất quyền lực và địa vị mà còn phải đối diện với sự nguy hiểm bị điều tra. Trong "Sự phẫn nộ của Trời", một tiểu thuyết vạch trần những sự việc đằng sau của các viên chức ĐCSTQ, tác giả Trần Phương đã chỉ ra điều tối mật của 'một Đảng' qua miệng của Hác Tương Thọ, một phó giám đốc văn phòng thành phố của ĐCSTQ rằng "tham nhũng thối nát khiến cho chính quyền của chúng ta càng thêm ổn định".

Dân chúng thấy rất rõ điều đó, "nếu chúng ta chống tham nhũng thối nát, Đảng sẽ diệt vong; nếu chúng ta không chống tham nhũng thối nát, thì quốc gia sẽ diệt vong." Tuy nhiên Đảng cộng sản sẽ không liều lĩnh chống tham nhũng thối nát để rồi phải đối diện với nguy hiểm bị mất Đảng. Cái mà Đảng sẽ làm, là giết một số cá nhân tham nhũng làm vật hy sinh tượng trưng nhằm bảo vệ hình ảnh của nó, điều này sẽ kéo dài sự tồn tại của nó thêm vài năm nữa. Tà giáo Đảng cộng sản cho đến hôm nay, tôn chỉ duy nhất chính là bảo vệ quyền lực và ngăn ngừa Đảng bị diệt vong.

Ở Trung Quốc ngày nay, đạo đức luân lý đã bị phá hoại đến mức cực kỳ nghiêm trọng thê thảm. Hàng hóa giả mạo, mãi dâm, ma túy, thông đồng giữa các viên chức và băng đảng, bọn băng đảng hung hăng ngang ngược, cờ bạc, hối lộ, tham nhũng thối nát đủ loại diễn ra tràn lan. Đảng cộng sản đã phớt lờ những bại hoại về mặt đạo đức như thế, trong khi nhiều viên chức cao cấp cũng là những tên trùm đằng sau đang moi móc tiền bảo vệ cho những người dân yếu đuối. Sài Thiếu Khánh, một chuyên gia nghiên cứu về xã hội đen và các tổ chức tội phạm ở trường Đại học Tổng hợp Nam Kinh, ước tính rằng tổng số bọn tội phạm băng đảng ở Trung Quốc là khoảng 1 triệu. Mỗi một tên tội phạm trong băng đảng, khi bị bắt luôn luôn khai ra những phần tử thối nát của Đảng cộng sản ở đằng sau là các viên chức chính quyền, quan tòa hoặc cảnh sát.

Đảng cộng sản Trung Quốc(ĐCSTQ) sợ rằng người dân có lương tri và ý niệm thiện lành, cho nên nó không dám để cho dân chúng có tự do tín ngưỡng. Nó sử dụng tất cả những nguồn lực của nó để đàn áp những người tốt có tín ngưỡng, như là những người bí mật theo Thiên Chúa Giáo mà tin vào Chúa Giê-su và Thượng Đế và những học viên Pháp Luân Công muốn trở nên Chân, Thiện và Nhẫn. ĐCSTQ sợ rằng chính trị dân chủ sẽ kết liễu chế độ chuyên chính một Đảng của nó nên nó không dám để cho nhân dân có tự do chính trị. Nó hành động mau lẹ và bắt giam những nhân sĩ có tư tưởng độc lập tự do và những người hoạt động đề cao nhân quyền. Tuy nhiên, nó cho người dân Trung Quốc một loại tự do khác, là chỉ cần người ta không quan tâm đến chính trị và không phản đối sự lãnh đạo của Đảng, thì họ có thể muốn làm gì thì làm, thậm chí người ta có thể làm những điều tà ác hoặc những sự việc tàn nhẫn, vô nhân đạo. Kết quả là ĐCSTQ sa đọa rất nhanh và đạo đức xã hội ở Trung Quốc đang xuống dốc nhanh chóng ở mức báo động.

"Bịt lấp đường lên thiên đàng và mở cửa xuống địa ngục" là câu mô tả rõ nhất việc tà giáo Đảng cộng sản Trung Quốc đã phá hủy xã hội Trung Quốc ngày nay như thế nào.

VII. Kiểm lại sự thống trị của tà giáo Đảng Cộng Sản

Đảng Cộng sản là gì?

Vấn đề nhìn có vẻ đơn giản này lại không có cách trả lời đơn giản. Dưới chiêu bài "vì công chúng" và dùng danh nghĩa một đảng phái chính trị để xuất hiện, Đảng Cộng sản trên thực tế đã lừa dối hàng triệu người. Hơn nữa Đảng cộng sản không phải là một đảng phái chính trị theo ý nghĩa thông thường, mà là một tà giáo hại người, và bị phụ thể tà linh điều khiển. Đảng Cộng sản là một sanh mạng sống: tổ chức của Đảng, tức là biểu tượng của tà giáo trên thế gian, là cơ thể của sinh mạng đó. Trên căn bản, chủ tể của Đảng Cộng sản chính là tà linh đó mà đã nhập vào Đảng ngay từ đầu, và tà linh đó quyết định bản chất tà giáo của Đảng Cộng sản.

Bọn lãnh tụ của Đảng Cộng sản, với thân phận giáo chủ của tà giáo Cộng sản, chỉ là cái miệng lưỡi của tà linh và của Đảng. Khi mục đích và ý chí của bọn chúng nhất trí với Đảng và có thể dùng cho Đảng, thì bọn chúng sẽ được chọn là người lãnh đạo. Nhưng khi bọn chúng không thể thỏa mãn đòi hỏi của Đảng nữa thì bọn chúng sẽ bị lật đổ một cách vô tình. Cơ chế đấu tranh của Đảng bảo đảm rằng chỉ những phần tử nào giảo hoạt, dối trá nhất, tà ác nhất và hung hãn man rợ nhất mới có thể trụ vững được ở địa vị giáo chủ của Đảng Cộng sản. Trong lịch sử của Đảng cộng sản Trung Quốc, khoảng hơn một chục lãnh tụ Đảng bị hạ bệ đã chứng minh cho vấn đề này. Lãnh đạo cao nhất của Đảng, kỳ thực đang đi trên một sợi dây thừng rất hạn hẹp. Họ có thể hoặc là bứt ra khỏi giáo phái Đảng và để lại tiếng tốt trong lịch sử như Gorbachev đã làm, hoặc là trở thành nạn nhân của Đảng giống như nhiều Tổng bí thư Đảng.

Quần chúng là đối tượng bị biến thành nô lệ và đàn áp của Đảng cộng sản. Bên trong phạm vi khống chế của Đảng cộng sản, dân chúng không có quyền cự tuyệt Đảng cộng sản. Thay vào đó, họ bị cưỡng ép phải chấp nhận sự lãnh đạo của Đảng và phải gánh vác việc duy trì (sự cúng bái) nghĩa vụ của Đảng cộng sản. Dân chúng, dưới sự đe dọa cưỡng bức sắt máu của Đảng, phải chấp nhận sự tẩy não thường xuyên theo hình thức tà giáo. Đảng cộng sản ở tại Trung Quốc cưỡng ép toàn dân phải tin vào tà giáo, cúng bái tà giáo; điều này là hiếm thấy trên thế giới ngày nay, thậm chí có thể nói rằng đây là kỹ thuật vô địch của Đảng cộng sản trong những áp bức như vậy.

Đảng viên được dùng để lấp đầy cơ thể nhân quần của Đảng cộng sản. Có những người trong số đó là người trung thực và lương thiện, thậm chí có thể là rất thành đạt trong sự nghiệp của mình. Càng là những người như thế thì Đảng cộng sản Trung Quốc (ĐCSTQ) càng thích chiêu dụ bởi vì thanh danh và năng lực của họ đã bị lợi dụng để phục vụ cho Đảng. Nhiều người khác, vì muốn trở thành quan chức hoặc thụ hưởng lợi ích riêng tư, sẽ cố gắng gia nhập Đảng cộng sản và giúp đỡ sinh mạng tà ác đó. Cũng có người vì muốn làm được điều gì đó trong đời và nhận ra rằng, dưới sự thống trị của Đảng cộng sản, họ sẽ không có cơ hội phát triển như vậy trừ khi họ gia nhập Đảng. Một số người vào Đảng là vì họ muốn được chia cho một chỗ ở hay chỉ đơn giản là vì muốn có một hình ảnh tốt hơn. Do đó, trong số hàng chục triệu đảng viên có cả người tốt lẫn người xấu. Nhưng cho dù gia nhập Đảng với động cơ gì đi nữa, một khi họ thề trung thành trước cờ Đảng, tự nguyện hay không, thì nghĩa là họ đã tự nguyện hiến thân cho Đảng. Sau đó họ sẽ phải đi qua một quá trình tẩy não liên tục bằng cách tham gia sinh hoạt của tổ chức và học tập chính trị hàng tuần. Phần lớn đảng viên có rất ít ý chí của chính mình, nếu có, và bị mê hoặc bởi Đảng tính "thống nhất tư tưởng" mà hoàn toàn bị chủ tể tà linh điều khiển . Những người như vậy sẽ hoạt động ở trong Đảng giống như những tế bào của cơ thể con người, và sẽ làm việc không ngừng nghỉ vì sự tồn tại của Đảng, mặc dù chính họ cũng là một phần của quần chúng bị biến thành nô lệ bởi Đảng cộng sản. Còn đáng buồn hơn là, sau khi sự bó buộc của "Đảng tính" được áp đặt trên đầu thì rất khó vứt bỏ nó đi. Một khi người ta biểu hiện phần "nhân tính" của mình, thì sẽ bị loại trừ hoặc bị bức hại. Người ta không thể tự ra khỏi Đảng, ngay cả nếu họ muốn thế, bởi vì chính sách 'vào-được ra-không' của tà giáo Đảng cộng sản sẽ coi họ như là kẻ phản bội. Vì vậy người ta thường thấy hai nhân cách trên thân đảng viên của Đảng cộng sản Trung Quốc: một mặt là "Đảng tính" trong trường hợp chính trị , còn mặt kia là "nhân tính" trong sinh hoạt thường ngày.

Các cán bộ đảng là nhóm người nắm quyền trong số những đảng viên. Mặc dù họ có thể biểu hiện giữa thiện và ác hoặc làm ra quyết định cá nhân trong những hoàn cảnh riêng biệt, vào những thời gian riêng biệt và những sự kiện riêng biệt, toàn thể bọn họ phải đi theo ý chí của Đảng, đó gọi là "toàn Đảng phục tùng Ban chấp hành Trung ương". Các cán bộ Đảng, nhận lệnh từ bên trên và thi hành ở dưới, là lực lượng trung kiên của Đảng cộng sản, nhưng bọn họ cũng chỉ là công cụ cho Đảng. Họ cũng bị lừa đảo, lợi dụng và trở thành nạn nhân trong các phong trào chính trị trước kia. Qui tắc tiêu chuẩn đảng sau này là xem người ta có một lòng đi theo giáo chủ hay không.

Tại sao người dân vẫn không giác ngộ?

Đảng cộng sản Trung Quốc(ĐCSTQ) thống trị Trung Quốc trong suốt hơn 50 năm, làm rất nhiều chuyện ác, tà ác không gì sánh bằng. Nhưng tại sao toàn dân Trung Quốc thiếu nhận thức thực tế về bản chất tà giáo của Đảng cộng sản? Có phải vì người Trung Quốc ngu ngốc chăng? Không phải. Người Trung Quốc là một trong những dân tộc thông minh nhất trên thế giới, mà lại có một nền văn hóa truyền thống lâu dài 5000 năm. Nhưng người Trung Quốc vẫn đang phải sống dưới sự thống trị của Đảng cộng sản, mà hoàn toàn không dám nói lên sự bất mãn. Nguyên nhân chủ chốt là tư tưởng của người dân đã chịu sự trói buộc của tà linh Đảng cộng sản.

Nếu như người dân Trung Quốc có được tự do ngôn luận và có thể công khai thảo luận về giá trị và tội lỗi của Đảng cộng sản, thì chúng ta cũng không khó tưởng tượng rằng người Trung Quốc từ lâu đã có thể thấy rõ được bản chất tội ác của Đảng cộng sản và giải phóng cho chính mình thoát khỏi tà giáo Đảng cộng sản. Không may là, dưới sự thống trị của Đảng cộng sản Trung Quốc trong hơn nửa thế kỷ, nhân dân Trung Quốc đã bị mất đi quyền tự do tư tưởng và tự do ngôn luận. Mục đích đằng sau việc đàn áp những người cánh Hữu trong số những phần tử trí thức năm 1957 là để kiềm chế quyền tự do ngôn luận và để trói buộc tư tưởng của người dân. Trong một xã hội mà không có những quyền tự do căn bản như vậy, đối với những thanh niên đã thành tâm nghiên cứu các tác phẩm của Karl Marx và Engels trong suốt thời kỳ Cách mạng Văn hóa, phần lớn họ cũng bị dán cái mác trớ trêu là "tập đoàn phản Đảng", và sau đó bị đàn áp. Việc thảo luận về đúng hay sai của Đảng cộng sản lại càng không được đặt ra.

Không mấy người Trung Quốc dám nghĩ đến việc gọi Đảng cộng sản là tà giáo. Tuy nhiên, nhưng một khi theo lập luận, những người đã từng sống ở Trung Quốc sẽ thấy không khó khăn gì trong việc tìm ra đầy đủ chứng cớ lý luận để chứng minh cho nhận định đó, từ cảnh ngộ của bản thân, của gia đình và bạn bè.

Người dân Trung Quốc không những chỉ bị tước đi quyền tự do tư tưởng, mà họ còn bị rót vào đầu đầy những văn hóa Đảng và tà thuyết của Đảng cộng sản. Do đó, tất cả những gì mà người dân có thể nghe thấy là những lời ca tụng 'công đức' của Đảng và đầu óc của họ đã bị nghèo nàn đáng thương đến mức chỉ còn lại những thứ của Đảng cộng sản. Hãy lấy vụ thảm sát trên quảng trường Thiên An Môn làm ví dụ. Khi súng bắt đầu nổ hôm 4/6/1989, nhiều người theo bản năng chạy trốn. Một lúc sau, bất chấp rủi ro, họ dũng cảm bước ra khỏi chỗ ẩn náu và cùng nhau hát bài "Quốc tế ca". Những người Trung Quốc này thực sự dũng cảm, vô tội và đáng kính trọng, nhưng tại sao họ lại hát bài "Quốc tế ca" của Đảng cộng sản, khi phải đối diện với sự tàn sát do Đảng cộng sản gây ra? Nguyên nhân cũng rất đơn giản: bị giáo dục trong văn hóa của Đảng, tất cả những điều mà các người đáng thương đó biết chỉ là chủ nghĩa cộng sản. Những người ở trên quảng trường Thiên An Môn lúc đó không biết bất cứ một bài hát nào khác hơn là bài "Quốc tế ca" và một số bài hát ca tụng Đảng cộng sản.

Đâu là lối thoát?

Đảng cộng sản Trung Quốc(ĐCSTQ) đang tiến đến một sụp đổ hoàn toàn của nó. Đáng buồn là, trước khi tà giáo này diệt vong, nó đang còn cố gắng trói buộc số phận của nó với dân tộc Trung Quốc.

Đảng cộng sản Trung Quốc đang giãy chết, rõ ràng nó đang yếu dần; sự kiềm chế tư tưởng của người dân cũng bắt đầu càng ngày càng không linh nghiệm nữa. Với sự phát triển của viễn thông và Internet, ĐCSTQ thấy khó mà kiểm soát thông tin và áp bức quyền tự do ngôn luận. Khi các viên chức tham nhũng thối nát ngày càng cướp bóc và áp bức nhân dân, dân chúng đã bắt đầu thức tỉnh từ những ảo tưởng của mình về ĐCSTQ, và nhiều người trong dân gian đã bắt đầu con đường tranh đấu kháng cự. ĐCSTQ không những đã thất bại trong các cố gắng gia tăng sự kiềm chế tư tưởng trong sự việc đàn áp Pháp Luân Công, mà trái lại càng làm tiêu nhanh nguyên khí của ĐCSTQ, bộc lộ rõ ràng sự tàn bạo của ĐCSTQ. Một hoàn cảnh như vậy đã làm cho dân chúng suy xét lại Đảng cộng sản, mở đường cho dân tộc Trung Hoa tự giải phóng, trừ sạch sự kiềm chế tư tưởng và hoàn toàn thoát khỏi sự khống chế của tà linh Đảng cộng sản.

Sau khi đã sống dưới sự thống trị của tà giáo Đảng cộng sản Trung Quốc hơn 50 năm qua, người Trung Quốc không cần 'Cách mạng bạo lực'; mà họ cần cứu giúp đòi lại linh hồn của mình. Điều này có thể đạt được bằng cách tự cứu mình, và bước đầu tiên tiến tới mục đích đó là việc phải nhận ra bản chất tà giáo của Đảng cộng sản.

Ngày đó sẽ đến khi nhân dân vứt ra từng tổ chức của Đảng cộng sản mà đang gắn liền với hệ thống hành chính quốc gia, để cho các hệ thống xã hội hoạt động một cách độc lập, và được trợ giúp bởi các lực lượng nòng cốt của xã hội. Với sự ra đi của các tổ chức độc tài của Đảng, hiệu quả trong hoạt động của các cơ quan chính quyền sẽ được cải thiện và đề cao. Và ngày đó đang đến gần. Thực ra, từ hồi đầu thập niên 80, những người theo đường lối cải cách ở trong Đảng ủng hộ ý tưởng "tách Đảng ra khỏi chính quyền", trong một nỗ lực để loại trừ Đảng cộng sản ra khỏi chính phủ. Nhưng nếu không thể phủ nhận ý thức về "sự lãnh đạo tuyệt đối của Đảng", thì các nỗ lực cải cách bên trong thể hệ tà giáo này, sự thực đã chứng minh là không đủ và cũng khó tiến hành.

Văn hóa Đảng là tổ chức của tà giáo Đảng cộng sản mà cần thiết cho hoàn cảnh tồn tại của nó. Trừ sạch văn hóa Đảng và dấu vết của tà giáo Đảng cộng sản trong tư tưởng, tức là trừ sạch phụ thể Đảng trong trí óc, có thể nhiều khó khăn hơn việc gỡ bỏ sự khống chế của Đảng cộng sản trong các cơ cấu hành chính quốc gia, nhưng đó là cách duy nhất để thực sự trừ sạch tà giáo Đảng cộng sản. Điều này chỉ có thể đạt được bằng nỗ lực của chính người dân Trung Quốc. Với tư tưởng của họ được điều chỉnh lại cho ngay chánh như ban đầu, nhân tính của họ trở về với trạng thái chân thật vốn có ban đầu, thì mới có thể thực hiện sự xây dựng một xã hội đạo đức và thành công trong việc chuyển tiếp thành một xã hội lương thiện mà không có Đảng cộng sản. Cách tốt nhất để giải trừ phụ thể khống chế này là việc nhận ra bản chất và sự độc hại của tà linh đó, rồi quyết liệt quét sạch nó ra khỏi trí óc, để cho phụ thể tà linh đó không còn chỗ để trốn. Đảng Cộng sản nhấn mạnh việc khống chế "hình thái ý thức" bởi vì Đảng cộng sản không gì khác hơn là một loại hình thái ý thức. Khi tất cả nhân dân Trung Quốc, trong tâm linh, phủ nhận các tà thuyết trong lý luận sai lệch của Đảng cộng sản, chủ động trừ sạch văn hóa Đảng, trừ sạch mọi ảnh hưởng của tà giáo Đảng cộng sản trong quan niệm và cuộc sống của chính mình, thì hình thái ý thức của Đảng cộng sản phải kề cận sự tan vỡ. Khi người dân tự cứu mình, thì Đảng cộng sản sẽ tan rã.

Các quốc gia dưới quyền thống trị của Đảng cộng sản, phần nhiều đi kèm với nghèo đói, độc tài, và áp bức. Chỉ còn lại vài nước như vậy bao gồm Trung Quốc, Bắc Triều Tiên, Việt nam, và Cuba. Những chế độ đó đang sống những ngày còn lại cuối cùng.

Với trí tuệ của người Trung Quốc, chiếu sáng trên lịch sử huy hoàng của dân tộc Trung Hoa, một Trung Quốc được giải thoát khỏi sự khống chế của phụ thể tà linh Đảng cộng sản sẽ trở thành một xã hội đầy hứa hẹn.

Lời kết

Đảng cộng sản không còn tin vào chủ nghĩa cộng sản nữa. Linh hồn của nó đã chết, nhưng cái bóng âm hồn của nó vẫn còn. Đảng cộng sản Trung Quốc đã kế thừa "bộ da" của Đảng cộng sản, nhưng vẫn tràn đầy bản tính của một tà giáo: cuồng vọng, tự cao tự đại, cực kỳ ích kỷ, và hành động theo dục vọng. Đảng cộng sản Trung Quốc, ở trong cái tà giáo mà truyền nhau sự phủ nhận đạo lý Trời và bóp chết nhân tính của Đảng cộng sản, thì vẫn không hề thay đổi.

Ngày nay, Đảng cộng sản Trung Quốc tiếp tục thống trị Trung Quốc với các thủ đoạn đấu tranh tích lũy được qua nhiều năm của Đảng cộng sản, sử dụng hệ thống tổ chức chặt chẽ của chế độ, cộng với hình thức thống trị "phụ thể Đảng", để tuyên truyền cho cái tà giáo mà được quốc giáo hóa này. Sáu đặc trưng tà giáo của Đảng Cộng sản được nêu ra trên đây, đã đặt Đảng cộng sản Trung Quốc ngày nay chặt chẽ trong định nghĩa của một "tà giáo": nó không làm gì tốt lành cả, chỉ toàn làm những việc tà ác.

Khi tà giáo Đảng cộng sản này, trên con đường cùng, càng gần với sự diệt vong, thì lại gia tăng tốc độ thối nát và sa đọa của nó. Một điểm đáng sợ nhất chính là nó không cam chịu tà giáo bị diệt vong, mà vẫn cố làm những gì mà nó có thể làm, để đưa xã hội Trung Quốc rơi cùng xuống một vực thẳm của thối nát và sa đọa.

Người Trung Quốc cần phải tự cứu chính mình, cần phải kiểm điểm lại những gì đã qua, cần phải thoát khỏi Đảng Cộng Sản.

Chú thích:

[1] "Con báo đã chết, vẫn còn lưu lại bộ da" được trích từ một quyển sách tiên tri cổ của Trung Quốc, bài thơ Hoa Mai của Shao Yong (1011-1077). Con báo ở đây là để nói đến lãnh thổ của Liên xô cũ trên thực tế trông giống như hình một con báo đang chạy. Với sự sụp đổ của Liên xô cũ, cốt lõi của hệ thống cộng sản đã tan rã, chỉ còn để lại "bộ da" (hình thức) mà Đảng Cộng sản Trung Quốc thừa kế.

[2] Một lối hợp vũ rất phổ thông trong thời kỳ Cách Mạng Văn Hoá để bày tỏ lòng trung thành với Mao và với Đảng. Xin xem hình về màn vũ trêm mạng lưới

http://www.shm.com.cn/yantai/2004-05/13/content_3717.htm,

hay

http://www.chinaphotocenter.com/pop-photo/2004-2/2004-2p40-4.jpg.

[3] Hiến pháp của nước Cộng hòa Nhân dân Trung hoa (bản dịch chính thức, 1999).

[4] Trích từ "Báo cáo về việc điều tra phong trào nông dân ở Hồ Nam" của Mao (1927).

[5] Trích từ một bài thơ của Tư Mã Thiên (khoảng 140-87 trước Tây Lịch), một Sử Gia và là một Học Giả vào thời Tây Hán. Bài thơ nổi tiếng của ông ta nói: "Mọi người đều phải chết; có người xem cái chết nhẹ như

lông hồng hay nặng hơn núi Thái Sơn." Núi Thái Sơn là một trong những ngọn núi chính ở Trung Quốc.

[6] Phong Trào Thu Hồi Đất liên quan đến mặt đen tối của cải cách kinh tế của Trung Quốc. Tương tự như cuộc cách mạng công nghiệp ở Anh (1760-1850), đất nông nghiệp ở Trung Quốc ngày nay đã bị phân bổ để xây dựng các khu vực kinh tế khác nhau ở tất cả các cấp (huyện, thành phố, tỉnh và quốc gia). Kết quả của thu hồi đất là nông dân Trung Quốc đã bị mất đất canh tác. Ở các thành phố, dân cư ở các quận của thị trấn và thành phố cổ thường xuyên bị bắt buộc di dời để lấy đất cho việc phát triển các khu thương mại với đền bù tối thiểu cho dân cư. Muốn tin chi tiết hơn có tại:

http://www.uglychinese.org/enclosure.htm.

[7] Liz Zhao, một sinh viên theo học về nghành báo chí, đã bị chụp mũ là người thiên Hữu trong năm 1957 về sự suy nghĩ độc lập và công khai chỉ trích đảng cộng sản của cô. Cô đã bị buộc tội âm mưu lật đổ chế độ Cộng Hòa nhân dân độc tài và bị giam giữ năm 1960. Vào năm 1962, cô đã bị xử án 20 năm tù đày. Ngày 29 tháng 4 năm 1968, cô đã bị ĐCSTQ tử hình về tội phản cách mạng.

[8] Trương Chí Tân là một người trí thức bị ĐCSTQ tra tấn đến chết trong thời kỳ Cách Mạng Văn Hóa vì cô chỉ trích Mao Trạch Đông đã thất bại trong phong trào "- Đại Nhảy Vọt" và cô đã nói thẳng sự thật. Bọn canh tù đã lột quần áo cô nhiều lần, còng tay cô sau lưng và quăng vào tù của nam giới để cô bị hãm hiếp tập thể cho đến khi cô trở nên điên loạn. Nhà giam đã cắt cổ cô trước khi xử tử vì sợ cô la lên những khẩu hiệu phản đối.

[9] Nói đến cách mạng tư sản Nga tháng 2/1917 lật đổ ngai vàng của Sa hoàng.

[10] Cách mạng tháng Mười, hay Cách mạng Bôn-sê-vích do Lênin lãnh đạo xảy ra tháng 10/1917. Cuộc cách mạng đã giết chết những người cách mạng của giai cấp tư sản mà đã lật đổ Sa hoàng, bởi đó đã bóp chết cách mạng tư sản Nga.

[11] Cả hai "Sự kiện Mari" và "Vụ thảm sát 12/4" nói đến các vụ tấn công ĐCSTQ của Quốc Dân Đảng. "Sự kiện Mari" xảy ra ngày 21/5/1927 ở thành phố Trường sa của tỉnh Hồ Nam. "Vụ thảm sát 12/4" xảy ra ngày 12/4/1927 ở Thượng Hải. Trong cả hai trường hợp, một số đảng viên ĐCSTQ và những người hoạt động ủng hộ ĐCSTQ bị tấn công, bị bắt hoặc bị giết chết.

[12] Xin xem Hiến Pháp của Cộng Hòa Nhân Dân Trung Quốc, Chương Một, Điều Sáu.

[13] Lưu Địch, một chính trị viên của Hồng quân thứ 20 bị buộc tội là thành viên của "AB Đoàn", lãnh đạo một cuộc cuộc nổi dậy ở Phú Điền buộc tội Lý Thiều Cửu là một người phản cách mạng. Họ cướp quyền kiểm soát thành phố Phú Điền và thả hơn 100 người bị bắt vì "AB Đoàn", và hô khẩu hiệu "Đả đảo Mao Trạch Đông".

[14] Bành Đức Hoài (1898-1974): một tướng và lãnh đạo chính trị cộng sản Trung Quốc. Bành là Tư lệnh trưởng trong chiến tranh Triều Tiên, Phó thủ tướng của Hội đồng Quốc Gia, ủy viên Bộ chính trị, và Bộ trưởng quốc phòng từ 1954-1959. Ông ta bị sa thải khỏi các chức vụ của mình sau

khi bất đồng với cách tiếp cận kiểu cánh Tả của Mao tại Hội nghị toàn thể Lộc sơn của ĐCSTQ năm 1959.

[15] Từ "Lý Lập Tam: Người được truy điệu bốn lần".

[16] Bốn nguyên tắc là: con đường xã hội chủ nghĩa, độc tài vô sản, sự lãnh đạo của Đảng cộng sản, và chủ nghĩa Mác-xít – Lê-nin-nít và tư tưởng Mao Trạch Đông.

Phụ thể: thể sinh mạng ăn bám vào chủ

Bài bình luận số 8

Bài bình luận số 9

BẢN TÍNH LƯU MANH CỦA ĐẢNG CỘNG SẢN TRUNG QUỐC

Cảnh sát đang bắt giam học viên Pháp Luân Công, những người đang

kháng cáo ôn hòa tại quảng trường Thiên An Môn ngày11/5/2000

(AFP/Getty Images)

Lời mở đầu

Cuộc vận động chủ nghĩa cộng sản mà ồn ào hơn một thế kỷ chỉ mang lại cho nhân loại chiến tranh, nghèo khổ, đẫm máu và chuyên chế. Với sự sụp đổ của Liên Bang Sô Viết và các Đảng Cộng Sản Đông Âu, vở kịch tai hại và tàn bạo này cuối cùng đã bước sang màn chót vào cuối thế kỷ vừa qua. Không một ai, từ thường dân đến Tổng bí thư Đảng, còn tin vào những lời ma quỷ của chủ nghĩa Cộng Sản nữa.

Chính quyền của Đảng cộng sản ra đời không phải "theo ý trời" (quân quyền thần thụ) [1] cũng không phải từ bầu cử dân chủ. Ngày nay, khi niềm tin tưởng triệt để vào sự sinh tồn của nó đã bị hủy diệt thì tính hợp pháp của sự chấp chính này đang đối diện với một thử thách chưa từng có trong lịch sử.

Đảng cộng sản Trung Quốc (ĐCSTQ) đã không muốn tuân theo trào lưu lịch sử mà tự động thoái xuất khỏi võ đài lịch sử. Thay vào đó, nó sử dụng các loại thủ đoạn lưu manh đã được hình thành trong nhiều thập niên qua các cuộc vận động chính trị để bắt đầu lại một vòng tìm kiếm tính hợp pháp, và để hồi sinh sự tranh đấu điên loạn của nó.

Các chính sách cải cách và mở cửa của Đảng cộng sản Trung Quốc che đậy một ý định tuyệt vọng là duy trì lợi ích tập đoàn và chính quyền độc tài của nó. Dù rằng bị trói buộc chặt chẽ, các thành quả kinh tế vẫn cứ đạt được bởi nỗ lực của nhân dân

Trung Quốc trong 20 năm qua, tuy vậy vẫn không thuyết phục được ĐCSTQ buông con dao đồ tể của nó xuống. Thay vào đó, ĐCSTQ đã ăn cắp các thành quả này và sử dụng chúng để chứng thực việc nắm chính quyền của nó là hợp pháp, làm cho các hành động lưu manh từ trước đến nay của nó còn giả dối và lầm lạc hơn. Điều đáng sợ hơn là ĐCSTQ đang toàn lực hủy diệt nền tảng đạo đức của toàn thể dân tộc, cố gắng biến đổi mỗi một công dân Trung Quốc, trở thành các kẻ lưu manh ở mức độ khác nhau để tạo nên một hoàn cảnh sinh tồn mà "thăng tiến với thời gian" cho ĐCSTQ.

Vào thời điểm lịch sử hôm nay, đặc biệt quan trọng cho chúng ta hiểu được tường tận tại sao Đảng cộng sản lại hành động giống như những tên lưu manh, và cho chúng ta nhận diện cái bản tính lưu manh của nó, có như vậy đất nước Trung Quốc mới có thể đạt được ổn định và hòa bình lâu dài, bước vào một thời đại không có Đảng cộng sản càng sớm càng tốt, và xây dựng một tương lai huy hoàng của một đất nước đã được hồi phục.

I. Bản chất lưu manh của Đảng Cộng Sản từ xưa đến nay không thay đổi

1. Sự cải cách của Đảng Cộng Sản là cho ai?

Trong lịch sử , cứ mỗi lần Đảng cộng sản Trung Quốc (ĐCSTQ) gặp phải nguy cơ nó sẽ biểu lộ một số dấu hiệu cải tiến, làm mê hoặc người dân mà hình thành những ảo tưởng về ĐCSTQ. Nhưng không một ngoại lệ, các ảo tưởng đã tan vỡ từng lần, từng lần một. Ngày nay ĐCSTQ đang theo đuổi các lợi ích ngắn hạn nhằm trình diễn một màn thịnh vượng kinh tế để một lần nữa thuyết phục người dân tin vào các ảo tưởng của Đảng Cộng Sản. Tuy nhiên, những xung đột căn bản giữa lợi ích của bản thân Đảng cộng sản, với lợi ích của quốc gia dân tộc đã quyết định rằng sự thịnh vượng giả tạo này sẽ không kéo dài lâu nữa. "Sự cải cách" mà ĐCSTQ đã hứa hẹn chỉ có một mục đích: *duy trì sự thống trị của Đảng Cộng Sản Trung Quốc*. Đó là một cải cách yếu kém khập khiễng, một thay đổi trên bề mặt chứ không phải bản chất. Nằm bên dưới của sự phát triển khập khiễng là đang tiềm ẩn một nguy cơ to lớn của xã hội. Một khi nguy cơ bùng nổ, quốc gia và dân tộc một lần nữa sẽ gặp khổ nạn.

Với sự thay đổi lãnh tụ, thế hệ lãnh đạo mới của ĐCSTQ không có phần trong cuộc cách mạng cộng sản thời xưa, bởi thế sẽ có ít uy tín và ít tín nhiệm hơn trong việc điều hành quốc gia. Giữa cơn nguy cơ về tính cách hợp pháp của nó, việc bảo vệ lợi ích Đảng của ĐCSTQ đã trở thành một bảo đảm căn bản càng ngày càng tăng nhằm duy trì quyền lợi của những cá nhân trong nội bộ của ĐCSTQ. Ích kỷ mà không kiềm chế được là bản tính của Đảng cộng sản . Hy vọng vào một Đảng như vậy mà có thể hiến dâng chính nó để phát triển quốc gia một cách hòa bình thì chỉ là một mơ tưởng hão huyền.

Chúng ta hãy xem tờ *Nhân dân nhật báo*, cái loa của ĐCSTQ, đã nói gì trên trang đầu vào ngày 12/7/2004: "Những phương pháp biện chứng trong lịch sử đã dạy cho những người của ĐCSTQ điều sau đây: Điều nên đổi thì tất phải thay đổi, nếu không, suy đồi sẽ theo sau. Điều gì không nên đổi thì quyết không thể thay đổi, nếu không, nó sẽ dẫn đến tự huỷ diệt."

Cái gì cần phải giữ không đổi? Tờ *Nhân Dân nhật báo* giải thích như thế này: "Đường lối cơ bản của Đảng là 'một trung tâm, và hai điểm cơ bản' phải kéo dài vững chắc trong trăm năm không một dao động"[2]. Người ta không nhất thiết phải hiểu cái gọi là "trung tâm" và "điểm cơ bản" thực ra là cái gì, song mọi người đều biết rằng cái quyết tâm của tà linh cộng sản là duy trì lợi ích tập thể, và sự chuyên chế độc tài sẽ không bao giờ thay đổi. Chủ nghĩa cộng sản đã bị thất bại trên toàn cầu, đang bị sụp đổ đến độ càng ngày càng suy tàn. Tuy nhiên, trong khi vẫy vùng hấp hối thì một thứ gì càng thối nát lại càng có tính tàn phá. Bàn luận về cải biến dân chủ với Đảng Cộng Sản chẳng khác gì yêu cầu cọp dữ thay bộ da của nó.

2. Không có Đảng Cộng Sản thì Trung Quốc đó sẽ làm thế nào?

Trong khi Đảng Cộng Sản đang suy bại, người ta bất ngờ khám phá ra rằng, qua nhiều thập niên, tà linh phụ thể của Đảng cộng sản với những thủ đoạn lưu manh thiên biến vạn hóa đã tiêm nhiễm những yếu tố tà ác của nó vào trong mọi khía cạnh đời sống của người dân.

Khi Mao Trạch Đông chết, nhiều người đã khóc cay đắng trước tấm hình của Mao, tự hỏi "Không có Mao chủ tịch, Trung Quốc sẽ làm thế nào?" Mỉa mai thay, 20 năm sau, khi Đảng Cộng Sản đã mất tính hợp pháp để nắm chính quyền quốc gia của nó, Đảng Cộng Sản Trung Quốc (ĐCSTQ) đã cho lan rộng một đợt tuyên truyền mới làm người dân một lần nữa lại tự hỏi một cách lo âu: "Nước Trung Hoa sẽ làm được gì nếu không có Đảng Cộng Sản?"

Trên thực tế, sự khống chế chính trị lan tràn khắp nơi của ĐCSTQ đã khắc sâu vào nền văn hóa hiện tại và tư tưởng người Trung Quốc đến nỗi ngay cả chuẩn mực mà người Trung Quốc đánh giá ĐCSTQ đều có dấu ấn của ĐCSTQ hoặc xuất phát từ ĐCSTQ. Nếu trong quá khứ ĐCSTQ khống chế dân chúng bằng cách tiêm nhiễm những yếu tố của nó vào họ, thì giờ đây ĐCSTQ đã đến lúc phải gặt hái những gì nó gieo mầm, bởi vì những điều thấm nhuần trong tâm trí người dân đã được tiêu hóa và hấp thụ vào từng tế bào của họ. Người dân suy nghĩ dựa theo lý luận của ĐCSTQ, và tự đặt mình vào vị trí của ĐCSTQ mà phán xét đúng sai. Nói về việc ĐCSTQ thảm sát các sinh viên biểu tình ngày 4/6/1989, có người bảo "Nếu tôi là Đặng Tiểu Bình tôi cũng sẽ dập tắt cuộc nổi loạn bằng xe tăng". Trong cuộc đàn áp Pháp Luân Công, có người hùa theo rằng "Nếu tôi là Giang Trạch Dân, tôi cũng sẽ tiêu diệt Pháp Luân Công." Về việc cấm tự do ngôn luận, có người bảo rằng "Nếu tôi là Đảng cộng sản tôi cũng làm như vậy." Chân lý và lương tri không còn nữa, chỉ còn lại lô-gic của Đảng cộng sản. Đây là một trong những thủ đoạn độc ác và ghê tởm nhất của ĐCSTQ mà đã được ĐCSTQ sử dụng vì bản tính lưu manh của nó. Khi nào những độc tố tinh thần mà ĐCSTQ đã tiêm nhiễm vào vẫn còn trong đầu óc người ta, thì ĐCSTQ càng có cơ hội tiếp tục thâu đoạt năng lượng để duy trì sinh mạng lưu manh của nó.

"Nước Trung Quốc sẽ làm được gì nếu không có Đảng Cộng Sản?" Lối suy nghĩ này phù hợp chính xác với mục đích của ĐCSTQ là làm cho người dân suy luận theo lô-gic của nó.

Dân tộc Trung Hoa đã trải qua 5000 năm lịch sử văn minh của họ mà không có Đảng cộng sản. Thực tế, không một quốc gia nào trên thế giới lại ngừng tiến triển xã hội chỉ vì sự sụp đổ của một chế độ nào đó. Tuy nhiên sau hàng chục thập niên dưới sự thống trị của ĐCSTQ, người ta đã không còn nhận ra được sự thực này. Sự tuyên truyền lâu dài của ĐCSTQ đã rèn luyện người dân nghĩ Đảng như là mẹ đẻ của họ. Chính trị của ĐCSTQ có mặt ở khắp nơi đã khuất phục người ta, làm cho họ không thể nhận thức được cuộc sống không có Đảng cộng sản sẽ ra sao.

Không có Mao chủ tịch, Trung Quốc đã không đổ vỡ; vậy không có Đảng cộng sản thì nước Trung Hoa sụp đổ hay sao? !

3. Ai là nguồn thật sự gây rối loạn?

Rất nhiều người biết và không thích những hành vi lưu manh của Đảng Cộng Sản Trung Quốc (ĐCSTQ), và ghê tởm những thứ đấu tranh và dối trá của nó. Nhưng đồng thời họ lại sợ hãi những cuộc vận động chính trị của ĐCSTQ và những bạo động gây rối loạn, rồi sợ rằng sự rối loạn một lần nữa sẽ viếng thăm Trung Quốc. Bởi thế, mỗi khi ĐCSTQ hăm dọa người dân với chữ "rối loạn"; người dân liền im lặng chấp nhận sự thống trị của ĐCSTQ, cảm thấy bất lực khi đối diện với quyền lực chuyên chế của ĐCSTQ.

Trên thực tế, với hàng triệu quân đội và cảnh sát võ trang, ĐCSTQ là nguồn rối loạn thật sự. Những người dân thường không tài nào gây nên hoặc có khả năng khởi xướng rối loạn cho quốc gia. Chỉ có ĐCSTQ thoái hóa mới nhẫn tâm mang đất nước đến rối loạn qua bất cứ dấu hiệu thay đổi nào. "Ổn định quan trọng hơn tất cả mọi thứ" và "Nhổ tận gốc mầm mống của tất cả các yếu tố nguyên nhân làm bất ổn định" — các khẩu hiệu này đã trở thành nền móng lý luận mà ĐCSTQ dùng để đàn áp người dân. Vậy ai là nguyên nhân lớn nhất tạo ra sự bất ổn định tại Trung Quốc? Chẳng phải là ĐCSTQ, một chính quyền chuyên dùng bạo lực? ĐCSTQ là chủ mưu của rối loạn, và sau đó đến lượt nó lại dùng chính sự rối loạn nó tạo ra ấy để ép buộc người dân. Những bọn lưu manh xưa nay đều làm như thế cả .

II. Phát triển kinh tế trở thành tế phẩm của Đảng Cộng Sản Trung Quốc

1. Lạm dụng danh nghĩa để cướp đoạt những thành quả từ công khó nhọc của nhân dân

Đảng cộng sản Trung Quốc(ĐCSTQ) tự nhận "tính hợp pháp" của nó do từ sự phát triển kinh tế hơn 20 năm qua. Tuy nhiên trên thực tế sự phát triển này đã dần dần đạt được nhờ nhân dân Trung Quốc lao động, sau khi những gông cùm của ĐCSTQ được nới lỏng một chút, do đó sự phát triển kinh tế không liên quan gì đến công lao của chính ĐCSTQ. Dầu vậy, ĐCSTQ đã tuyên bố là sự phát triển kinh tế này là do thành tựu của chính nó, và yêu cầu người dân phải biết ơn Đảng, như thể là sẽ không có một phát triển nào nếu không có ĐCSTQ. Trong thực tế tất cả chúng ta đều biết rằng có nhiều quốc gia phi cộng sản, từ lâu đã đạt được việc tăng trưởng kinh tế nhanh chóng hơn nữa.

Những thể thao gia đạt được huy chương vàng tại thế vận hội Olympic đã bị đòi hỏi phải cám ơn Đảng Cộng Sản. Đảng không ngần ngại sử dụng hình ảnh bày đặt "thể thao đại quốc" để tự ca tụng mình. Trung Quốc đã trải qua nhiều khổ nạn trong bệnh dịch SARS, nhưng tờ *Nhân Dân nhật báo* lại nói rằng Trung Quốc đã chiến thắng vi khuẩn "dựa theo lý luận cơ bản, đường lối cơ bản, cương lĩnh cơ bản và kinh nghiệm cơ bản của Đảng". Việc phóng vệ tinh Thần Châu 5 của Trung Quốc đã được thực hiện bởi các chuyên gia khoa học và kỹ thuật không gian, nhưng ĐCSTQ đã lấy đó làm bằng chứng để chứng minh rằng chỉ có ĐCSTQ mới có khả năng hướng dẫn người dân Trung Quốc bước vào hàng các cường quốc trên thế giới. Sự kiện Trung Quốc làm chủ tổ chức Thế Vận Hội Olympic năm 2008, là thực ra các nước Tây phương ban cho Trung Quốc cái "cành Ô-liu" (biểu trưng của đề nghị hòa bình) để khuyến khích Trung Quốc cải thiện tình hình nhân quyền, nhưng ĐCSTQ dùng điều này để nâng cao những tuyên bố về tính hợp pháp của nó, và để dùng như một cái cớ để trấn áp người dân Trung Quốc. "Tiềm lực thị trường lớn mạnh" của Trung Quốc có được nhờ vào các nhà đầu tư ngoại quốc, bắt nguồn từ năng lực tiêu thụ của 1.3 tỷ người dân của Trung Quốc. ĐCSTQ đã chiếm đoạt tiềm lực này, và rồi biến nó thành võ khí sắc bén dùng để làm áp lực các xã hội phương Tây phải hợp tác với sự thống trị của ĐCSTQ.

Đảng cộng sản Trung Quốc (ĐCSTQ) qui tội tất cả những sự việc xấu vào các lực lượng phản động và các người có dụng tâm xấu làm, trong khi đó nhận những sự việc tốt về cho ban lãnh đạo của Đảng. ĐCSTQ sử dụng mỗi một thành quả để khiến cho việc tuyên bố về tính hợp pháp trong sự thống trị của nó có sức thuyết phục hơn. Ngay cả những việc làm sai mà ĐCSTQ phạm phải có thể được biến thành cái gì đó "tốt" để phục vụ các mục đích của nó. Ví dụ khi sự thật về vấn đề lan tràn khủng khiếp của bệnh AIDS không còn che dấu được nữa, ĐCSTQ đột nhiên chế tạo ra một bộ mặt mới. Chúng khéo léo vận chuyển bộ máy tuyên truyền, sử dụng tất cả mọi người từ minh tinh nổi tiếng đến Tổng bí thư Đảng để tô vẽ chân dung ĐCSTQ, kẻ thủ phạm đầu sỏ, thành người tiêu diệt bệnh AIDS, người thách đấu với bệnh tật của nhân loại, và như là một điều may mắn cho bệnh nhân. Trong việc giải quyết những vấn đề liên quan tới sống chết nghiêm trọng như vậy, tất cả những gì ĐCSTQ có thể nghĩ đến là làm thế nào mà sử dụng vấn đề đó để tự ca ngợi mình. Chỉ có ĐCSTQ mới có khả năng hành động nhẫn tâm, lưu manh chiếm đoạt và hoàn toàn không kể gì đến mạng sống con người.

2. Việc làm ngắn hạn gây nên bất lợi kinh tế

Đối diện nghiêm trọng với "nguy cơ về tính hợp pháp", ĐCSTQ đã thực hiện các chính sách cải cách và mở cửa vào thập niên 80 để duy trì sự thống trị của nó. Háo hức thành công nhanh chóng đã đặt Trung Quốc vào một thế bất lợi mà những nhà kinh tế học gọi là "tai họa cho kẻ đến muộn".

Những khái niệm "tai họa cho kẻ đến muộn" hoặc là "lợi thế cho kẻ đến muộn", mà một số các học giả đã gọi, là chỉ về sự kiện của các quốc gia lạc hậu, có nghĩa là sự phát triển được khởi công muộn, có thể bắt chước các nước tiến bộ trước, trong nhiều mặt. Có hai hình thức bắt chước: bắt chước hệ thống xã hội và bắt chước các mô hình kỹ thuật và công nghiệp. Thông thường bắt chước hệ thống xã hội là khó, vì cải tổ hệ thống có thể gây nguy hiểm đến quyền lợi tương lai của một số tập đoàn chính trị hay xã hội. Vì vậy các quốc gia lạc hậu có khuynh hướng bắt chước kỹ thuật của các nước tiên tiến. Mặc dầu bắt chước kỹ thuật có thể tạo nên phát triển kinh tế nhất thời, nhưng nó có thể dẫn đến nhiều may rủi tiềm ẩn hoặc ngay cả thất bại đối với mục tiêu phát triển dài hạn.

Đảng cộng sản Trung Quốc(ĐCSTQ) chính là đang đi theo con đường "tai họa cho kẻ đến muộn", một con đường thất bại. Qua hai thập niên vừa rồi, "bắt chước kỹ thuật" của Trung Quốc đã thật sự dẫn đến một số thành tích, mà ĐCSTQ đã chiếm về phần mình, hầu để chứng minh "tính hợp pháp" của nó, và tiếp tục ngăn cản cải cách chính trị mà có lẽ sẽ làm hại tới lợi ích riêng của ĐCSTQ. Vì vậy, lợi ích lâu dài của quốc gia đã bị hy sinh.

3. Cái giá thảm thương phải trả cho sự phát triển kinh tế của Đảng Cộng Sản Trung Quốc

Trong khi Đảng Cộng sản Trung Quốc(ĐCSTQ) không ngừng khoe khoang về tiến bộ kinh tế của mình, thì trên thực tế, kinh tế Trung Quốc ngày nay sắp hạng trên thế giới còn thấp hơn thời của vua Càn Long (1711-1799) trong triều đại nhà Thanh. Trong thời vua Càn Long, GDP (Gross Domestic Products hay Tổng sản lượng quốc nội) của Trung Quốc được coi như bằng 51% của tổng số trên thế giới. Khi Tôn Trung Sơn thành lập nước Cộng hòa Trung Quốc (thời Quốc Dân Đảng) vào năm 1911, GDP của Trung Quốc bằng được khoảng 27% của tổng số thế giới. Vào 1923, tỷ lệ phần trăm giảm xuống, nhưng vẫn còn được .12%. Đến 1949, khi ĐCSTQ nắm chính quyền, tỷ lệ xuống đến 5.7%, nhưng đến 2003, GDP của Trung Quốc giảm xuống ít hơn 4% tổng số của thế giới. Tương phản với sự tụt dốc kinh tế trong thời kỳ Quốc Dân Đảng vì phải trải qua nhiều chục năm chiến tranh, thì sự tụt dốc kinh tế liên tục trong thời kỳ ĐCSTQ nắm quyền lại xảy ra trong thời hòa bình.

Ngày nay, để hợp pháp hóa quyền lực của mình, ĐCSTQ hăm hở muốn đạt thành công nhanh chóng và những lợi ích tức thời. Sự cải cách kinh tế khập khiễng mà ĐCSTQ đã phát động hầu để bảo vệ lợi ích riêng tư cho chính nó, là một tổn thất lớn cho quốc gia. Sự phát triển kinh tế nhanh chóng trong 20 năm qua, tới một phạm vi rộng, được xây dựng trên sự lạm dụng hoặc ngay cả lãng phí các nguồn tài nguyên, và đã đạt được với cái giá của sự tàn phá môi trường. Một phần lớn GDP của Trung Quốc đạt được bằng cách hy sinh những cơ hội của các thế hệ tương lai. Vào 2003, Trung Quốc đã đóng góp dưới 4% cho kinh tế thế giới, trong khi đó mức tiêu thụ về sắt, xi măng và những vật dụng khác lên đến 1/3 tổng số tiêu thụ toàn cầu [3].

Từ thập niên 1980 đến cuối thập niên 1990, những vùng đất bị bỏ hoang ở Trung Quốc tăng từ 1.000 đến 2.460 ki-lô mét vuông (386 đến 950 dặm vuông). Đất trồng trọt cho mỗi đầu người cũng giảm sút từ 2 mẫu vào năm 1980 đến 1,43 mẫu vào năm 2003 [4]. Phong trào lớn mạnh thu hồi/giải tỏa đất đai rầm rộ để phát triển, đã làm Trung Quốc mất 100 triệu mẫu đất để trồng trọt trong vòng chỉ vài năm. Tuy nhiên, thực tế tỷ lệ đất thu hồi được đem sử dụng chỉ là 43%. Hiện thời, tổng số lượng nước phế thải là 43,95 triệu tấn, vượt quá 82% dung lượng của môi trường. Trong bảy hệ thống sông ngòi chính, thì 40,9% lượng nước không thích hợp để dùng cho người và súc vật uống. 75% mương hồ bị ô nhiễm nên đã sinh ra các mức độ phú dưỡng rong rêu, chất bẩn trong nước khác nhau[5]. Chưa bao giờ sự xung đột giữa người và sự Tự Nhiên tại Trung Quốc lại căng thẳng như ngày nay. Trung Quốc hay thế giới không tài nào cưỡng lại sự phát triển không lành mạnh như vậy. Bị che mắt bởi hào nhoáng bề mặt của các cao ốc và biệt thự, người dân không biết đến sự khủng hoảng sinh thái đang treo lơ lửng. Tuy nhiên, hễ đến lúc luật tự nhiên trừng phạt nhân loại, nó sẽ mang đến những hậu quả thảm khốc cho nước Trung Hoa.

So sánh với nước Nga từ sau khi rũ bỏ chủ nghĩa cộng sản, đã thực hiện cải cách kinh tế và chính trị cùng một lúc. Sau khi trải qua một khoảng thời gian khó khăn ngắn, Nga bắt đầu phát triển nhanh chóng. Từ năm 1999 đến năm 2003, GDP của Nga đã tăng tổng số được 29,9%. Mức sống người dân cũng được cải thiện đáng kể. Giới thương mại Tây phương đã không những bắt đầu bàn luận "hiện tượng kinh tế Nga", mà còn bắt đầu đầu tư vào Nga —một thị trường nóng hổi mới— trên phạm vi rộng. Thứ hạng của Nga trong các quốc gia hấp dẫn nhất để đầu tư, đã nhảy từ vị trí thứ 17 vào năm 2002 đến vị trí thứ 8 trong năm 2003, lần đầu tiên trở thành một trong 10 nước hấp dẫn nhất trên thế giới để đầu tư.

Ngay cả Ấn độ, một quốc gia mà trong tư tưởng của hầu hết người dân Trung Quốc là nghèo nàn và đầy những xung đột sắc tộc, đã hưởng được sự phát triển vượt bực và đạt được thành tựu phát triển kinh tế với tỷ lệ là 7- 8% hằng năm từ khi cải cách kinh tế vào năm 1991. Ấn Độ có hệ thống pháp luật khá đầy đủ về kinh tế thị trường, một hệ thống tài chính dồi dào, một hệ thống dân chủ phát triển tốt, tâm thái người dân ổn định. Quốc gia này đã được cộng đồng quốc tế công nhận là một nước có tiềm lực phát triển lớn.

Tương phản lại, ĐCSTQ, chỉ tham gia vào cải cách kinh tế mà không có cải cách chính trị. Bộ mặt kinh tế giả tạo nở rộ nhất thời đã cản trở "sự phát triển các hệ thống xã hội" tự nhiên. Chính sự cải cách không đầy đủ này đã gia tăng sự mất cân bằng trong xã hội Trung Quốc và làm các mâu thuẫn xã hội càng thêm sâu sắc. Những lợi tức tài chính mà người dân đạt được lại không được các hệ thống xã hội ổn định bảo vệ. Hơn thế nữa, trong quá trình tư hữu hóa các tài sản quốc gia, những kẻ nắm quyền hành trong ĐCSTQ đã lợi dụng quyền thế để nhét đầy vào túi riêng của mình.

4. Đảng Cộng Sản Trung Quốc không ngừng gian lận nông dân

Đảng cộng sản Trung Quốc(ĐCSTQ) dựa vào nông dân để đoạt quyền lực. Những người nông dân trong các vùng Đảng Cộng Sản thống trị, đã cống hiến tất cả những gì họ sở hữu cho ĐCSTQ từ lúc nó mới phôi thai. Nhưng sau khi ĐCSTQ nắm quyền lực quốc gia, những người nông dân đã phải trải qua một sự phân biệt đối xử trầm trọng.

Sau khi ĐCSTQ thành lập chính quyền, nó đã sắp xếp một hệ thống vô cùng bất công: đó là hệ thống đăng ký cư trú. Hệ thống này ép buộc chia người dân thành 2 loại: nông dân và dân thành thị, tạo ra một sự chia rẽ vô lý và chống đối trong nội bộ quốc gia. Nông dân không có bảo hiểm sức khỏe, không có tiền trợ cấp thất nghiệp, không có tiền hưu trí và không được vay tiền ngân hàng. Người nông dân không những thuộc giai cấp bần cùng nhất tại Trung Quốc, mà cũng là giai cấp bị đánh thuế nặng nhất. Nông dân cần phải trả tiền cho quỹ tiết kiệm bắt buộc, quỹ trợ cấp xã hội, quỹ quản lý hành chánh, lệ phí giáo dục bổ xung, lệ phí kiểm soát sinh đẻ, lệ phí tổ chức và huấn luyện quân đội, lệ phí xây đường quốc gia và lệ phí bồi thường quân sự. Bên cạnh tất cả lệ phí này, họ còn phải bán một phần thóc lúa mà họ đã sản xuất theo một tỷ lệ cố định cho nhà nước như là một yêu cầu bắt buộc, và phải trả thuế nông nghiệp, thuế đất, thuế sản xuất vùng đặc biệt, thuế giết mổ và còn thêm vào nhiều thuế khác. Ngược lại dân cư thành thị không phải trả thuế và những lệ phí này.

Vào đầu năm 2004, Thủ tướng Ôn Gia Bảo đã phát hành "hồ sơ số 1" nói rằng nông thôn Trung Quốc đang đối diện với tình thế khó khăn nhất từ khi bắt đầu cải cách kinh tế vào năm 1978. Lợi tức của hầu hết nông dân đã không tăng hoặc ngay cả còn xuống dốc. Họ càng nghèo hơn, và sự cách biệt lợi tức giữa dân nông thôn và dân thành thị tiếp tục nới rộng ra.

Trong một lâm trường ở phía đông tỉnh Tứ Xuyên, nhà chức trách cấp trên đã chi ra 500 ngàn đồng yuan (khoảng 60.500 đô la Mỹ) cho một chương trình trồng lại rừng. Những người lãnh đạo lâm trường trước hết bỏ túi 200 ngàn đồng yuan, rồi mới phân phối 300 ngàn đồng yuan còn lại để trồng rừng. Nhưng mỗi khi qua mỗi một cấp quản lý, số tiền lại bị mất dần, cuối cùng chỉ còn lại một ít dành cho những nông dân trong vùng, những người mà thật sự trồng rừng. Chính quyền không cần phải lo lắng rằng những người nông dân sẽ từ chối làm việc vì ngân khoản không đủ. Những nông dân này quá nghèo đến nỗi họ phải làm việc với tiền công rất ít. Đây là một trong những lý do mà sản phẩm sản xuất tại Trung Quốc "made in China" lại rất rẻ.

5. Dùng lợi ích kinh tế để uy hiếp các nước Tây phương

Nhiều người tưởng rằng buôn bán với Trung Quốc sẽ thúc đẩy nhân quyền, tự do ngôn luận và cải cách dân chủ cho Trung Quốc. Sau hơn một thập niên, điều này đã được chứng minh rằng chỉ là mơ tưởng. Điển hình nhất chính là nguyên tắc làm ăn buôn bán ở Trung Quốc và các nước Tây phương. Sự công bằng và sáng tỏ tại các nước Tây phương được thay thế bởi những quan hệ riêng cá nhân, hối lộ và biển thủ ở Trung Quốc. Nhiều công ty Tây phương đã trở thành thủ phạm hàng đầu vì đã làm trầm trọng thêm sự thối nát của Trung Quốc. Một số công ty ngay cả còn giúp ĐCSTQ dấu diếm các vi phạm nhân quyền và đàn áp chính dân chúng của nó.

Đảng cộng sản Trung Quốc(ĐCSTQ) hành động như Mafia bằng cách chơi ván bài kinh tế trong chính sách đối ngoại. Hợp đồng chế tạo máy bay cho Trung Quốc sẽ được giao cho nước Pháp hay nước Mỹ thì còn tùy thuộc vào quốc gia nào có thể ngậm miệng về vấn đề nhân quyền của ĐCSTQ. Nhiều thương gia Tây phương và chính trị gia bị dẫn dắt và khống chế bởi lợi ích kinh tế từ Trung Quốc. Một số công ty kỹ thuật về thông tin từ Bắc Mỹ đã cung cấp các sản phẩm đặc biệt cho ĐCSTQ để ngăn chặn Internet. Để đi vào thị trường Trung Quốc, một số website Internet đã đồng ý tự kiểm duyệt và lọc đi tin tức mà ĐCSTQ không thích.

Căn cứ trên thống kê từ Bộ Thương Mại của Trung Quốc, vào cuối tháng 4 năm 2004, Trung Quốc đã thống kê được tổng cộng 990 tỉ đô la Mỹ, tiền đầu tư của ngoại quốc trong nhiều hợp đồng khác nhau. Đầu tư từ tiền vốn ngoại quốc đã có tác dụng 'truyền máu' mạnh mẽ cho nền kinh tế của ĐCSTQ. Nhưng trong quá trình 'truyền máu' này, sự đầu tư của ngoại quốc đã không mang các khái niệm của dân chủ, tự do và nhân quyền làm thành nguyên tắc cơ bản cho người dân Trung Quốc. Thay vào đó ĐCSTQ đã lợi dụng sự hợp tác "vô điều kiện" từ phía các nhà đầu tư ngoại quốc, chính quyền ngoại quốc và sự xu nịnh của vài quốc gia để tuyên truyền cho sự thống trị tư bản. Bằng cách lợi dụng sự thịnh vượng kinh tế trên bề mặt của Trung Quốc, các viên chức ĐCSTQ đã trở nên cực kỳ lão luyện trong việc cấu kết với các nhà buôn bán đầu tư để phân chia tài sản quốc gia và ngăn chặn cải cách chính trị.

III. Kỹ thuật tẩy não của Đảng Cộng Sản Trung Quốc: từ "thô sơ" đến "tinh   xảo"

Người ta thường nghe nói rằng: "Tôi biết trong quá khứ Đảng Cộng Sản Trung Quốc (ĐCSTQ) hay dối trá, nhưng lần này nó nói sự thật". Mỉa mai thay, khi hồi tưởng lại, đây là câu mà người dân nói mỗi lần ĐCSTQ tạo ra sai lầm nghiêm trọng trong quá khứ. Điều này phản ảnh khả năng mà ĐCSTQ đạt được qua nhiều thập niên là dùng dối trá để lường gạt người dân.

Người ta đã thành lập một số kháng cự để chống lại những lời hoang ngôn quá mức của ĐCSTQ. Để đáp lại, sự tuyên truyền và bịa đặt của ĐCSTQ đã trở nên "tinh xảo" và "chuyên nghiệp" hơn. Tiến bộ từ những tuyên truyền theo kiểu khẩu hiệu trong quá khứ, những lời dối trá của Đảng cộng sản đã trở nên "trau chuốt" và "tinh xảo" hơn. Đặc biệt dưới tình trạng bưng bít tin tức mà ĐCSTQ đã dựng lên chung quanh Trung Quốc, nó bịa đặt những điều dựa trên một phần sự kiện để đánh lạc hướng công chúng, những điều mà ngay cả còn độc hại và dối trá hơn là những chuyện bịa đặt thông thường.

Chinascope (Trung Quốc Tự Tiêu), một tờ báo tiếng Anh, có một bài viết vào tháng 10 năm 2004 phân tích những trường hợp mà ĐCSTQ đã sử dụng những cách thức chế tạo lời dối trá để che đậy sự thật. Khi vụ SARS bùng nổ tại Trung Quốc đại lục vào năm 2003, thế giới bên ngoài nghi ngờ Trung Quốc dấu diếm tin tức về bệnh dịch, tuy rằng ĐCSTQ đã nhiều lần chối bỏ để không thừa nhận nó. Để tìm hiểu ĐCSTQ có thành thật trong việc báo cáo bệnh SARS hay không, tác giả của bài viết đã đọc tất cả trên 400 báo cáo về vụ SARS từ lúc khởi đầu cho đến tháng 4 năm 2003 trên website *Tân Hoa*.

Những báo cáo này nói rằng: Ngay lúc SARS xuất hiện, chính quyền tại trung ương và các cấp địa phương đã huy động các chuyên gia kịp thời chữa bệnh cho các bệnh nhân và sau đó họ đã lành bệnh và được xuất viện. Đối phó với các thành phần gây rối kích động dân chúng đi mua sắm hàng hóa tích trữ để tránh đi ra ngoài phòng khi bệnh dịch lan tràn, chính quyền đã lập tức chặn đứng tin đồn, và xúc tiến ngăn ngừa tin đồn lan rộng, vì vậy trật tự xã hội đã được ổn định trở lại. Mặc dầu một số ít các lực lượng chống Trung Quốc vẫn khăng khăng nghi ngờ chính quyền Trung Quốc che dấu sự thật, hầu hết các quốc gia khác và dân chúng không tin vào các tin đồn này. Hội chợ Giao dịch Thương mại Quảng Châu sắp tới sẽ có sự tham gia lớn nhất chưa từng có của các doanh nghiệp trên khắp thế giới. Khách du lịch từ nước ngoài khẳng định rằng du lịch đến Trung Quốc rất an toàn. Đặc biệt, các chuyên gia từ Hội Y Tế Thế Giới - WHO [những người đã bị lường gạt bởi ĐCSTQ], đã công bố rằng chính quyền Trung Quốc đã sẵn sàng cộng tác, và có biện pháp thích đáng để đối phó với SARS, vì vậy sẽ không có vấn đề gì. Các chuyên gia đã phê chuẩn cho tỉnh Quảng Đông được tiến hành mở Hội chợ (sau hơn 20 ngày trì hoãn) sau khi đã khảo sát vùng này.

Trên 400 bài viết này đã cho tác giả một ấn tượng rằng ĐCSTQ rất trung thực trong suốt bốn tháng này, đã hành động một cách có trách nhiệm để bảo vệ sức khỏe dân chúng, và đã làm cho mọi người tin rằng ĐCSTQ đã không che dấu bất cứ điều gì. Tuy nhiên, vào 20-4-2003, Văn Phòng Thông Tin của Hội Đồng Quốc Gia (Quốc vụ viện Tân văn) đã công bố trong buổi họp báo của họ rằng SARS đã thật sự lan tràn tại Trung Quốc, và như vậy thừa nhận gián tiếp rằng chính quyền đã che đậy bệnh dịch. Chỉ khi đó tác giả này mới thấy sự thật và hiểu các thủ đoạn lưu manh, lường gạt và "tiến cùng thời gian" mà ĐCSTQ đã sử dụng.

Trong cuộc tổng tuyển cử ở Đài loan, Đảng cộng sản Trung Quốc (ĐCSTQ) sử dụng cùng một chiến thuật "trau chuốt" và "tinh xảo" như trên, để tung tin rằng bầu cử tổng thống sẽ dẫn đến các tai họa lớn như là tỷ lệ tự sát lên cao, thị trường chứng khoán sụp đổ, tăng trưởng "bệnh kỳ quặc" hay bệnh tâm thần, di dân ra khỏi đảo, gia đình bất hòa, thái độ bất cần đời, thị trường chứng khoán suy thoái, bắn giết bừa bãi, biểu tình và chống đối, bao vây dinh thự tổng thống, xã hội mất an ninh, trò hề chính trị, v.v... ĐCSTQ đã nhét đầy vào đầu người dân Trung Quốc Đại Lục với những luận điệu này từng ngày trong sự cố gắng hướng dẫn người dân để họ tin rằng tất cả những tai họa này sẽ là kết quả tệ hại của cuộc bầu cử, và Trung Quốc không bao giờ nên tổ chức bầu cử dân chủ.

Về vấn đề Pháp Luân Công, ĐCSTQ đem ra ngay cả các cách thức kỹ thuật tinh xảo hơn với lừa gạt mà được chế tạo để chụp mũ Pháp Luân Công. Những màn biểu diễn của ĐCSTQ nối tiếp nhau mà đến. Thảo nào mà quá nhiều người dân Trung Quốc bị lừa gạt. Sự tuyên truyền lưu manh của ĐCSTQ quá dối trá đến nỗi nạn nhân của nó đã mù quáng tin vào những lời dối trá và nghĩ rằng họ đã nắm chắc sự thật.

Sự tuyên truyền tẩy não của Đảng cộng sản Trung Quốc qua nhiều thập niên trong quá khứ đã biến đổi trở nên "tinh xảo" và "tỉ mỉ" trong việc lường gạt dối trá, mà là sự bành trướng tự nhiên của bản chất lưu manh.

IV. Ngụy trang nhân quyền của Đảng Cộng Sản Trung Quốc

1. Từ tranh giành dân chủ để đoạt quyền lực đến thống trị độc tài và ngụy trang nhân quyền

"Trong một quốc gia dân chủ, chủ quyền nên nằm trong tay người dân, đây là sự việc đi theo nguyên lý của Trời Đất. Nếu một quốc gia tuyên bố dân chủ, mà chủ quyền không thuộc về người dân, điều đó nhất định là không đi đúng đường, và chỉ có thể được coi là lệch hướng, và quốc gia này không phải là một quốc gia dân chủ... làm sao có được dân chủ mà không chấm dứt sự cai trị của Đảng và không có một cuộc bầu cử phổ thông? Trả lại nhân quyền cho nhân dân!"

Có phải trích dẫn trên là giọng điệu từ một bài viết của "kẻ thù nước ngoài" để đả kích Đảng cộng sản Trung Quốc chăng? Thực ra, tuyên bố trên là từ *Tân Hoa Nhật Báo*, tờ báo chính thức của ĐCSTQ, đăng ngày 27-9-1945.

Đảng cộng sản Trung Quốc(ĐCSTQ) từng tuyên bố ầm ỹ phải "tổng tuyển cử" và đòi hỏi "trả lại quyền lợi cho người dân", nay lại xem "tổng tuyển cử" như là một sự cấm đoán, bởi vì nó đang nắm quyền lực. Những người dân được mệnh danh là "cai quản và làm chủ đất nước" không có bất cứ quyền hạn nào để tự quyết định cho chính họ. Không có ngôn từ nào thích hợp để mô tả bản tính lưu manh của Đảng Cộng Sản.

Nếu bạn cho rằng những gì đã xong rồi thì hãy để cho qua, và tà giáo Đảng cộng sản mà đã từng gieo rắc giết chóc và thống trị quốc gia bằng dối trá, nay sẽ lại tự cải tổ, đi theo thiện lành, và sẵn lòng "trả lại quyền lợi cho nhân dân", bạn lại lầm to rồi. Chúng ta hãy nghe tờ *Nhân Dân nhật báo*, cái loa chính của ĐCSTQ đã nói vào ngày 23/10/2004, 60 năm sau lời tuyên bố trước công chúng đã được trích dẫn bên trên: "Kiểm soát chặt chẽ hình thái ý thức là nhu cầu căn bản cho cơ sở tư tưởng và nền tảng chính trị để củng cố sự chấp chính của Đảng".

Gần đây nhất, Đảng cộng sản Trung Quốc(ĐCSTQ) đã đưa ra cái gọi là "chủ nghĩa ba *không*"[6], mà cái '*không*' thứ nhất là "phát triển mà không tranh luận". "Phát triển" chỉ là giả tạo, nhưng "không bàn luận" được nhấn mạnh để trở thành "một tiếng nói, một hội trường", mới chính là mục đích thật sự của Đảng cộng sản Trung Quốc.

Khi Giang Trạch Dân được phỏng vấn bởi một phóng viên nổi tiếng, Mike Wallace, của đài CBS vào năm 2000, về vấn đề tại sao Trung Quốc không tổ chức bầu cử dân chủ, Giang đã trả lời: "Người Trung Quốc học thức quá kém".

Tuy nhiên, ngay từ ngày 25/2/1939, ĐCSTQ đã kêu gào trong tờ *Tân Hoa nhật báo* rằng "Họ (Quốc Dân Đảng) nghĩ rằng sự thực hiện nền chính trị dân chủ tại Trung Quốc không phải ngày nay, mà là những năm về sau. Họ hy vọng rằng vấn đề chính trị dân chủ nên đợi đến lúc trình độ học vấn và sự hiểu biết của người dân Trung Quốc được nâng lên ngang với các nước dân chủ của giai cấp tư sản ở Âu châu và Mỹ châu... nhưng, chỉ ở dưới chế độ dân chủ thì mới có thể giáo dục và huấn luyện dân chúng dễ dàng hơn".

Sự khác biệt trong cách giả đạo đức giữa những gì *Tân Hoa nhật báo* đã nói vào năm 1939 và những gì Giang Trạch Dân nói vào năm 2000 đã miêu tả linh động sự thật về bộ mặt lưu manh của Đảng cộng sản Trung Quốc.

Sau vụ Tàn Sát Thiên An Môn vào năm 1989, ĐCSTQ lại đứng sắp hạng trên khán đài thế giới với một thành tích nổi tiếng về vi phạm nhân quyền trầm trọng. Lịch sử đã cho ĐCSTQ một cơ hội chọn lựa: con đường thứ nhất là tôn trọng người dân của mình, và thực sự cải thiện nhân quyền, còn con đường thứ hai là cứ tiếp tục chà đạp nhân quyền bên trong Trung Quốc trong khi giả vờ với thế giới bên ngoài là tôn trọng nhân quyền để trốn tránh sự lên án của quốc tế.

Bất hạnh thay, Đảng cộng sản Trung Quốc(ĐCSTQ), luôn luôn giữ bản tính lưu manh, đã chọn con đường thứ hai mà không mảy may do dự. Nó đã tập họp và duy trì một số lớn bọn lưu manh nhưng có tài trong các lãnh vực khoa học và tôn giáo, và đặc biệt chỉ dẫn cho họ dựng lên những tuyên truyền giả dối tại hải ngoại, để thổi phồng lên các tiến bộ về nhân quyền của ĐCSTQ. Nó bịa đặt một loạt những nhân quyền ngụy biện như "quyền sinh tồn"; hoặc là "quyền ấm no" (lý lẽ biện hộ như sau: Khi người ta đói khát thì không thể có quyền lên tiếng hay sao? Ngay cả khi những người đói khát không thể lên tiếng được, vậy những người ăn uống no đủ cũng không thể lên tiếng cho những người đói khát hay sao?) ĐCSTQ vẫn cố gắng lừa gạt người dân Trung Quốc và các nước dân chủ Tây phương bằng cách chơi các ván bài về nhân quyền, ngay cả còn trắng trợn tuyên bố rằng "hiện nay là thời kỳ tốt nhất về nhân quyền của Trung Quốc".

Nghị quyết số 35 của Hiến pháp Trung Quốc có qui định rằng: người dân của nước Cộng Hòa Nhân Dân Trung Quốc được tự do phát biểu, xuất bản, nhóm họp, hội đoàn, biểu tình, và diễn hành. Đảng cộng sản Trung Quốc(ĐCSTQ) chỉ đơn giản chơi chữ mà thôi. Dưới sự thống trị của ĐCSTQ, vô số công dân bị tước đoạt quyền tự do tín ngưỡng, ngôn luận, xuất bản, hội họp và biện hộ cho quyền lợi. ĐCSTQ còn ra lệnh rằng việc đệ đơn thỉnh cầu lên cấp trên của một số đoàn thể nhất định cũng bị xem là bất hợp pháp. Hơn một lần vào năm 2004, một số tập thể thường dân đệ đơn xin diễn hành tại Bắc Kinh. Thay vì cho phép, chính phủ lại bắt giam những người đệ đơn. Chính sách "một quốc gia, hai chế độ" áp dụng cho Hồng Kông được phê chuẩn bởi hiến pháp của ĐCSTQ đều là trò lừa bịp. ĐCSTQ nói rằng sẽ không có thay đổi tại Hồng Kông trong vòng 50 năm, tuy nhiên nó đã cố gắng đổi hai chế độ thành một bằng cách cố tình thông qua một luật độc tài tà ác, là Nghị Quyết số 23, chỉ vỏn vẹn trong vòng 5 năm kể từ khi Hồng Kông được trả về cho Trung Quốc [7].

Một mánh khóe mới thật nham hiểm được tận dụng bởi Đảng cộng sản Trung Quốc (ĐCSTQ) là giả vờ "nới lỏng tự do ngôn luận" để che lấp sự theo dõi và khống chế chặt chẽ đại quy mô của nó. Người Trung Quốc ngày nay có vẻ nói lên ý nghĩ của mình một cách tự do hơn, bên cạnh đó, mạng điện báo Internet khiến cho tin tức lan rộng nhanh hơn. Như thế ĐCSTQ tuyên bố rằng bây giờ nó cho phép tự do ngôn luận; có rất nhiều người tin theo điều này. Nhưng đây chỉ là một biểu hiện giả tạo. Không phải Đảng Cộng Sản trở nên tốt lành, mà là Đảng không thể ngăn chặn sự phát triển xã hội và tiến bộ kỹ thuật. Chúng ta hãy xem xét ĐCSTQ đang đóng vai trò gì trong khía cạnh của mạng Internet: nó phong tỏa các website, gạn lọc tin tức, theo dõi phòng *chat* (nói chuyện qua máy điện toán), kiểm soát email (thư điện toán), và rồi buộc tội những người sử dụng mạng điện báo. Mỗi một điều Đảng cộng sản làm đều hoàn toàn ngược lại với trào lưu tiến bộ. Ngày nay, với sự giúp đỡ của các nhà tư bản mà không quan tâm đến nhân quyền và lương tri, cảnh sát ĐCSTQ đã được trang bị những máy móc kỹ thuật cao để có thể theo dõi, từ bên trong xe tuần tra, mọi hành động của những người dùng Internet. Khi chúng ta nhìn vào sự suy đồi của ĐCSTQ

—phạm vào những hành vi tà ác giữa thanh thiên bạch nhật— trong bối cảnh của phong trào toàn cầu hướng về tự do dân chủ, làm thế nào mà chúng ta có thể mong rằng nó có tiến bộ trong nhân quyền? Chính ĐCSTQ đã nói tất cả: "Nó nới lỏng bên ngoài nhưng thắt chặt bên trong". Bản tính lưu manh của Đảng cộng sản không bao giờ thay đổi.

Để tạo nên một hình ảnh tốt đẹp cho chính mình tại Ủy Ban Liên Hiệp Quốc về nhân quyền, năm 2004 ĐCSTQ đã dàn cảnh một loạt các hoạt động trừng phạt nghiêm khắc những người vi phạm nhân quyền. Tuy nhiên, sự kiện này chỉ là dành riêng cho con mắt quan sát của những người ngoại quốc mà thôi, và không có thực chất. Bởi vì kẻ chà đạp nhân quyền lớn nhất tại Trung Quốc là chính Đảng cộng sản Trung Quốc, và cựu Tổng bí thư Giang Trạch Dân, cựu bí thư Ủy ban Pháp Lý và Chính Trị Lỗ Cán, bộ trưởng Chu Vĩnh Khang và phó bộ trưởng Lưu Kinh của Bộ Công An. Sự trình diễn của chúng về trừng phạt những kẻ vi phạm nhân quyền cũng giống như một tên ăn cắp đang hò hét: " Bớ người ta, bắt thằng ăn cắp!".

Tương tự như hành động của một tên hiếp dâm hàng loạt là, khi còn có thể trốn khỏi tầm quan sát của công chúng, hắn thông thường tấn công 10 cô gái trong một ngày. Sau đó, có quá đông người chung quanh nên hắn chỉ tấn công một cô gái trước đám đông. Có thể nói rằng tên hiếp dâm đã thay đổi tốt hơn hay sao? Từ việc hắn tấn công sau lưng cho đến việc cưỡng hiếp trước công chúng chỉ chứng tỏ rằng tên vô lại này thật còn đê tiện và trơ tráo hơn trước. Bản tính của tên hiếp dâm không thay đổi chút nào cả. Những gì thay đổi chỉ là hoàn cảnh đã không còn dễ dàng để cho hắn thực hành tội ác nữa.

Đảng cộng sản Trung Quốc(ĐCSTQ) cũng chỉ giống như tên lưu manh hiếp dâm hàng loạt đó. Bản tánh độc tài của ĐCSTQ và bản năng sợ hãi về mất quyền lực đã quyết định rằng nó sẽ không tôn trọng quyền lợi của người dân. Nhân lực, nguồn vật chất, và các nguồn tài chính dùng để ngụy trang nhân quyền của ĐCSTQ đã vượt quá xa các nỗ lực của nó trong việc cải thiện thật sự về nhân quyền. Đảng cộng sản lưu manh tàn phá, giết chóc bừa bãi ở khắp nơi trên đất Trung Hoa, điều này là nỗi bất hạnh lớn nhất cho người dân Trung Quốc.

2. Lợi dụng thủ đoạn "Luật pháp", "ăn mặc Âu phục" để giở trò lưu manh.

Để bảo vệ lợi ích riêng của những tập đoàn có đặc quyền, một mặt Đảng cộng sản Trung Quốc (ĐCSTQ) xé tan ngụy trang cũ của chúng, hoàn toàn bỏ bê công nhân, nông dân, và dân chúng, mặt khác lại gia tăng các thủ đoạn lưu manh và dối trá càng ngày càng nhiều đến nỗi tiếng xấu về vi phạm nhân quyền của ĐCSTQ đã bị phơi bày ra cộng đồng quốc tế. ĐCSTQ đã sử dụng những danh từ quen thuộc như là "cai trị trong vòng luật pháp ", "thị trường", "vì dân", và "cải cách",v.v. để làm lẫn lộn tâm trí người ta. Bản tánh tà ác lưu manh của Đảng cộng sản Trung Quốc không hề thay đổi dù có tự khoác lên mình "bộ *Âu phục*" [tức là cái vỏ văn minh]. Hình ảnh như vậy chỉ càng đánh lạc hướng người dân hơn là khi ĐCSTQ khoác "bộ y phục của Mao" [theo lý thuyết của Mao]. Trong tác phẩm *Trại gia súc* của George Orwell (xuất bản năm 1945), các con heo học cách đứng và đi bằng hai chân. Tài nghệ mới có này đã tạo bộ mặt mới cho con heo, nhưng nó không thay đổi được bản tính heo của nó.

Tạo ra luật lệ và qui định mà vi phạm Hiến pháp Trung Quốc

Luật pháp và những qui định trái với Hiến pháp đã được truyền xuống tới các nhân viên thực thi pháp luật tại nhiều tầng cấp. Họ lấy lý do như "căn cứ vào pháp luật" mà cản trở những nỗ lực của dân chúng trong việc chấm dứt cuộc đàn áp, lấy lại tự do và duy hộ nhân quyền.

Giải quyết vấn đề phi-chính trị bằng các thủ đoạn chính trị

Một vấn đề xã hội bình thường sẽ được thổi phồng lên ngang hàng với "tranh đoạt quần chúng với Đảng", hoặc "mất Đảng thì mất nước", hay "nổi loạn", "lực lượng thù địch". Đảng cộng sản Trung Quốc cố tình chính trị hóa các vấn đề phi chính trị để có thể sử dụng các cuộc vận động chính trị như một công cụ tuyên truyền để kích động lòng thù hận của dân chúng.

Vấn đề chính trị được giải quyết bằng các thủ đoạn phi-chính trị

Mánh khóe mới nhất của Đảng cộng sản Trung Quốc (ĐCSTQ) dùng để tấn công các công dân ủng hộ dân chủ và các phần tử trí thức có tư tưởng độc lập, là lập ra *"những cái bẫy"* để cầm tù những người này. Những "cái bẫy" như vậy bao gồm tạo ra các tội trạng dân sự giả tạo như là tội mãi dâm và trốn thuế. Kẻ tấn công cố giữ không làm ồn để tránh sự chỉ trích của các nhóm bên ngoài. Những tội này, đủ để hủy hoại thanh danh của người bị tố cáo, và cũng được dùng để làm nhục nạn nhân trước công chúng.

Nếu như phải nói rằng bản tính lưu manh của Đảng cộng sản Trung Quốc có biến đổi, thì đó là nó đổi thành càng ngày càng đáng sỉ nhục hơn và càng không có nhân tính.

3. Giam giữ hơn một tỉ người dân làm con tin, dở trò "văn hóa lưu manh".

Hãy tưởng tượng một tên tội phạm dâm loạn đột nhập vào nhà và cưỡng hiếp một cô con gái. Trong phiên tòa xử, tên tội phạm này tự bào chữa cho mình rằng hắn không giết nạn nhân; hắn chỉ cưỡng hiếp cô ta thôi. Bởi vì giết người mang tội nặng hơn tội hiếp dâm, hắn tranh cãi rằng hắn vô tội và nên được phóng thích ngay lập tức. Hắn nói rằng người ta cũng nên khen ngợi hắn vì hắn chỉ có cưỡng hiếp nhưng không giết người.

Lý luận này nghe rất tức cười. Tuy nhiên, cái lô-gic của Đảng cộng sản Trung Quốc (ĐCSTQ) biện hộ cho cuộc Tàn Sát Thiên Môn vào ngày 4/6/1989 là giống hệt như của tên tội phạm trên. ĐCSTQ tranh cãi rằng "đàn áp sinh viên" đã tránh được "nội loạn" tiềm tàng tại Trung Quốc. Vì vậy để ngăn chặn "nội loạn", nên "bức hại sinh viên" đã được cho là có lý.

"Cưỡng hiếp hay giết người, trường hợp nào tốt hơn?". Tên tội phạm hỏi quan tòa một câu hỏi như vậy trong phiên xử chứng tỏ rằng tên tội phạm vô liêm sỉ đến cỡ nào. Tương tự như vậy, trong vấn đề Tàn Sát ở Thiên An Môn, Đảng cộng sản Trung Quốc và bọn tay sai đã không kiểm điểm xem bọn chúng đã phạm tội giết người hay không, thay vào đó chúng đã chất vấn xã hội cái nào tốt hơn, chọn "đàn áp sinh viên" hoặc là chọn "nội loạn mà có thể dẫn đến nội chiến?"

Đảng cộng sản Trung Quốc(ĐCSTQ) khống chế tất cả guồng máy quốc gia và công cụ tuyên truyền. Nói một cách khác, một tỉ ba người dân Trung Quốc đang bị ĐCSTQ giữ làm con tin. Với một tỉ ba con tin nằm trong tay, ĐCSTQ luôn tranh cãi bằng "lý luận con tin" của nó, rằng nếu nó không đàn áp một nhóm người này, thì toàn bộ đất nước có thể xuất hiện nội loạn. Sử dụng điều này như một lý do để ĐCSTQ có thể thẳng tay đàn áp bất cứ cá nhân hay tập thể nào, và sự đàn áp của nó luôn luôn được cho là có lý. Đưa ra những tranh cãi dối trá và lập luận sai lạc như thế, vậy thử hỏi có tên vô lại nào trên thế giới mà còn lưu manh quá cỡ hơn là Đảng cộng sản Trung Quốc hay không?

4. Vừa đánh vừa vuốt ve – Từ được "tự do" đến 'đàn áp leo thang'

Nhiều người dân cảm thấy rằng hiện tại họ đang hưởng nhiều "tự do" hơn trước, nên họ đặt hy vọng vào triển vọng cải thiện của Đảng cộng sản Trung Quốc(ĐCSTQ). Trên thực tế, mức độ tự do mà người dân được "ban tặng" còn tùy thuộc vào cảm nhận nguy cơ của ĐCSTQ. ĐCSTQ làm bất cứ điều gì để duy trì những lợi ích tập đoàn của Đảng, bao gồm cả ban bố cái gọi là 'dân chủ, tự do và nhân quyền' cho dân chúng.

Tuy nhiên, dưới sự thống trị của Đảng Cộng Sản, cái gọi là "tự do" của nó, không được bảo vệ bởi bất cứ pháp luật nào cả. Cái "tự do" này hoàn toàn chỉ là một công cụ để lừa dối và khống chế người dân trong khuynh hướng quốc tế hướng tới dân chủ. Nhìn từ căn bản, cái "tự do" này là một xung đột không thể hòa giải được với chế độ độc tài của Đảng cộng sản. Một khi xung đột đó vượt quá mức chịu đựng của Đảng cộng sản, thì nó có thể lấy lại tất cả "tự do" ngay lập tức. Trong lịch sử của ĐCSTQ, đã có nhiều thời kỳ mà thảo luận và phát biểu cũng tương đối được tự do, sau mỗi thời kỳ đó là một thời kỳ bị khống chế chặt chẽ. Lặp đi lặp lại, lật lọng tráo trở như thế được tiến hành trong suốt lịch sử của ĐCSTQ, đã biểu hiện cho loại bản tính lưu manh của Đảng cộng sản Trung Quốc.

Vào thời đại của Internet hiện nay, nếu bạn viếng thăm website chính thức *Tân Hoa* hay tờ *Nhân Dân Nhật Báo* trên mạng điện báo của Đảng cộng sản Trung Quốc(ĐCSTQ), bạn sẽ thấy quả thật có vài báo cáo chứa đựng những tin tức xấu về Trung Quốc. Thứ nhất là vì hiện nay có quá nhiều tin xấu lan truyền mau lẹ ở Trung Quốc, các cơ quan thông tin phải tường thuật các câu chuyện này để giữ uy tín. Thứ hai, quan điểm của các bài tường thuật như thế phải trùng hợp với lợi ích của Đảng cộng sản, chẳng hạn như "phê bình nhỏ đem đến lợi ích lớn". Các bài tường thuật phải luôn luôn hướng nguyên nhân tin xấu vào một cá nhân nhất định nào đó, không dính dấp gì đến Đảng, trong khi đó phải vuốt chân Đảng như là "không dựa vào lãnh đạo của Đảng là không được". ĐCSTQ khống chế khéo léo những gì cần phải tường thuật, những gì không nên nói, tường thuật bao nhiêu, và có nên để cơ quan thông tin trong Trung Quốc hoặc là các tổ chức thông tin ở hải ngoại, dưới sự khống chế của ĐCSTQ, đọc bài tường thuật hay không.

Đảng cộng sản Trung Quốc(ĐCSTQ) rất giỏi trong việc biến chuyển tin xấu thành những gì mà có thể đạt được kết quả mong muốn để chiếm lòng dân. Nhiều thanh niên tại Trung

Quốc đại lục cảm thấy rằng ĐCSTQ hiện nay cho ra mức độ tự do ngôn luận khá tốt, và bởi thế mang đầy hy vọng và cám ơn ĐCSTQ. Họ đều là những vật hy sinh cho các chiến lược "đã tinh xảo" của những công cụ thông tin lưu manh do chính quyền của Đảng cộng sản khống chế. Hơn thế nữa, bằng cách tạo nên một tình thế hỗn loạn trong xã hội Trung Quốc rồi đem tường thuật trên một số cơ quan thông tin, ĐCSTQ có thể thuyết phục người dân rằng chỉ có dựa vào quyền lực mạnh mẽ của ĐCSTQ thì mới có thể khống chế đại cuộc, và vì vậy có thể ép buộc dân chúng phải chấp hành theo luật lệ của nó.

Bởi thế, chúng ta không nên lầm tưởng rằng Đảng cộng sản tự nó đã thay đổi, ngay cả khi chúng ta thấy được một vài dấu hiệu cải thiện trong vấn đề nhân quyền của ĐCSTQ. Trong lịch sử, khi Đảng cộng sản tranh đấu để lật đổ chính phủ Quốc Dân Đảng, nó đã giả vờ đấu tranh cho nền dân chủ của đất nước. Bản tính lưu manh của Đảng cộng sản quyết định rằng mọi hứa hẹn của ĐCSTQ là không thể tin cậy được.

V. Bộ mặt lưu manh của Đảng Cộng Sản Trung Quốc trong mọi phương diện

1. Bán quốc gia, cầu vinh—mạo danh 'duy hộ thống nhất' mà thực ra là bán đất của quốc gia.

"Giải phóng Đài Loan" và "thống nhất Đài Loan" là các khẩu hiệu tuyên truyền của Đảng cộng sản Trung Quốc

(ĐCSTQ) trong vài chục năm qua. Với lời tuyên truyền này, ĐCSTQ đóng vai của những nhân sĩ yêu nước. ĐCSTQ có thực sự quan tâm đến chủ quyền lãnh thổ quốc gia không? Không một chút nào. Đài Loan chẳng qua chỉ là một sự đấu tranh giữa Đảng Cộng Sản và Quốc Dân Đảng mà được chế tạo thành vấn đề lưu lại của lịch sử, và được Đảng Cộng Sản dùng để đả kích đối phương và để lấy lòng dân chúng.

Trong những ngày đầu khi Đảng cộng sản Trung Quốc thành lập hội "Trung Hoa Sô Viết" dưới thời cầm quyền của Quốc Dân Đảng – điều 14 trong bản Hiến Pháp của nó có ghi rằng "bất cứ dân tộc thiểu số nào, hay thậm chí bất cứ tỉnh nào của Trung Quốc đều có thể tuyên bố độc lập". Để thỏa hiệp với Liên Bang Sô Viết, khẩu hiệu của Đảng cộng sản Trung Quốc lúc bấy giờ là "Bảo vệ Sô Viết". Trong cuộc kháng chiến chống Nhật, mục tiêu chính của Đảng cộng sản là nắm lấy cơ hội để bành trướng thế lực của nó hơn là đấu tranh với quân xâm lăng Nhật Bản. Năm 1945, Hồng Quân Sô Viết tràn vào miền Đông Bắc Trung Quốc và đã phạm vào tội cướp bóc, giết người và hãm hiếp, nhưng ĐCSTQ không hề thốt lên một lời phản đối. Tương tự như vậy, khi Liên bang Sô Viết ủng hộ Ngoại Mông Cổ được độc lập khỏi Trung Quốc, một lần nữa ĐCSTQ lại im lặng.

Cuối năm 1999, ĐCSTQ và Nga đã ký bản hiệp ước Giám định Biên giới Nga-Trung, trong đó ĐCSTQ chấp nhận tất cả các điều khoản bất bình đẳng mà triều đại nhà Thanh và Nga đã ký kết hơn 100 năm trước, và đã bán hơn một triệu kilômét vuông đất cho Nga, một vùng đất rộng hơn Đài Loan gấp mấy chục lần. Trong năm 2004, Đảng cộng sản Trung Quốc và Nga đã ký bản thỏa ước "Thỏa hiệp bổ túc miền Đông biên giới", và theo báo cáo thì lại mất một nửa chủ quyền của đảo Hắc Hạt Tử trong tỉnh Hắc Long Giang cho Nga lần nữa .

Về các vấn đề biên giới khác như chủ quyền về quần đảo Nam Sa và đảo Điếu Ngư, ĐCSTQ không quan tâm chút nào vì các vấn đề này không ảnh hưởng đến quyền lực thống trị của Đảng. ĐCSTQ đã rầm rộ hô hào "Thống nhất Đài loan", chẳng qua chỉ là tạo ra màn khói để che đậy, và là thủ đoạn lưu manh để kích động lòng yêu nước mù quáng, và giữ cho dân chúng không chú ý tới các mâu thuẫn nội bộ.

2. Chính trị lưu manh không có đường lối căn bản đạo đức

Chính phủ cần phải luôn luôn được giám sát. Trong những nước dân chủ, sự tách biệt giữa quyền lực với tự do ngôn luận và báo chí là một cơ chế tốt để giám sát. Các tín ngưỡng tôn giáo cung cấp thêm sự tự kiềm chế về mặt đạo đức.

Nhưng Đảng Cộng Sản lại tuyên truyền các lý luận vô Thần, vì vậy nó không có bản tính thánh thiện để ràng buộc các hành vi của nó về mặt đạo đức. Thực hành của Đảng cộng sản lại là chuyên chế độc tài, vì vậy không có ràng buộc của luật pháp về mặt chính trị. Kết quả là Đảng cộng sản hoàn toàn không sợ Trời phạt và không bị luật pháp kiềm hãm khi nó hành động với bản tính lưu manh và bạo ngược. Theo Đảng cộng sản Trung Quốc(ĐCSTQ) thì ai giám sát Đảng? *"Tự mình!"* Đây là khẩu hiệu mà ĐCSTQ đã dùng để lừa dối người dân trong nhiều chục năm qua. Từ việc "tự mình" phê bình trong thời gian đầu, đến "tự mình" giám sát đốc thúc, rồi "tự mình" hoàn hảo sự lãnh đạo của Đảng, và gần đây nhất "tự mình" đề cao năng lực chấp chính của Đảng. Đảng cộng sản Trung Quốc nhấn mạnh cái năng lực lớn mạnh của Đảng cộng sản gọi là "tự mình cải thiện". ĐCSTQ không chỉ nói thôi, mà là thật sự hành động, như là thành lập "Ủy Ban Kiểm Tra Kỷ Luật Trung Ương" và "Văn Phòng Kháng Cáo" và những cái tương tự như vậy. Các tổ chức này chỉ là "những bình hoa" đẹp đẽ nhưng vô dụng để mê hoặc và đánh lạc hướng dân chúng.

Không có kiềm chế về mặt pháp luật và đạo đức, "tự mình cải thiện" của Đảng cộng sản, theo truyền thống người Trung Quốc đã nói thì chính là "tự tâm sinh ma". Đây chẳng qua chỉ là cái cớ mà ĐCSTQ dùng để tránh sự giám sát, đốc thúc từ bên ngoài, từ chối cởi mở tự do báo chí và tự do đảng phái chính trị. Bọn chính trị lưu manh dùng chiêu bài này để lừa bịp dân chúng, và đồng thời để bảo vệ " tính hợp pháp" của ĐCSTQ và lợi ích của nhóm cầm quyền.

Giở trò lưu manh chính trị là đặc trưng của ĐCSTQ. "Nhân dân Dân chủ chuyên chính", "Chế độ tập trung dân chủ" ,

"Chính trị hiệp thương" v.v... đều là các trò chơi lường gạt người ta. Ngoại trừ "chuyên chính" (tức là "độc tài, là chính quyền chuyên về..."), còn tất cả đều là dối trá.

3. Chơi trò 'âm mưu ngụy kế' — từ giả vờ kháng Nhật đến giả vờ chống khủng bố

Đảng Cộng Sản Trung Quốc (ĐCSTQ) luôn tuyên bố là đã dẫn dắt nhân dân Trung Quốc đánh bại quân xâm lược Nhật Bản. Tuy nhiên, rất nhiều tài liệu lịch sử vạch rõ rằng ĐCSTQ đã cố tình tránh giao tranh trong cuộc chiến kháng Nhật. ĐCSTQ chỉ cản trở nỗ lực chống Nhật bằng cách lợi dụng sự tham gia chiến tranh của Quốc Dân Đảng để phát triển lực lượng của chính nó.

Chỉ có hai trận chiến chính mà ĐCSTQ đã tham dự là "Chiến Dịch Bình Hình Quan" và "Đại Chiến Bách Đoàn". Trong "Chiến Dịch Bình Hình Quan", ĐCSTQ không phải là lãnh đạo hoặc quân chủ lực mà đã tham dự hay chỉ huy trận chiến này. Thay vào đó, quân của ĐCSTQ chỉ phục kích các đơn vị quân nhu quân dụng của lính Nhật mà thôi. Còn trận thứ hai, người ta tin rằng nội bộ ĐCSTQ mà tham dự vào cuộc chiến này là vi phạm chính sách chiến lược của Trung Ương Đảng. Sau hai trận chiến này, Mao và quân đội ĐCSTQ của hắn không tham dự vào một trận chiến quan trọng nào cả, cũng không tạo ra những anh hùng nào trong cuộc chiến Trung – Nhật như là Đổng Tồn Thụy trong cuộc chiến với Quốc Dân

Đảng vào năm 1948, và Hoàng Kế Quan trong chiến tranh Triều Tiên. Chỉ có một số ít chỉ huy cao cấp của ĐCSTQ đã chết trên chiến địa chống Nhật. Cho đến nay, ĐCSTQ còn không thể báo cáo ngay cả con số thiệt hại trong chiến tranh kháng Nhật, cũng không một ai có thể tìm được những đài tưởng niệm anh hùng liệt sĩ của ĐCSTQ trong cuộc chiến kháng Nhật ở trên mảnh đất Trung Quốc rộng lớn.

Cùng lúc đó ĐCSTQ đã thành lập "Chính phủ vùng biên giới" tại các tỉnh Thiểm Tây, Cam Túc, Ninh Hạ rất xa chiến địa. Dùng ngôn ngữ ngày nay để nói, thì chính là ĐCSTQ đã thi hành "một quốc gia hai chế độ", hoặc "hai xứ Trung Quốc" ở bên trong nước Trung Hoa. Mặc dầu các sĩ quan chỉ huy của ĐCSTQ không thiếu nhiệt tình chống lại quân Nhật, nhưng các quan chức cao cấp của ĐCSTQ đã không chân thật trong cuộc chiến đấu để kháng Nhật, mà trái lại đã dùng phương sách bảo tồn thực lực và lợi dụng chiến tranh này như một cơ hội để tăng thêm sức mạnh. Khi Trung Quốc và Nhật Bản nối lại quan hệ ngoại giao vào năm 1972, Mao Trạch Đông đã tiết lộ sự thật với Thủ tướng Nhật Bản, Kakuei Tanaka, rằng ĐCSTQ phải cám ơn Nhật Bản, bởi vì nếu không có cuộc chiến kháng Nhật, ĐCSTQ không thể nào nắm được quyền lực ở Trung Quốc.

Đây chính là sự thật về lời tuyên bố giả dối của ĐCSTQ rằng nó đã lãnh đạo nhân dân Trung Quốc kiên trì tám năm kháng chiến chống Nhật và cuối cùng dành thắng lợi.

Hơn nửa thế kỷ sau, với sự kiện ngày 11 tháng 9, bọn khủng bố tấn công trên đất Mỹ, nỗ lực chống khủng bố đã trở thành một phong trào của thế giới. ĐCSTQ một lần nữa, lại giở trò quỷ kế lưu manh, tương tự như kiểu giả vờ kháng Nhật. Giả vờ chống khủng bố, ĐCSTQ đã gán nhãn hiệu "bọn khủng bố" cho nhiều người theo tôn giáo tín ngưỡng, những nhân sĩ bất đồng chính kiến, các nhóm liên quan đến các xung đột lãnh thổ hay sắc tộc. Trong chiêu bài chống khủng bố, ĐCSTQ đã phát động nhiều cuộc đàn áp bạo lực.

Ngày 27 tháng 9 năm 2004, *Tân Hoa Xã* đã trích từ báo *Tân Kinh* rằng Bắc Kinh có thể thành lập văn phòng chống khủng bố đầu tiên trong tất cả các tỉnh và thành phố tại Trung Quốc. Ngay cả một số phương tiện truyền thông ủng hộ ĐCSTQ tại hải ngoại còn đưa tin trên hàng đầu: " Văn Phòng 610 tham gia chống khủng bố", ('Văn Phòng 610' là một tổ chức mạng lưới được thành lập một cách bất hợp pháp mà sử dụng các cơ quan chính phủ để đặc biệt khủng bố những học viên Pháp Luân Công), tuyên bố rằng văn phòng chống khủng bố này sẽ tập trung tấn công "các tổ chức khủng bố", bao gồm có Pháp Luân Công.

ĐCSTQ dán nhãn hiệu "bọn khủng bố" lên những người không có vũ khí trong tay, không đánh trả lại khi bị đánh đập, không nói lại khi bị lăng mạ, và thỉnh nguyện ôn hòa cho quyền được giữ niềm tin của họ. Lợi dụng trào lưu chung là chống khủng bố, ĐCSTQ đã điều động "lực lượng chống khủng bố đặc biệt" của nó, được trang bị đến tận răng, để thi hành cuộc trấn áp nhanh chóng nhóm người hòa bình không tự vệ này (những học viên Pháp Luân Công). Hơn nữa, ĐCSTQ đã lợi dụng lý do chống khủng bố để tránh dư luận và sự lên án của quốc tế về cuộc khủng bố Pháp Luân Công của nó. Những thủ pháp lưu manh được dùng ngày nay không khác gì những thứ đã được ĐCSTQ dùng trong cuộc chiến kháng Nhật, và là thủ pháp đáng sỉ nhục rất nhiều đối với một vấn đề nghiêm trọng là các nỗ lực chống khủng bố trên thế giới.

4. Bề ngoài phụng sự, bên trong là trái lại -- thực ra chỉ giả dối

Đảng Cộng Sản Trung Quốc không tin vào các học thuyết của chính nó, nhưng vẫn ép buộc người khác phải tin vào chúng. Đây là một thủ pháp lưu manh nhất mà tà giáo Đảng Cộng Sản đã dùng. Nó biết rằng những tà thuyết của nó là giả, và chủ nghĩa xã hội là giả, và đã bị phá sản. Đảng Cộng Sản Trung Quốc, chính nó đều không tin vào những tà thuyết này, nhưng vẫn cưỡng ép nhân dân phải tin vào chúng, không tin là không được, không tin là phải bị đàn áp. Điều sai lầm nhất và vô liêm sỉ là Đảng Cộng Sản còn viết loại lý luận lừa gạt của nó vào trong Hiến pháp, làm như là đại cương lập quốc vậy.

Trong cuộc sống thực tế có một hiện tượng thú vị, chính là nhiều quan chức cao cấp bị mất chức trong cuộc đấu tranh chính trị ở quan trường của Trung Quốc bởi vì thối nát tham nhũng, nhưng đây lại chính là những người đã nói nhấn mạnh đặc biệt về "sự liêm khiết phụng sự công chúng" trong các buổi họp công cộng, trong khi đó chúng ăn hối lộ, tham nhũng và có nhiều hoạt động đồi bại ở đằng sau. Nhiều người mà gọi là "công bộc của nhân dân" đã sa ngã kiểu này, trong đó có Lý Gia Đình cựu tỉnh trưởng Vân Nam, Lưu Phương Nhân bí thư tỉnh ủy Quí Châu, Trình Duy Cao bí thư tỉnh ủy Hà Bắc, Điền Phượng Sơn bộ trưởng Bộ đất đai và tài nguyên, và Vương Hoài Trung phó tỉnh trưởng tỉnh An huy. Tuy nhiên nếu quý vị xem xét các bài diễn văn của chúng, quí vị sẽ thấy rằng, không có ngoại lệ, chúng đều ủng hộ các chiến dịch chống tham nhũng, và lặp đi lặp lại thúc dục cấp dưới phải hành xử thật thà, ngay cả khi chính bọn chúng đang biển thủ công quỹ và nhận hối lộ.

Mặc dầu Đảng Cộng Sản Trung Quốc đã nêu lên những gương mẫu điển hình, và thường kêu gọi những người có lý tưởng và hăng say gia nhập Đảng Cộng Sản để nâng cao bộ mặt của Đảng, nhưng người ta đều thấy rõ chuẩn mực đạo đức của Trung Quốc bại hoại đến mức đáng sợ như thế nào. Tại vì sao các tuyên truyền về "văn minh tinh thần" của Đảng Cộng Sản Trung Quốc lại không có tác dụng?

Kỳ thực, các lãnh tụ của Đảng Cộng Sản khi dẫn dắt quần chúng, thường nói những thứ như "chất lượng đạo đức của chủ nghĩa cộng sản", hay "phục vụ vì nhân dân", tất cả đều không khác biệt mấy với những lời giả dối. Sự không đồng nhất giữa hành động và lời nói của các lãnh tụ Đảng Cộng Sản có thể được truy nguyên tới người cha sáng lập của chúng là Karl Marx. Marx có một đứa con hoang. Lenin bị bệnh giang mai từ gái điếm. Stalin bị kiện vì cưỡng ép một ca sĩ làm tình. Mao Trạch Đông đắm sâu trong tình dục; Giang Trạch Dân dâm loạn; Ceausescu, lãnh tụ Đảng Cộng Sản Romania, làm cho cả gia tộc giàu có một cách bẩn thỉu; Castro, lãnh tụ Đảng Cộng Sản Cuba, vơ vét hàng trăm triệu đô la gửi nhà băng nước ngoài; Kim Il Song, con quỉ giết người của Đảng Cộng Sản Bắc Hàn, cùng với con cái sống trong trụy lạc và phung phí.

Trong cuộc sống hàng ngày, dân chúng Trung Quốc chán ghét các buổi học tập chính trị rỗng tuếch. Càng ngày họ càng làm qua loa cho xong việc đối với những thứ như "giảng chính trị", bởi vì mọi người đều biết tất cả chúng đều là những trò lừa bịp. Nhưng không một ai, từ người phát biểu lẫn thính giả trong các buổi họp chính trị này, dám nói thẳng về các điều dối trá đó. Người ta gọi hiện tượng này là "giả vờ nhận là thật" để thông qua . Các khẩu hiệu nổi tiếng của Đảng Cộng Sản Trung Quốc như "Tam đại biểu" của vài năm trước, rồi đến "đề cao năng lực chấp chính" sau này, và "ba trái tim" hiện nay—"sưởi ấm lòng dân, ổn định lòng dân và được lòng dân"—tất cả đều là lời nói thừa. Có Đảng cầm quyền nào mà không đại diện cho quyền lợi của nhân dân? Đảng cầm quyền nào mà không quan tâm đến năng lực nắm chính quyền? Đảng cầm quyền nào mà không cố gắng lấy lòng dân? Bất cứ Đảng nào mà không quan tâm đến những vấn đề đó sẽ sớm bị đào thải khỏi chính trường. Nhưng ĐCSTQ lại xem các khẩu hiệu thừa đó như các lý luận tinh diệu không thể đo lường và đòi hỏi người dân trên toàn quốc phải học chúng.

Khi sự giả vờ để "đi qua cầu" đã dần dần đóng khuôn vào lối suy nghĩ và thói quen của hơn tỷ người dân, và đã trở thành một loại hiện tượng "văn hóa Đảng", thì sẽ dẫn tới một hiện tượng mà toàn bộ xã hội trở thành "giả tạo, và không có": không có lòng thành thật và không có niềm tin tưởng lẫn nhau, toàn bộ xã hội đó sẽ bị nguy cơ. Tại sao Đảng Cộng Sản Trung Quốc phải làm như thế? Trong quá khứ là vì "chủ nghĩa", nhưng hiện nay là vì "lợi ích" của nó. Đảng viên cộng sản biết rõ là giả vờ để "đi qua cầu", nhưng họ vẫn phải làm. Nếu Đảng cộng sản Trung Quốc không làm những thứ này, người ta sẽ không có cảm giác sợ bọn lưu manh ác bá. Nó không thể bắt người ta ủng hộ theo nó và sợ nó.

5. Diệt mất lương tri -- khiến cảm giác chánh nghiã của cá nhân phải khuất phục dưới lợi ích của Đảng

Trong cuốn sách " Luận về sự tu dưỡng của đảng viên Cộng Sản", Lưu Thiếu Kỳ [8] đặc biệt nhấn mạnh sự cần thiết về "lợi ích cá nhân của đảng viên phải phục tùng vô điều kiện trước lợi ích của Đảng". Trong lịch sử, các đảng viên ĐCSTQ không thiếu những người có chính nghĩa mà quan tâm đến quốc gia và dân tộc, cũng không thiếu những quan chức liêm chính thực sự muốn phục vụ nhân dân. Nhưng trong guồng máy tư lợi của Đảng Cộng Sản, những người này không thể tồn tại. Dưới áp lực không ngừng để cho "nhân tính phục tùng đảng tính", họ thường là không thể tiếp tục, bị cách chức, hay tệ hơn nữa là trở nên tham nhũng.

Người dân Trung Quốc từng trải qua kinh nghiệm cá nhân, đã cảm nhận sâu sắc chế độ tàn bạo lưu manh của Đảng Cộng Sản Trung Quốc, và đã hình thành nỗi khiếp sợ bạo lực của ĐCSTQ. Do đó người ta không dám bảo vệ chính nghĩa, và cũng không tin vào công lý. Đầu tiên họ khuất phục cường quyền của Đảng, dần dần họ trở thành khúc gỗ bất nhân, hay không để ý về những gì không liên quan đến bản thân họ. Ngay cả lối suy xét của họ cũng đã bị đóng khuôn để phục tùng cường quyền. Đây là kết quả của bản tính lưu manh trong xã hội đen của ĐCSTQ.

6. "Chủ nghĩa ái quốc" — hiệu lệnh của tà giáo nhằm tổng động viên khẩn cấp toàn quốc

Đảng Cộng Sản Trung Quốc (ĐCSTQ) sử dụng những khẩu hiệu của "chủ nghĩa ái quốc" và "chủ nghĩa dân tộc" để kích động dân chúng. Các khẩu hiệu này không những là các cờ hiệu to lớn của ĐCSTQ, mà còn là những hiệu lệnh được phát ra thường xuyên, và là những chiến lược đã qua thời gian thử nghiệm. Khi đọc những tuyên truyền về chủ nghĩa dân tộc của tờ *Nhân Dân Nhật Báo hải ngoại*, những Hoa kiều hải ngoại mà nhiều chục năm không dám trở về nước để sinh sống, có thể vẫn còn yêu nước so với những người dân tại quốc nội. Còn những người dân Trung Quốc, những người không dám và cũng không thể nói "*không*" với bất cứ chính sách nào của Đảng Cộng Sản, dưới sự xúi bẩy của các nhóm tổ chức của Đảng, lại dám gây giông bão cho Đại sứ quán và Tòa lãnh sự Hoa kỳ tại Trung Quốc, mà ném trứng, đá, đốt xe và cờ Hoa Kỳ, tất cả sự kiện này đều xảy ra dưới ngọn cờ "yêu nước".

Mỗi khi Đảng Cộng Sản gặp vấn đề lớn lao cần người dân trên toàn quốc phải tuân theo, nó lại sử dụng chiêu bài "yêu nước" và "dân tộc" để khẩn cấp động viên dân chúng. Trong tất cả các trường hợp, bao gồm cả những vấn đề liên quan tới Đài Loan, Hồng Kông, Pháp Luân Công, va chạm giữa phi cơ gián điệp Mỹ và phi cơ chiến đấu của Trung Quốc—ĐCSTQ đều sử dụng phương pháp tổng hợp giữa sự sợ hãi cao độ và tẩy não tập thể, để làm cho người dân trên toàn quốc có trạng thái tâm trí giống như đang ở trong chiến tranh. Phương pháp này tương tự như cách của phát xít Đức đã dùng.

Bằng cách ngăn chặn tất cả tin tức khác, sự tẩy não của ĐCSTQ đã thành công vô cùng. Mặc dù người dân Trung

Quốc không thích ĐCSTQ nhưng họ suy nghĩ theo cách méo mó đã được ĐCSTQ tiêm nhiễm vào. Trong chiến tranh Mỹ – Irag, ví dụ như, nhiều người bị kích động khi theo dõi sự phân tích chủ quan hàng ngày trên đài truyền hình CCTV [9]. Họ cảm thấy thù ghét, mong báo thù, và có tâm lý muốn chiến đấu, nhưng đồng thời lại nguyền rủa một cuộc chiến tranh khác.

7. Vô liêm sỉ — Đặt sai vị trí của Đảng và quốc gia, bắt nhân dân nhận kẻ cướp làm cha

Một trong những câu nói mà Đảng Cộng Sản Trung Quốc (ĐCSTQ) thường dùng để đe dọa dân chúng là "mất Đảng thì mất nước", vì vậy đặt Đảng đằng trước quốc gia; phương châm lập quốc của ĐCSTQ là "không có Đảng Cộng Sản thì không có tân Trung Quốc". Từ thuở sơ sinh, người dân đã được giáo dục là phải "nghe theo lời Đảng", và " làm nhi đồng ngoan của Đảng". Họ hát bài ca tụng Đảng: "Tôi xem Đảng như mẹ tôi", hoặc "Ôi, Đảng, mẹ yêu của tôi", "Ơn Đảng sâu hơn biển cả", "Yêu cha mẹ không bằng yêu Đảng" [10]. Họ sẽ "hăng say chiến đấu bất cứ nơi nào Đảng chỉ định". Khi chính phủ cứu trợ thảm hoạ, dân chúng phải "cám ơn Đảng và chính phủ"—trước tiên là Đảng, sau mới tới chính phủ. Khẩu hiệu quân đội là "Đảng chỉ huy nòng súng". Ngay cả khi các nhà chuyên gia vẽ mẫu đồng phục cho các quan tòa, họ gắn bốn khuy vàng trên cổ áo đồng phục. Những khuy này từ trên xuống dưới để tượng trưng cho Đảng, nhân dân, luật pháp và tổ quốc. Điều này chứng tỏ rằng mặc dù anh là quan tòa, Đảng sẽ vĩnh viễn được đặt trên luật pháp, quốc gia, và nhân dân.

'Đảng', tại Trung Quốc, đã trở thành lời xưng hô chí cao đến độ không gì cao hơn, và "quốc gia" trở thành phụ thuộc của Đảng. Quốc gia vì Đảng mà tồn tại, và Đảng trở thành hóa thân của nhân dân, là tượng trưng của quốc gia. Yêu Đảng, yêu người lãnh đạo Đảng, và yêu nước bị trộn lẫn vào nhau, đó là nguyên nhân căn bản tại sao chủ nghĩa ái quốc ở Trung Quốc đã bị bóp méo.

Dưới ảnh hưởng lặng lẽ nhưng liên tục không ngừng của tuyên truyền và giáo dục của ĐCSTQ, rất nhiều người, dù là Đảng viên hay không, đã bắt đầu lẫn lộn Đảng với quốc gia, cho dù họ có ý thức được hay không. Họ đã cho rằng "lợi ích của Đảng" là cao hơn tất cả, hoặc lặng lẽ cho rằng "lợi ích của Đảng chính là lợi ích của nhân dân, lợi ích của quốc gia". Từ đó mà tập đoàn lưu manh của ĐCSTQ đã tạo nên một môi trường để cho ĐCSTQ phản bội lợi ích của quốc gia.

8. Giở trò "sửa sai" và biến những hành vi tội lỗi thành "thành tích vĩ đại"

Đảng Cộng Sản Trung Quốc (ĐCSTQ) đã tạo rất nhiều sai lầm to lớn trong lịch sử. Nhưng thông qua việc "sửa sai và rửa sạch oan uổng", nó lại đem những sai lầm này quy về một số cá nhân hoặc các tập thể nào đó. Điều này không những làm cho nạn nhân mang ơn Đảng sâu sắc, mà còn cho phép Đảng hoàn toàn trốn tránh bất cứ trách nhiệm của các hành vi tội phạm nào do nó gây ra. ĐCSTQ tự tuyên bố là không những "không sợ phạm lỗi, mà còn giỏi sửa lỗi" [11], và điều này đã trở thành ma dược kỳ diệu của ĐCSTQ mà nhờ đó nó đã thoát tội từng lần, từng lần một. Vì vậy, ĐCSTQ luôn thừa nhận là Đảng của "vĩ đại, quang vinh và chính xác".

Có thể có một ngày, ĐCSTQ sẽ quyết định 'sửa sai' trong vụ Tàn Sát Thiên An Môn và phục hồi danh tiếng của Pháp Luân Công. Nhưng những điều này chỉ là các thủ đoạn lưu manh mà ĐCSTQ sử dụng để gắng sức kéo dài đời sống hấp hối của nó. ĐCSTQ sẽ không bao giờ có dũng khí để kiểm điểm lại chính mình, và để thanh toán các hành vi tội phạm của chính mình.

VI. Bộc lộ bộ mặt lưu manh - viện cớ 'khủng bố quốc gia' để diệt sạch "Chân Thiện Nhẫn"

Sự kiện giả tạo "Tự thiêu tại Thiên An Môn" do tập đoàn tà giáo Đảng Cộng Sản Trung Quốc (ĐCSTQ) dàn cảnh có thể xem là lời dối trá của ĐCSTQ trong thế kỷ. Để đàn áp Pháp Luân Công, chính quyền đã bại hoại đến độ dụ dỗ năm người dân giả làm học viên Pháp Luân Công trình diễn màn tự thiêu giả tạo tại quảng trường Thiên An Môn. Thông đồng với những kẻ mưu đồ bất lương này, năm người tham dự đã vô ý ký vào bản án tử hình của chính họ, và kết quả họ, hoặc đã bị đánh chết trên hiện trường hoặc bị giết sau đó. Khi xem cuốn phim video tự thiêu quay chậm lại, do chính đài CCTV phát hành, có thể thấy rõ rằng Lưu Xuân Linh, một trong số người tự thiêu, bị cảnh sát đánh chết ngay tại chỗ. Các lỗi khác đóng trong phim bao gồm cách ngồi của ông Vương Tiến Đông, chai nhựa (được coi là đã chứa đầy xăng) còn nguyên vẹn giữa hai đầu gối của ông sau khi ngọn lửa đã được dập tắt, cuộc đối thoại giữa một bác sĩ và nạn nhân trẻ nhất, Lưu Tư Ảnh, và sự hiện diện của các phóng viên quay phim đã sẵn sàng để quay phim hiện trường. Những sự kiện này, và hơn nữa, là chứng cớ đủ để chứng minh rằng biến cố *Tự Thiêu* chính là một sự dối trá, được thiết kế một cách hiểm độc bởi chế độ Giang Trạch Dân, để vu khống Pháp Luân Công. [12]

Một đảng phái chính trị, như Đảng Cộng Sản Trung Quốc, sử dụng những thủ pháp tàn nhẫn và đê tiện vô cùng trong chiến dịch tuyên bố của nó để diệt sạch Pháp Luân Công. Nó đã chiếm lấy những tài nguyên, tài chánh của quốc gia tích lũy được trong 20 năm cải cách và mở cửa. Nó đã huy động Đảng, chính phủ, quân đội, cảnh sát, gián điệp, các nhà ngoại giao nước ngoài, và nhiều tổ chức chính phủ và phi chính phủ khác. Nó đã thao túng các hệ thống truyền tin trên toàn cầu, thi hành ngăn chặn tin tức chặt chẽ với sự theo dõi của cá nhân và kỹ thuật cao. Nó đã làm tất cả những điều này để đàn áp một nhóm người hòa bình tu luyện theo Pháp Luân Công, một môn khí công cổ truyền Trung Quốc mà tu luyện thân mạng, tâm và đặc tính đạo đức dựa theo nguyên lý Chân

Thiện Nhẫn. Sự đàn áp tàn khốc như vậy lên những người vô tội chỉ vì niềm tin của họ đã phơi bày triệt để bản tính lưu manh của ĐCSTQ.

Trong lịch sử chưa từng có bọn lưu manh côn đồ nào mà dối trá một cách âm thầm và rộng khắp như Giang Trạch Dân và ĐCSTQ. Chúng dùng mọi loại mọi kiểu dối trá, mỗi hình thức được thiết kế để nhắm vào và thao túng các loại các kiểu quan niệm người ta đang nắm giữ, để người ta có thể dễ dàng bị lừa bịp mà tin vào những lời dối trá, và Đảng có thể kích động lòng căm ghét Pháp Luân Công. Bạn tin vào khoa học chăng? ĐCSTQ bảo rằng Pháp Luân Công mê tín dị đoan. Bạn ghét chính trị chăng? ĐCSTQ nói rằng Pháp Luân Công làm chính trị. Bạn ganh ghét người khác làm giàu ở trong hoặc ngoài nước chăng? ĐCSTQ bảo Pháp Luân Công đang thu góp của cải. Bạn phản đối các tổ chức đoàn thể chăng? ĐCSTQ nói rằng Pháp Luân Công là một đoàn thể có tổ chức chặt chẽ. Bạn chán ngán sự tôn sùng cá nhân đã kéo dài trong nhiều thập niên ở Trung Quốc chăng? ĐCSTQ nói rằng Pháp Luân Công đề cao sự khống chế tinh thần. Bạn là người yêu nước chăng? ĐCSTQ nói rằng Pháp Luân Công chống lại Trung Hoa. Chẳng phải bạn sợ rối loạn hay sao? ĐCSTQ bảo rằng Pháp Luân Công phá hoại sự ổn định. Bạn nói rằng Pháp Luân Công đã giảng giữ vững Chân Thiện Nhẫn rồi sao? ĐCSTQ nói rằng Pháp Luân Công không chân thật, không thiện lành, không nhẫn nhục. Nó thậm chí còn bóp méo lô-gíc, tuyên bố rằng lòng Thiện có thể sinh ra lòng ham muốn sát sanh.

Bạn có tin tưởng chính phủ không đặt điều dối trá nhiều như vậy sao? ĐCSTQ có thể tạo ra những dối trá còn to tát và gây chấn động hơn nữa, từ sự việc tự chiến đấu đến tự sát rồi tự thiêu, từ giết họ hàng đến giết người hàng loạt—quá nhiều điều dối trá đến nỗi bạn cảm thấy không thể không tin chúng. Bạn thông cảm với Pháp Luân Công chăng? ĐCSTQ liền đem các thành quả chính trị của bạn cùng với sự đàn áp Pháp Luân Công, để giáng chức bạn, đuổi việc, hoặc cắt tiền thưởng của bạn nếu có học viên Pháp Luân Công tại khu vực trách nhiệm của bạn đi thỉnh nguyện ở Bắc kinh. Vì thế, bạn và Pháp Luân Công bị ép buộc phải trở thành thù địch.

Đảng Cộng Sản Trung Quốc (ĐCSTQ) đã bắt cóc vô số học viên Pháp Luân Công, và đem họ đi học tập tẩy não để cố gắng ép buộc họ phải từ bỏ niềm tin chân chánh của họ, phản đối Pháp Luân Công, và phải hứa là không tập luyện nữa. ĐCSTQ dùng nhiều cách tà ác khác nhau để thuyết phục họ, bao gồm cả việc sử dụng họ hàng thân quyến, việc làm và "giáo dục" để tạo áp lực lên họ, hành hạ họ bằng nhiều cách tra tấn dã man, và ngay cả trừng phạt luôn cả các thành viên trong gia đình và đồng nghiệp của họ. Các học viên Pháp Luân Công mà đã bị tẩy não thành công, sau đó lại được dùng để hành hạ và tẩy não những học viên khác. ĐCSTQ lưu manh, muốn con người biến thành ma quỷ, và ép buộc họ đi theo con đường đen tối tới tận cuối đời.

VII. Chủ nghĩa xã hội lưu manh mà "Đặc sắc Trung Quốc"

Ngôn từ *"Đặc sắc Trung Quốc"* được dùng để che đậy các tội ác của Đảng Cộng Sản Trung Quốc (ĐCSTQ). ĐCSTQ xưa nay luôn tuyên bố rằng sự thành công trong cuộc cách mạng ở Trung Quốc là nhờ vào " sự kết hợp giữa chủ nghĩa Mácxít-Lêninnít với thực tiễn cụ thể của cách mạng Trung Quốc". Lạm dụng ngôn từ "tính đặc thù" là một thủ pháp xuyên suốt của ĐCSTQ, dùng để hỗ trợ những lý luận cho các chính sách lưu manh và lật lọng vô thường của nó.

1. Các thủ đoạn dối trá và lật lọng vô thường

Dưới chiêu bài "đặc sắc Trung Quốc"mà có tính cách lưu manh này, những gì mà Đảng Cộng   Sản Trung Quốc (ĐCSTQ) hoàn thành chỉ là hoang đường và đáng tức cười .

Mục đích cách mạng của Đảng Cộng Sản là thực hiện chế độ công hữu đối với các tư liệu sản xuất (tức là quốc hữu hoá), và nó đã lừa dối nhiều người trẻ tuổi gia nhập tổ chức Đảng vì lý tưởng 'cộng sản đại đồng', trong đó có không ít người còn ngay cả phản bội gia đình để dâng tài sản của họ cho Đảng. Nhưng 83 năm sau khi ĐCSTQ bắt đầu thành lập, giai cấp tư bản lại quay trở lại, mà chẳng qua [giai cấp tư bản] lần này được biến thành một phần của chính Đảng Cộng Sản, những kẻ mà ban đầu giương cao biểu ngữ *"đại đồng"*.

Hiện nay, trong các con cái và họ hàng của các người lãnh đạo ĐCSTQ, nhiều người là thành phần tư bản mới và giàu có, không ít đảng viên Đảng Cộng Sản đang gắng hết nỗ lực để tham gia vào nhóm mới phất lên này. Đảng Cộng Sản đã tiêu diệt địa chủ và các nhà tư sản dưới danh nghĩa cách mạng và cướp đoạt tài sản của họ. Giờ đây, "hoàng tộc" mới của Đảng thậm chí còn giàu hơn nhờ biển thủ và tham nhũng. Những người đã theo Đảng từ đầu cuộc cách mạng bây giờ thở dài "Nếu tôi biết tình trạng ngày nay thì tôi đã không theo nó rồi". Sau nhiều thập niên đấu tranh đẫm máu và đổ mồ hôi, nay họ mới nhìn thấy, họ chẳng qua chỉ là hiến dâng tất cả tài sản của cải của ông cha để lại và cả cuộc đời của chính mình cho tà giáo Đảng Cộng Sản.

Đảng Cộng Sản nói về nền tảng kinh tế quyết định kiến trúc thượng tầng [13]; trên thực tế, đó là nền tảng kinh tế quan liêu của các viên chức tham nhũng của Đảng quyết định "kiến trúc thượng tầng cao áp" - một kiến trúc thượng tầng dựa trên các áp lực cao để tồn tại. Do đó chính sách 'đàn áp nhân dân' đã trở thành đường lối cơ bản của Đảng Cộng Sản.

Một đặc tính lưu manh khác của Đảng Cộng Sản Trung Quốc (ĐCSTQ) biểu hiện trong việc thay đổi nội hàm của bất cứ khái niệm nào trong văn hóa của nhân loại, rồi sau đó dùng chính những khái niệm đã bị thay đổi này để phê phán và khống chế dân chúng. Khái niệm *"Đảng"* là một ví dụ như vậy. Kỳ thực, xưa nay hiện tượng 'kết Đảng' trong xã hội nhân loại đều có, xảy ra khắp cả trong và ngoài nước. Nhưng chỉ có Đảng Cộng Sản là hoàn toàn vượt quá phạm vi tập đoàn của Đảng. Nếu bạn gia nhập Đảng Cộng Sản rồi, nó phải khống chế tất cả mọi khía cạnh cuộc đời của bạn, bao gồm nhân tính, sự sinh tồn và sinh hoạt riêng tư. Bạn để cho Đảng Cộng Sản cầm quyền, nó phải khống chế xã hội, chính phủ và tất cả các cơ chế quốc gia. Nó quyết định mọi vấn đề từ việc quan trọng, lớn lao như ai sẽ là Chủ Tịch Nhà Nước, hay ai làm Bộ trưởng Quốc Phòng, hay lập ra những qui định luật lệ gì đó, đến những việc nhỏ như ai có thể sống ở đâu, và ai kết hôn, sinh bao nhiêu con cái, mà những phương pháp khống chế này đã phát triển đến độ không còn gì để thay đổi thêm nữa.

Trong danh nghĩa của phương pháp biện chứng, ĐCSTQ đã phá hủy hoàn toàn các phương thức suy nghĩ viên dung của triết học, khả năng suy nghĩ biện luận, và tinh thần tìm tòi học hỏi. Trong khi Đảng Công Sản nói về "dựa theo công lao mà phân phối", thì quá trình "cho phép một số người hưởng giàu có trước" đã hoàn thành được, lại là "dựa theo quyền lực mà phân phối". Đảng Cộng Sản sử dụng sự ngụy trang "hết lòng phục vụ nhân dân" để lừa dối những ai đeo đuổi lý tưởng này, sau đó tiến hành tẩy não và khống chế toàn diện, dần dần biến họ thành các công cụ dễ sai khiến để "hết lòng phục vụ Đảng", và họ không dám lên tiếng cho nhân dân nữa.

2. Đảng lưu manh với "Đặc sắc Trung Quốc"

Dùng nguyên tắc mà đánh giá lợi ích của Đảng lên trên tất cả mọi thứ, Đảng Cộng Sản Trung Quốc (ĐCSTQ) đã bóp méo xã hội Trung Quốc bằng các phương thức của một tà giáo, mà tạo ra một loại người *khác* thật sự trong xã hội nhân loại. Loại người *khác* này không giống với bất cứ các quốc gia, các chính đảng, hay tập thể nào. Nguyên tắc của nó là *vô* nguyên tắc, không có sự chân thành nào đáng nói đằng sau nụ cười của nó. Chẳng qua là người lương thiện không hiểu được ĐCSTQ, bởi vì người ta dựa theo tiêu chuẩn đạo đức của vũ trụ mà suy đoán ĐCSTQ, họ không thể tưởng tượng được rằng lại có những thứ tà ác, lưu manh như vậy, mà đại diện cho một quốc gia. Viện cớ "đặc sắc Trung Quốc" Đảng Cộng Sản đã tiến thân giữa các dân tộc trên thế giới. "Đặc sắc Trung Quốc" là chữ viết tắt cho "Đặc sắc lưu manh của Đảng Cộng Sản Trung Quốc".

Chủ nghĩa tư bản khập khiễng của Trung Quốc đã biến thành "chủ nghĩa xã hội đặc sắc Trung Quốc"; "thất nghiệp" đổi thành "chờ việc làm" đặc sắc Trung Quốc; "bị sa thải" đổi thành "không phận sự" đặc sắc Trung Quốc; "nghèo đói" biến thành "giai đoạn bắt đầu của chủ nghĩa xã hội" đặc sắc Trung

Quốc; và nhân quyền, tự do ngôn luận, và tự do tín ngưỡng đã biến thành "quyền sinh tồn" đặc sắc Trung Quốc.

3. 'Lưu manh hóa' quốc gia, dân tộc Trung Hoa đang đối diện với nguy cơ chưa từng thấy về đạo đức

Từ đầu thập niên 1990, Trung Quốc bắt đầu lưu hành một câu nói, rằng "Tôi là tên lưu manh, tôi không sợ ai cả". Điều này là quả Ác dưới sự trị quốc lưu manh qua nhiều thập niên của Đảng Cộng Sản Trung Quốc - là 'lưu manh hóa quốc gia'. Đi kèm với nền kinh tế thịnh vượng giả tạo của Trung Quốc, là nền đạo đức suy đồi tuột dốc toàn diện trong mọi lãnh vực của xã hội.

Các đại biểu quốc hội Trung Quốc luôn luôn nói về sự "thành thật và tin tưởng" trong Quốc Hội Nhân Dân Trung Quốc. Trong các kỳ thi vào đại học, học sinh bắt buộc phải viết về đề mục " sự thành thật và tin tưởng". Điều này cho thấy sự thiếu hụt về thành thật và tin tưởng, cùng với sự tụt dốc đạo đức đã trở thành một nguy cơ không nhìn thấy được nhưng rộng khắp trong xã hội Trung Quốc. Tham nhũng thối nát, biển thủ, sản phẩm giả, dối trá, lòng người xấu xa bỉ ổi và thuần phong mỹ tục xuống dốc mau lẹ là chuyện thường; không có một tín nhiệm cơ bản nào giữa người với người nữa.

Đối với những người đã tuyên bố hài lòng về tiêu chuẩn đời sống được nâng cao, thử hỏi mối quan tâm nhất của họ chẳng phải là sự ổn định trong cuộc sống hay sao? Mà cái gì là yếu tố trọng yếu nhất trong sự ổn định xã hội? Đó chính là đạo đức. Một xã hội mà đạo đức xuống dốc không thể nào đem đến an ninh và bảo đảm.

Tới ngày nay, ĐCSTQ đã đàn áp xong hầu như tất cả các tôn giáo truyền thống và giải thể hệ thống giá trị truyền thống. Con đường lưu manh mà nhờ đó ĐCSTQ chiếm được của cải và lừa dối người dân đã có một ảnh hưởng dần dần lan xuống toàn xã hội, làm thối nát toàn bộ xã hội và dẫn dắt nhân dân của nó theo hướng lưu manh hóa. Cai trị bằng những thủ đoạn lưu manh, đương nhiên trên thực chất, ĐCSTQ cần một xã hội lưu manh để làm môi trường cho nó tồn tại. Đó là tại sao ĐCSTQ dùng mọi thứ để lôi kéo người dân xuống tầng cấp của nó, cố gắng biến nhân dân Trung Quốc thành các loại lưu manh lớn nhỏ với trình độ khác nhau. Bản tính lưu manh của Đảng Cộng Sản Trung Quốc đang chôn vùi căn cơ đạo đức mà đã gắn bó với dân tộc Trung Hoa như thế.

Lời kết

"Sông núi dễ đổi, bản tính khó thay"[14]. Lịch sử đã chứng minh rằng cứ mỗi lần Đảng Cộng Sản Trung Quốc (ĐCSTQ) nới lỏng gông cùm và xiềng xích, đều tuyệt không có ý định vứt bỏ xiềng xích đi. Sau trận *Đại Đói Kém* vào đầu thập niên 1960, ĐCSTQ đã theo chương trình "Tam tự Nhất Bao" (Ba Tự Do và Một Giao Ước) [15] để nhằm khôi phục sự sản xuất của nông thôn, nhưng không có ý định thay đổi thân phận "nông nô" (tá điền) của nông dân Trung Quốc. Cuộc "cải cách kinh tế" và "tự do hóa" vào thập niên 1980 đã không ảnh hưởng chút nào tới việc ĐCSTQ nâng con dao đồ tể lên để giết chính nhân dân của nó vào năm 1989. Trong tương lai, ĐCSTQ cũng tuyệt đối không vì thay đổi bộ mặt của chúng, mà thay đổi các bản tính lưu manh.

Nếu như có người nghĩ rằng sự việc đã qua thì để cho nó qua đi, và nay tình hình đã thay đổi, và rằng Đảng Cộng Sản ngày nay không như Đảng Cộng Sản thời trước nữa, mà thỏa mãn với giả tượng trước mắt; ngay cả còn tin tưởng một cách sai lầm rằng Đảng Cộng Sản đã cải thiện, hoặc đang trong sự cải tổ, hoặc có ý định muốn sửa đổi, và từ đó mà không ngừng quên lãng sự việc quá khứ. Tất cả những điều này chỉ cấp cơ hội cho tập đoàn lưu manh của Đảng Cộng Sản Trung Quốc được tiếp tục sống sót để làm hại nhân loại.

Tất cả mọi nỗ lực của Đảng Cộng Sản chính là muốn người ta "quên mất" sự việc quá khứ; mà mọi giãy dụa của nhân dân, trên nguyên tắc là muốn nỗ lực "ghi nhớ" những bất công họ đã phải chịu trong bàn tay của Đảng Cộng Sản.

Trên thực tế, lịch sử của Đảng Cộng Sản là một phần tách rời khỏi lịch sử ký ức của người dân, là một lịch sử mà trong đó con cháu hậu thế không biết được lịch sử chân tướng của các ông cha đời trước, một lịch sử trải qua gian nan mà trong đó hằng trăm triệu công dân phải sinh sống trong mâu thuẫn giữa sự nguyền rủa cái quá khứ đầy máu của Đảng Cộng Sản với sự kỳ vọng cái hiện thực tương lai to tát của Đảng Cộng Sản.

Khi tà linh của chủ nghĩa Cộng Sản xuống tới thế giới nhân loại, Đảng Cộng Sản sau khi thành lập chỗ đứng trong nhân gian, thông qua các cuộc khởi nghĩa lưu manh và cách mạng của bọn côn đồ mà chiếm đoạt chính quyền. Những gì nó đã làm, chính là thông qua chính quyền bạo ngược đầy máu tanh, mà thiết lập và duy trì một xã hội dưới hình thức chuyên chế của "Đảng *phụ thể*" (là Đảng bị tà linh nhập vào điều khiển). Bằng cách sử dụng cái gọi là tinh thần "đấu tranh" mà phản Tự Nhiên, phản Trời Đất, phản Nhân Tính và phản Vũ Trụ, Đảng Cộng Sản tiêu hủy lương tri và ý niệm thiện lành của con người, hơn nữa cũng tiêu hủy cả quan niệm đạo đức và văn minh truyền thống của nhân loại. Nó đã sử dụng tàn sát đẫm máu và cưỡng ép người ta tẩy não để chế tạo một tà giáo Cộng Sản, nhất thống thiên hạ, mà trong đó tất cả người dân đều điên cuồng.

Trong suốt lịch sử của Đảng Cộng Sản, có các thời kỳ điên cuồng ngang ngược khi khủng bố *đỏ* đạt đến cao điểm, cũng có các thời khắc tơi tả thảm hại, phải trốn vào đồng hoang vì gần bị diệt vong. Mỗi một lần, Đảng Cộng Sản lại phải dựa vào việc tận dụng các trò lưu manh của nó để vượt qua cơn nguy cơ, nhưng chỉ để hướng tới một thời kỳ điên cuồng ngang ngược khác, mà tiếp tục lừa dối mọi người.

Một khi mọi người đều có thể nhận thức được bản tính lưu manh của Đảng Cộng Sản, và lúc không vì những giả tượng của nó làm mê mẩn và che lấp nữa, thì chính là lúc kết thúc cuối cùng của bản tính cực kỳ lưu manh của Đảng Cộng Sản Trung Quốc.

****

So với năm ngàn năm lịch sử của Trung Quốc, 55 năm Trung Quốc dưới ách thống trị của Đảng Cộng Sản Trung Quốc chỉ là những sự việc thoáng qua như mũi tên bay. Trước khi Đảng Cộng Sản Trung Quốc xuất hiện, Trung Quốc đã sáng tạo ra một nền văn minh huy hoàng nhất trong lịch sử nhân loại; sẵn dịp Trung Quốc có hoạn nạn trong nước đến từ bên ngoài, Đảng Cộng Sản Trung Quốc đã thừa cơ mà ngồi lên nắm chính quyền, mang đến kiếp nạn to lớn cho dân tộc Trung Hoa. Loại kiếp nạn này, không chỉ vỏn vẹn cướp đi hàng chục triệu sinh mạng, phá tan tành giá trị của vô số gia đình, hủy hoại nhiều nguồn tài nguyên sinh thái mà sự sống còn của dân tộc Trung Hoa phụ thuộc vào, càng nghiêm trọng hơn nữa, là nền tảng đạo đức và truyền thống văn hóa quý giá của dân tộc Trung Hoa, cũng bị phá hoại tới tận cùng.

Tương lai của Trung Quốc sẽ ra sao? Trung Quốc sẽ đi về hướng nào? Những vấn đề quan trọng như thế thật phức tạp mà lại quá khó để bàn thảo trong một vài câu. Tuy nhiên, có một điểm chắc chắn rõ ràng là: nếu không coi trọng sự xây dựng đạo đức của dân tộc Trung Hoa, không coi trọng sự tân lập mối quan hệ hài hòa, sáng tỏ giữa người với sự Tự Nhiên, và với Trời Đất; và nếu không có tín ngưỡng và văn hóa cho sự chung sống hài hòa giữa người với người, thì dân tộc Trung Hoa sẽ không thể có một ngày mai tươi sáng.

Qua bao nhiêu thập niên để tẩy não và đàn áp, Đảng Cộng Sản Trung Quốc đã đem lối suy nghĩ của nó cùng với tiêu chuẩn về Thiện và Ác của nó mà ép vào trong tầng thâm sâu của sinh mạng người dân Trung Quốc. Điều này đã dẫn người ta đến chỗ tiếp nhận nó trên một mức độ nhất định, và còn nhận thức những lý luận sai lệch giống như nó, và trở thành một phần của nó, vì vậy đã giúp Đảng Cộng Sản Trung Quốc được tồn tại trong nền tảng ý thức hệ của họ.

Trừ sạch tất cả các tà thuyết đã truyền bá của Đảng Cộng Sản Trung Quốc trong đời sống của chúng ta, nhìn rõ bản chất đầy đủ thập ác tột cùng của Đảng Cộng Sản Trung Quốc, khôi phục lại nhân tính và lương tri của chúng ta - đây là bước thứ nhất cần thiết trên con đường phải đi để vượt qua một cách thuận lợi sang một xã hội không có Đảng Cộng Sản.

Tiến bước trên con đường này có thể đều đặn và bình an hay không, thì còn tùy thuộc vào những thay đổi trong tâm hồn của mỗi một người Trung Quốc. Tuy rằng Đảng Cộng Sản Trung Quốc bề ngoài đã nắm hết tất cả các tài nguyên và bộ máy bạo lực của quốc gia, nhưng nếu mỗi một người trong chúng ta đều tin vào sức mạnh của chân lý và gìn giữ vững chắc đạo đức của chúng ta, thì tà linh Đảng Cộng Sản Trung Quốc sẽ mất đi chỗ trú thân, tất cả các tài nguyên có được, có thể lập tức trở về trong tay của chính nghĩa, đó cũng chính là thời khắc tái sinh của dân tộc chúng ta.

Không có Đảng Cộng Sản Trung Quốc, mới có thể có một Trung Quốc mới.

Không có Đảng Cộng Sản Trung Quốc, Trung Quốc mới có hy vọng.

Không có Đảng Cộng Sản Trung Quốc, nhân dân Trung Quốc với chính nghĩa thiện lương sẽ xây lại sự huy hoàng của lịch sử.

Chú Thích

[1] Theo tư tưởng Nho giáo truyền thống, hoàng đế hoặc vua cai trị theo ý trời, và để có được cái quyền đó, đạo đức của họ phải xứng với trách nhiệm tối cao đó. Một tư tưởng tương tự có thể thấy từ tác phẩm Mạnh Tử. Trong đoạn "Ai trao quyền lực của vua?" khi được hỏi ai trao đất đai và quyền cai quản cho vua Thuấn, Mạnh Tử đã nói "Đó là Trời". Quan điểm về nguồn gốc sức mạnh thần thánh có thể thấy trong truyền thống Cơ Đốc giáo phương Tây. Ví dụ trong Romans 13:1 của tác phẩm Kinh Thánh (phiên bản King James) người ta có thể tìm thấy: "Hãy để mọi linh hồn lệ thuộc vào các quyền lực tối cao. Vì không có quyền lực nào ngoài quyền lực của Chúa: các quyền lực đó là được Chúa ban cho".

[2] *Một trung tâm* là nói đến phát triển kinh tế, *hai cơ bản* là: duy trì bốn nguyên tắc cơ bản (con đường xã hội chủ nghĩa, chuyên chính vô sản, sự lãnh đạo của ĐCSTQ, tư tưởng Mao và Mác xít Lê nin nít), và tiếp tục các chính sách cải cách và mở cửa.

[3] Dữ liệu từ một báo cáo của Tân Hoa Xã vào ngày 4 tháng 3 năm 2004.

[4] Mẫu là một đơn vị diện tích được sử dụng ở Trung Quốc. Một mẫu bằng 6,666.666 mét vuông.

[5] *Phú dưỡng*: gia tăng chất hữu cơ và khoáng vật trong nước, có thể thúc đẩy sự sinh trưởng của thực vật nhưng lại giảm lượng oxygen hòa tan trong nước và thường dẫn đến sự tuyệt chủng của các sinh vật khác. Dữ liệu từ một báo cáo của Tân Hoa Xã vào ngày 29 tháng 2 năm 2004.

[6] *"Nguyên tắc ba không"* đã xảy ra trong quá khứ. Vào năm 1979, Đặng Tiểu Bình đã đề xuất "Nguyên tắc ba không" để khuyến khích nhân dân nói lên tâm tư của họ: Không gán nhãn hiệu, không tấn công, và không xem xét lỗi lầm. Điều này cũng nhắc người dân nhớ tới sự khuyến khích tương tự của Mao đối với giới trí thức vào những năm 1950, cái khuyến khích mà đi sau đó là khủng bố tàn nhẫn những người dám nói lên suy nghĩ của mình. Ngày nay, "Ba không" mới được đề xuất nói đến "Phát triển không bàn luận, tiến bộ không đấu tranh, và tiến triển không thỏa mãn những thứ đã đạt được".

[7] *Nghị định 23* được chính phủ Hồng Kông đưa ra vào năm 2002 dưới áp lực từ Bắc Kinh. Nghị định này đã cho thấy một sự xói mòn nghiêm

trọng về tự do và nhân quyền ở Hồng Kông, phá hoại ngầm chính sách "một đất nước, hai hệ thống".

[8] *Lưu Thiếu Kỳ*, Chủ tịch nước Trung Quốc giữa những năm 1959 đến 1968, được coi như là người kế vị của Mao Trạch Đông. Trong Cách Mạng Văn Hóa (1966-1976), ông ta đã bị đàn áp như là kẻ phản bội, gián điệp và nổi loạn. Ông chết vào năm 1969 sau khi bị hành hạ nghiêm trọng dưới hình phạt tù của ĐCSTQ.

[9] *CCTV* (Đài Truyền Hình Trung Ương Trung Quốc) nằm dưới sự sở hữu và điều hành trực tiếp của chính phủ trung ương. Nó là mạng truyền thông chính ở lục địa Trung Quốc.

[10] Tất cả những đoạn được trích này là nhan đề của các bài hát được viết và hát dưới thời của Mao trong những năm 1960 và đầu những năm 1970.

[11] Mao đã từng nói rằng 'chúng ta sợ phạm lỗi, nhưng chúng ta quan tâm tới việc sửa chúng'.

[12] Về phân tích chi tiết của phim video tự thiêu, xin hãy tham khảo trang web sau:

http://daiphapinfo.net/dsp.php?id=8,

http://clearwisdom.net/emh/special_column/self-immolation.html,

http://faluninfo.net/tiananmen/immolation.asp.

[13] *Kiến trúc thượng tầng* trong ngữ cảnh của lý thuyết xã hội Mác-xít nói tới quan hệ giữa tính chủ quan của con người và nền tảng vật chất của xã hội.

[14] Đây là một tục ngữ Trung Quốc thừa nhận sự vĩnh cửu của bản tính con người.

[15] Các chính sách cải cách kinh tế, được biết tới như là chương trình "Ba Tự Do và Một Giao Ước" (Tam Tự Nhất Bao) được đề xuất bởi Lưu Thiếu Kỳ, sau đó là Chủ Tịch nhà nước của Trung Quốc. Chương trình đã quy định đồ án về đất đai dành cho sử dụng riêng tư, thị trường tự do, các doanh nghiệp chỉ có trách nhiệm đối với lãi và lỗ của nó, và việc cố định chỉ tiêu sản lượng trên cơ sở gia đình.